தரூக்

தரூக்

கார்த்திக் பாலசுப்ரமணியன் (பி. 1987)

விருதுநகர் மாவட்டம் இராஜபாளையத்தில் பிறந்தார். கல்லூரிப் படிப்பைக் கோவையில் முடித்தவர். பணியின் நிமித்தம் நொய்டா, ஜோகன்ஸ்பர்க், சிட்னி போன்ற நகரங்களில் வசித்திருக்கிறார். தற்போது சென்னையில் மனைவி, மகனுடன் வசித்துவருகிறார்.

மென்பொருள் நிறுவனம் ஒன்றில் மேலாளராகப் பணிபுரிகிறார்.

இவருடைய முதல் சிறுகதைத் தொகுப்பு ‘டொரினா’ 2017ஆம் ஆண்டும் முதல் நாவல் ‘நட்சத்திரவாசிகள்’ 2019ஆம் ஆண்டும் வெளிவந்துள்ளது. ‘நட்சத்திரவாசிகள்’ நாவல் யுவ புரஸ்கார் விருது பெற்றது.

ஒளிரும் பச்சைக் கண்கள் – சிறுகதைத் தொகுப்பு – காலச்சுவடு வெளியீடாக 2021ஆம் ஆண்டு வெளிவந்துள்ளது.

மின்னஞ்சல்: karthikgurumuruganb@gmail.com

கார்த்திக் பாலசுப்ரமணியன்

தரூக்

காலச்சுவடு பதிப்பகம்

அன்பார்ந்த வாசகருக்கு,

வணக்கம்.

காலச்சுவடு நூலை வாங்கியமைக்கு நன்றி.

நூலின் உள்ளடக்கம், உருவாக்கம், அட்டைப்படம் இன்ன பிற அம்சங்கள் பற்றிய உங்கள் கருத்துகளையும் ஆலோசனைகளையும் காலச்சுவடு வரவேற்கிறது. தகவல், எழுத்து, வாக்கியப் பிழைகள் தென்பட்டால் கட்டாயம் தெரிவித்து உதவுங்கள். நூல் தயாரிப்பில் கடும் குறைபாடு இருப்பின் மாற்றுப் பிரதி உங்களுக்குக் கிடைக்கக் காலச்சுவடு ஏற்பாடு செய்யும்.

மின்னஞ்சல்: **publisher@kalachuvadu.com**

காலச்சுவடு நாகர்கோவில் அலுவலகத்துக்குக் கடிதம் அனுப்பலாம்.

தங்கள்
எஸ்.ஆர். சுந்தரம் (கண்ணன்)
பதிப்பாளர் — நிர்வாக இயக்குநர்

தருக் ❖ நாவல் ❖ ஆசிரியர்: கார்த்திக் பாலசுப்ரமணியன் ❖ © கார்த்திக் பாலசுப்ரமணியன் ❖ முதல் பதிப்பு: டிசம்பர் 2023 ❖ வெளியீடு: காலச்சுவடு பப்ளிகேஷன்ஸ் (பி) லிட்., 669, கே.பி. சாலை, நாகர்கோவில் 629001 ❖ கோட்டோவியங்கள்: சுரேஷ் குமார் ராமர்

காலச்சுவடு பதிப்பக வெளியீடு: 1240

taruuk ❖ Novel ❖ Author: Karthik Balasubramanian ❖ © Karthik Balasubramanian ❖ Language: Tamil ❖ First Edition: December 2023 ❖ Size: Demy 1 x 8 ❖ Paper: 18.6 kg maplitho ❖ Pages: 312

Published by Kalachuvadu Publications Pvt. Ltd., 669 K.P. Road, Nagercoil 629001, India ❖ Phone: 91-4652-278525 ❖ e-mail: publications@kalachuvadu.com ❖ Illustration: Suresh Kumar Ramar ❖ Printed at: Mani Offset, Chennai 600077

ISBN:978-81-19034-52-9

12/2023/S.No. 1240, kcp 4845, 18.6 (1) 9ss

எழுத்து, வாசிப்பு, மனம் என ஏதொன்றில் சோர்வுற்றாலும்
விசையுறு பந்தைப்போல நான் தொட்டு மீள
எப்போதும் ஓர் இடம் உண்டு.

எழுத்தாளர் ஜெயமோகனுக்கு

நன்றி

நாவலின் முதல் வரைவை வாசித்து அதைச் செம்மைப் படுத்துவதற்கான ஆலோசனைகளை வழங்கிய வாத்தியார் யுவன் சந்திரசேகருக்கு வணக்கங்கள். நாவலின்மீது தொடர்ச்சியான உரையாடல்களை நிகழ்த்தி அதை மேம்படுத்த உதவிய நண்பர்கள் ஹரிஷ் கணபதி, விஜய ராவணன், மயிலன் ஜி சின்னப்பன், சங்கரநாரயணன், த. ராஜன் ஆகியோருக்கு அன்பு. நாவலினுள் வரும் வட்டார வழக்கு சம்பந்தமான உரையாடல்களைச் செம்மைப்படுத்த உதவிய எழுத்தாளர்கள் களந்தை பீர் முகம்மது, ஏருவாடி ஷேக் பீர் முகம்மது ஆகியோருக்கு நன்றி!

தன்னுடைய கலைப்படைப்பை இந்நாவலின் அட்டைப்படமாக்க அனுமதியளித்த ஓவியர் சிற்பக் கலைஞர் விஜய் பிச்சுமணிக்கும் அதைச் சிறப்பான முறையில் அட்டைப்படமாக மாற்றித் தந்த நண்பர் அரிசங்கருக்கும் நாவல் உள்ளே பயன்படுத்தப்பட்டுள்ள ஓவியங்களை வரைந்து கொடுத்த ஓவியர் சுரேஷ் குமார் ராமர் அவர்களுக்கும் நாவலைத் திறம்பட வடிவமைத்து வெளியிடும் *காலச்சுவடு* பதிப்பகத்துக்கும் நன்றிகள்!

1

நிலம் பார்த்தல்

எந்தப் பாகுபாடுமின்றி எல்லா தேசத்திலும் கடலை வான் சந்திக்கும் புள்ளியில் பொன்கீற்று ஒளிர்கிறது. மிகப் பிரம்மாண்டமாய் இதழ் பரப்பி நின்றாடுமொரு பாப்பி மலரென கதிரவன் அங்கிருந்து கிளம்பி மெல்ல எழுந்து வந்தது. கதிரவன் எழுந்ததும் கண்டிப்பான தகப்பனுக்குக் கட்டுப்பட்டு ஒடுங்கும் பிள்ளையைப் போல ஆர்ப்பரிப்பின்றி அமைதியுற்றது கடல். நான் இந்த மந்திரக் கணத்தைப் பார்த்தப்படி வீசும் காற்றுக்கு முகம் கொடுத்து கப்பல் மேல் நின்றிருந்தேன்.

கம்பளிக்குள் உறையாத, கணப்பு தேடாத எனது முதல் ஜனவரி மாதம் இதுவாகத்தான் இருக்கும். இதே நேரம், போர்ட்ஸ்மவுத்தாக இருந்திருந்தால் பல பவுண்டுகள் எடையுள்ள ஆடைக்குள் புகுந்தோ அறைக்குள் அடைந்தோ கிடந்திருப்பேன். இப்படியொரு ரம்மியமான காட்சியைக் காண வாய்த்திருக்காது. ஆனால் அங்கேயெனில், ரெபேக்கா உடனிருந்திருப்பாள். பிறந்த குழந்தையினுடையதைப் போன்ற பரிசுத்தமான, மென்மை மாறாத அவளுடைய உள்ளங்கைகளின் வெம்மைக்குள் என்னைப் புதைத்துக்கொண்டிருப்பேன். மறுபடியும் ரெபேக்கா! மனத்தைக் கிளர்த்தும் எதுவொன்றும் நேராக என்னை அவளிடம் கொண்டுபோய் நிறுத்தும். பேசிப் பழகியதெல்லாம் ஒரு மாத காலம் மட்டுமே. ஆனால் இந்த எட்டு மாதங்களில் எத்தனை கோடி முறை நினைத்திருப்பேன். அந்நாட்களின் ஒவ்வொரு நிமிடத்தையும் கிரமம் மாறாமல் திரும்பத் திரும்ப நிகழ்த்தி பரிதவித்துக்கொண்டிருக்கிறது மனம். அவளுக்கும் இப்படித்தான் இருக்குமா? இல்லாவிடில் ஒருவேளை..? நிகழ்ந்துவிடக் கூடாது என்றஞ்சும் ஒன்றை மனம் ஒவ்வொரு முறையும் நிகழ்த்திப் பார்த்த பின்பே ஓய்கிறது.

பின்னிப் பின்னி முடைந்தெழுந்த நினைவுச் சரட்டை அறுத்துக்கொண்டு குறுக்கே பறந்தது ஒரு சீகல் பறவை. பரந்து விரிந்த வானிலிருந்து ஒரு துண்டு மேகம் உடைந்து விழுந்ததைப் போல எங்கள் கப்பலுக்கு அருகே பறந்து வந்தது. சட்டென தாழ்ந்து, கடலை முத்தமிட்டு ஒரு மீனைக் கொத்தித் தூக்கிச் சென்றது. அப்போதுதான் கவனித்தேன். அது தனித்து வரவில்லை. ஆங்காங்கே வெண்மேகத் துண்டுகளாய் சீகல்கள் தாழப் பறந்துகொண்டிருந்தன.

அவற்றின் வருகை, கப்பல் கரையை நெருங்கிக்கொண்டிருப்பதற்கான சமிக்ஞை. இன்னும் சில மணி நேரங்களில் நிலம் காணப் போகிறோம் என்ற நினைப்பு கொடுத்த உற்சாகம் என் ஒவ்வொரு ரத்த அணுக்களிலும் எதிரொளித்தது. இருபத்தைந்தாயிரம் மைல்கள், கிட்டத்தட்ட எட்டு மாத கடற் பயணம். ஆழிப் பேரலைகள், கடற்கோள்கள், எலும்பை உருக்கும் குளிர், உயிரைக் குடிக்கும் வெயில், பெரும் மழை, இரத்தமும் சதையுமாய் நிகழ்ந்த பிறப்புகள், இறப்புகள் என்று எஞ்சிய வாழ்வு முழுதும் நினைத்துச் சுகிக்கவும் தகிக்கவும் எத்தனை எத்தனை சேகரங்கள்!

பெருமழை பொழிந்து பேரலைகள் உயர்ந்து கலத்தை உப்பு நீரால் நிரப்பிய பொழுதுகளை இப்போதும் நினைத்தாலும் கைகளில் மயிர்க்கால்கள் குத்திட்டு நிற்கின்றன. இருள் கடலை நிறைக்க, கடல் எங்கள் கலத்தில் ஏறியது. இருளும் கடலும்

கலமும் ஒன்றாய்க் கலந்து நின்ற இரவு என் இருபத்தியேழு வருட வாழ்வின் மிக நீண்ட இரவுகளில் ஒன்று. உள்ளும் புறமும் சூன்யம் மட்டும் சூழ்ந்த அப்பொழுதில் எழும்பி நின்ற தெல்லாம் ஒரே ஒரு வேட்கைதான்.

நிலம் காண வேண்டும்!

○

அம்மா நித்திய கடமையாய் நாள் தவறாமல் நாட்குறிப்புகள் எழுதுவதைப் பார்த்திருக்கிறேன். அன்றைய பொழுதின் அனைத்து வேலைகளையும் முடித்துவிட்டு, மேசையில் மெழுகு உருகி வழிய, அசைந்தாடும் சுடரொளியில் அவள் டயரி எழுதுவது இப்போதும் அழியாததொரு சித்திரமாய் நினைவில் படிந்திருக்கிறது. அவளுக்குத் தெரியாமல் அக்குறிப்புகளை எடுத்துப் படிக்கும்போது கிடைக்கும் கிளர்ச்சி அலாதியானது. எனக்குத் தெரியாத ரகசியங்கள் என புதிதாக எதுவும் டயரியில் இருந்ததில்லை. உண்மையில் அதில் பெரிய காரியங்களுக்கு இடமில்லை. மாறாக, அன்றாடங்களின் ஆச்சரியங்களை உள்ளடக்கியதொரு தொகுதி. சரியான பதத்தில் வெந்து பொங்கி வரும் ரொட்டி போதும் அவளுடைய அந்த நாளை அர்த்தமுடையதாக்க. எரிந்து உருகித் திரண்டு நிற்கும் மெழுகில் அவளால் பெருந்தொற்றின் பசிக்குத் தின்னக் கொடுத்த தன் பெண் குழந்தையின் சாயலைக் காண முடிந்தது.

அவளின் அத்தனை குறிப்புகளையும் இணைக்கும் ஒரு கண்ணி இருந்தது. அது, அவளுடைய சொந்த நிலத்துக்குத் திரும்பும் வேட்கை. இத்தனை ஆயிரம் மைல்கள் கடந்து நான் அலைவதும் திரிவதும் அவ்வேட்கையின் எச்சமாகத் தானா?

அதைப் படிப்பதிலிருந்த சுவாரஸ்யத்தின் துளிகூட அப்படியொன்றை நானும் எழுத வேண்டும் என்பதில் இருந்ததில்லை. காதலில் கட்டுண்டு பிதற்றிக் கிடந்த இரவுகளின் போதும் போர்களில் சிக்குண்டு உழன்று கிடந்தபோதும்கூட இப்படி ஒன்றை எழுத வேண்டும் என்று எனக்குத் தோன்றிய தில்லை. இந்தக் கடற்பயணமே என்னை எழுதத் தூண்டியது. இதை எழுதும்போதுகூட எந்தவித திட்டவட்டமான வரையறைக்குள்ளும் இதைப் பொருத்திக்கொள்ளாமலே எழுதுகிறேன். அந்தச் சுதந்திரமில்லாமல் என்னால் எங்குமே செயல்பட முடியாது.

பின் மதியத் துயிலில் இருக்கும் தளபதி ஆர்த்தர் பிலிப்பை எழுப்ப வேண்டும். கரை வந்ததும் செய்ய வேண்டிய காரியங் களைப் பற்றித்தான் ஒரு வார காலமாக அவர் திரும்பத் திரும்பப் பேசிக்கொண்டிருந்தார். இதுபோன்ற கப்பற் படையை

ஏற்கெனவே பலமுறை நிர்வகித்த நீண்ட அனுபவம் அவருக்குண்டு. ஆனாலும் குடியேற்றத் திட்டங்களைப் பற்றிப் பேசும் ஒவ்வொரு முறையும் அவரிடத்தில் தென்படும் உற்சாகம் ஆச்சரியமளிக்கும். உள்ளேயிருந்து ஒரு தீரா விசை முடுக்கிச் செலுத்தாமல் இத்தனை மாத காலமாக ஒரே சிந்தனையில் உழல்வது அத்தனை எளிதில்லை. நெருப்பெரிய ஒளிரும் நீலக் கண்கள் அவருடையவை. அளவில் சிறிய அக்கண்களில் கூர்மைக்குக் குறைவில்லை. அறிவைப் பறைசாற்றும் பரந்த நெற்றியில் நரம்புகள் புடைத்து நிற்கும். முதல் பார்வையிலேயே தனக்கான மரியாதையைப் பெற்றுக்கொள்ளும் ஆகிருதி இயல்பாகவே அவருக்கு வாய்த்திருந்தது.

கலத்தின் மேற்பகுதியிலிருந்து பார்த்தேன். சுற்றிலும் கடல் சலனமின்றி அமைதியாக இருந்தது. எங்கள் வெற்றியைத் தலைகுனிந்து ஏற்றுக்கொண்ட எதிரியைப்போல மௌனமுற் றிருந்தது. எத்தனை அபத்தமான கற்பனை! உண்மையில் நாங்கள் நிலம் காணப் போவதென்பதே இயற்கையின் கருணை யல்லவா? அன்றைய பெருமழை நாளின் ஒரே ஒரு அலை போதுமே, இன்று இதை நான் எழுதிக்கொண்டிருக்க மாட்டேன். எதையெதையோ யோசித்துக்கொண்டு அப்படியே நின்றுவிட்டேன். நினைவு திரும்பி, நான் நின்றுகொண்டிருந்த கப்பலின் மேற்பகுதியிலிருந்து தளபதி பிலிப் தங்கியிருக்கும் கீழ்த் தளத்துக்கு வேக வேகமாய் இறங்கி ஓடினேன். எனக்கு முன்னால் என் எண்ணங்கள் ஓடிக்கொண்டிருந்தன. அவருக்கு இது மிக முக்கியமான பயணம். இதை மட்டும் சரியாக நிகழ்த்திக் காட்டிவிட்டால், இப்புதிய பிரதேசத்தின் முதல் ஆளுநர் அவர். அதுவே, அவரின் மாபெரும் கனவு. மற்றொரு கோணத்தில், இதொன்றும் ஏற்கெனவே கட்டியெழுப்பப்பட்ட ஒரு சாம்ராஜ்யத்தின் ராஜமேடையோ, போரில் தட்டிப் பறிக்கப் பட்ட அரியணையின் பஞ்சு மெத்தையோ அல்ல. இனிதான் கட்டி நிமிர்த்த வேண்டும். தட்டித் தட்டி மிளிரச் செய்ய வேண்டும். இன்னும் சரியாகச் சொன்னால் புதியதொரு தேசம் படைக்க வேண்டும். அதுதான் அவர் முன்னிருக்கும் மிகப் பெரிய சவால். அது நிறைவேறும் நாளில் நானும் சாதாரண கடற்படைத் தளபதியின் உதவியாளன் என்பதிலிருந்து புவியாளும் பிரபுவின் உதவியாளனாக மாறியிருப்பேன்.

அவர் அறையில் ஏற்கெனவே காலின்ஸ், மருத்துவர் ஜேம்ஸ், தச்சர் தலைவர் ஆடம்ஸ் என பலதரப்பட்ட ஆட்கள் குழுமி யிருந்தார்கள். நான்தான் கடைசியாகச் சென்று சேர்ந்திருந்தேன். அறையிலிருந்த மேசையின் மேல் நாங்கள் இறங்கப் போகும் தாவர விரிகுடாவின் வரைபடம் விரித்து வைக்கப்பட்டிருந்தது.

ஜன்னல் வழி வந்த காற்றில் பச்சை வாடை கலந்திருந்தது. அவர் ஒரு வாரமாக எங்களுக்குச் சொல்லிக்கொண்டிருந்த அறிவுரைகளையே வார்த்தை மாறாமல் திரும்பச் சொன்னார்.

“காப்டன் திரு ஜேம்ஸ் குக், பதினெட்டு ஆண்டுகளுக்கு முன்னர் மாட்சிமை தங்கிய இங்கிலாந்து பேரரசின் கட்டளைக்கு இணங்கி மேற்கொண்ட கடற்பயணத்தில் முதலில் வந்திறங்கிய பகுதி இது. மரங்களும் செடி கொடிகளும் செறிந்திருக்கும் இடமாதலால் அவர் இதற்கு ‘தாவர விரிகுடா’ என்று பெயரிட்டிருக்கிறார். நாம் குடியேறத் தகுந்த இடம் இதுவே என்று தன் குறிப்பிலும் கூறியிருக்கிறார். அதுவே மாட்சிமை தங்கிய பிரிட்டிஷ் பேரரசின் உத்தரவும் ஆகும். அவசியம் ஏற்பட்டால் ஒழிய அதை மீற நமக்கு அனுமதியில்லை. மேலும் அவர் இதை மனித நடமாட்டமற்ற பகுதியென்று தன் ஆவணக் குறிப்பேட்டில் கூறியிருக்கிறார். எனவே, அஞ்ச வேண்டிய அந்நிய சக்திகள் எதுவுமிருக்க வாய்ப்பில்லை. வெளியேயிருந்து யாரேனும் வந்தால்தான் உண்டு. நம்மைப் போலவே பிரஞ்சுக்காரர்களும் இங்கே குடியேற முயன்று கொண்டிருக்கிறார்கள். அவர்களிடத்தில் மட்டும் நாம் கொஞ்சம் கவனமாக இருக்க வேண்டும். எனவே, நம் கப்பல்களைப் பாதுகாப்பான தொலைவில் நங்கூரமிட்டு நிறுத்திவிட்டு, படகுகளை எடுத்துக்கொண்டு நான், வில்லியம், மருத்துவர் ஜேம்ஸ், விவசாயக் குழுவைச் சேர்ந்த காலின்ஸ் உள்ளிட்டோர் முதலில் செல்கிறோம். அந்த இடத்தின் நிலைமையை ஆய்ந்தறிந்த பின்பு மற்ற வேலைகளை ஆரம்பிக்கலாம். சரிதானே?” என்றார்.

அனைவரும் ஒரே குரலில், “தளபதியின் ஆணை!” என்று சப்தமெழுப்பினோம்.

கரை கண்ணுக்குத் தென்பட ஆரம்பித்த தூரத்திலேயே நாங்கள் வந்த கப்பல்களை நிறுத்திவைக்க உத்தரவு பிறப்பிக்கப் பட்டது. நாங்களிருந்த அரச கப்பல் உட்பட, பொருட்களையும் தண்டனைக் கைதிகளையும் ஏற்றி வந்த கப்பல்கள் என்று மொத்தம் பதினோரு கப்பல்கள். ஆழம் அறியாமல் கப்பல்களைக் கரைக்குப் பக்கத்தில் செலுத்துவது புத்திசாலித் தனமல்ல. கரை அருகில் வந்த செய்தி கசியவும் நாங்கள் வந்த கப்பலெங்கும் உற்சாகக் குரல்கள் எழும்பின. எல்லோரும் பரபரப்பாய் மேலேயும் கீழேயும் வருவதும் போவதுமாய் இருந்தனர். எதிர்ப்பட்டவர்கள் எல்லாம் புன்னகையுடன் வணக்கம் சொல்லித் தலையசைத்தனர். ஜோடிகள் கட்டிக் கொண்டு முத்தமிட்டுக்கொண்டனர். குழந்தைகளுக்குக் கால்கள் ஓரிடத்தில் நிலைகொள்ளவில்லை. குறுக்கும் நெடுக்குமாய் ஓடுவதும் புதிய நிலம் பற்றிய கற்பனைக் கதைகளைப் புனைந்து

ஆடிப் பாடி விளையாடுவதுமாய் இருந்தனர். கிறிஸ்துமஸுக்கு முந்தைய நாளின் கடைவீதியைப்போல கலகலப்புடன் காணப்பட்டது. எதிர்ப்படும் முகத்திலெல்லாம் மகிழ்ச்சியும் கொண்டாட்டமும் ததும்பி வழிந்தன.

கப்பலிலிருந்து முதல் படகில் தளபதி பிலிப்பும் நானும் மருத்துவர் ஜேம்ஸும் சென்றோம். எங்களைப் பின்தொடர்ந்து இரண்டு படகுகளில் தேவையான கருவிகளையும் ஆயுதங் களையும் எடுத்துக்கொண்டு விவசாயக் குழுவைச் சேர்ந்தவர் களையும் தண்டனைக் கைதிகள் சிலரையும் வழி நடத்தியபடி காலின்ஸ் வந்தார். கப்பல்களின் மேற்தளத்தில் கூட்டமாக நின்றபடி எங்களை வேடிக்கை பார்த்தனர். அவர்களில் சிலர் எங்களைப் பார்த்து வெகு உற்சாகமாய் கையசைத்தனர்.

எங்கள் படகுகள் கரையை நெருங்கும்போது, அந்நிய வருகையை அறிவிக்கும் வண்ணமாகப் பறவைகள் மரங்களி லிருந்து உயரப் பறந்து விதவிதமாய்ச் சப்தமெழுப்பின. கண்ணாடித் தெளிவுடன் இருந்த கடலில் திருக்கை மீன்களின் கூட்டமொன்று மேலெழும்பிச் சலசலத்துக் கலைந்து சென்றது. தன் குறிப்புகளில் காப்டன் ஜேம்ஸ் குக் கூறியபடி கரையை அடுத்திருந்த பகுதிகளில் வெளிர் மஞ்சள், ஊதா, சிவப்பு எனப் பல வண்ணப் பூக்கள் செறிந்த செடிகளும் கொடிகளுமாய்த் தாவரங்கள் செழித்து வளர்ந்திருந்தைக் காண முடிந்தது. உறுதியும் உயரமும் கொண்ட மரங்கள் சுற்றிலும் அடர்ந்திருந்தன. மறுபக்கம் அடர்த்தியான புதர் காடு. புலி, சிறுத்தை போன்ற ஆட்கொல்லிகள் எதுவும் இல்லை என்று குக் குறிப்பிட்டிருந்தது மட்டும் சற்று ஆறுதல்.

மாட்சிமை தங்கிய பிரிட்டிஷ் பேரரசரின் கப்பற்படை யின் பிரதிநிதியாய் தளபதி பிலிப் முதலில் அம்மண்ணில் தன் பூட்ஸ் கால்களைப் பதித்து இறங்கினார். நின்றபடி இடுப்பில் இரு கரங்களையும் ஊன்றி, மெதுவாக இடப்பக்கத்திலிருந்து வலப்பக்கமாய் கழுத்தைத் திருப்பி பார்வையை ஓட்டினார். எங்களைப் பார்த்து படகுகளிலிருந்து கீழிறங்கி வருமாறு சைகை செய்தார்.

நாங்கள் வந்த படகுகளை இழுத்து கரைகளில் சேர்த்தோம். இறங்கியதும் காலின்ஸ் மண்ணைத் தன் கைகளில் அள்ளி எடுத்து அதை விரல்களால் அளைந்தார். அப்போது தளபதியின் முகம் கறுத்தும் இறுகியும் இருந்ததை கவனித்தேன்.

○

2

சுபுஹு தொழுகைக்கான பாங்கு ஒலிக்கவும் வீட்டிலேயே ஒளு முடித்துவிட்டு, முத்து முஹைதீன் க்ரிலை ஓசைப்படாமல் இழுத்துச் சாத்திவிட்டு, பள்ளிவாசலுக்குக் கிளம்பவும் சரியாக இருந்தது. முந்தைய இரவு அவருக்குத் தூக்கம் கூடவில்லை. மூப்பின் பொருட்டு என்று சமாதானப்படுத்திக் கொண்டாலும் உண்மையான காரணம் புரியாமலில்லை. கனத்த பூச்சி விழுந்த சிலந்தி வலைபோல மனத்தின் ஒழுங்கை ஏதேதோ எண்ண அலைகள் விழுந்து குலைத்துக்கொண்டிருந்தன. தனக்கு முன்னால் சென்றுகொண்டிருக்கும் ஹமீதைப் பார்த்துப் பேச வேண்டியதைத் தவிர்க்கும் முகமாகத் தன் நடை வேகத்தை மிதப்படுத்திக் கொண்டார்.

தொழுகை முடிந்தும்கூட எதிர்ப்பட்டவர்களுக்குச் சிறிய தலை அசைப்பை மட்டும் செய்துவிட்டு வீட்டுக்கு விறுவிறுவென்று நடந்தார். உள்ளே சென்று சட்டையைக் கழற்றிப் போட்டுவிட்டு, வீட்டின் முன்பக்கச் சுற்றுச் சுவருக்கு உட்பக்கமாக இருந்த இடத்தில் மண்ணைச் செப்பனிட்டு நட்டு வைத்திருந்த செம்பருத்தி, மருதாணி, பவளமல்லிச் செடிகளுக்குத் தண்ணீர் வார்த்தார். லேசாகத் தளர்ந்திருந்த வேட்டியை முழுவதுமாய் அவிழ்த்து இறுக்கிக் கட்டிக்கொண்டு கைவைத்த பனியனில் படிந்திருந்த மண்ணைப் புறங்கையால் தட்டிவிட்டார். முந்தைய நாளே வாங்கி வைத்திருந்த சிமெண்ட்டுடன் மண்ணையும் நீரையும் கலந்து இற்று உதிர்ந்திருந்த சுற்றுச் சுவர்ப் பக்கம் பூசினார். வாசலில் வைக்கப்பட்டிருந்த வாதா மரத்திலிருந்து

உதிர்ந்திருந்த இலைகளைக் கூட்டி ஒரு பக்கமாய் ஒதுக்கித் தீயிட்டார். தீ எழுந்து, பின் அடங்கி புகை மண்டியது. தோல் கறுப்படித்துக் கனிந்து போயிருந்த வாழைப்பழங்களை எடுத்து, தெருவில் மேய வரும் மாடுகளுக்காக வாசலில் வைக்கப் பட்டிருந்த பழைய நெளிந்த ஈயச் சட்டியில் போட்டார்.

காலைக் கதிரவனின் இளம் பொற்கதிர்கள் வாசலில் வந்து விழுந்தன. அக்கதிர்களையும் அத்தெருவையும் அன்றுதான் முதன் முதலாகப் பார்ப்பது போல் திண்ணையில் அமர்ந்து வேடிக்கை பார்த்தார். ஜன நடமாட்டம் தொடங்கியதும் எழுந்து வீட்டுக்குள் சென்றார்.

முத்து முஹைதீன் பிறந்த நாள் முதல் இதே வீட்டில்தான் வசிக்கிறார். அவர் வீடுதான் அத்தெருவின் முதல் மச்சுவீடு. இன்று இதைவிடப் பல மடங்கு உயரமான காங்கிரீட்டாலான வீடுகளும் கடைகளும் முளைத்துவிட்டன. இலங்கையில் வியாபாரம் செய்து திரும்பிய நதீம், வெளிச்சுவர் முழுவதும் டைல்ஸ் போட்டு, கிரானைட்டும் மார்பிள்ஸுமாக இழைத்து மூன்று மாடிகள் கட்டிவிட்டான். நதீம், முத்து முஹைதீனின் ஒன்றுவிட்ட தம்பி பையன். சட்டைப் பை ஒரு பக்கம் கிழிந்து தொங்க, பொத்தல் டவுசருடன் பெட்டிக் கடையில் வாங்கித் தின்பதற்காக மண் அப்பிய கைகளை உயர்த்தி 'காசு பெரீப்பா' என்று கேட்டு நின்ற பொடியன். கனத்துக் கீழிறங்கியிருக்கும் சட்டைப் பையில் கைவிட்டு காசுகளைப் பொறுக்கித் தருவார். இத்தனை என்று எண்ணித் தருவதில்லை. கையில் சிக்கியதை அப்படியே கொடுத்துவிடுவார். அன்றைக்கு அவனுக்கு அதிர்ஷ்டம் இருந்தால் முழுதாய் ஒரு ரூபாய் இரண்டு ரூபாய் கூட மாட்டும். இன்று லட்சம் மடங்காகச் சம்பாதிக்கிறான். வீடும் கட்டி எழுப்பிவிட்டான். அவன் என்று இல்லை, அவனுக்கு முன்னும் பின்னும் பலரும் அவருடைய வீட்டை விட உயரத்தில் வீடுகளை ஏத்திக் கட்டிவிட்டார்கள். பள பளக்கும் டைல்ஸ்களையும் புதுப்புது வண்ணம் குழைத்துப் பூசப்பட்ட சுவர்களையும் கொண்ட வீடுகளுக்கு நடுவே வெளிரிய வான்நீலச் சுண்ணாம்பு பட்டையாய் உதிர்ந்து, முன்பு அடிக்கப்பட்ட மஞ்சள் நிறம் தெரிய, விளிம்புகளில் மழை நீர் சொட்டி கறுப்பு படிந்து நிற்கிறது முத்து முஹைதீனின் வீடு. ஆனால் இன்றும் அந்தத் தெருவுக்கு மச்சு வீடு என்றால் அந்த வீடுதான். ஒரு அரண்மனையைப்போல உருண்டு திரண்டு நிற்கும் தூண்கள், தேக்கு மரத்தாலான ஜன்னல்கள், நிலைகள், கதவுகள், உத்தரக் கட்டைகள், மாடியில் விரிந்த பால்கனி, முற்றம், பொதுச் சாவடி போன்ற அகன்ற வெளித்திண்ணை என்று பழைய பாணிக் கட்டட அமைப்பை இன்றும் அப்படியே தக்க வைத்துக்கொண்ட வீடுகளில் ஒன்று.

மச்சு வீடு அல்லது வைசு வீடு.

முத்து முஹைஹீனின் தந்தையார் முத்து மன்சூர் காங்கிரஸ் கட்சி உறுப்பினர். தொண்ணூறுகளில் ஊராட்சித் தலைவராக பத்தாண்டு காலம் இருந்தவர். முதலில் கொஞ்ச காலம் துணைத் தலைவராக இருந்தார். அப்பதவியின் ஆங்கிலச் சொல்லான 'வைஸ் பிரஸிடன்ட்' என்ற சொல்லே சுருங்கித் தேய்ந்து 'வைசு' என்றாகிவிட்டது. தலைவரான பின்னரும்கூட அப்பெயரே நிலைத்துவிட்டது. முத்து முஹைஹீனைக்கூட முந்தைய தலைமுறையினருக்கு வைசு மகனாகத்தான் தெரியும். அவருக்கே இன்று வயது அறுபதுக்கு மேலாகிவிட்டது.

'ஏங்க' என்று ஆமினா உள்ளேயிருந்து சப்தமெழுப்பினாள்.

பெருமூச்சு விட்டபடி, புகைந்துகொண்டிருந்த சருகு களின் மேல் நீரை வார்த்து அணைத்துவிட்டு, வீட்டுக்குள்ளே சென்றார்.

ஒரு பெரிய டம்ளர் நிறைய, ஆவி பறக்க டீ அடுப்படி மேசை மேல் வைக்கப்பட்டிருந்தது. காலையில் பெரும்பாலும் வேறெதுவும் சாப்பிடுவதில்லை. இந்த டீ மட்டும்தான். முன்பெல்லாம் கழனி, கட்சி ஆபிஸ் என்று பரபரப்பாகக் கிளம்பி நிற்பார். அப்போதெல்லாம் இடியாப்பம், புளியானம், வாரத்தில் இரண்டு நாட்கள் தவறாமல் கறியானம் என எல்லாம் இருக்கும்.

"எடுத்துக்கங்க" என்றாள்.

அதைக் கையில் எடுக்கும்போது அடுப்படியை மறைத்த படி வைக்கப்பட்டிருந்த, விரித்து மடக்கும்படியான மரத் தட்டியை இழுத்து மடக்கி நிறுத்தினார். அழகிய வேலைப்பாடு களுடன் கூடிய மரத்தட்டி. அதை விரிக்கும்போதும் மடக்கும் போதும் கிறீச்சென சத்தம் எழுந்தது. டீயைக் குடிக்காமல் ஓரத்தில் வைத்துவிட்டு ஜாடியிலிருந்த தேங்காய் எண்ணெயை எடுத்து மடக்குத் தட்டிகளின் இரும்பு இணைப்புகளில் விட்டார். சத்தம் மட்டுப்பட்டது. அவருக்குத் திருப்தி.

ஆமினா அவர் செய்வதை ஓரக் கண்ணில் கவனித்துக் கொண்டிருந்தாள். வாய் வரை வார்த்தை வந்தும் எதையும் பேசாமல் "அல்லாஹ்" என்றழைத்துவிட்டு பானையிலிருந்த தண்ணீரை நுகர்ந்து குடித்தாள்.

"நானி. . . நானி" என்று வெளியிலிருந்து குரல் கேட்டது. பக்கத்து வீட்டு ரஹீமாவின் பேத்தி முனீராக்குட்டி நின்று கொண்டிருந்தாள். ஏழு வயதிருக்கும். அசப்பில் ரஹீமாவின்

சாடை. கண்ணைப் பார்த்துத்தான் அவளுக்கு அப்பெயரை வைத்திருப்பார்கள் என்று நினைத்துக்கொண்டாள்.

"என்னடிக் குட்டி. . . மருதாணி பறிக்கணுமா?"

முனீரா 'ஆம்' என்பதாகத் தலையாட்டினாள்.

"பறிச்சுக்கோ. . . ஓடு."

இவ்வீட்டின் அமைப்பு அக்ரஹார வீடுகளைப்போல நீளமாக இருக்கும். அடுப்படியிலிருந்தே உள் முற்றம், படுக்கை யறை, வரவேற்பறை, வெளி அறை என்று வரிசையாக முன்பக்க வாசல்வரை பார்க்க முடியும். அதேபோல, அங்கிருந்து பின்பக்கத்துத் துவையல் கல், பாத்திரத் தொட்டி, கொல்லைப்புற தென்னை, மண்ணை இட்டு மூடி நிரப்பிய பொய்க்கிணறு என்று பின்வாசல் வரை தெரியும்.

உறுதியான பழைய கட்டடம். முத்து முஹைதீனைவிட இருபத்தைந்து வருடங்கள் மூத்தது. செஞ்சாந்து போட்டு மேவி விட்ட தரை, வரவேற்பு அறையிலும் வெளியறையிலும் மட்டும் மொசைக். பங்குனி வெயிலிலும் வெக்கை உள்ளிறங்காது. வீட்டுக்குள் வந்ததும் அமைதியும் குளிர்ச்சியும் சேர்ந்து கொள்ளும். வாரத்துக்கு இரண்டு முறை ஆமினா கழுவித் துடைத்துவிடுவாள். தண்ணீர் பட்டதும் உள்ளிழுத்து நீண்ட நேரத்துக்குக் குளிர்ச்சியைத் தேக்கி வைத்துக்கொள்ளும். குற்றால சீசன் காலத்தில் கோடைவாஸ்தலம்போல இருக்கும். வீட்டுக்குள் எப்போது நுழைந்தாலும் சாம்பிராணி, பத்தி, மல்லி, அத்தர் எல்லாம் சேர்ந்த சுகந்தம் முகிழ்ந்தெழுந்து வரும்.

உத்தரக் கட்டைகள் என்றில்லை; வீட்டிலுள்ள கதவு, ஜன்னல், கட்டில், பீரோ, மேசை, நாற்காலி என அனைத்தும் தேக்கு. முன்பு வீட்டைச் சுற்றிலும் மா, கொய்யா, நெல்லி மரங்கள் இருந்தன. சித்திரை, வைகாசி மாதங்களில் காற்றிலடித்து மாம்பூக்கள் பறந்து படுக்கையறையின் தரையெங்கும் நட்சத்திரங்களை இறைத்துவைத்திருக்கும். அதைக் கூட்டிப் பெருக்கினாலும் மாம்பூவின் வாசம் நிறைந்து நிற்கும். கொய்யாவைக் கொத்த கிளி வரும். மரத்திலிருந்து வீட்டுக்குள் அணில்கள் தாவும். தோட்டத்தில் அவ்வப்போது செம்போத்து, குயில், காடை வரும். அரிதாய்ச் சில முறை மயில்கள்கூட வருவதுண்டு. சாரையும் கண்ணாடி விரியனும் வந்து போயிருக்கின்றன.

மரங்கள் இருந்த மேற்குப் பகுதியை ஏற்கனவே மெட்றாஸ்கார இப்ராஹிமுக்குப் பத்திரம் முடித்துக்கொடுத்து, ஆயிற்று ஐந்து வருடங்கள். அவர் மரங்களை வெட்டிச் சுற்றுச்

சுவர் எழுப்பிக்கொண்டார். முதலில் தோப்பு, அடுத்து கழனி, நிலம், நகை நட்டு, வீட்டின் ஒரு பாதி என்று வரிசையாக ஒவ்வொன்றாகக் கொடுத்து கடைசியில் இருக்கும் இந்த வீடும் இதோ நாளை கையைவிட்டுப் போகிறது.

தன் வாப்பாவுக்கு இருந்த செல்வாக்கு முத்து முஹைதீனுக்கு வாய்க்கவில்லை. இத்தனைக்கும் ஜனாப் மன்சூரைவிட இவரே குணக்காரர். கிள்ளிக்கொடுக்க வேண்டிய இடத்தில்கூட அள்ளிக்கொடுத்தவர். அதனால் தானோ என்னவோ இவருக்கு அரசியல் தோதுப்படவில்லை. அதற்கு வேண்டிய நெளிவு சுளிவுகளை கடைசிவரை கற்றுக் கொள்ளவில்லை. வாப்பா மவுத்தாகிப் போகும்வரை ஓரளவு எல்லாம் கட்டுக்குள்தான் இருந்தன. காசிருந்து கை நீண்ட போது கூடவேயிருந்த சொந்தங்கள் யாரும், கடனானபோது ஜாமீனுக்குக் கையெழுத்துப் போடக்கூட வரவில்லை. தங்கைகள் இருவரும் வசதியாகத்தான் வாழ்கிறார்கள் என்றாலும் பெரு நகரங்கள் அவர்களை முற்றிலுமாக உள்ளிழுத்துக்கொண்டன. அவர் வீட்டை விற்க முடிவெடுத்தபோதே அவர்களைத்தான் முதலில் அணுகினார். இரண்டு பேரும் பேசி வைத்த மாதிரி அவர் கேட்ட தொகையில் பாதிக்குக் கேட்டார்கள். அவர் கேட்டதைவிட ஒரு மடங்குகூடப் போட்டு வாங்கும் வசதி யுண்டு இருவருக்கும். அண்ணனுக்காகச் செய்திருக்கலாம். பணம் இருக்கிறது. மனம்தான் இல்லை. தன் ஒரே மகனை விபத்துக்குப் பறிகொடுத்துவிட்டதற்காக எத்தனையோ முறை கலங்கியிருந்தாலும் உடன் பிறந்த தங்கைகளும் கைவிரித்த போதுதான் விபத்து நாளைவிட அதிகமாய் அறுத்தது அவனுடைய இழப்பு.

டீயைக் குடித்துவிட்டுச் சிறு சுத்தியல் ஒன்றை எடுத்து வந்தார். அடுப்பு மேடையின் உயரம் எட்டுவதற்காக இணைத்துப் போடப்பட்டிருந்த பலகைக் கட்டைகள் சிறிது விலகி ஆணி வெளியே துருத்தி நின்றது. ஆமினாவைச் சற்று நகரச் சொல்லி விட்டு ஆணியை நெம்பி வெளியே எடுத்தார். வளைந்திருந்த அதன் முதுகில் சுத்தியால் தட்டி நிமிர்த்த ஆரம்பித்தார்.

ஆமினாவின் முகத்தில் எரிச்சல் மண்டியது. "நேத்து, ஹாதியா வந்துட்டுப் போனா."

செய்யும் வேலையிலிருந்து கண்ணெடுக்காமல், "யாரு, இப்ராஹிம் பெண்டாட்டிக்காரியா?"

"ஆமாமா."

"என்னவாம்?"

“பத்திரம் முடிச்சுட்டு மறுநாள் நாம ரெண்டுபேரும் அவுங்க வீட்டுக்குச் சாப்ட வரணுமாம். கூப்டுட்டுப் போனா. அவரு உங்க செல்லுக்குக் கூப்புடுவாராம். ஏதாவது கூப்ட்டாரா என்ன?”

எதுவும் பதில் சொல்லாமல் விரிந்திருந்த கட்டைகளை இணைத்து ஆணி வைத்து சுத்தியால் தட்டினார்.

“எல்லாத்தையும் எழுதி வாங்கிக்கிட்டு, இப்போ விருந்துக்கு வாங்கன்னு சொல்ல இதுகளுக்கெல்லாம் எப்படித்தான் மனசு வருதோ. இதென்ன பழக்கவழக்கமோ. நமக்கு அதுங்க முகத்தைப் பாத்தாலே ஒரு மாதிரி சங்கட்டமா இருக்கு. இன்ஷாஅல்லா!”

“ஏய் என்னடி கோட்டிக்காரி மாறி உளறுற. அவஹ என்ன நம்ம நிலத்தையும் வீட்டையும் அடிச்சா புடுங்குனாங்க. அவங்க கொடுக்கிற காசு நமக்குப் பத்தனலன்னாலும் அதுக்கு அதிகமா கொடுக்க இங்க யாரு இருக்கா? அரிசி மண்டி வச்சுருக்கானே ஒங் காக்கா. நல்ல வசதியும் வாய்ப்போடத்தானே இருக்கான். கொடுத்து வாங்கிக்க வேண்டிதானே. அஞ்சு பைசா அவுக்க மாட்டான். இவ வந்துட்டா ஊர்ல உள்ளவகள குத்தம் சொல்றதுக்கு.”

“இப்போ எங்கக் காக்காவை ஏன் தேவையில்லாம இதில இழுக்குறீங்க? உங்களுக்கு அவம் பண்ணதெல்லாம் பத்தாதா? கட்சியில இருக்கேன், தேர்தல்ல நிக்கேன்ட்டு லட்ச லட்சமா விட்டாச்சு. பத்தாததுக்கு அவங்கிட்டயும் ஏழெட்டு லட்சம் வாங்கி அதையும் கட்சி, தேர்தல்ன்னு உள்ள போட்டு எல்லாத்தையும் காலியாக்கியாச்சி. இத்தனைக்கும் ஒரு வார்டு கவுன்சிலர் பதவியாச்சு கிடைச்சதா? அதுவுமில்லே. அந்தக் காசைத் திரும்பிக் கொடுத்தீகளா? இல்லன்னா, மச்சான் காசு தரணுமேன்னு உங்க வீட்டு வாசலேறி வந்து அவன் நின்னானா? உங்க அப்பா காலத்து அரசியலும் இன்னிக்கு இருக்கிற அரசியலும் வேற. அந்த நேக்குபோக்காவது தெரியணும். சரி, அத விடுங்க. அமர் காலேஜ்க்குப் போகும்போது ஃபீஸ் கட்டினது யாரு எங்கக் காக்காவா இல்ல உங்கத் தொங்கச்சிகளா? இத்தனைக்கும் பாராட்டிச் சீராட்டி அவங்கள கட்டிக்கொடுத்த திலருந்து எல்லா முறையும் செஞ்சுருக்கு அந்த ரெண்டு பேருக்கும். ஒரு நல்ல நாள் தப்பியிருக்குமா? ஏதாவது முறை தவறவிட்டிருப்போமா? இல்லை, அரைப் பவுன்கூடக் குறையாத்தான் போட முடியுமா? சொந்த காக்கா மொவந்தானே. காசை எடுத்து நீட்டேன் பாப்போம். சரிலே அதாம் இல்ல. அதெல்லாம்கூட உடு. இந்த ஊடு யாரோடது? உங்க வாப்பா தானே பாத்துப் பாத்துக் கட்டி வச்சாரு. இங்கத்தா இருபது முப்பது வருசமா சேர்ந்து ஆடிப் பாடிக் கிடந்தியோ. அதைக்

காப்பாத்தக்கூட காசு எடுத்து நீட்ட மாட்டாளுவோ. அதெல்லாம் இவரு கண்ணுக்குத் தெரியாது. வந்துடுவாரு எங்க வீட்டு ஆளுகள குறைசொல்ல. அவன் என்னத்துக்கு உங்கச் சொத்தக் காப்பாத்தி வாங்கிக்கணும். நல்லாருக்கே உங்க நியாயம்!"

முத்து முஹைதீன் எதுவும் பேசவில்லை. ஆமினா அழுது புலம்பியடி சற்று ஏற்றி இறக்கிச் சொன்னாலும் அவள் சொல்வதில் உண்மையில்லாமல் இல்லை என்பதை அவர் அறிவார். இப்போது அவர் இன்னும் ஓங்கி ஓங்கி ஆணியின் மேல் சுத்தியை இறக்கினார்.

"ஏன் அதுல அப்படி போடுறீங்க? அப்படியே ஒரேயடியா என் தலையிலயும் இரண்டு போட்டுடுங்க. நிம்மதியா போய்ச் சேர்ந்துர்றேன். நாளைக்கு இந்த ஊடே நமக்கில்லையாம். இப்போத்தான் இவர் கதவுக்கு எண்ணெய் உடுவாரு, ஆணி அடிப்பாரு. அதை அங்கன போட்டுப் போங்க அந்தப் பக்கம்" என்று கத்தினாள்.

அவர் அவள் சொல்வதை காதில் வாங்கிக்கொள்ளாமல் 'டப்டப்' என்ற சத்தமெழ ஆணியை அடித்துக்கொண்டிருந்தார்.

○

3

பத்திரப் பதிவு அலுவலகம் பரபரப்பாக இயங்கிக்கொண்டிருந்தது. அன்று வியாழக்கிழமை, முகூர்த்த நாள் வேறு. வழக்கத்தைவிட கூட்டம் அதிகம். கூட்டம் எவ்வளவு அதிகமிருந்தாலும் இப்ராஹிமுக்குப் பெரிய பிரச்சினையில்லை. ஆரம்ப காலத்தில் அவர் தொடக்கப் பள்ளி ஒன்றில் ஆசிரியராகப் பணியாற்றினார். அப்போது அவரிடம் கணக்குப் படித்த பையன்தான் இன்று அங்கே சார்பதிவாளராக இருக்கிறான். சின்ன வயது. மரியாதை தெரிந்த பையன். பதவிக்கான மிடுக்குகளைத் தெரிந்தவர்களிடம் காட்டிப் பதவிசு பண்ணிக்கொள்ளத் தெரியாத அளவுக்கு அனுபவம் கூடாத இளவயது. மேலும் இப்ராஹிம் வாத்தியாராக வேலை பார்த்துக்கொண்டிருந்த போதே ஒரு பக்கம் இது போன்று இடம், வீடு போன்றவற்றை முடித்துக்கொடுக்கும் தரகு வேலையும் பார்த்துக்கொண்டிருந்தார். பின்னர் சென்னை வந்து வியாபாரம் செய்தார். ஓமன், சவுதி, துபாய் போன்ற அரபிய நாடுகளுக்குச் சென்று நல்ல சம்பாத்தியம் செய்துகொண்டார். சென்னையிலேயே வீடு, வாசல், கார் என்று வாங்கிச் சேர்த்துக்கொண்டாலும் சொந்த ஊரில் இடம் வாங்குவதை நிறுத்தவேயில்லை. சிலருக்குப் பொன். சிலருக்குப் பெண். இவருக்கு மண். எனவே, அவருக்கு அந்த அலுவலகத்தில் அத்தனைப் பேரிடமும் நல்ல பரிச்சயம் இருந்தது.

இப்ராஹிமுக்குத் தான் பிறந்து வளர்ந்த ஊரில் நல்ல வசதியோடு பெரிய தனி வீடு கட்டிக் கொள்ள ஆசை. இவர்களுடைய பூர்வீக இடுக்கு வீடு இருக்குமிடத்துக்கும் பள்ளிவாசலுக்கும் பக்கமாகப்

பார்த்துக்கொண்டிருந்தார். மச்சு வீட்டைத் தவிர அவ்வளவு பெரிய நிலமோ வீடோ அங்கில்லை. அதன் மேல் அவருக்கு ஆரம்பக் காலத்திலிருந்தே ஒரு கண். முத்து முஹைதீன், வீட்டைப் பிரித்து மரங்கள் இருக்கும் தோட்டப்பகுதியை விற்கப் போகிறார் என்ற தகவல் வந்தபோதே முடிவுசெய்துவிட்டார். விசயம் வெளியில் தெரியும் முன் ஆட்களை வைத்து நைச்சியமாகப் பேசி அந்நிலத்தை வாங்கிவிட்டார். எப்படியும் வீடும் ஒரு நாள் இவரிடத்தில்தான் வந்து சேரும் என்று இவர் போட்டு வைத்த கணக்குத் தப்பவில்லை. அதுவும் தான் நினைத்த விலைக்கே படிந்ததில் மகிழ்ச்சி. இவர் வீட்டுக்காரி ஹாதியாவுக்குத்தான் அதில் அவ்வளவு விருப்பமிருக்கவில்லை. அவள் இவரைக் கல்யாணம் முடித்து இந்த ஊருக்கு வந்துசேர்ந்த நாளிலிருந்து அவ்வீட்டின் படிப்படியான வீழ்ச்சியை மட்டுமே பார்த்தவள். அதனால், அவள் அப்படி யோசிக்கவில்லை என்றால்தான் ஆச்சரியம்.

முதலில் அந்தத் தோட்டமிருந்த இடத்தைப் பேசிக் கொண்டிருக்கும்போதே அதைத் தவிர்க்க எவ்வளவோ வழிகளில் போராடினாள்.

"ஏங்க, காசிமு இப்போதான் சம்பாதிக்க ஆரம்பிச்சுருக் கான். கொஞ்சம் நாலு காசு சேக்கட்டுமே. மெதுவா முடிச்சுக்கலாம். சும்மா ஏன் இப்பவே இந்த இடத்தை இப்படி அறக்கப் பறக்க முடிக்கணும்?"

"அடிப்போடி இவளே... செலது வாய்க்கும்போதே வாரி எடுத்துக்கணும். அவன் சம்பாதிச்சு சேர்த்து நிறையிற வரைக்கும் இந்த இடம் நமக்குன்னு காத்துட்டுக் கெடக்குமா? கொஞ்சம் உட்டா அள்ளிட்டுப் போய்டுவானுவோ. பொறவு அம்மானாலும் வராது அய்யானாலும் வராது. நாளைக்குப் பேரன் பேத்திங்க ஓடியாடி விளையாட பெரிய எடம் வேண்டாமா? சும்மா நீயா எதையாச்சும் பேசிட்டுக் கெடக்காத புரிஞ்சதா?"

"அப்போ அந்த மாமரத்தையாவது அங்கெருந்து வெட்டிரலாம்."

"ஏளா அந்த மரத்துக்கு என்ன? ருஹானியாத்துக ஏதாவது இருக்காமா?"

"அய்யே... அப்படியில்ல. அது மலட்டு மரம்."

"என்ன சொல்லுற?"

"ஆமா, பூக்கும். நல்லா கொத்துக் கொத்தா பூக்கும் ஆனா காய்க்காது."

“அது ஏதாவது சத்துக் கொறைபாடா இருக்கும். உரம் வச்சா காய்க்கும். இல்ல நம்ம அக்ரி அலாவூதின்கிட்ட சொன்னா ஆள் அனுப்புவான்.”

“அல்லாஹ்... அப்படியில்லங்க. சுத்தியிருக்கிற மரம் செடியெல்லாம் வளருதே. அது அந்த வீட்டுப் பையன் நட்டு வச்ச மரம் போல. சரியா அவம் தவறிப் போனதுலருந்து அது காய்க்கிறத நிறுத்திடுச்சு.”

“மொட்டத்தலைக்கும் முழங்காலுக்கும் முடிச்சுப் போடுவாங்கன்னு கேள்விப்பட்டிருக்கேன். நீ என்னன்னா மொட்டைத் தலைல ஜடைப் பின்னி பூ வச்சு உடுற. விட்டா நீயே அதுல ஜின்னிருக்குன்னு சொல்லுவ போலயே!” என்று சொல்லிவிட்டு கடகடவெனச் சிரித்தார்.

“உங்களுக்கு நான் என்ன சொன்னாலும் கிண்டாலாத் தான் இருக்கும். ஊர் உலகத்துல இல்லாத நியாயமெல்லாந் தெரியும். உள்ளூர் விசயம் ஒரு மண்ணும் தெரியாது.”

“அதான் நீ இருக்கியே ஏ வீட்டு ஆல் இண்டிய ரேடியோ பெட்டி.”

“இப்போ, சும்மா வளவளன்னு பேசாம நான் சொல்றதச் செய்வீங்ளா மாட்டீங்களா?”

“என்னைக்கு மாட்டேன்னு சொல்லிருக்கேன். இன்னிக்குச் சொல்ல. மாமரத்தைத் தானே வெட்டணும். உடு வெட்டிரு வோம். வேணுன்னா வேற மரம் அப்றம் வச்சுக்கலாம்.”

இப்ராஹிம் ஓரிடத்தைக் கண் வைத்துவிட்டாரென்றால் அவருடைய அனைத்து அடிகளும் அதை நோக்கித்தான் இருக்கும். அவசரப்படாமல் சரியான நேரம் கனிந்து வரக் காத்திருப்பார். வெளி நாட்டுக் காசு. போதாதுக்குச் சென்னை யிலும் ஏர்வாடியிலும் வியாபாரம் வேறு உண்டு. சம்பாத்தியத் துக்குக் குறைவில்லை. ஊரின் மெயின் பஜாரில் நிலம் வாங்கி கடை கட்டிவிடப்பட்டு வாடகை வந்துகொண்டிருந்தது. ஊருக்கு வெளியே சில இடங்களையும் வாங்கிப் போட்டிருந்தார். அவருக்கு மண்ணின்மீது தீராத ஆசையும் ஏக்கமும் இருந்தன. நிலம் சம்பந்தமான பரிவர்த்தனைகள் பற்றிய நுணுக்கத்தை நன்கு தெரிந்துவைத்திருந்தார். ஓர் இடம் எவ்வளவு பிடித்திருந் தாலும் அதை முகத்தில் காட்டிக்கொள்ளாமல் முடிந்தால் பார்க்கலாம் என்பதான பாவனையையே எப்போதும் வெளிப் படுத்துவார். சரியான நேரம் வருவதற்காக மாதக்கணக்கில், ஏன் வருடக்கணக்கில்கூட காத்திருப்பார். முத்து முஹைதீன்

வீட்டுக்காகவும் அப்படித்தான் காத்திருந்தார். முதலில் அந்த வீட்டைப் பிரித்த இடத்தைப் பத்திரம் முடிக்கும்போதே அவ்வீட்டையும் மனதில் இருத்திக்கொண்டார். தான் வாங்க விழையும் இடத்துக்காரரின் அசைவுகளைத் தொடர்ந்து நோட்டமிட்டபடி இருப்பார். வீட்டுக்காரருக்குப் பண நெருக்கடி காலமொன்று வரும்போது மூன்றாவது மனிதர் ஒருவர் மூலமாக ஆலோசனை சொல்லித் தூது விடுவார். தேவையென்று தெரிந்து வலியப் போய் உதவியளிப்பார். விரட்டிச் செல்லாமல், அதே நேரத்தில் சரியான நேரத்தில் தகுந்த காய்களை நகர்த்துவதில் புத்திசாலி. ஆனால் இந்த வீட்டோடும் நிறுத்தப் போவதில்லை. இதை முடித்துவிட்டு அடுத்ததைப் பார்க்கப் போய்விடுவார். இப்போது பையன் ஐ.டி.யில் வேலைக்கு இருப்பது, இன்னும் வசதியாகப் போய்விட்டது. முகமது காசிம் இப்ராஹிம், நன்றாகப் படிக்கக் கூடிய பையன். எப்படியாவது மருத்துவம் படிக்க வைக்க ஆசைப்பட்டார். ஆனால் மிகக் குறைந்த மதிப்பெண்ணில் மருத்துவச் சீட்டு கிடைக்காமல் போனது. யுனானியெல்லாம் முடியாது என்றுவிட்டான். ப்ளஸ் டூவில் முதல் குரூப் என்பதாலும் கணிதத்தில் முழு மதிப்பெண்கள் பெற்றதாலும் இஞ்சினியரிங்கில் அவன் கேட்ட பிரிவு விரும்பிய கல்லூரியில் கிடைத்தது. கல்லூரியில் நன்றாகச் சுற்றினாலும் படிப்பிலும் கெட்டிக்காரனாகவே இருந்தான். கேம்பஸுக்கு வந்த முதல் கம்பெனியிலேயே வேலை பெற்றுக்கொண்டான். நல்ல சம்பளம். தன் அன்றாடச் செலவுக்குப் போக மிச்சமிருந்த தொகையை மாதா மாதம் இப்ராஹிமுக்கு அனுப்பிவிடுவான். அதைச் சேர்த்துதான் முதலில் மச்சுவீட்டிலிருந்து பிரித்துக்கொடுத்த நிலத்தை வாங்கினார். தன்னுடைய கைப் பணத்தையும் சேர்த்துப் போட்டு இப்போது வீட்டையும் முடிக்கிறார்.

இப்ராஹிமுடைய தாய்மாமா பையன் மைதீன். அவரை விட நான்கைந்து வயது இளையவர். அவருக்கு இப்ராஹி மிடத்தில் மிகுந்த மரியாதை உண்டு. ஊருக்கு வெளியே அவரிடம் இருந்த கொஞ்ச இடத்தை மூத்த மகளின் திருமணத் தின் பொருட்டு விற்பதற்காக ஆலோசனை கேட்டு வந்திருந்தார். ‘அந்த இடத்துக்குப் பக்கத்தில் விரைவில் புதிய பேருந்து நிலையமும் ரிங் ரோடும் வரப்போகின்றன. எனவே, இப்போதைக்கு அதை விற்க வேண்டாம். ஏதாவது கடனை உடனை வாங்கிச் சமாளியுங்கள்.’ என்று இவர் ஆலோசனை கூறியிருந்தார். இவர் சொல்வதைக் கேட்டுச் சரி சரியென்று தலையாட்டியவர் அடுத்த மூன்று வாரத்தில் அதை விற்று விட்டார். அன்று, வெறும் நான்கு இலட்சத்துக்கு விற்கப்பட்ட

அந்த இடத்தின் இன்றைய மதிப்பு கிட்டத்தட்ட அரைக் கோடியைத் தொடுகிறது. நான்கைந்து வருடங்களில் பத்து இருபது மடங்கு லாபம். அதன் பிறகு கல்யாணம், மவுத்து வீடுகள் என எங்கு பார்த்தாலும், “மச்சான் அப்பவே படிச்சுப் படிச்சு சொன்னாங்க. நாந்தான் மடத்தனம் பண்ணிட்டேன்” என்று புலம்புவார். இவர் மற்றவர்களிடத்தே, “வித்தே ஆகப் போறேன்னு சொல்லிருந்தா நானாவது வாங்கியிருப்பேன். கூறுகெட்டவன்!” என்று ஆதங்கப்படுவார்.

இப்ராஹிமுக்கு உடன் பிறந்தவர்கள், தம்பிகள் இரண்டு பேர், அக்கா தங்கைகள் மூன்று பேர். அவ்வளவு பெரிய குடும்பமும் மழைக்கு ஒழுகும் சிறிய ஓட்டு வீட்டில் குடித்தனமிருந்தனர். ஒரு விசேஷ நாளுக்குக்கூட அத்தனை பேரும் சேர்ந்து அமர்ந்து பசியாற இடம் இருக்காது. தம்பிகளோடு ஒன்றாகத் தெருச் சாவடியில் படுத்துக்கொள்வார். குளிக்கவும் இதர கடமைகளுக்கும் நம்பியாறும் கரையும். சாப்பிடும் நேரம் மட்டும்தான் வீட்டுக்குள் இருப்பார். அப்போது எழுந்த வைராக்கியம்.

சென்னை வந்தாகியும் இன்னும் ஏன் ஊர்ப்பக்கம் சொத்து சேர்க்க வேண்டும் என்று காசிமே அவரிடம் பலமுறை கேட்டிருக்கிறான். அவனுக்குச் சென்னையிருக்கும் திசையே கிப்லா.

“நம்ம ஊரும் அந்தத் தெருவும் புதுசா கட்ண ஈரச்சுவர் மாதிரி. ஒரு செங்கல உருவினாலும் செவர் உளுந்துரும். நம்மதான் வாங்கிக்கணும். அவசியப்பட்டா நமக்குள்ளதான் வித்துக்கணும்” என்று பதில் சொன்னார். அவனும் புரிந்ததைப் போல கேட்டுக்கொண்டான்.

இன்று அந்த ஊரின் மூலை முடுக்குகளிலெல்லாம் இடம் வாங்கிப்போட்டிருக்கிறார். இப்ராஹிம் ஓரிடத்தை விலை பேசி முடித்தார் எனில் அவர் வாங்கிய விலையே அந்த இடத்தின் வழிகாட்டி மதிப்பாக மாறிவிடும். அவர் போடும் கணக்கைப் போலவே அவரின் கணிப்புக்கும் அவ்வளவு துல்லியம் இருந்தது.

அந்த மச்சு வீடு இருப்பது ஊருக்கு நடுவே அதுவும் பள்ளிவாசலுக்குப் பக்கத்தில் என்பதால் சில சென்ட்டுகளுக்கே பல இலட்சங்களைக் கொட்ட வேண்டியிருந்தது. காசிம் முதலில் தயங்கினான். “மண்ணுல போடுறதும் பொன்னுல போடுறதும் ஒண்ணுதான். ரொம்ப யோசிக்காதே!” என்றார். தன் கையில் இருந்த பணம் கொஞ்சத்தையும் அதுவரை தான் சேர்த்து வைத்திருந்த மியூச்சுவல் பண்டுகளையும் விற்று அந்த முதல் இடத்தை காசிம் பெயரில் வாங்கினார். அது வாங்கி முடிக்கவும்

அவனுக்குப் பதவி உயர்வு கிடைக்கவும் சரியாக இருந்தது. "இதெல்லாம் எடம் வந்த நேரந்தானே ஹாதியா?" என்று கேலி பேசினார்.

"சும்மா கேலி பண்ணாதீங்க. உங்களுக்கு நம்பிக்கை யில்லன்னா அடுத்தவங்களை ஏன் கிண்டல் பண்றீங்க?"

"நான் ஒண்ணும் கிண்டல் பண்ணலட்டி. ஈமானுள்ள நீந்தான் இப்படிப் பயந்துட்டு கிடந்த, அதான் அப்படிச் சொன்னேன்."

"எனக்கு மட்டும் உங்கள தடுக்கணும்னு ஆசையா என்ன? தெனமும் துஆல நீங்க ஆசப்பட்ட மாரி அமையணும்னுதான் வேண்டுறேன். அந்த வீட்டு நிலைமயப் பார்த்து அப்படிச் சொன்னே. அவ்வளவுதாம்."

"இங்க பாரு, இந்த உலகத்துல ஒருத்தனோட துரதிர்ஷடத்துலதான் இன்னொருத்தனுக்கான அதிர்ஷடம் இருக்க முடியும். ரொம்ப போட்டு அலட்டிக்காமப் போயி வேலையப் பாரு."

இருந்த நகைகள் தங்கைகளுக்கும் நிலபுலன்களும் வீடும் முத்து முஹைதீனின் பெயருக்கும் ஏற்கெனவே மாற்றியாகி விட்டதால் இந்த இடத்தை முடித்துக்கொடுக்க அவர் மட்டுமே பதிவாளர் அலுவலகம் வந்திருந்தார். ஆமினா வர மறுத்து விட்டார். இந்தப் பக்கமும் இப்ராஹிமும் ஹாதியாவும் மட்டுமே போயிருந்தனர்.

எல்லா வேலையும் முன் மதியத்திலேயே முடிந்து பத்திரம் கைக்கு வந்துவிட்டது. சார்பதிவாளரிடம் இப்ராஹிம், முத்து முஹைதீனை அறிமுகப்படுத்திவைத்தார். அவருக்கு இவரையோ ஊராட்சி மன்றத் தலைவராக இருந்த இவரது தந்தையையோ தெரிந்திருக்கவில்லை.

எல்லாம் முடிந்து வெளியே வந்ததும் முத்து முஹைதீனிடம், "மச்சான், நாளைக்கு மத்தியானம் நம்ம வீட்ல விருந்து. நீங்க அவசியம் வரணும். சாமான்களைக் காலி பண்ணிட்டு நீங்க பொறுமையா சொல்லுங்க போதும். அவசரமா காலி பண்ண வேண்டிய அவசியம் இல்ல. ஒண்ணும் அவசரமில்ல. பொறுமையாச் செய்யுங்கொ."

அவர் பதிலுக்கு எதுவும் சொல்லாமல் சரி என்பதாகத் தலையை ஆட்டினார்.

“காக்கா, நாளைக்கு வந்து வயிராறச் சாப்ட்டுட்டு வாழ்த்திட்டுப் போணும். மச்சிகிட்டயும் சொல்லிட்டேன்” என்று ஹாதியாவும் தன் பங்குக்கு முறைவைத்து அழைத்துக் கூப்பிட்டார்.

“ஆமினா சொன்னாம்மா. நாங்க கண்டிப்பா வர்ரோம்” என்று சொல்லி விடைபெற்றுக்கொண்டார்.

நிலத்தைக் கொடுப்பவருக்கு வாங்குபவர் வயிறு நிறைய விருந்துகொடுத்து, கொடுப்பவர் பெரியவராக இருந்தால் நேரடியாக அவரிடமும் இளையவராக இருந்தால் அவர் குடும்பத்து மூத்தோரிடமும் ஆசிர்வாதம் பெறுவது அந்தப் பக்கத்துப் பழக்கம். மனம் நிறையாத இடத்தைப் பசியாறிய வயிறு நிரப்பும் என்பது நம்பிக்கை.

இப்ராஹிம் மறுநாள் மதியம் நெய்சோறு, கறியானம், வறுத்த கோழி, வட்டிலப்பம் என்று பெரிய கறி விருந்துக்கு ஏற்பாடு செய்திருந்தார். தன் தம்பி, தங்கை வீட்டு ஆட்களையும் அழைத்திருந்தார். வீடு நிறைய சொந்த பந்தங்கள் நிறைந்து வீடே கலகலவென்றிருந்தது. முத்து முஹைதீனையும் ஆமினாவையும் முதல் பந்தியில் அமர்த்திவிட்டே விருந்தளிப்பவர்கள் உண்ண வேண்டும். நேரமாகிவிட்டதால் எல்லோருக்கும் பசி வர ஆரம்பித்துவிட்டது. இப்ராஹிமே இரண்டு முறை பசி ஏப்பத்தை விழுங்கினார். அவர்களின் வருகைக்காக அத்தனை பேரும் காத்திருந்தனர். நேரம் கடந்துகொண்டிருந்ததால் குழந்தைகளை மட்டுமாவது சாப்பிடச் சொல்லலாம் என்று முடிவெடுத்தனர்.

வீட்டு வாசலில் ஆள் நிற்க, நிழல் வீட்டுக்குள் வந்து விழுந்தது.

மச்சு வீட்டுக்குப் பக்கத்து வீட்டுக்காரரான அல்லா பிச்சை, “வாத்தியார் வீட்ல உண்டா?” என்று சத்தமெழுப்பியபடி வீட்டுக்கு உள்ளே வந்தார். தொழுது காய்ப்பு படிந்த நெற்றியை தடவியபடி நின்றார்.

அத்தர் மணக்க இப்ராஹிம் வந்தார்.

“முத்து மொய்தீன் பெண்டாட்டிக்காரி ஆமினா இந்தத் தொறவாக்கோலை உங்ககிட்ட குடுக்கச் சொன்னாங்க” என்று சொல்லி ஒரு பெரிய சாவியை இவர் கையில் கொடுத்தார். தாட்டிமான பழைய இரும்புத் திறவுகோல்.

“அவங்க வரலியா?”

“அவுங்கெல்லாம் விடிய காலையிலயே வண்டில கிளம்பிப் போய்ட்டாங்களே. உங்கக்கிட்டச் சொல்லலியோ?”

"ஓ, ஆமாமா சொன்னாங்க, நான்தான் மறந்திட்டேன். நான் பாத்துகிறேன்" என்று சொல்லி அவருக்கு விடையளித்தார்.

கையில் வாங்கிய சாவியைத் திருப்பித் திருப்பிப் பார்த்தார். கைகள் பட்டுப் பட்டு வழுவழுவென்று இருந்தது. அதை உள்ளறையிலிருந்த மரப் பீரோவில் வைத்துச் சாத்திவிட்டு வந்தார். குழந்தைகள் வரிசையாக அமர்ந்து சாப்பிட ஆரம்பித்திருந்தனர். வாழை இலை நிறைய பதார்த்தங்கள் அடுக்கி வைக்கப்பட்டிருந்தன.

இப்ராஹிமுக்குப் பசி மட்டுப்பட்டுப்போனதைப் போல் தோன்றியது. அடுக்களைக்கு வந்து, குளிர்சாதப் பெட்டியிலிருந்த பாட்டிலை எடுத்து, குளிர்ந்த நீரால் வயிற்றை நிரப்பினார்.

●

2

4

ஆயிரம் வண்டுகள்

தளபதி பிலிப்பின் கட்டளைக்கு இணங்கி படகுகளைக் கரையில் இழுத்துக் கட்டி நிறுத்தினோம். கூடாரங்கள் அமைப்பதற்குத் தேவையான பொருட்கள் உள்ளிட்ட கருவிகளை மற்ற இரண்டு படகுகளில் வந்தவர்கள் இறக்கி வைத்தார்கள். அவர்களில் பெரும்பான்மையோர் தண்டனைக் கைதிகள். தங்கள் மேல் சுமத்தப்பட்ட குற்றத்துக்காக

நாடு கடத்தப்பட்டவர்கள். பசி தாளாமல் பண்டகசாலையில் ரொட்டி திருடித் தின்றவனிலிருந்து ஆத்திரத்தில் மனைவியின் தலையை அறுத்தவன்வரை ஆட்கள் உண்டு. குறைந்தபட்சம் ஏழாண்டுகள் தண்டனை பெற்றவர்கள் அத்தனைபேரும் நாடு கடத்தப்பட்டுள்ளார்கள். மாட்சிமை பொருந்திய பிரிட்டிஷ் பேரரசின் சட்டம் இந்தத் தீவில் எப்படிச் செயல்படப் போகிறது என்பதை அறிந்துகொள்வதில் எனக்கு ஆர்வமிருந்தது.

கடற்கரையில் கரடுமுரடான பாறைகள் நிறைந்திருந்தன. பச்சை கலந்த நீல வண்ணத்தில் தண்ணீர் ஜொலித்தது. பாறைகளுக்கு அப்பால் மணற்பாங்கான சமதளத்தில், சுற்றியிருந்த செடி கொடிகளை வெட்டி சீர்செய்தனர். விவசாயக் குழுவைச் சேர்ந்த காலின்ஸ் அவர்களுக்குக் கட்டளைகள் இட்டுக்கொண்டிருந்தார். அவர் பேச்சில் எப்போதும் ஒருவித அதிகாரத் தோரணை வெளிப்படும். ஆஜானுபாகுவான அவர் உருவம், அடிவயிற்றிலிருந்து உரம்பெற்று ஒலிக்கும் குரல், சின்னச் சின்ன அசைவுகளில்கூட வெளிப்படும் இயல்பான மிடுக்கு, எதிரே இருப்பவரின் உள்ளத்தை ஊடுருவித் துளைக்கும் விழிகள் என இவையனைத்தும் அவருக்குத் தனித்ததொரு கம்பீரத்தைக் கொடுத்தன. இங்கிலாந்தில் பெரிய பண்ணை நிலத்துக்கு அதிபதி. வர்க்க வேறுபாடுகளைக் கறாராக அனுசரிப்பவர். என்னிடம் பேசும்போது, தளபதி பிலிப்புடன் பேசும்போது, தண்டனைக் கைதிகளிடம் பேசும்போது என்று எதிரே இருப்பவருக்கு ஏற்றவாறு தன்னுடைய உடல்மொழி, பாவனை என அனைத்தையும் மாற்றிக்கொள்ள வல்லவர். தென்னாப்பிரிக்கனான காபாவை நடத்தும் விதத்திலும் இங்கிலாந்து கைதிகளை நடத்தும் விதத்திலும்கூட நுட்பமான வித்தியாசமிருக்கும்.

போர்ட்ஸ்மவுத்திலிருந்து கிளம்பிய எங்கள் கப்பல்கள் முதலில் ஆப்பிரிக்காவை மேற்குப் பக்கமாகச் சுற்றி வந்து நன்னம்பிக்கை முனை என்றழைக்கப்படும் தெற்கு ஆப்பிரிக்காவின் கேப்டவுன் நகரத்தில் நிறுத்தப்பட்டன. அங்கு உணவு, தண்ணீர், மருந்துப் பொருட்கள், விவசாயக் கருவிகள், ஆடு, கோழி உள்ளிட்ட கால்நடைகள் ஆகியவை சரிவிகிதத்தில் பிரிக்கப்பட்டு அவற்றுக்குரிய கப்பல்களில் ஏற்றப்பட்டன. அங்கேதான் காபாவும் எங்களுடன் இணைந்துகொண்டான். தென்னாப்பிரிக்கனாக இருந்தபோதும் கோதுமைப் பழுப்பு நிறமும் குட்டையான உருவமும் ஒட்டிய வயிறும் அவனை மற்ற ஆப்பிரிக்கர்களிடமிருந்து வேறுபடுத்திக் காட்டின. மெலிந்த உருவமுடையவன். ஆனாலும் அசாத்தியமான உடல் வலு கொண்டவன். வேகவேகமாகக்குழிகளைத் தோண்டி மண்ணை வாரி மறுபக்கம் இறைத்துக்கொண்டிருந்தான்.

தளபதி பிலிப் அங்கிருந்த மண்ணை எடுத்து உற்றுப் பார்த்தார். கைகளில் அள்ளி விரல்களால் விளாவினார். காலின்ஸை அழைத்து உற்சாகம் குன்றிய குரலில், "பார்வைக்குச் சதுப்பாகத் தெரிகிறதே!" என்றார்.

"ஆமாம், சதுப்பு நிலம்தான். இங்கே விவசாயம் செய்வது அத்தனை சுலபமில்லை. மண்ணின் பிடிமானம் அவ்வளவு வலுவாக இருக்காது. கடின உழைப்பு தேவைப்படும். கொஞ்சம் நடந்து உள்ளே சென்று தேடிப் பார்க்கலாம்."

"ஆமாம் தேடிச் செல்ல வேண்டும்" என்றபடி அங்கிருந்த பாறைமேல் அமர்ந்துகொண்டார்.

தளபதி பிலிப்பின் நிச்சலனமான முகத்திலிருந்து அவரின் மனவோட்டங்களை ஊகித்தறிவது எளிய காரியமில்லை என்றாலும் உடன் பயணித்த இந்த எட்டு மாத காலத்திலும் அதற்கு முந்தைய அவருடனான இரண்டு வருட அனுபவத்திலும் ஓரளவுக்கு எனக்கு அது கை வந்திருந்தது.

நான் அவர் அருகில் போய் மெல்லிய குரலில், "தளபதி, ஏதேனும் பிரச்சினையா?" என்றேன்.

அங்கிருந்து பாறைகளில் இறங்கி, மண் அப்பியிருந்த தன் கைகளைக் கடலலையில் கழுவினார். எதுவும் பேசாமல் அங்கிருந்த பாறையொன்றில் காலை ஊன்றி தாட்டியமாகவும் உயரமாகவுமிருந்த மரங்களைச் சில கணங்கள் உற்றுப்பார்த்துக் கொண்டிருந்தார். கண்ணாடியில் இரும்பாலான ஆணியால் வரட் வரட்டென்று இழுத்தால் எழுவதைப்போல பறவை ஒன்று சத்தம் எழுப்பியது. என்னுடைய பற்கள் கிட்டித்துக் கூசின.

சிறிது இடைவெளிக்குப் பின்பு அவரே, "வில்லியம், நாம் படகுகளில் வரும்போது நீ ஒன்றைக் கவனித்தாயா? கப்பல்களை நிறுத்தியிருந்த இடத்திலிருந்து கரைவரையிலுமான நீண்ட தொலைவுக்குச் சொல்லிக்கொள்ளும்படி பெரிய ஆழம் ஏதுமில்லை. கரைக்குப் பக்கத்தில் எங்கும் கப்பல்களை நங்கூரமிட இயலாது. நாம் இங்கிருந்துகொண்டு அவற்றை அத்தனை தொலைவில் நிறுத்திவைப்பது நம் பாதுகாப்புக்கு உகந்ததில்லை. இங்கே குடியேறி இப்பகுதியைச் செம்மை செய்ய வேண்டு மானால் இயற்கையாகவே துறைமுகம் அமைக்கத் தோதான இடமாக இருக்க வேண்டும். அப்படி அமைந்த பகுதிகளிலேயே வாணிபம் சிறக்கும், வளம் பெருகும். எல்லாவற்றுக்கும் மேல், இந்த மண் உவர் சதுப்பாக இருக்கிறது. அப்படியெனில் சுற்றி யுள்ள பகுதிகளும் சதுப்பாக இருப்பதற்கே வாய்ப்புகள் அதிகம். ஒருவேளை என் ஊகம் சரியென்றால் இங்கே விவசாயம் செய்வது அத்தனை ஆக்கப்பூர்வமான ஒன்றாக இருக்காது.

காலின்ஸூடைய கருத்தும் அதுதான். அவர் சொன்னதை நீயும் கேட்டாய்தானே! அதுதான் சற்று கவலையளிக்கிறது. கொண்டு வந்திருக்கும் உணவுப் பொருட்களை வைத்து நீண்ட காலம் இங்கே தாக்குப்பிடிக்க முடியாது. கூடிய விரைவில் நாம் விவசாயத்தைத் தொடங்காவிட்டால் கொடும் பசிக்கு ஆளாக நேரிடும். ஜேம்ஸ் குக் தன்னுடைய அறிக்கைக் குறிப்புகளில் இதை 'யாருமற்ற நிலம்' என்று குறிப்பிட்டபோதே இன்னும் கொஞ்சம் சுதாரித்திருக்க வேண்டும்" என்றார்.

சிறிது நேரம் அமைதியாக வான் பார்த்து எதையோ யோசித்துக்கொண்டிருந்தவர் என்னிடம் திரும்பி என் கண்களை உற்று நோக்கி, "இயற்கையின் கருணையின்றி இங்கே எதுவுமே சாத்தியமில்லை. இல்லையா?" என்றார்.

"உண்மைதான். ஆனால், அவ்வளவு சீக்கிரம் நாம் எந்த முடிவுக்கும் வரத் தேவையில்லை தளபதி. நீங்கள் சொன்னதையே சற்று மாற்றிச் சொல்கிறேன். இயற்கையின் கருணையில்லாமல் போனால் நாம் இந்த இடத்திற்கே வந்து சேர்ந்திருக்க முடியாதே. இத்தனை ஆயிரம் மைல்கள் வழி நடத்திய சக்தி, இங்கு வந்தா நம்மை கைவிட்டுவிடப் போகிறது? தளபதிக்கு நான் சொல்லித் தெரிய வேண்டியதில்லை. உங்கள் முகத்தில் தென்படும் சிறு சோர்வும் இங்கிருக்கும் மற்றவர்களை இன்னுமின்னும் அதிகமாய்ச் சோர்ந்து சுருளச் செய்துவிடும். கொஞ்ச தூரம் உள்ளே சென்று பார்த்துவிட்டு வருவோம். ஏதாவது வழி கிடைக்கக் கூடும்" என்றேன்.

"அதுவும் சரிதான். எல்லாவற்றையும்விட முக்கியமாக நாம் கவனிக்க வேண்டிய ஒன்றிருக்கிறது. வா போகலாம்" என்றபடி பாறையிலிருந்து துள்ளி எழுந்தார்.

என்னவென்று சொல்லாமல் பூடகமாகச் சொல்லி விட்டுப் போனார். எப்படியும் தெரியத்தானே போகிறது என்று நான் அதைப்பற்றி அதிகம் அலட்டிக்கொள்ளவில்லை. மேலும் அவராகச் சொல்லாத ஒரு விசயத்தை என்ன ஏதென்று கேட்டறியும் நிலையில் நான் இல்லை என்பதையும் அறிவேன்.

அவர் முன்னால் கிளம்ப, பக்கத்திலிருந்த புதரில் சலசலப்புச் சத்தம் கேட்கவே திரும்பிப் பார்த்தேன். வானவில் நிறத்தில் ரத்தினப் பளபளப்பில் பாம்பு ஒன்று ஊர்ந்து சென்று மறைந்தது. அப்படியொரு வண்ணத்தில் நான் அதுவரை பாம்பைப் பார்த்ததேயில்லை. தளபதி பிலிப் முன்னால் நடந்து கொண்டிருந்தார். நான் அங்கயே உறைந்து நின்றுவிட்டேன். ஒரு நிமிடம் வாய் உலர்ந்து நாக்கு மேலண்ணத்தில் ஒட்டிக் கொண்டது. கால்கள் நகர மறுத்தன. மெதுவாய் எச்சிலைக்

கூட்டி விழுங்கினேன். அது பக்கத்தில் எங்கும் இல்லை என்பதை உறுதிப்படுத்திக்கொண்ட பின்னரே அங்கிருந்து நகர்ந்தேன்.

தளபதி பிலிப்புக்குப் பின்னால் மருத்துவர் ஜேம்ஸ் போய்க்கொண்டிருந்தார். வேகமாய் ஓடிப்போய் அவரை நிறுத்தி, படபடப்பு அடங்காத குரலில் "நம்மிடம் பாம்புக் கடிக்கு மருந்து இருக்கிறதா டாக்டர்?" என்றேன்.

"ஆம், அவசர உதவிப் பெட்டியில் விஷக்கடிகளுக்கான மருந்து இருக்கிறது" என்றார்.

"எல்லா பாம்புக் கடிக்கும் எதிராகச் செயல்படுமா?"

"அது கடிக்கிற பாம்பைப் பொறுத்தது. ஒருவேளை உங்களைக் கடிக்கப்போவது மலைப் பாம்பாக இருந்தால் அதற்கு வேறொரு வைத்தியமிருக்கிறது" என்று சொல்லி குறும்பாய் கண்களைச் சிமிட்டி சிரித்தபடி மரம் வெட்டுவதற் காகக் குவித்துவைக்கப்பட்ட கோடரிகளைப் பார்த்தார். அதைப் பார்த்ததும் அவர் என்ன சொல்ல வருகிறார் என்பது புரிந்த எனக்கும் சிரிப்பு வந்துவிட்டது. ஒரே நேரத்தில் மருத்துவராகவும் நகைச்சுவை உணர்வுமிக்கவராகவும் இருப்பவர்கள் அரிது. ஜேம்ஸ் அவ்வரிய வகையினரில் ஒருவர்.

கைதிகளில் ஒருவன் முன்னால் நடந்தவாறு வழியில் எதிர்ப்படும் செடிகொடிகளைக் களைந்து எங்களுக்குப் பாதை அமைத்துக்கொண்டிருந்தான். தாட்டியமான மரங்களாக இருந்ததால் சிறு செடிகள் அதிகமாக இல்லை. ஆனால் மரங்களைச் சுற்றி அடர்த்தியாகக் கொடிகள் பின்னிப் படர்ந்திருந்தன. மரங்கள் அடர்ந்த பகுதியைத் தாண்டியதும் தளபதி பிலிப் கணித்தபடி அப்பகுதி முழுவதும் சதுப்பு நிலமாக இருந்தது. சுற்றிலும் புதர் மண்டியிருந்தது. சருகுகளின் சிறுசிறு சலசலப்புக்கும்கூட திடுக்கிட்டுத் திரும்பிப் பார்த்துக்கொண் டிருந்தேன். செடியோ கொடியோ உடலில் படும்போதெல்லாம் வெடுக்கென்று உதறிக்கொண்டேன்.

நாள் முழுவதும் சுற்றிச் சுற்றி அலைந்தும்கூட மேய்ச்சலுக்கு உகந்த ஓர் இடத்தையோ, பயிரிடத் தோதான மண்ணையோ எங்களால் கண்டடைய இயலவில்லை. எல்லா வற்றுக்கும் மேலாக, அவ்வளவு தூரம் வந்தும்கூட வழியி லெங்கும் ஒரு நன்னீர் ஓடையோ குளமோ கண்ணில் தென்பட வில்லை. ஒரே ஒரு இடத்தில் மட்டும் சிறிய குட்டை ஒன்று இருந்தது. தளபதி சொன்ன முக்கியமானது என்னவென்பது அப்போது விளங்கியது.

காலின்ஸ், பின்னால் வந்த கைதி ஒருவனை அழைத்து அக்குளத்து நீரைக் குடித்துப் பார்க்கச் சொன்னார். நீரை அள்ளி வாயிலிட்டவன் விழுங்காமல் அப்படியே துப்பிவிட்டான். உவர்நீர்க் காயல்.

நீண்ட அலைச்சலுக்குப் பிறகு, உலர்ந்த நாக்குகளோடும் ஓய்ந்த கால்களோடும் சுற்றி அலைந்து களைத்து, நாங்கள் தேடுதலைத் தொடங்கிய கரையோரப் பகுதிக்கே வந்து சேர்ந்தோம். அதற்குள் அங்கே இரண்டு சிறிய கூடாரங்கள் அமைக்கப்பட்டிருந்தன. தச்சர்களில் ஒருவன் என்னருகே வந்து மரங்கள் வெட்டப்பட்டு அடுக்கப்பட்டிருந்த குவியலைக் காட்டியபடி, "மிகுந்த வலுகொண்ட மரங்கள். நம்மிட மிருக்கும் கருவிகள் பழுதடையுமளவுக்குத் திடமும் பருமனும் கொண்டவையாக இருக்கின்றன. தகுந்த நேரம் வாய்க்கும் போது தளபதியிடம் ஒரு வார்த்தை எடுத்துச் சொல்லுங்கள்" என்றான்.

"ஆகட்டும், பார்க்கிறேன்" என்று சொல்லித் தலையாட்டி னேன்.

○

கூட்டமாய் வண்டுகள் பறந்து சுழன்று முரலும் சத்தம் என் காதுக்குள் கேட்க, தூக்கம் கலைந்து எழுந்துவிட்டேன். இது கடல் இல்லை. நான் இருப்பது நிலம் என்பதை உணரவே எனக்குச் சில கணங்கள் தேவைப்பட்டன. உடல் தரைக்கு வந்துவிட்டாலும் மனம் அதை நம்ப மறுத்தது. இரவு கவிந்து நிலவு உச்சிக்கு ஏறியிருந்தது. நானிருந்த கூடாரத்துக்குப் பக்கத்தில் மூன்றாவதாக ஒரு பெரிய கூடாரம் எழுந்து நின்றது. வெளியே தீ மூட்டப்பட்டிருந்தது. குளிருக்காக இல்லா விட்டாலும் விலங்குகளிடமிருந்து காத்துக்கொள்ள அது அவசியம். தீ மூட்டத்துக்குக் காவலிருந்தவன் அங்கயே அயர்ந்து உறங்கிவிட்டிருந்தான். நானிருந்த கூடாரத்தில் காலின்ஸும் ஜேம்ஸும் படுத்திருந்தனர். இன்னொரு சிறிய கூடாரத்தில் தளபதி பிலிப் ஓய்வெடுத்துக்கொண்டிருந்தார். பெரிய கூடாரம் தண்டனைக் கைதிகளுக்கு.

அன்று முழுமதி நாள். அதனால் அலைகள் சற்றுக் கொந்தளிப்புடன் காணப்பட்டன. மணலில் அமர்ந்து ஆமை யொன்று நகர்வதைப் பார்த்துக்கொண்டிருந்தபோதுதான் மறுபடியும் அந்தச் சத்தத்தைக் கேட்டேன். தூரத்தில் எங்கோ ஆயிரமாயிரம் வண்டுகள் ரீங்காரமிட்டுப் பாடுவதைப் போன்ற சத்தம் காற்றில் மிதந்து வந்தது. காதுகளைக் கூர் தீட்டிக் கேட்டேன். கடலலையை மீறி அது தெளிவாகக்

கேட்டது. மெல்லிய சோகம் தொனிக்கும் இசைபோல சத்தம் எழுந்து வந்தது.

அது உண்மையா பிரமையா என்று புரியவில்லை. ஓசை வந்ததை உறுதி படுத்திக்கொள்ளலாம் என்றால் பக்கத்தில் ஒருவரும் விழித்திருக்கவில்லை. சிறிது நேரத்தில் சத்தம் முற்றிலும் நின்றுவிடவே எனக்கே அது பிரமைதானோ என்ற குழப்பம் எழுந்தது. மண்ணில் தலை சாய்த்துப் படுத்து விட்டேன். வானம் முழுவதும் நட்சத்திரங்கள் வாரி இறைக்கப் பட்டு நடுவே பாந்தமாய் நிலவு ஒளிர்ந்துகொண்டிருந்தது.

இப்படியொரு முழு நிலவு நாள் ஒன்றில்தான் ரெபேக்கா அவளுடைய வீட்டின் மொட்டை மாடியில் என்னைக் கடைசியாக அணைத்து முத்தமிட்டாள். அடுத்த நாள் கப்பல்கள் கிளம்பின. அன்று நாள் முழுவதும் இரண்டு பேரும் போர்ட்ஸ்மவுத் நகரச் சாலைகளில் கால்போன போக்கில் சுற்றிக்கொண்டிருந்தோம். அன்றைய இரவுக்குப் பிறகு, கிட்டத்தட்ட பதினாறு முழு நிலவுகள் வந்து போய் விட்டன. அடுத்து அவளைப் பார்க்கும் முன்னர் நான் இன்னும் எத்தனை முழு நிலவுகளைப்பார்க்க வேண்டுமோ? ஒரே நேரத்தில் மகிழ்வுச்சத்தையும் கடுஞ்சோர்வையும் தரக் கூடியதாக இருந்தன அவளைப் பற்றிய நினைவுகள்.

என் கைகளை அவளது கைகளுக்குள் பொதிந்தபடி அமர்ந்திருந்த அவளைப் பார்த்து, “நீ என்னுடன் கிளம்பி வருவதற்கு வாய்ப்பே இல்லையா ரெபேக்கா?” என்றேன்.

கண்ணீர் தேங்கிய கண்களால் என்னை ஏறிட்டபடி மெதுவாக இல்லை என்று தலையாட்டினாள்.

“ஒருவேளை நாம் திரும்பிப்பார்க்க முடியாமலேகூட போக நேரிடலாம்”

“ஆம், தெரியும்!”

“இரண்டு மூன்று வருடங்களாகியும் நான் திரும்பா விடிலோ என்னிடமிருந்து தகவல் வரவில்லையெனிலோ நீ வேறு ஆளைத் திருமணம் செய்துகொள்ள வேண்டும்.”

“மாட்டேன்.”

“இல்லை. செய்துகொள்ளத்தான் வேண்டும்”

“கண்டிப்பாகத் திரும்பி வருவீர்கள்.”

“வந்தால்?”

“அப்போது, நீங்கள் எங்குக் கூப்பிட்டாலும் வருவேன்.”

“அப்போது வருவதற்கு இப்போதே கிளம்பி வரலா மில்லையா? புதிய தேசம். புத்தம் புதிய வாழ்க்கை.”

“இல்லை வில்லியம். அம்மாவை இந்த நிலையில் விட்டு விட்டு என்னால் உங்களுடன் வர இயலாது. வாழ்க்கையில் தான் நம்பிய அத்தனைபேரும் கைவிட்டுப்போன ஒரு ஜீவனைக் கடைசிக்காலத்தில் நானும் அப்படி விட்டுவிட்டு வருவது முறையாகாது. உங்களுக்காக அப்படிச் செய்தால் அதன் பொருட்டெழும் குற்றவுணர்விலிருந்து வாழ்நாள் முழுமைக்கும் என்னால் வெளியேற முடியாது. கடைசியில் அது உங்களையும் நம் உறவையுமேகூட பாதிக்கும். வேண்டாம். தயவுசெய்து நீங்கள் ஒன்றைக் கேட்டு அதை நான் மறுக்கும்படியான கோரிக்கையை என் முன் வைக்காதீர்கள்” என்று சொல்லியபடி என் கைகளை எடுத்து தன் கண்களில் ஒத்திக்கொண்டாள்.

அவளுடைய கண்ணீர் துளித்துளியாய் என் கரங்களை நனைத்தது.

நிலவையே உற்றுப் பார்த்துக்கொண்டிருந்தவன் எப்போது அப்படியே தூங்கிப் போனேன் என்று தெரியவில்லை. சடசடவென மழைத்துளிகள் விழுந்ததும் விழித்துவிட்டேன். எவ்வளவு நேரமானது என்று தெரியவில்லை. நிலவோ, நட்சத்திரமோ வானில் எதுவும் தென்படவில்லை. இருள் விலகியிருக்கவில்லை. மேகங்கள் விரைந்து ஓடிக் கூடிக்கொண் டிருந்தன. மழை வலுத்துப் பெய்யக் கூடும் போலத் தெரிந்தது. கூடாரத்துக்குள் செல்லும்போது வெளியே மூட்டப்பட்டிருந்த தீ காற்றின் வேகத்தில் அணைவதற்காய் ஆடிக்கொண்டிருந்தது.

கூடாரத்துக்குள் அமர்ந்து எஞ்சிய வெளிச்சத்தில் கருமை யாகயிருந்த கடலின் மேல் நுரைத்துப் பொங்கி வந்த அலைகளை உற்றுப் பார்த்துக்கொண்டிருந்தேன். மறுபடியும் அந்த வானவில் நிறப் பாம்பு. இந்த முறை இன்னும் சற்று நிதானமாய் ஊர்ந்து வெளிச்சத்துக்கு அப்பால் சென்று மறைந்தது. கற்பனையோ பிரமையோ இல்லை. உயிருள்ள பாம்புதான். நான் கூடாரத்துள் தலை சாய்த்துப் படுத்ததும் மழை கொட்டத்தொடங்கியது.

❍

5

மயில் கழுத்து வண்ணத்தில் சிறகு மூடிய உடலும் இரத்தச் சிவப்பில் உதட்டுக்குச் சாயம் எடுத்து தடவியதைப் போன்ற சிவந்த வாயும் கொண்ட அந்தப் பறவையை அவன் இதற்கு முன் அங்கே பார்த்ததில்லை. சலனமற்ற நண்பகல் நேரத்துக் கடலைப் போல மனம் வெறிச் சென்றிருந்தது. வேலை ஒன்றும் ஓடவில்லை. அலுவலக வேலை தவிர்த்து, தனிப்பட்ட வேலைகளே நிறைய இருந்தன. ஃபர்ஸானா சில வரைபடங்களை அனுப்பி பிரிண்ட்–அவுட் எடுத்து வரக் கேட்டிருந்தாள். எடுத்து வைத்துக்கொண்டான். அப்படியே வீட்டுக்குக் கிளம்பிவிடலாம் என்று யோசித்தான். நாளை ஒருநாள்தான் அலுவலகம். அதன் பின் கிறிஸ்துமஸ் விடுமுறை தொடங்கவிருக்கிறது. கடந்த ஒரு வாரமாகவே நிறையப் பேர் விடுமுறையில் செல்ல ஆரம்பித்துவிட்டார்கள். அடுத்த வருட பட்ஜெட் உறுதியாக வேண்டும். இந்நேரத்துக்கு எல்லாம் தயாராக இருக்கும். எப்படியும் நாளை தெரிந்துவிடும். அவனுக்கு என்ன நடக்கப் போகிறது என்பதை ஓரளவு ஊகிக்க முடிந்தது. மனம் அடித்துக்கொண்டது. ஆரம்பத்தில் எவ்வளவு சீக்கிரம் முடியுமோ அவ்வளவு சீக்கிரம் ஊர் திரும்பி விடவே நினைத்திருந்தான். அதை பிறர் தமக்குச் சாதகமாக மாற்றிக்கொள்ள விழையும்போது, அவனுக்கு வீம்பு பிடித்துக்கொண்டது. அங்கிருந்து போகக் கூடாது என்று முடிவு செய்துகொண்டான்.

அன்றைக்குக் கொஞ்சம் சீக்கிரம் கிளம்பி னாலும் யாரும் ஒன்றும் சொல்லப்போவதில்லை. ஜூயி கண்ணில் பட நேரிட்டால் வேறு ஏதேனும்

ஒரு நாள் யாருக்கோ சொல்வதுபோல அறிவுரை சொல்வாள். உண்மையில் அது வேறு யாருக்காகவோகூட இருக்கலாம். ஜூயி காசிமுடைய மானேஜர். அவளை நல்லவள் கெட்டவள் என்ற வரையறைக்குள் அடக்குவது சிரமம். இங்கிலாந்தின் உட்கிராமம் ஒன்றிலிருந்து ஆஸ்திரேலியாவுக்குக் குடிபெயர்ந்து வந்திருப்பவள். அவள் பேசும் ஆங்கில உச்சரிப்பு சற்று வித்தியாசமாக இருக்கும். முதலில் ஒன்றே போல தோற்ற மளிக்கும் ஆங்கில உச்சரிப்புகளைப் பழகப் பழக தனித்துப் பிரித்து அறிந்துகொள்ள முடியும். அமெரிக்கர்களின் ஆங்கிலமும் இங்கிலாந்துக்காரர்களின் ஆங்கிலமும் வேறு என்பதைக் கண்டறிய ஆங்கிலத் திரைப்படங்களைப் பார்த்திருந்தாலே போதும். இன்னும் சற்றுக் கூர்ந்து கவனித்தால் இங்கிலாந்துக் காரர்களும் ஸ்காட்லாந்துக்காரர்களும் பேசும் ஆங்கிலம் வேறு வேறு என்பது புலப்படும். லண்டனைப் பூர்வீகமாகக்கொண்ட ஜான் பேசும் ஆங்கிலத்துக்கும் ஜூயி பேசும் ஆங்கிலத்துக்கும் இடையிலிருக்கும் வித்தியாசத்தை காசிமால் புரிந்துகொள்ள முடிந்தது. எல்லாவற்றுக்கும் மேல் லண்டனில் வளர்ந்த ஜான், ஜூயியைப் பார்க்கும் பார்வையில் ஒருவித எள்ளல் தொனி இருப்பதைக்கூட கவனித்திருக்கிறான்.

சீக்கிரம் கிளம்பிப் போய் சாதிப்பதற்கு எதுவுமில்லை. அலுவலகத்திலிருக்கவும் பிடிக்கவில்லை. ஃபர்ஸானாவின் முகத்தை ஏறிட்டுப் பார்க்கவே அவனுக்குச் சங்கடமாக இருந்தது. அதைப் பற்றி நினைத்ததும் மனம் இருண்டு குறுகியது.

அப்போதுதான் பின்னாடி இருந்த அலுவலகக் கண்ணாடிச் சுவரில் 'டொக் டொக்' என்ற சத்தம் கேட்டது. எங்கிருந்து கிளம்பி வந்தது என்று தெரியவில்லை. ஒருமுறை பார்த்தவனின் கண்களைப் பிடுங்கி வைத்துக்கொள்ளும் பேரழகு. இருந்த இடத்திலிருந்து லேசாகத் திரும்பி அதைப் பார்த்துக்கொண்டிருந்தான். மறுபடியும் 'டொக் டொக்' என்ற சத்தம். ஈரத்தில் ஊறிய கறுப்பு முத்துக்களாகப் பளபளத்த அதன் கண்கள், பக்கத்தில் வாவென்று அழைப்பதைப் போலிருந்தன. பதவிசான கழுத்துச் சிலுப்பல்கள். கண்களின் உருட்டல்கள். ஓரிடத்தில் நில்லாமல் நடனமிட்டுத் தள்ளாடும் கால்கள். திரும்பவும் 'டொக் டொக்'. இதற்குமேல் அவனால் அமர்ந்திருக்க இயலவில்லை. மடி மேல் இருந்த கீ போர்டை மேசையின்மீது வைத்துவிட்டுக் கண்ணாடிச் சுவருக்குப் பக்கத்தில் போனான். எதற்காக அஞ்சி இவ்வளவு நேரம் பக்கத்தில் போகாமலிருக்க தனக்குள்ளே காரணம் கற்பித்துக்கொண்டிருந்தானோ கடைசியில் அதுவே நடந்துவிட்டது. இவன் பக்கத்தில் சென்றதும் அது தன் மயில்கழுத்து வண்ணச் சிறகுகளை விரித்துப் பறந்துபோய்

விட்டது. இருக்கும்போது நிகழ்த்தியதைவிட அதிக சலனத்தைக் கிளப்பியது அதன் பறத்தல். அடர் நீலமும் பச்சையுமான வண்ணப்பூச்சை வானத்தில் தெளித்ததைப்போல நொடியில் கிளம்பிப் பறந்து போயிற்று. மருந்துக்கு ஒரு இறகையாவது விட்டுப் போயிருக்கலாம். தேடிப் பார்த்தான். வந்துபோன சுவடேதும் இல்லை. நெருங்கிப் போகாமல் தூரத்திலிருந்தே ரசித்திருக்கலாம் என்று நினைத்துக்கொண்டான். தான் நெருங்கிப் போகும் ஒவ்வொரு சந்தர்ப்பத்திலும் இப்படியே நடப்பதாகத் தன்னையே நொந்துகொண்டான்.

பிரம்மாண்டமான கண்ணாடி ஜன்னல் வழியே கீழே குனிந்து பார்த்தான். எதிரேயிருந்த ஆப்பிள் ஸ்டோர்ஸில் கூட்டம் களைகட்டியிருந்தது. வின்யார்டின் ஜார்ஜ் வீதி முழுவதும் நவநாகரிக உடையணிந்த ஆண்களும் பெண்களும் கிறிஸ்துமஸ் கொண்டாட்டங்களுக்குத் தயாராகிக் கிளம்பிவிட்டிருந்தனர். மொத்த நகரமே திருவிழாக் கோலம் பூண்டிருந்தது. வீதியெங்கும் பெரிய பெரிய கிறிஸ்துமஸ் மரங்கள் நடப்பட்டு, சிவப்பு வெள்ளை விளக்குகளால் அலங்கரிக்கப்பட்டிருந்தன. பார்க்கும் முகங்கள் எல்லாவற்றிலும் புன்னகையின் ஒளி. மற்றொரு பக்கம் அலுவலகம் முடிந்து வீட்டுக்குச் செல்லும் ஆர்வத்தில் கையில் நிரப்பிய காப்பிக் கோப்பைகளையும் தோள்களிலும் முதுகிலும் தொங்கவிடப்பட்ட அலுவலகப் பைகளையும் தூக்கியபடி கூண்டு திறக்கப்பட்ட காட்டு விலங்கின் பாய்ச்சலில் மெட்ரோ நிலையத்தை நோக்கி சாரி சாரியாக மக்கள் விரைந்துகொண்டிருந்தனர். எதிர்ப்பட்ட அத்தனைபேரிடத்திலும் பரபரப்பை மீறிப் பண்டிகைக்கான உற்சாகம் தென்பட்டது.

திரும்பித் தன் இடத்துக்கு வந்து அன்றைய நாளில் அவன் முடித்த வேலை பற்றிய குறிப்புகள் அனைத்தையும் மெயிலில் எழுதி இந்தியாவிலிருக்கும் தன் அணிக்கு அனுப்பிவைத்தான். மேசைமேல் கலைந்திருந்த பொருட்களை அதனதன் இடத்தில் வைத்துவிட்டு தன் மேசைக்கு அடியிலிருந்த பெட்டியைச் சாத்தினான். லேசாக ‘க்கிரீச்’ என்ற சத்தம் எழுப்பிச் சாத்திக் கொண்டது. அச்சத்தத்தில் பற்கள் கூசின. உடலைச் சிலிர்த்துக் கொண்டான்.

உணவுப் பையையும் லேப்டாப் பையையும் எடுத்துக் கொண்டு வெளியே கிளம்பினான்.

இருபத்து நாலாவது மாடியிலிருந்து தரைத் தளத்துக்கு லிஃப்ட் வழுக்கிச் சென்றது. அத்தனை பெரிய லிஃப்ட்டில் அவனைத் தவிர வேறு யாருமில்லை. கிட்டத்தட்ட மொத்த

அலுவலகமுமே காலியாகிவிட்டது. லிஃப்ட் கீழிறங்கிய வேகத்தில் அவனுக்குக் காது அடைத்தது. வாயை லேசாகத் திறந்து மூடினான்.

லிஃப்ட்டிலிருந்து வெளியேறி லாபியிலிருந்த 'காஃபி ஃபேக்டரி'யில் காஃபிச்சூனோவுக்கு ஆர்டர் கொடுத்தான். கேத்தரின் காப்பியை நிரப்பியபடி தன் வழமை மாறாத புன்னகையுடன் "காசிம், இது பீருக்கான நேரமில்லையா?" என்று கேட்டாள். கல்லூரியில் படித்தவாறே அங்கே பகுதி நேரமாய்ப் பணியாற்றுகிறாள். அவன் பதில் எதுவும் சொல்ல வில்லை. புன்னகைத்துக்கொண்டான். மனம் ஓரிடத்தில் நிலைகொள்ளவில்லை. உள்ளுக்குள் நிறைய விசயங்கள் கிடந்து உழற்றுகின்றன. அதிலும் குறிப்பாக – ஜெட்டா.

அவளுடைய எண்ணை பிளாக் செய்திருந்தான். மொபைல் மட்டுமில்லாமல் ஃபேஸ்புக், இன்ஸ்டா, லிங்க்ட்டின் என்று அனைத்து சமூக ஊடகங்களிலும் அவளை பிளாக் செய்தான்.

இறுதியாக ஒருமுறை அவளைச் சந்தித்துப் பேசி முடித்து விட்டால் சரியாக இருக்கும் என்று நினைத்தான். அதே நேரத்தில், மறுபடியும் எல்லாவற்றையும் முதலிலிருந்து ஆரம்பிக்க வேண்டாம். அதை அப்படியே விட்டுவிடுவதுதான் நல்லது என்றும் நினைத்தான். தன்னுடைய முடிவு சரியா தவறா என்ற குழப்பத்திலிருந்து விடுபட முடியவில்லை. ஃபர்ஸானாவின் நினைவு வேறு வந்து, அவனைக் குற்ற உணர்ச்சியில் தள்ளியது. இவனுக்காக அவள் தன் எல்லா அபிலாஷைகளையும் தூக்கி எறியத் துணிந்திருப்பவள். அவனைச் சூழ்ந்திருந்த வெறுப்பின் புகைமூட்டத்துக்கு இடையே எப்போதும் அன்பின் கனலைப் பாதுகாத்து அளித்துக்கொண்டிருப்பவள்.

அலுவலகம், வீடு, ஜெட்டா, ஃபர்ஸானா எல்லா வற்றுக்கும் மேல் தன்னை எப்போதும் பின்தொடர்ந்து வரும் 'அவன்'. காசிமுக்குத் தலை சுற்றியது.

காப்பியை எடுத்துக்கொண்டு கிளம்பியவன் மனதுக்குள் நிகழச் சாத்தியமுள்ள ஒவ்வொன்றையும் அசைபோட்டுக் கொண்டே நகர்ந்தான். கேத்தரின் சத்தமாக அவன் பெயரைச் சொல்லி அழைத்தாள். இவன் திரும்பியதும், "கிறிஸ்துமஸ் வாழ்த்துகள்!" என்றாள் சிரித்தபடி. அவன், காப்பி கோப்பையை உயர்த்திப் பிடித்து, "நன்றி. உனக்கும்" என்று பதில் சொல்லிவிட்டு அங்கிருந்து நகர்ந்தான்.

ஜார்ஜ் வீதி. சிட்னியின் பரபரப்பான, கொண்டாட்டமும் குதூகலமும் நிறைந்த வீதிகளில் ஒன்று. மாலை ஐந்து மணிக்கே

உயரமாக எழுந்து நின்ற கம்பங்களும் வீதிக்கு இருமருங்கிலும் இருந்த கடைகளும் பல வண்ணங்களில் ஒளியூட்டப்பட்டிருந்தன. கருங்கல் பாவிய தரைகளும் செம்பாறைக் கற்களால் எழுப்பப்பட்ட சுவர்களைக்கொண்ட கட்டடங்களும் அவனைச் சில நூற்றாண்டுகளுக்குப் பின்னிழுத்தன. வழியிலிருந்த 'பப்'களின் கதவுகள் திறக்கப்படும்போது வெளிப்பட்ட இசையில் நெஞ்சு அதிர்ந்தது. காப்பியைத் தூக்கி எறிந்துவிட்டு உள்ளே சென்று பித்துப் பிடிக்கச் செய்யும் இசையில் வெறித்தனமாக ஆடிக் களைத்தால் என்ன என்று தோன்றியது.

கால்கள் வளர்ப்பு நாயின் சாவதானத்துடன் மெட்ரோ நிலையத்தை நோக்கி நடந்துகொண்டிருக்கையில் மனமோ சீறிப் பாயும் வேட்டை நாய்க்கான உத்வேகத்துடன் அவ்வீதிகளைச் சுற்றி நடக்கத் தூண்டியது. இறுதியில் வேட்டை நாயின் வீரியமே வென்றது.

வின்யார்டின் தெருக்களின் மூலை முடுக்குகளில் எல்லாம் கால் போன போக்கில் நடக்க ஆரம்பித்தான். பாதைகள் பற்றி கவலையில்லை. எல்லாத் தெருக்களும் ஏதாவது ஒரு மெட்ரோவுக்குப் பக்கமாகப் போய் முடியும். அங்கிருந்து ஹோம்புஷூக்கு ரயில் ஏறிக்கொள்ள வேண்டியதுதான்.

ஆஸ்திரேலியா கிறிஸ்துமஸை கோடைகாலத்தில் கொண்டாடும் ஒரு நாடு. கோடைகாலத்துக்கு ஏற்ற ஆடைகளும் ஆபரணங்களும் கடைகளில் காட்சிக்கு வைக்கப்பட்டிருந்தன. வேக வேகமாக நடந்து சூடான காப்பியை அருந்தியதில் அவனுக்கு வியர்த்து ஒழுகியது. அதைப் பற்றி அலட்டிக்கொள்ளாமல் வேக நடையைத் தொடர்ந்தான்.

அவன் மனத்தை அடைத்திருந்த இருளுக்கு நேரெதிராக வீதியெங்கும் கொண்டாட்டத்தின் ஜொலிஜொலிப்புகள். அவனால் அங்கும் பொருந்த முடியவில்லை. வேறு வழியில்லாமல் இறுதியில் வின்யார்ட் மெட்ரோ நிலையத்துக்குச் சென்றான்.

மெட்ரோ நிலையத்தின் வாசலில் அமர்ந்திருக்கும் கறுப்பு கோட் அணிந்த உடல் பெருத்த பிச்சைக்காரன் எப்போதுமில்லாத வழக்கமாக இவனைப் பார்த்து, "ஹலோ மிஸ்டர்! ஒரு டாலர் கிடைக்குமா?" என்றான். இவன் அவனைப் பாராதது போல நடக்கவே, "ஒரே ஒரு டாலர்தானே கேட்கிறேன்!" என்று குரலை உயர்த்திக் கேட்டான். இவன் காதுகொடுக்காமல் வேகமாக நடந்தான். மறுபடியும், "ஒரு டாலர் கிடைக்காதா சகோதரா?" என்றான். அவனைப் பார்த்ததுபோல் காட்டிக்கொள்ளாமல் நடந்தான். இவன் சற்றுக் கடந்து போனதும் சத்தமான குரலில் அந்தப் பிச்சைக்காரன். "இருக்கட்டும்

பரவாயில்லை. கடவுள் உன்னை ஆசிர்வதிப்பாராக!" என்று அனைவருக்கும் கேட்கும்படி வேண்டுமென்றே கத்தினான். இவனுக்கு அவமானமாய் இருந்தது. சுற்றிலும் யாராவது அவனைக் கவனிக்கிறார்களா என்று பார்த்தான். யாருமே அதைப் பொருட்படுத்தவில்லை. அங்கே நின்று பர்ஸைத் திறந்து ஒரு டாலர் எடுத்துப்போட்டு இரண்டு நிமிடங்களை வீணடிக்க விரும்பவில்லை.

ஓபல் கார்டைத் தேய்த்து மெட்ரோ நிலையத்துக்குள் சென்றான். கார்டில் பணம் குறைவாகவே இருந்தது. அவன் ஏற வேண்டிய ஹோம்புஷ் வண்டி வழக்கமான தடத்துக்கு மாறாக கீழே பாதாளத் தடத்தில் வருவதாக அறிவிப்பு ஓடியது. எஸ்கலேட்டரைத் தவிர்த்துவிட்டுப் படிகளில் இறங்கினான். இவன் நடைமேடைக்கு வந்து சேரவும் அங்கே கிளம்பத் தயாராக நின்றுகொண்டிருந்த வண்டியின் கதவுகள் அடைக்கப் படவும் சரியாக இருந்தது. எரிச்சலில் அங்கிருந்த குப்பைத் தொட்டியைக் காலால் உதைத்தான். அந்த மேடையில் இவனைத் தவிர யாருமில்லை. இருந்தவர்கள் அத்தனை பேரும் வண்டிக்குள் ஏறிவிட்டனர். ஒரே ஒரு நிமிடம் முந்தியிருந்தால் அடுத்த அரை மணி நேரத்தில் வீட்டுக்குப் போயிருக்கலாம். இப்போது அடுத்த வண்டி வருவதற்கே இருபது நிமிடங்கள் காத்திருக்க வேண்டும். ஒரே ஆறுதல் மிகச் சரியாக இருபது நிமிடத்தில் வந்துவிடும் என்பதுதான்.

நிலையத்துக்கு வெளியே வந்து மறுபடியும் ஒரு காப்பி வாங்கினான். காத்திருப்பு பெஞ்சில் அமர்ந்து காப்பியை மெதுவாக உறிஞ்சிக் குடிக்க ஆரம்பித்தான்.

ஜெட்டாவுக்கே அழைத்தால் என்ன? எடுத்துப் பேசுவாள். தான் எல்லாப் பக்கமும் அவளிடமிருந்து துண்டித்துக்கொண் டிருப்பது தெரிந்திருக்கும். அதையெல்லாம் பார்த்துக் கொந்தளித்துப் போயிருப்பாள். வெறுத்துவிடுவாள். அதுதான் இவன் வேண்டியதும். நினைத்த திசையில் எல்லாம் சென்று கொண்டிருக்கும்போது அதற்கு எதிரான பாதையைத் தேர்ந்தெடுக்கச் சொல்லி ஏன் மனம் படாத பாடு படுகிறது என்பது அவனுக்கே விளங்கவில்லை.

எவ்வளவுக்கு எவ்வளவு ஜெட்டாவைப் பற்றி நினைக்காம லிருக்க நினைத்தானோ அவ்வளவுக்கு அவ்வளவு அவளைப் பற்றியே நினைத்தான். பொறுக்கமட்டாமல், அவள் எண்ணைப் பிளாக்கிலிருந்து எடுத்துவிட்டு அழைத்தான். ஒரே ஒரு அழைப்பு போனதும் நின்றுவிட்டது. இப்போது அவள் பிளாக் செய்திருந்தாள். ஃபேஸ்புக், இன்ஸ்டா, வாட்ஸப் என்று எதிலுமே அவளைத் தொடர்புகொள்ள முடியவில்லை.

படிகளில் தடதடவென்று ஒலித்த பூட்ஸ் ஒலி வந்த திசை நோக்கித் திரும்பிப் பார்த்தான். வெள்ளை பச்சைச் சீருடையில் பள்ளிச் சிறுவர்கள் கூட்டமாக மேல்தளத்திலிருந்து இறங்கி வந்துகொண்டிருந்தார்கள். இவனறிந்து பக்கத்தில் எந்தப் பள்ளியும் இல்லை. மேலும் இத்தனை மணிவரை அங்கே எந்தப் பள்ளியும் செயல்படுவதில்லை. அவர்களுக்குப் பத்துப் பன்னிரண்டு வயதிருக்கும். அவர்களைப் பார்த்ததும் படபடப்பு தொற்றிக்கொண்டது. அவர்கள் இவனைக் கண்டுகொள்ள வில்லை என்றறிந்த பிறகே இயல்பு நிலைக்குத் திரும்பினான்.

மெட்ரோ ரயில் மேடையில் மஞ்சள் பெயிண்ட்டில் இரண்டு கோடுகள் போட்டிருப்பார்கள். அவற்றைத் தாண்டி போகக் கூடாது. இரயில் இருந்தாலும் இல்லையென்றாலும் அதுதான் சட்டம். மீறிப் போனால் அபராதம், தண்டனை. அந்தக் கூட்டத்தில் ஒரே ஒரு சிறுவன் மட்டும் அந்த மஞ்சள் கோட்டைத் தாண்டிக் குதிப்பதும் பின்னே வருவதும் திரும்பவும் குதிக்கவும் பின் வரவும் என்று விளையாடிக் கொண்டிருந்தான். அது ஆபத்துதான். ரயில் வர நேர்ந்தால் அப்போது ஏற்படும் இழுவிசையில் உள்ளே விழ நேரிடலாம். அச்சிறுவனோ அதைப் பொருட்படுத்துவதாகத் தெரியவில்லை.

அவன் முதலில் அதைப் பார்க்கும்போது சற்றுப் பதறினான். சுற்றும் முற்றும் யாராவது அந்தச் சிறுவனைக் கவனிக்கிறார்களா என்று பார்த்தான். யாருமில்லை. ஆனால் சிசிடிவி காமெரா இருக்கிறது. அதன் வழியே யாரும் எதையும் கண்டுகொண்டதாகத் தெரியவில்லை. குதித்து விளையாடு வதிலும் தாண்டிச் சென்று சிரிப்பதிலுமே குறியாயிருந்தான். வெறும் குதித்தல் இத்தனை உற்சாகம் தருமோ! அன்று பள்ளிப் பேருந்தில் பார்த்தவனும் இன்று கள்ளமின்றி குதித்துக் கொண்டிருப்பவனும் ஒருவன்தானோ?

நல்லதோ கெட்டதோ, எல்லாவற்றையும் இப்படி ஒரு மஞ்சள் கோட்டைப் போட்டு பிரித்துவிடுகிறார்கள். இது உனக்கு, அது எனக்கு என்று வீட்டிலிருந்து நாடுவரை கோடுகளால் பிரிக்கப்பட்டுள்ளன. கண்ணுக்குப் புலப்படும் இதுபோன்ற மஞ்சள் கோடுகள் எவ்வளவோ பரவாயில்லை. சில கோடுகள் ரொம்பவும் சூட்சமமானவை. அவையே தீவிர மானவையாகவும் பல விசயங்களைத் தீர்மானிப்பவையாக வும் இருக்கின்றன. தானும்கூட ஜெட்டாவுக்கும் தனக்கு மிடையில் இப்படி ஒரு கோட்டை வரைந்துவிடவே துடித்துக் கொண்டிருந்தோம் என்பதை நினைக்கையில் கோட்டை மீறித் தாவும் அச்சிறுவனின் சுதந்திரத்தைக் கண்டு பொறாமையாய் இருந்தது.

அந்த நடைமேடையில் வரும் ஒரே வண்டி அவன் வசிக்கும் ஹோம்புஷ் போகும் வண்டி மட்டும்தான். சரியாக இருபது நிமிடங்கள் கழித்து அடுத்த வண்டி வந்தது. இதுவே இறுதி நிலையம் என்பதால் பெரிய கூட்டமெதுவுமில்லை. உள்ளே ஏறி அமர்ந்துகொண்டான். ஜன்னல் வழியே அச்சிறுவர்களை எட்டிப் பார்த்தான். அவர்கள் யாரும் வந்து ஏறவில்லை. அவர்களைப் பார்த்தால் ரயிலுக்காகக் காத்திருப்பவர்கள் போலவும் தெரிய வில்லை. கண்கள் அச்சிறுவனைத் தேடின. ரயில் நிற்பதால் இப்போது தாவிக் குதிக்கவில்லை. அந்த அளவுக்கு அவனுக்குத் தெரிந்திருந்தது. ஆனால் கண்களில் குறும்பு மறையவில்லை.

உள்ளே சென்று அமர்ந்த பின்பு ஜன்னல் வழியே நிலையத்தில் தான் அமர்ந்திருந்த பெஞ்சைக் கவனித்தான். இப்போது அதில் 'அவன்' அமர்ந்திருந்தான். அங்கிருந்து காசிமைத்தான் உற்றுப் பார்த்துக்கொண்டிருந்தான். அதைக் கண்டதும் காசிமுக்கு நெஞ்சை அடைத்தது. மூச்சு முட்டுவதைப் போல இருந்தது. இதயம் படபடப்பில் வெளியே வந்து விழும்படியாகத் துடித்தது. ஆட்கள் அதிகமில்லாத ரயில் பெட்டியின் குளுமையிலும் அவனுக்கு உடல் முழுவதும் வியர்த்துக்கொட்டியது.

இருக்கையில் சாய்ந்து கால்களைத் தளர்த்தி நீட்டி கண்களைச் சற்று மூடினான். படபடப்பு குறையவில்லை. மூச்சை நன்றாக இழுத்து நிறுத்தி வெளியிட்டான். ஃபேர்ஸானா சொல்லிக்கொடுத்ததைப்போல எதைப் பற்றியும் யோசிக்காமல் மனத்தை வெறுமையாக வைத்திருக்கப் போராடினான். ரயில் மெதுவாக நகரத் தொடங்கி பாதாளக் குகைக்குள் நுழைந்தது.

●

3

6

பூமராங்

நேற்று தூக்கம் சுத்தமாகக் கூடவில்லை. நான் கூடாரத்துக்கு உள்ளே வந்த பின் மழை அடித்துப் பொழிய ஆரம்பித்தது. பொதுவாக டிசம்பரிலிருந்து மார்ச் வரையிலான மாதங்கள் பூமியின் பூமத்திய ரேகைக்குத் தெற்கே அமைந்திருக்கும் நாடுகளுக்குக் கோடைகாலம். நான் படித்த புவி சாஸ்திரப் புத்தகங்களில் அப்படித்தான் கூறப்பட்டிருந்தது. கோடை மழை லண்டனிலேயே சற்று உக்கிரமாகத்தான் இருக்கும் என்றாலும் இது ஏதோ மந்திரத்தைக்

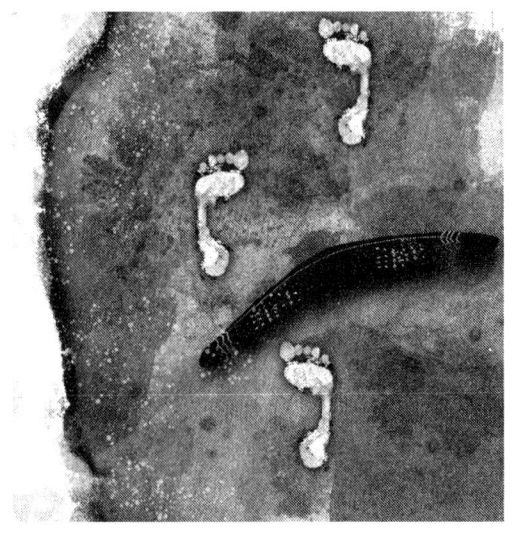

கட்டவிழ்த்து ஏவியதைப்போல விடாமல் பெய்துகொண் டிருந்தது. முந்தைய நாள் சாயங்காலம்வரை இரவில் பேய் மழை பொழியும் என்று யாரும் கூறியிருந்தால் நானே அவர்களைப் பகடி செய்து நகைத்திருப்பேன். நட்சத்திரங்களுடன் முழுமதி கூடி வான் நிறைந்திருந்ததை என் கண்ணால் பார்த்தேனே! கண்ணயர்ந்த அந்தச் சிறு பொழுதில் எங்கிருந்து திரண்டு வந்தது இத்தனை தீவிர மழை?

ஆளற்ற தீவில் எல்லாப் பக்கமும் இருள் சூழ்ந்திருந்தது. உலகின் மற்ற ஓசைகள் அனைத்தும் அடங்கி, மழை மட்டும் தனியாகத் தாளம் கொட்டிக்கொண்டிருந்தது. திடீரென்று வந்த சத்தத்தில் இடிதான் பக்கத்தில் எங்கோ இறங்கியிருக்கிறது என்று நினைத்தேன். அடித்துப் பெய்த மழையில் தண்டனைக் கைதிகள் தங்கியிருந்த கூடாரம் சரிந்து விழுந்துவிட்டது. அடை மழையைப் பொருட்படுத்தாமல் அத்தனைபேரும் தக்க நேரத்தில் வெளியேறிவிட்டதால் காயங்கள் ஏதுமின்றி தப்பித்தார்கள். எங்களுடையதும் தளபதியுடையதுமான கூடாரங்கள் உருக்குலைந்து நின்றன. தாங்கும் கோல்களை அத்தனை ஆழமாக ஊன்றியும்கூட மண் பிடிகொள்ள வில்லை. இப்போது இதைச் சீர் செய்வதும் முதலிலிருந்து தொடங்குவதும் கிட்டத்தட்ட ஒன்றுதான். அதுவும்கூட இன்னொரு மழை வந்தால் நிச்சயமில்லை. தரையில் கால் கட்டை விரலால் தோண்டினாலே நீர் ஊற்றெடுத்தது.

கடற்கரையின் மணல் பகுதிக்கு மேலேயிருந்த இடங்க ளெல்லாம் சகதிக் காடாய்த் தோற்றமளித்தன. காலையிலும் மெல்லிய தூறலிருந்தது. காலின்ஸ் அணியினர் மறுபடியும் கூடாரங்களைக் கட்டி எழுப்பிக்கொண்டிருந்தனர். காபா சிறுசிறு கற்களைச் சேகரித்துக் குழியிலிட்டுக் கூடாரத்தின் பற்றுக்கோல்களைப் பலப்படுத்த ஓடிக்கொண்டிருந்தான். சொந்த வீட்டைக் கட்டுபவனைப்போல அத்தனை அர்ப்பணிப்பு முகத்தில். இவன் முதலில் எங்களின் பயணத் திட்டத்தில் இல்லை. தற்செயலாகப் போகும் வழியில் ஏறிக் கொண்டவன். எந்தக் குற்றமும் செய்யாமலேயே ஒரு தண்டனைக் கைதியைப் போல் நாடு கடத்தப்பட்டிருக்கிறான். ஆனால் அது குறித்து எந்தப் புகாருமின்றி இந்தக் கூடாரத்தை நிமிர்த்தி எங்களுக்குச் சேவை செய்வதற்காகவே இப்பூமியில் அவதரித்தவனைப் போல் வேலை பார்த்துக்கொண்டிருக் கிறான். நேற்று, நாளை எதைப் பற்றியும் கவலைகொள்ளாமல் இன்றில் வாழும் மனிதன். அவனைப் பார்க்க எனக்குப் பொறாமையாக இருந்தது.

என் மனமோ கம்பளி கோக்கும் ஊசியைப்போல, நேற்று இன்று நாளை என்று குறுக்கும் மறுக்குமாய் அலைபாய்ந்து கொண்டிருக்கிறது. எப்படி மடைமாற்றினாலும் என் நினைவுகள் நேற்றைப் பற்றிய வருத்தங்களிலும் நாளையைப் பற்றிய கவலைகளிலும் போய்தான் நின்றன. ரெபேக்காவை என்னுடன் வந்துவிடுமாறு இன்னும் சற்று அழுத்திக் கூப்பிட்டிருக்க வேண்டுமோ? ஒருவேளை அப்படிக் கூப்பிட்டிருந்தால் என்னுடன் கிளம்பி வந்திருக்கவும் கூடும். அவள் மட்டும் வந்திருந்தால் எவ்வளவு மகிழ்ச்சியாக இருந்திருக்கும்? என்னையறியாமல் பெருமூச்சு எழுந்து வந்தது. அதே நேரம், இது போன்ற நிலைமையில் அவளைத் திக்கற்று நடுக்கடலில் நிற்கும் கப்பல் ஒன்றில் விட்டுவிட்டு வந்திருக்க வேண்டும். அடுத்து என்ன காத்திருக்கிறது என்ற நிச்சயமற்றச் சூழல் பற்றிய கவலை இல்லாமல் இருப்பதற்கு முக்கியமான காரணமே இங்கே நான் தனியன். சுதந்திரமானவன். பொறுப்புகளைச் சுமந்து கொண்டு ஒருவன் சுதந்திரமானவனாக இருக்க முடியாது. எல்லாவற்றையும் சரி செய்துவிட்டு அவளை இங்கே அழைத்து வருவதே முறை என்று வழக்கம்போல நானே ஒரு சமாதானத்தைக் கண்டடைந்தேன்.

❍

போர்ட்ஸ்மவுத்திலிருந்து கப்பற்படைத் தளவாடங்களுடன் கிளம்புவதற்கான ஆயத்தங்களை மேற்பார்வையிடுவதற்காக தளபதி பிலிப் என்னை லண்டனிலிருந்து போர்ட்ஸ்மவுத்துக்கு அனுப்பினார். அங்கே தங்குவதற்காக எனக்கு ஏற்பாடு செய்யப்பட்டிருந்த விடுதியில்தான் ரெபேக்காவை முதன் முதலில் பார்த்தேன். எதிரே இருப்பவர் எவ்வளவு பெரிய ஆளுமையாக இருப்பினும் அவரைக் கூசி நாணச் செய்யும் பேரழகு வதனம் ரெபேக்காவினுடையது. நானெல்லாம் எம்மாத்திரம்!

அந்த விடுதி ரெபேக்காவுக்குச் சொந்தமானது. ஒரு காலத்தில் அது மொத்தமும் அவளுடைய வீடாக இருந்திருக்கிறது. ரெபேக்காவின் தந்தை அவளுடைய தாயைவிட்டுப் பிரிந்த பின்பு, அதையே விருந்தினர் விடுதியாக்கி அதில் கிடைக்கும் சம்பாத்தியத்தின் வழியே தங்கள் நாட்களைக் கழித்து வந்தனர் ரெபேக்காவும் அவளது தாயும்.

வீடாகக் கற்பனை செய்தால் அது ஒரு குட்டி மாளிகைதான். ஆனால் விடுதி என்ற வகையில் ஏழெட்டு அறைகள் கொண்ட சிறிய ஆனால் பதவிசான ஒன்றாகத் தோற்றமளித்தது. ரெபேக்காவின் தாயும் அவளைப் போன்றே அழகி. பருவத்தில்

ரெபேக்காவைவிட அழகாக இருந்திருப்பாளாய் இருக்கும். முதுமையும் நோய்மையும் தின்று செரித்த அந்த முகத்தில் சோகத்தை மீறிய சோபை தெரிந்தது. அவர், அங்கிருந்த பிரபு ஒருவரை மணம் புரிந்திருக்கிறார். ரெபேக்காவுக்குப் பத்து வயது இருக்கும்போது இருவரும் ஏதோ மனஸ்தாபத்தில் பிரிந்துவிட வேறு வழியின்றி பிழைத்தலின் பொருட்டு அவ்விடுதியை நடத்திக்கொண்டிருந்தார்கள். சமீபத்தில் அங்கே பரவிய எலிக்காய்ச்சலால் பாதிக்கப்பட்டு அதன் பின்விளைவுகளால் படுத்த படுக்கையாகியிருக்கிறார் ரெபேக்காவின் தாய். பின்னொரு நாள் மாலைப் பொழுதில் ஊரைச் சுற்றிக்காட்ட என்னுடன் வந்த ரெபேக்கா கூறிய தகவல்கள் இவை.

ரெபேக்காவின் அம்மாவினுடைய உடல்நிலையால் இவர்களுடைய பொருளாதாரம் இன்னும் சரிய, ரெபேக்கா வுக்கு நடக்கவிருந்த நிச்சயதார்த்தம் நின்று போயிருக்கிறது. இதை அவள் என்னிடம் சொல்லியபோது என்னையறியாமல் வெளிப்பட்ட முகமலர்ச்சியை அவள் கவனித்துவிட்டிருந்தாள். 'எல்லா துயரங்களின் பாதையும் என்றேனும் ஒருநாள் நன்மை யின் கடலில்தான் முடியும்' என்று அப்பா அடிக்கடி சொல்லுவார். அதை நினைத்துக்கொண்டேன். ஆனால் அவர் அது யாருடைய நன்மையின் கடல் என்று சொல்லவில்லை.

தளபதி பிலிப்பினுடைய கூடாரத்துக்குச் சென்றேன். அவர் அங்கு இல்லை. பக்கத்திலிருந்த செடியின் வேர்களைக் கிள்ளி நுகர்ந்துகொண்டிருந்த மருத்துவர் ஜேம்ஸிடம்,

"டாக்டர், தளபதி பிலிப் எங்கே காணவில்லையே?" என்றேன்.

"ஓ... அவர் இன்னும் திரும்பவில்லையா?"

"திரும்பவில்லையா என்றால்? அவர் எங்கே போயிருக்கிறார்?"

"அடுத்து மேற்கொள்ள வேண்டிய திட்டங்கள் பற்றி யோசித்துக்கொண்டே கடற்கரைப் பக்கமாய் ஒரு நடை போய்த் திரும்புவதாகக் கூறிவிட்டுப் போனார்."

"தனியாகவா போயிருக்கிறார்?"

"ஆமாம்" அவர் செடியிலிருந்து கண்களை நகர்த்தாமல் பதில் சொல்லிக்கொண்டிருந்தார்.

"எவ்வளவு நேரமாயிருக்கும் அவர் கிளம்பிப் போய்?"

தருக்

“நீ ஏன் அவருடைய மனைவியைப் போல் இப்படிப் பதறுகிறாய்?” என்று சிரித்தார். எனக்கு அந்தச் சூழலில் அவருடைய நகைச்சுவையை ரசிக்கும் மனநிலை வாய்க்க வில்லை. அவர் அப்படித் தனித்துப் போயிருப்பது எனக்கு அத்தனை நல்லதாகப் படவில்லை. உடைகளை மாற்றிவிட்டு அவரைத் தேடிக்கொண்டு போக எத்தனித்தேன்.

காபாவையும் என்னுடன் துணைக்கு வருமாறு அழைத்தேன். என்னையறியாமல் அவன்மேல் எனக்கு ஒரு நல்லபிப்பிராயம் உருவாகி இருந்தது. அவன் செய்துகொண் டிருந்த வேலையை அப்படியே போட்டுவிட்டுக் கைகளைக் கழுவிக்கொண்டு என்னுடன் வரத் தயாரானான். விசயத்தைக் கேள்விப்பட்டதும் காலின்ஸும் எங்களுடன் இணைந்து கொள்வதாய்க் கூறினார். எனக்கு அவர் உடன் வருவதில் விருப்பமில்லை என்றாலும் துணைக்கு இன்னொருவர் வருவது தளபதி பிலிப்பை சீக்கிரம் கண்டடைய உதவக் கூடும் என்பதால் ஒன்றும் சொல்லவில்லை.

கடற்கரை மணற்பகுதியில் நடந்துகொண்டிருந்தோம். அங்கே தென்பட்டக் காலடித் தடங்களைப் பார்த்துவிட்டு காலின்ஸ் இதோ இவற்றைப் பின்பற்றினால் தளபதியிருக்கும் இடத்தை அடைந்துவிடலாம் என்றார். அவர் சொன்னபடியே, காலடித் தடத்தைப் பின்பற்றி நடந்துகொண்டிருந்தோம். நேற்று நாங்கள் போன வழியாக இல்லாமல் புதிய பாதையாக இருந்தது.

நீண்ட யோசனைக்குப் பிறகு, “இதைப் பார்த்தால் தளபதி யின் காலடித்தடம் போலத் தெரியவில்லை” என்றான் காபா.

காலின்ஸ் அவன் சொன்னதை ரசிக்கவில்லை. முகத்தை வேறு பக்கமாகத் திருப்பிக்கொண்டார். அதைப் பற்றிய அவனுடைய அபிப்பிராயங்களைக் கேட்க நான் ஆர்வமாக யிருந்தேன். ஆனால் அது காலின்ஸுக்கு இன்னும் கோபத்தைக் கிளறக் கூடும் என்பதால் அமைதிகாத்தேன்.

இரண்டு மைல்கள் நடந்திருப்போம். ஓரிடத்தில் அதுவரை தென்பட்ட காலடித் தடங்கள் சட்டென்று காணாமலாகிவிட்டன. அங்கிருந்து எங்குமே போனதுபோலத் தெரியவில்லை. அப்படி நடைபெற இரண்டே சாத்தியங்கள் தான் இருந்தன. ஒன்று பூமி பிளந்து உள்ளிழுத்துக்கொண்டு மூடியிருக்க வேண்டும். இல்லையெனில் ஆளையே தூக்கிப் போகும் என்று நம்பப்படும் கடற்பருந்து வந்து அவரைத் தூக்கிச் சென்றிருக்க வேண்டும். இரண்டுக்குமே வாய்ப்புகள்

குறைவென்பதால் எனக்கும் காலின்ஸுக்கும் குழப்பமாக இருந்தது. காலின்ஸ் களைப்படைந்து காணப்பட்டார். கடலைப் பார்த்தபடி மணலில் அப்படியே அமர்ந்துவிட்டார். அவரைத் தொடர்ந்து நானும் காபாவும் அமர்ந்தோம்.

அங்கே ஓடிக்கொண்டிருந்த குட்டி நண்டுகளைக் கையில் எடுத்து காபா விளையாடிக்கொண்டிருந்தான்.

"சரி நாம் திரும்புவோம். இதற்கு மேல் நாம் மட்டும் தனியாக உள்ளே தேடிச் செல்வது அவ்வளவு சரியாக இருக்காது. அவசரத்தில் ஆயுதங்களைக்கூட எடுத்துவர வில்லை" என்று சொல்லிவிட்டு காலின்ஸ் எழுந்தார். எழுந்த வேகத்திலேயே தொப்பென்ற சத்தமெழ மண்ணில் சரிந்து விழுந்தார். எங்கிருந்தோ மின்னல் போன்று மரத்தாலான கட்டை ஒன்று வந்து அவரது வலது கெண்டைக் காலைத் தாக்கியது. அவரால் வலி பொறுக்க முடியவில்லை என்பது அவர் முகத்தி லேயே தெரிந்தது. அவர், தன் காலில் அடிபட்ட இடத்தைத் தேய்த்துக்கொண்டு இருந்தார்.

அது கொடுத்த வலியைவிட அங்கே நடந்த எதிர்பாராத தாக்குதல் அவருக்குச் சற்று பீதியைத் தந்திருக்க வேண்டும். காபா அந்தக் கட்டையைக் கையிலெடுத்துப் பார்த்தான். அது முனைகள் மழுங்கி 'ட' வடிவில் செதுக்கப்பட்டிருந்தது.

அதைப் பார்த்துக்கொண்டிருந்த காபா விருட்டென எழுந்து நாம் இங்கிருந்து உடனடியாகக் கிளம்ப வேண்டும் என்றான். அவன் முகத்திலிருந்த தீர்க்கமும் குரலில் தென்பட்ட உறுதியும் என்னையும் காலின்ஸையும் மறு வார்த்தை பேசாமல் அவன் சொன்னபடி கேட்கச் செய்தன. எங்களை முன்னால் நடக்கவிட்டு அவன் சற்று பின்னால் திரும்பித் திரும்பிப் பார்த்துக் கொண்டு வந்தான். அங்கிருந்த புதர்ப் பகுதியில் சலசலப்புச் சத்தம் கேட்டது. நாங்கள் விரைந்து நடக்கத் தொடங்கினோம்.

ஓரளவுக்குப் பக்கத்தில் – எங்கள் கூடாரம் கண்ணில் தென்பட ஆரம்பித்த தொலைவில் – வந்ததும் மனதுக்குள் தைரியம் பிறந்தது. நான் நிதானித்து காபாவைப் பார்த்தேன்.

"இங்கேயிருக்கும் பூர்வகுடிகளாக இருக்க வேண்டும்" என்றான்.

எனக்கு அவர்களைப் பார்க்க வேண்டும் என்று ஆர்வமாக யிருந்தது. நானும் ஜேம்ஸ் குக் எழுதிய குறிப்புகளில் அவர்களைப் பற்றி வாசித்திருந்தேன். குக், அவர்களை மனிதர்கள் என்றே

சொல்லாமல், நாகரீகப் பரிச்சயமற்றவர்கள் ஆதலால், ஏனைய விலங்குகளைப் போன்றவர்கள் என்பதாகக் குறிப்பிட்டிருந்தார். அதிலும் எந்தவிதத் தொந்தரவுமற்ற விலங்குகள் என்று வாசித்த ஞாபகம். அதன் பொருட்டே 'யாருமற்ற நிலம்' என்றும் குறிப்பிட்டிருந்தார்.

காலின்ஸ் என்னையும் காபாவையும் பார்த்து இங்கே நடந்ததைப் பற்றி யாரிடமும் கூற வேண்டாம் என்று கேட்டுக் கொண்டார். அவரின் திருப்திக்காகச் சரியென்று சொல்லித் தலையாட்டி வைத்தேன்.

○

7

ஹோம்புஷ் ரயில்நிலையத்திலிருந்து மூவாயிரம் காலடிகள் தொலைவில் காசிம் வசிக்கும் அப்பார்ட்மெண்ட் இருக்கிறது. வீட்டிலிருந்து ஹோம்புஷ் ரயில் நிலையம்வரை தினமும் போக வர ஆறாயிரம் காலடிகள். அதேபோல வின்யான்ர்ட் ரயில் நிலையத்திலிருந்து அலுவலகம் போக வர மூவாயிரம் காலடிகள். இடையில் 'காப்பி அல்கெமி' காப்பிக்காக இறங்கி ஏறுவது என்று ஒரு நாளைக்குத் தன் இலக்கான பத்தாயிரம் காலடிகளை எப்படியும் தாண்டிவிடுவான். அதற்கென்று எந்த மெனக்கெடலும் தேவை யிருப்பதில்லை. சிட்னியைப்போல அவன் இதற்கு முன்பு வசித்த எந்த ஊரிலும் இவ்வளவு நடந்த தில்லை. வழக்கமாக வீடு திரும்புபோது இருக்கும் மெல்லிய உற்சாகம் அன்று சுத்தமாக வடிந்து போயிருந்தது.

வாட்ஸப் ஒலித்தது. ஃபர்ஸானாவிடமிருந்து வந்திருந்தது. அதில் சொல்லப்பட்டிருந்த பொருட்களை வாங்குவதற்காக ரயில் நிலையத்துக்கு எதிர்ச் சாரியில் அணி வகுத்திருந்த கடைகளில் இந்தியன் ஸ்டோர்ஸுக்குள் நுழைந்தான். பெயர்தான் இந்தியன் ஸ்டோர்ஸ். நடத்துவது ஈழத்துக்காரர்.

பெருங்காயம், மசாலாப் பொருட்கள், இஞ்சி, பிஸ்கட், கடந்த வார விகடன், பாக்கெட் போட்டு வைக்கப்பட்டிருந்த இடியாப்பம் என ஒவ்வொன் றாக எடுத்துவைத்துவிட்டு வாட்ஸப்பிலிருந்த லிஸ்ட்டை ஒருமுறை சரி பார்த்துக்கொண்டான்.

கல்லாப்பெட்டியில் தெய்வநாயகம் நெற்றியில் மூன்று பட்டைக்கோடுகள் ஒன்றோடு ஒன்று சேராமல் தனித்தனியாய்த் துலங்க பெயருக்கேற்றாப் போல் தெய்வீகமாக வீற்றிருந்தார். ஈழத் தமிழர். பதினைந்து வருடங்களுக்கு முன்னரே இங்கே வந்து நிரந்தரமாகத் தங்கிவிட்டவர். அதற்கு மேல் ஒருவரைப் பற்றி ஒருவருக்குத் தெரியாது. கேட்பதுமில்லை. சொல்வதுமில்லை. அரசியல் நாகரிகத்தை வெகு சிரத்தையாகக் கடைபிடித்தனர். கல்லாப் பெட்டிக்குப் பக்கத்திலிருந்த ப்ளூ டூத் ஸ்பீக்கரில் பி.பி. ஸ்ரீனிவாஸ் பாடிக்கொண்டிருந்தார். காசிம் இருபது டாலர் நோட்டை எடுத்து நீட்டும்போது, “யாரோ வருவார் யாரோ இருப்பார், வருவதும் போவதும் தெரியாது” என்ற வரி ஓடிக்கொண்டிருந்தது.

“என்ன காசிம், ஆளையே பிடிக்க ஏலாமல் இருக்கு?” என்றார், கணக்குப் பார்த்து மிச்சத்தைப் பொறுக்கியபடியே.

“அப்படி ஒண்ணுமில்ல சார். கொஞ்சம் வேலை ஜாஸ்தி.”

“அது சரி. வீட்டில எல்லாம் சுகமாய் இருக்கினமோ?” என்று கேட்டுவிட்டுத் தலையாட்டியபடி பாடலை முணுமுணுத்தார்.

“ஓ யெஸ் சார். தாங்க்ஸ்!”

கடைக்கு வெளியே வந்தான். அங்கே வைக்கப்பட்டிருந்த தட்டியில் வார இறுதியில் நடைபெற இருக்கும் பரத நாட்டிய நிகழ்வு பற்றிய விளம்பரமும் தமிழ்நாட்டிலிருந்து பொங்கல் விழாவுக்காக வர இருக்கும் பட்டிமன்ற அணி பற்றிய தகவலும் மேல் வகுப்பு கணக்குப் பாட டியூசனுக்குத் தொடர்பு எண் குறிப்பிடப்பட்டிருந்த செய்தியும் வாடகைக்கு வீடு காலியாக இருக்கும் ஒன்றிரண்டு விளம்பரங்களும் ஒட்டப்பட்டிருந்தன. அவற்றில் குறிப்பிடப்பட்டிருந்த எண்களைக் குறித்துக் கொண்டான்.

கடையில் ஒலித்த அந்த ஒற்றைப் பாடல் வரி திரும்பத் திரும்ப காதுக்குள் கேட்டுக்கொண்டிருந்தது. அவனுக்குத் தெரியும். ஜெட்டா விசயத்தில் ஆரம்பித்தது அவன்தான் என்றாலும் ஒவ்வொரு முறையும் இறுதி முடிவு எப்போதும் அவளுடையதாகவே இருந்திருக்கிறது. இந்த முறை அது தன்னுடையதாக இருக்கட்டும். எப்போதும் அவள் தன்னை விரல் சொடுக்குக்குக் கை கால்களை ஆட்டும் பொம்மை யாகவே பாவிக்கிறாள். எக்காரணம் கொண்டும் அவளிடம் திரும்பிவிடக்கூடாது. அலுவலக பட்ஜெட் உறுதியானதும் முதலில் இந்த அப்பார்ட்மெண்ட்டைக் காலிசெய்து வேறு இடம் சென்றுவிட வேண்டும் என்று நினைத்துக்கொண்டான்.

அலுவலகம், பட்ஜெட், அதன் உள்ளரசியல் பற்றியெல்லாம் நினைக்கும்போதே மனம் கூம்பிச் சோர்ந்தது.

கைகளில் பொருட்களைச் சுமந்துகொண்டு வரும்போது பொதுவாக அப்பார்ட்மெண்ட்டின் முன் வாசல் பக்கமாகவே செல்வான். அங்கேதான் லிஃப்ட் வசதி உண்டு. அன்று வேண்டுமென்றே பின் வாசல் வழியே சென்றான். அது அவசர கால வெளியேற்றப் பாதை. தீ போன்ற விபத்து நேரங்களில் அப்பார்ட்மெண்ட் எங்கும் சைரன் ஒலிக்கும். அங்கிருந்து தீயணைப்பு நிலையத்துக்கும் தானாகவே தகவல் போய்விடும். லிஃப்ட் வேலை செய்யாது. பின் பக்கமாக இருக்கும் படிக்கட்டுகளைத்தான் பயன்படுத்த வேண்டும். இதுவரை பலமுறை அப்படி சைரன் ஒலித்திருக்கிறது. இரண்டு மூன்று முறை தீயணைப்பு வண்டியே கிளம்பி வந்திருக்கிறது. பெரும்பாலும் பொய்யான அலாரமாகவே இருக்கும். ஒரு முறை இவர்கள் வீட்டிலேயே சப்பாத்தி கருகி புகை மண்டலமாகி பொய் அலாரம் கத்தியிருக்கிறது.

படிகளில் லேப் டாப்பையும் வாங்கிய பொருட்களையும் தூக்கிக்கொண்டு ஏற வேண்டும். அப்போது ஏனோ அதையெல்லாம் பெரிதாகப் பொருட்படுத்தும் மனநிலையில் இல்லை. மாடிப்படிகளில் ஏறிச் சென்றான். முன்பக்கம் லிஃப்ட்டைப் பயன்படுத்தும்போது சந்தித்துக்கொள்ள சிறு வாய்ப்பு இருக்கிறது. அதற்கு இடம் கொடுக்கக் கூடாது என்று நினைத்தான்.

போன் அடித்தது. ஃபர்ஸானாவாகத்தான் இருக்கும் என்றெண்ணி படியில் நின்று எடுக்காமல், நேராக வீட்டு வாசலுக்கு வந்து காலிங் பெல்லை அழுத்தினான். கதவு திறந்ததும், "ஹேய், படி ஏறி வந்திட்டு இருந்தேம்ளா. அதான் போன் எடுக்கல" என்றான்.

"நான் உனக்கு ஃபோன் போடவேயில்லையே!" என்றாள்.

வாப்பாதான் இரண்டு முறை அழைத்திருந்திருக்கிறார். அவர்களுக்கு இது மதிய நேரம். இவன் திருப்பி அழைத்தான்.

ஆரம்பக்கட்ட விசாரிப்புகளுக்குப் பின், "காசிமே, போனப்போ சொன்ன மாரியே இன்னெக்கி ரெஜிஸ்ட்ரேஷன் நல்லபடியா முடிஞ்சது. இன்னெக்கி முகூர்த்த நாள். சரியான கூட்டம் பாத்துக்கோ. அந்த சப் ரிஜிஸ்ட்ரார் என்னோட ஸ்டூடெண்ட். ஒரு நிமிசங்கூட காக்க வைக்கலியே. எனக்க முன்ன கோடி கோடியா பத்திரம் முடிக்க வந்தவம்லா வரிசைல நிக்கானுவோ. பின்னாடி வந்த என்னை மாத்திரம்

உள்ள கூப்பிட்டு சுகம் விசாரிச்சு, டீ வாங்கிக்கொடுத்து ஃபார்மாலிட்டிஸ் எல்லாத்தையும் அவன் ஆளுங்களை வச்சே வெரசியா முடிச்சுத் தந்துட்டான்" என்றார். பின்பு தன் குரலைத் தணித்துக்கொண்டு, "பொதுவா இதுக்குத் தனியா அந்த பீஸ் இந்த சார்ஜ்ன்னு போட்டு எப்படியும் ஒரு பத்து ரூபா வாங்கிரு வானுவோ. நம்மகிட்ட சல்லிப்பைசா வாங்கலியே. ரொம்ப நல்ல பய!" என்றார்.

"ஓ சரி வாப்பா, சரி வாப்பா . . . மாஷா அல்லாஹ்!" அவர் சொல்வதை ரசிக்கும் மனநிலையில் அவன் இல்லை. அதே நேரத்தில் அவருடைய உற்சாகத்தைத் தடைசெய்யவும் விரும்பவில்லை.

"நீங்க திரும்பி வர்ற தேதி தெரிஞ்சதுன்னா, கட்டட வேலைய ஆரம்பிச்சுருவேன். அவசரம் ஒண்ணுமில்ல. தெரியப் படுத்தணுமேன்னு சொல்லுதேன்" என்றான்.

"ஆங், சொல்றோம்ப்பா. இதோ ஃபர்ஸானா பேசணுமாம்" என்று அந்தப் பேச்சைத் துண்டித்து, ஃபோனை ஃபர்ஸானாவிடம் கொடுத்துவிட்டு உடை மாற்ற உள்ளே சென்றான்.

ஃபர்ஸானா பேசி முடித்த பின் டீயை எடுத்து வந்து நீட்டினாள். இவன், அவள் கேட்டிருந்த வரைபடங்களின் பிரிண்ட்–அவுட்களை எடுத்து அவளிடம் எடுத்துக்கொடுத்தான்.

"தாங்க்ஸ்ப்பா!" என்று சொல்லி அந்தப் பேப்பர்களை மேசை மேல் வைத்தாள்.

அவன் அவற்றை எடுத்து சரிசமமாக இருக்கும்படி நான்கு பக்கங்களையும் ஒரு சேர்த்து உணவு மேசை மேல் வைத்து தட்டி அடுக்கி, அதற்கு மேல் டி.வி. ரிமோட்டை வெயிட்டுக்காக எடுத்துவைத்தான்.

"மாமா வேறென்னவோ சொல்லுறாங்க" என்றாள் அவன் முகத்தைப் பார்த்தபடி.

"ம்ம்ம். . ."

"என்ன ம்ம்ம்? அவங்ககிட்ட இதப் பத்தி எப்போ பேசப் போறே?"

"பேசுறேன். இப்போ என்ன அவசரம்?"

"என்ன அவசரமா? மாமியும் பேச மாட்டா. அவுங்க பாட்டுக்கு வீடு கட்டுற வேலையும் ஆரம்பிச்சுட்டா பொறவு அதுவும் நம்ம தலைலதான் வந்து விழும். புரியுதா? நாம

எப்படியும் அந்த ஊருக்குள்ள போயி இருக்கப் போறதில்ல. இடம் வாங்கிப் போட்டாங்க சரி. அதை எதுக்கு இப்பயே கட்டியாகணும்னு ஒத்தக் கால்ல நிக்கிறாங்க."

"புரியுதுடி. அப்படிச் சொல்லாமக் கொள்ளாமலாம் ஆரம்பிக்க மாட்டா!"

"அட அதுக்கு முன்னே ஒரு வார்த்தை சொல்றதுதான் நல்லது. அவ்வளதுதான். இதச் சொல்ல உனக்கு ஏன் இவ்ளோ தயக்கம்?"

"சரி பாப்போம்" என்று அப்போதைக்கு அந்தப் பேச்சுக்கு ஒரு முற்றுப்புள்ளி வைத்தான்.

டீயைக் குடித்துக்கொண்டிருக்கும்போது ஃபர்ஸானா விடம் அதைப் பற்றிக் கேட்பதா வேண்டாமா என்று யோசித்துக் கொண்டிருந்தான். அவள் பால்கனியில் நின்றபடி அங்கேயிருந்து தெரியும் பராமட்டா நெடுஞ்சாலையை வேடிக்கை பார்த்துக் கொண்டிருந்தாள். அணி அணியாக வாகனங்கள் நகர மையத்தை நோக்கி அணி வகுத்துக்கொண்டிருந்தன.

அவளே ஆரம்பித்தாள், "காசிம் உனக்கொண்ணும் பிரச்சின இல்லியே?"

"இல்லல்ல ஏன் அப்படிக் கேக்குற?"

"சும்மாதேன். ஆளும் போக்கும் ஒரு மாரியா இருக்கேன்னு கேட்டன்."

"ஒண்ணுமில்ல. நல்லாத்தான் இருக்கன்."

"இங்க பாரு. தேவையில்லாம எதையாவது மனசுல போட்டு உளப்பிட்டுக் கெடக்காத. எதுன்னாலும் பாத்துக்கலாம். நான் இருக்கேன் உங்கூட."

ஃபர்ஸானா அப்படித்தான். அவளருகில் இருந்தால் ஆயிரம் யானை பலம்தான். அவளுக்கு மலையே ஒரு பொருட்டில்லை. இவனுக்குத்தான் கால் மணலே குறுகுறுக்கும்.

தரையில் மடங்கியிருந்த கார்ப்பெட்டை நீவிவிட்டான்.

டீ ஆறிவிட்டிருந்தது. உள்ளே இறங்கவில்லை. பேருக்குக் கையில் வைத்துக்கொண்டிருந்தான். மனம் சஞ்சலமாக இருந்தது. டி.வி.யை ஆன் செய்தான். அதிலும் ஒன்றாமல் திரையைத் தேமேவென்று வெறித்துக்கொண்டிருந்தான்.

ஃபர்ஸானா, டீக்கோப்பையைப் பாத்திரத் தொட்டியில் போட்டுவிட்டு உள்ளறைக்குச் சென்று திரும்பி வந்தாள். காசிம்

அமர்ந்திருந்த மேசைக்கு முன்னால் அதை வைத்துவிட்டு எதுவும் பேசாமல் திரும்பவும் உள்ளே சென்றுவிட்டாள்.

“பிரேம் அண்ணாவோட கொக்கட்டூ போனப்ப போட்ட பேண்ட்டு பாக்கெட்ல இருந்தது. வாஷிங்மெசின்ல துணி போடும்போது பாத்து எடுத்து வச்சேன்” என்று சொல்லி அடுப்படிக்குச் சென்றாள்.

அதைக் கேட்டதும் அவனுக்குக் கெதக்கென்றிருந்தது. அவளுக்கு ஏதாவது தெரிய வந்திருக்குமோ என்ற குறுகுறுப்பில் உடலெங்கும் வியர்வை அரும்பியது.

அது ஒரு தட்டையான, வட்ட வடிவமான, உள்ளங்கைக்குள் அடங்கிவிடும் அளவேயான கல். அதன் மேல் பக்கத்தில் அழகான வண்ணங்களில் அடர்நீல வானப் பின்னணியில் நட்சத்திரத் தூவல் போன்ற ஓவியம் தீட்டப்பட்டிருந்தது. ஆஸ்திரேலியப் பூர்வகுடிகளின் பாரம்பரிய பாணி ஓவியம் அது. வண்ண வண்ணப் புள்ளிகளால் ஆனது. அதை எடுத்து உள்ளங்கையில் வைத்துப் பொத்திக்கொண்டான். அதன் குளிர்ச்சி உள்ளங்கையிலிருந்து அவன் உடல் முழுவதும் பாய்ந்து பரவியது. கைகள் நடுங்கின. அவனையறியாமல் கண்கள் கலங்கி குளமாயின. பால்கனியில் நாற்காலியை இழுத்துப் போட்டுக்கொண்டு பராமட்டா நெடுஞ்சாலையைப் பார்த்த படி அமர்ந்தான்.

தூரத்திலிருந்து இரு கண்கள் இவனையே பார்த்துக் கொண்டிருந்தன.

●

4

8

தொடரும் தேடல்

நாங்கள் கூடாரத்துக்குத் திரும்பியபோது அங்கே கடல் ஒதுக்கிக் கிடந்த பெரிய மரக் கிளையில் தளபதி பிலிப் அமர்ந்திருந்தார். நாங்கள் வந்ததை முதலில் கவனிக்கவில்லை. ஏதோ ஆழ்ந்த யோசனையிலிருந்தார். என்னால் அவருடைய மனநிலையைப் புரிந்துகொள்ள முடிந்தது. நாங்கள் போர்ட்ஸ்மவுத்திலிருந்து கிளம்பியது முதல் இங்கு வந்து சேரும்வரை எத்தனையோ பிரச்சினை களைச் சந்தித்தாயிற்று. உண்மையில் கப்பல்கள்

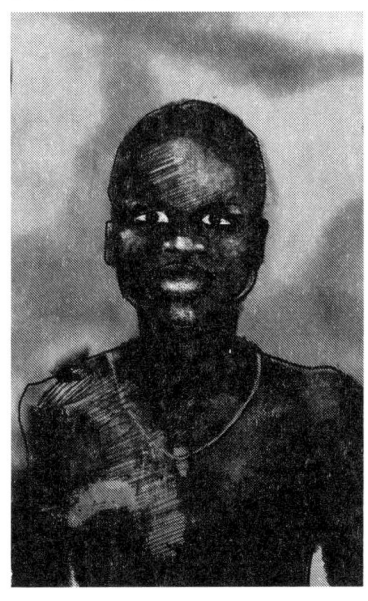

கிளம்பும் முன்னரே பிரச்சினைகள் ஆரம்பித்துவிட்டன. முதலில் அவர் கேட்ட அளவுக்கு விவசாய அணியினர் அளிக்கப் படவில்லை. இந்தப் பயணத்துக்குப் போதுமான நிதி ஒதுக்குவதிலும்கூட நிறையப் போராட வேண்டியிருந்தது. எல்லாவற்றையும் ஒருவழியாகச் சரிசெய்து கிளம்புவதற்குச் சில நாட்கள் முன்பு, கப்பற்படையைச் சேர்ந்த ஊழியர்கள் சிலர் தங்களுக்குப் பேசப்பட்ட சம்பளம் போதவில்லை என்று போராட்டம் செய்ய ஆரம்பித்துவிட்டனர். அவர்களை அழைத்துச் சமாதானம் பேசிப் பின் கப்பல்கள் கிளம்பும்போது திட்டமிட்ட நாளிலிருந்து பயணம் சில நாட்கள் தாமதமாகி யிருந்தது. எப்படியோ இத்தனை தூரம் பெரிய இழப்புகள் ஏதுமின்றி வந்து சேர்ந்துவிட்டோம். ஆனால் இங்கே குடியேற்றத்தைத் தொடங்குவதில் சிக்கல் நீடிக்கிறது. பதினோரு கப்பல்களும் நடுக்கடலில் அப்படி அப்படியே நிற்கின்றன. அடுத்து என்ன செய்வது என்பதுதான் அவர் மனதில் ஓடிக் கொண்டிருக்கக் கூடும். முதலில் அவர் கவனிக்கவில்லை யானாலும் காலினை விந்தியபடி வந்த காலின்ஸின் நடை அவர் கவனத்தை ஈர்த்திருக்க வேண்டும்.

"காலின்ஸ், உங்களுடைய காலுக்கு என்னவாயிற்று? ஏன் ஒரு பக்கமாய் இழுத்து நடக்கிறீர்கள்?"

"அதொன்றுமில்லை தளபதி. நீண்ட தூரம் நடந்து திரும்பியதில் கெண்டைக்கால் சற்றுப் பிடித்துக்கொண்டு விட்டது. சுடுநீர் ஒத்தடம் கொடுத்துக் கொஞ்சம் ஓய்வெடுத்தால் சரியாகப் போய்விடும். பிரச்சினையேதும் இல்லை."

தளபதி என்னைப் பார்த்து, "டாக்டர் ஜேம்ஸிடம் அழைத்துப் போ" என்று கட்டளையிட்டார்.

சாதாரண நாளொன்றில் அவர் இதை நம்பியிருக்க மாட்டார். எதிரே நின்று பேசுபவர்களின் கண்களைப் பார்த்தே அவர்களின் பேச்சிலிருக்கும் உண்மையின் சதவீதத்தைக் கண்டறியும் வித்தையைத் தெரிந்தவர். அப்போதிருந்த மனநிலையில் அதைக் கண்டுகொள்ளவில்லை.

'தொப்'பென்று அந்தக் கருவி காலின்ஸின் காலில்பட்ட போது வந்த சத்தத்தை நான் கேட்டது சரியென்றால் வலி சாதாரணமாக இருக்காது. அதோடு சற்றும் தாமதிக்காமல் அங்கிருந்து உடனடியாக நாங்கள் கிளம்பியும்விட்டோம். ஆதலால், நடை வலியை இன்னும் அதிகப்படுத்தியிருக்க வேண்டும். அது அவர் முகத்தில் தெரிந்தது. கண்கள் கலங்கிச் சிவந்திருந்தன. முகம் கடுத்துக் கறுத்திருந்தது.

காலின்ஸை அழைத்துக்கொண்டு மருத்துவர் ஜேம்ஸ் இருந்த கூடாரத்துக்குள் சென்றேன். அங்கே வைத்துதான் காலின்ஸின் காலைப் பார்த்தேன். நன்றாகச் சிவந்து கன்றிப் போயிருந்தது. காலுக்கு என்னவாயிற்று என்று கேட்ட ஜேம்ஸிடமும் காலின்ஸ் அதே காரணத்தைக் கூறினார்.

அதற்கு ஜேம்ஸ், "இன்னும் கொஞ்சம் நல்ல பொய்யாக யோசித்திருக்கலாம். ஆனால் புரிகிறது. உடலில் எங்கேனும் கடும் வலியிருந்தால் மூளைக்குச் சரியாக இரத்தம் பாய்வதில்லை" என்று சொல்லிவிட்டுச் கடகடவெனச் சிரித்தார். என்னாலும் சிரிப்பை அடக்க முடியவில்லை. காலின்ஸ்க்குக் கேட்காத குரலில் எனக்கு மட்டும் கேட்கும்படி, "சிலருக்கு மட்டும் எப்போதும் மூளைக்குச் சரியாக இரத்தம் பாய்வதில்லை. அது வேறு விஷயம்" என்று முணுமுணுத்தபடி என்னைப் பார்த்துக் கண்ணடித்தார். முகத்தில் வழிந்த வியர்வையைத் துடைப்பதுபோல் முகத்தை என் சட்டையால் மூடிக்கொண்டுச் சிரித்தேன்.

காலின்ஸின் அதிகாரத் தோரணையும் பகட்டும் எனக்கு மட்டுமல்ல பலருக்கும் பிடிப்பதில்லை. ஜேம்ஸ் பல நேரங்களில் இப்படி மறைமுகமாகவும் சில நேரங்களில் நேரடியாகவும் காலின்ஸைப் பகடி செய்வார். ஆனால் காலின்ஸ் தளபதி பிலிப்புக்கு நெருக்கமானவர். ஒரு வகையில், இருவரும் நண்பர்கள் என்றுகூடச் சொல்லலாம். அதன் காரணமாகவே பலரும் அவரிடத்தில் அடங்கிய தொனியில் நடந்துகொள்வார்கள்.

ஜேம்ஸ் அவருக்கு வெந்நீர் வைத்து ஒத்தடம் கொடுத்தார். தன் பெட்டியிலிருந்த மருந்து திரவப் புட்டியிலிருந்து ஏதோ மஞ்சள் நிறத் திரவங்கள் இரண்டை எடுத்துக் கலக்கிக் குடிக்கக் கொடுத்தார். ஓய்வெடுத்தால் ஓரிரு நாட்களில் சரியாகிவிடும் என்றார்.

அங்கிருந்து கிளம்பும்போது மருத்துவர் ஜேம்ஸ் என்னைப் பார்த்து, "என்னவாயிற்று?" என்று முகத்தைச் சுருக்கி புருவத்தை உயர்த்திக் கேட்டார். பிறகு சொல்வதாக நானும் சைகை காட்டி விட்டு வெளியே வந்தேன்.

காலின்ஸுக்கு அடுத்த இரண்டு நாட்களுக்குப் பிரச்சினை ஏதும் இல்லையென்றால் அவரது ஆலோசனையின் கீழ் அவரது அணியை நான் பார்த்துக்கொள்கிறேன் என்றேன். சாதாரணமான ஒரு நாளில் இப்படிக் கேட்பதே அவருடைய பகையைச் சம்பாதிக்கப் போதுமாயிருக்கும். அன்று மறுபேச்சின்றி ஒப்புக்கொண்டார்.

எனக்கு அந்த அணியிலிருந்து சில வேலைகள் நடைபெற வேண்டியிருந்தன. குறிப்பாக அந்தத் தாக்குதலை நடத்தியது யார்? காலின்ஸ் சொல்வதைப்போல அப்படியே விட்டு விடுவது இங்கிருக்கும் அனைவரின் நலனுக்கும் உகந்தது இல்லை. துப்பாக்கி போன்ற ஆயுதங்கள் எங்களிடம் இருந்தன என்றாலும் முடிந்தவரை பகையின்றி இம்மண்ணை வெல்வதே தளபதி பிலிப்புக்கு அளிக்கப்பட்டிருக்கும் கட்டளை.

சமீபத்தில், வட அமெரிக்க தேசத்தில் நடைபெற்ற புரட்சிகள், போராட்டங்கள், அவற்றின் தொடர்ச்சியாக நடந்த சண்டைகள், உயிர், பொருள் இழப்புகள் ஆகியவற்றையெல்லாம் கருத்தில்கொண்டே இப்படியொரு உத்தரவு மாட்சிமை தங்கிய பிரிட்டிஷ் பேரரசிடமிருந்து வந்திருக்கிறது என்பதை யூகிப்பதொன்றும் கடினமில்லை. எல்லா பெரிய யுத்தங்களும் ஒரு சிறிய கவனக் குறைவிலிருந்தும் யாரோ ஓரிருவரின் விட்டேத்தியான அல்லது சுயநலமான முடிவிலிருந்துமே தொடங்குகின்றன. அமெரிக்க சுதந்திரப் போருக்குமேகூட 'கிங் ஸ்ட்ரீட் சம்பவம்'தான் மூல காரணம். பிரஞ்சுக்காரர்களும் ஸ்பெயின்காரர்களும் உடன் சேர்ந்துகொண்டனர். இறுதியில் பிரிட்டன் பின்வாங்க நேரிட்டிருக்கிறது. எனவே மறுபடியும் அப்படி ஒன்று நிகழ்வதற்கு பிரிட்டிஷ் அரசு இடம் தரத் தயாராக இல்லை. எனவே இப்படியான அறிவுறுத்தல்கள்.

இதுபோன்றதொரு சமாதானப் போக்கை அங்கேயே கடைபிடித்திருந்தால் ஒருவேளை இன்னொரு தேசம் தேடி நாங்கள் வந்திருக்க வேண்டிய அவசியம்கூட ஏற்பட்டிருக்காது. அமெரிக்காவில் நடைபெற்ற குழப்பத்தில் மேற்கொண்டு இங்கிலாந்தின் கைதிகளை அங்கே அனுப்புவதோ காலனி யாதிக்கத்தைத் தொடருவதோ ஒரு கட்டத்தில் முடியவே முடியாது என்ற நிலைக்கு வரவே மறுபடியும் இங்கிலாந்தின் சிறைகள் நிரம்ப ஆரம்பித்தன. வேறு வழியின்றி மற்றுமொரு பிரிட்டிஷ் காலனியை நிறுவ வேண்டிய நிர்பந்தம். இப்பயணம் அம்முயற்சியின் முதல் படிக்கல். அடுத்துத் தகுந்த இடத்தில் குடியேறி, கொடியை நாட்ட வேண்டும். இதற்கிடையில் பூர்வகுடிகளிடமிருந்தோ பிற தேசத்தவர்களிடமிருந்தோ தொல்லைகள் நேராமல் இருக்க வேண்டும்.

மரங்கள் அடர்ந்த பகுதியிலிருந்து சுள்ளிகளைப் பொறுக்கிக் கொண்டுவந்து காபா வெயிலில் காய வைத்துக்கொண்டிருந் தான். ஆட்கள் அதிகம் புழங்காத பகுதியில் நின்றுகொண்டு அவனை என்னருகே வருமாறு அழைத்தேன்.

சற்று தணிந்த குரலில், "காபா, அந்தக் கருவி எங்கே?"

இதோவென்று தன் முதுகுக்குப் பின்னாலிருந்து அதை எடுத்துக் காண்பித்தான். பறக்கும் பறவையொன்றினைப் பிரதியெடுத்ததைப் போன்று இறகுப் பகுதி முகப் பகுதி என்று வளைந்து தட்டையாகக் காற்றில் பறந்து செல்வதற்குத் தோதாக வடிவமைக்கப்பட்டிருந்தது. கலை நேர்த்தியுடன் செய்நுட்பமும் கூடி வந்திருந்தது. அதைக் கையில் வாங்கித் தொட்டுத் தடவிப் பார்த்தேன்.

நான் யோசிப்பதை ஊகித்தவாறு, "பூர்வகுடிகள்தான். பறவை வேட்டைக்குப் பயன்படுத்தும் ஆயுதத்தைப் போல் உள்ளது" என்றான்.

"இருக்கலாம். ஆமாம், இதை வைத்து பெரிய விலங்குகளை யெல்லாம் வேட்டையாட முடியாது. ஆனால் சீகல்கள் சிக்கி விடும் இல்லையா?" என்றபடி அதையே திருப்பித் திருப்பிப் பார்த்துக்கொண்டிருந்தேன்.

"சரிதான். என்ன யோசித்துக்கொண்டிருக்கிறீர்கள்?"

"இல்லை நாம் வந்து இரண்டு நாட்களாகிவிட்டன. இதுவரை அவர்கள் இங்கேயிருப்பதற்கான அறிகுறிகள் எதுவும் பெரிதாகத் தென்படவில்லை. ஆனால் அவர்களுக்கு நாம் வந்திருப்பது நிச்சயம் தெரிந்திருக்கும். அப்படியிருக்கையில் அங்கே வந்து தாக்கியவர்கள் ஏன் இங்கே வரவில்லை?"

"அவர்கள் அங்கே வந்து தாக்கவில்லை. நாம்தான் அவர்களின் எல்லைக்குச் சென்றிருப்போம். நாம் அத்துமீறி நுழைந்ததை எதிர்ப்பதற்காகவோ இல்லை எச்சரிப்பதற் காகவோ அவர்கள் அப்படித் தாக்கியிருக்கலாம். இல்லாது போனால், இது ஒரு சமிக்ஞையாகக்கூட இருக்கலாம். தீவிரமான தாக்குதலை நாம் கூடிய விரைவில் எதிர்பார்க்கலாம்" என்றான்.

எச்சரிக்கை செய்யும் தொனிகூட இல்லாமல் ஒலித்த அவன் குரலிலிருந்த நிதானம் எனக்கு ஆச்சரியமாக இருந்தது. அவன் இதைச் சொல்லும்போது ஊகிப்பதைப் போன்றில்லாமல், உள்ளேயிருந்து திடமான குரலில் சொன்னது ஆச்சரியமளித்தது. அவன் கண்களை உற்றுப்பார்த்தேன். கபடமற்றிருந்தது. நல்லவன்தான்.

எனக்கு அவனிடம் கேட்பதற்கு இன்னுமொரு கேள்வி மிச்சமிருந்தது. "நீ எப்படி மணலிலிருந்த காலடித் தடத்தை வைத்தே அது தளபதி பிலிப்புடையது இல்லை என்பதைக் கூறினாய்?"

மெலிதாகப் புன்னகைத்தான். "அது மிகவும் சுலபம். அவற்றில் நேரடியான அகன்ற காலடித்தடங்கள் இருந்தன. பொதுவாக நான் பார்த்தவரையில் கூடாரத்தைத் தவிர வேறெங்கும் தளபதி அவர்கள் தன் பூட்ஸைக் கழற்றுவதே யில்லை. அதை வைத்தே அப்படிக் கூறினேன்" என்றான்.

எத்தனை சிறிய விசயம். பல நேரங்களில் மூன்றாமவர் வந்து சொல்லும்வரை கண்முன் இருக்கும் எளிய விசயங்கள்கூட நமக்குப் புலனாவதில்லை. எளிமையாகச் சிந்திப்பதே பல சமயங்களில் கடினமாக இருக்கிறது.

"நீங்கள் நினைப்பது சரி. இது ஒன்றும் பெரிய விசய மில்லைதான். கொஞ்சம் பழகிவிட்டால், உங்கள் அத்தனை பேரின் காலடித் தடங்களை வைத்தே என்னால் ஆட்களை அடையாளம் காணவியலும்" என்று சொல்லி சிரித்தான். காலடித்தடங்களை வாசிக்கிறானோ இல்லையோ மனத்தில் நினைப்பதை நன்றாகவே வாசிக்கிறான்.

"சரி, பிறகு மறுபடியும் அந்தப் பகுதிக்குச் சென்று வரலாமா?" என்று கேட்டேன்.

ஒரு கணம் எதையோ யோசித்தவன், "சரி, போய் வரலாம்" என்றான்.

திடீரென்று எங்கள் கூடாரங்களில் ஒரு பரபரப்புத் தொற்றிக்கொண்டதை என்னால் உணர முடிந்தது. என்னை பிலிப் அழைத்து வரச் சொன்னதாய் தச்சு ஆட்களில் ஒருவன் வந்து சொன்னான்.

தளபதி சுறுசுறுப்பாகக் காணப்பட்டார். நான் அவர் கூடாரத்துக்குள் நுழையும்போது தன்னுடைய பொருட்களை மூட்டை கட்டிக்கொண்டிருந்தார்.

"வில்லியம் ஏற்கனவே சொன்னபடி இந்த இடம் நம்முடைய குடியேற்றத்துக்கு உகந்ததாக இருக்கும் என்று தோன்றவில்லை. இரண்டு நாட்களாகச் சுற்றியும் பெரிய பயனொன்றும் தெரியவில்லை. இதற்கு மேல் இங்கே நேரத்தை வீணடிப்பது மடத்தனம். நான் என்னுடன் இரண்டு படகுகளை எடுத்துக்கொண்டு பக்கத்தில் வேறேதேனும் பகுதிகள் குடியேறத் தகுந்ததாகத் தென்படுகின்றனவா என்று பார்க்கப் போகிறேன். காலின்ஸால் இப்போதைய நிலையில் எங்களுடன் வர முடியாது. அவருக்குத் துணையாக நீயும் இங்கே இரு. கப்பல்கள் அப்படியே நிற்கட்டும். உங்களுக்கு ஏதேனும் உதவியென்றால் அவர்களைத் தொடர்புகொள்ளுங்கள். ஓரிரு தினங்களில்

நான் திரும்பிவிடுவேன். அதுவரை நீங்கள் இங்கு உங்களின் தேடலைத் தொடருங்கள்" என்றார்.

இதுதான் அவருடைய இயல்பு. அவரால் ஒரு கணம்கூடச் சோர்ந்து இருக்க முடியாது. ஓடிக்கொண்டே இருக்க வேண்டும். அவ்வோட்டத்திலிருந்தே தனக்கான எரிபொருளை எடுத்துக் கொள்வார். அவர் அப்படித் துடிப்புடன் கிளம்பியதே எங்கள் அனைவருக்கும் உற்சாகத்தைக் கொடுத்தது. இந்த முறை வெறுங்கையோடு திரும்ப மாட்டார் என்று திடமாக நம்பினேன்.

விறுவிறுவென்று வேலைகள் நடைபெற்றன. அவரோடு செல்ல வேண்டிய ஆட்களும் இங்கே தங்க வேண்டிய ஆட்களும் தேர்வு செய்யப்பட்டனர். தளபதி பிலிப் முகத்தில் பழைய உற்சாகம் தொற்றிக்கொண்டது.

அடுத்த இரண்டு மணி நேரத்தில் தளபதியோடு அங்கிருந்து இரண்டு படகுகள் கிளம்பின. நான் தளபதி பிலிப்பையே பார்த்துக்கொண்டிருந்தேன். அவர் ஒருமுறைகூட இந்தப் பக்கம் திரும்பிப் பார்க்கவில்லை.

○

9

காசிம் ஜெட்டாவை முதன்முதலாக ஒரு ரயில் பயணத்தில் வைத்துதான் பார்த்தான்.

அன்று சனிக்கிழமை. அலுவலகத்தில் ஒரு முக்கியமான வேலை பாக்கியிருந்தது. திங்கட்கிழமை வந்து பார்த்துக்கொள்ளலாம்தான். யாரும் ஒன்றும் சொல்ல மாட்டார்கள். காசிமுக்கு அதை முடித்துவிட்டால் தேவலை என்று தோன்றியது. இந்தியாவிலிருந்து கிளம்பும்போதே அவனுடைய கல்லூரி நண்பன் பிரேமின் உதவியால் ஹோம்புஷில் வீடு பார்த்து அமர்த்திக்கொண்டான். ஹோம்புஷில் தமிழர்கள் அதிகம். ஈழத் தமிழர்களும் அவர்கள் வைத்து நடத்தும் ஒரு மளிகைக் கடையும் இடியாப்பம், புட்டு, பரோட்டாவை பார்சல் மட்டும் தரும் ஒரு கேட்டரிங் சர்வீஸூம் உண்டு. அங்கிருந்து அவன் அலுவலகமிருக்கும் வின்யார்டுக்கு நேரடியாக ரயில், பேருந்து போக்குவரத்துகள் இருந்தன.

வேலை முடித்து மதியத்துக்குள் திரும்பி விடுவதாக ஃபர்ஸானாவுக்கு வாக்களித்துவிட்டுக் கிளம்பியிருந்தான். பெரும்பான்மையோருக்கு சனி, ஞாயிறு விடுமுறை தினம் என்பதால் மெட்ரோவில் கூட்டம் அதிகமிருக்கவில்லை. இத்தனைக்கும் ரயில்களின் எண்ணிக்கை மற்ற வார நாட்களை ஒப்பிட சனிக்கிழமை குறைவு. ஞாயிற்றுக் கிழமை களில் கூட்டம் இன்னும் குறைவாகவே இருக்கும். மக்களை வெளியே வர வைப்பதற்காக மெட்ரோ ரயில்கள், பஸ்கள், ஃபெர்ரி உள்ளிட்ட அனைத்துப் பொதுப் போக்குவரத்துகளிலும் அன்று முழுவதும் வெறும் ஐந்து டாலருக்குப் பயணிக்கும் சலுகையை அளித்திருந்தது நியூ சவுத் வேல்ஸ் போக்குவரத்து நிர்வாகம்.

நீண்ட கண்ணாடி ஜன்னல் வழியே நகரும் வீதிகளைப் பார்த்துக்கொண்டே வந்தான். அனுதினமும் போய் வரும் பாதை தான் ஆனாலும் சனி ஞாயிறுகளில் புதிய வண்ணம் கொண்டு விடுகின்றது. அதே வீதிகள். அதே கார்கள். அவற்றின் வேகம் அன்று கொஞ்சம் மட்டுப்பட்டிருந்ததைப்போலத் தெரிந்தது. சிட்னி வந்த முதல் நாள் பயணம் அவனுக்கு அத்தனை ஆச்சரியத்தை அளித்தது. பார்க்கும் ஒவ்வொரு காட்சியும் புத்தம் புதிது. ஆட்கள், வண்ண வண்ண மரங்கள், செடிகள், பூக்கள், மேடு பள்ளமாய் ஏறி இறங்கிச் செல்லும் சாலைகள், உறுத்தாத குளிர், உறைக்காத வெயில் என எல்லாமே புதிது. ஆரம்பத்தில், ஏறி இறங்கும் சாலைகள் காரணமாகப் பேருந்துப் பயணங்களில் அவனுக்கு வயிற்றைப் புரட்டி வரும். மெட்ரோ ரயில் பயணத்தில் அந்தப் பிரச்சினை இல்லை. அதனாலயே ரயிலோடு அவனுக்கு ஒருவித அணுக்கம் கூடியிருந்தது. அதுவும் 'கட்டூம்பா'வரை செல்லும் மெட்ரோ ரயில் பாதை அத்தனை பிடித்தமானது. பாதி தூரம் வரை கடல் உடன் வரும். பின் பாதியில் மலையும் அடர் காடும் துணைக்கு வரும். ஆஸ்திரேலியாவின் மிகப்பெரும் பரப்பைப் பாலைவனங்களே ஆக்கிரமித்திருந்தன. கடற்கரையை ஒட்டிய பகுதிகளில் மட்டுமே மக்கள் பரவலையும் வளர்ச்சியை யும் காண முடியும். சிட்னி, மெல்பர்ன், அடிலெய்ட், பெர்த் போன்ற ஆஸ்திரேலியாவின் முக்கியமான நகரங்கள் பலவும் கடலை ஒட்டி அமைந்தவையே.

சிட்னியின் நகர மையத்தைவிட்டுக் கொஞ்சம் வெளியேறி விட்டால் போதும். அமைதி சூழ்ந்த பரந்து விரிந்த புல்வெளிப் பரப்புகளைக் காண முடியும். அப்புல்வெளிகளைப் பார்க்கும் போதெல்லாம் அவனுக்கு மனம் கொந்தளிக்கும். ஒருமுறை மோரிசெட்டிலிருக்கும் கங்காரு பார்க்குக்குப் போகும்போது அப்படியான பரந்த புல்வெளியைப் பார்த்திருக்கிறான். அதே போல உயரமாக எழுந்து நிற்கும் பெரும் முகடுகளும் அவற்றின் மறுபக்கமிருக்கும் கடலும் கரையும் அவனைத் திக்குமுக்காட வைத்திருக்கின்றன. அப்படியான புறநகர்ப் பகுதிகளில் விளக்க முடியாத நிரந்த அமைதி குடிகொண்டிருப்பதைக் கவனித்திருக் கிறான். தனிப் பயணங்கள் இப்படித் தொட்டுத் தொட்டு அவனது நினைவின் முடிச்சுகளை அவிழ்த்துக்கொண்டே வந்து புதிய அனுபவங்களைச் சேர்த்து இன்னும் இறுக்கமான முடிச்சு களைப் போட்டுவிடும்.

ரயில் ஆஷ்ஃபீல்ட் நிலையத்தை அடையும்போது கூட்டம் ஏற ஆரம்பித்துவிட்டிருந்தது. கிட்டத்தட்ட இருக்கைகள் நிரம்பி விட்டன. அப்போதுதான் அவளைக் கவனித்தான். இவனிருந்த இருக்கைக்கு இடதுபுற வரிசையில் இவனுக்கு நேராக அவள்

அமர்ந்திருந்தாள். முதல் பார்வைக்கு ஒரு சாயலில் இந்தியரைப் போலத் தெரிந்தாலும் அவளிடமிருந்த ஏதோ ஒன்று அவள் இந்தியாவைச் சேர்ந்தவள் அல்ல என்பதைக் காட்டியது. இவனுக்கு இணையான உயரம். தோலின் பளபளப்பும் முன் கைகளின் வாளிப்பும் அவளுடைய ஆரோக்கியத்தின் அடையாள மாகத் தோற்றமளித்தன. இந்தியரைப் போன்ற பழுப்பு நிறம், அந்தப் பளபளப்புக்கு இன்னும் மெருகூட்டியது. லேசாகச் சுருண்ட கேசம் முன் நெற்றியில் விழ கையில் புத்தகம் ஒன்றை வைத்து வாசித்துக்கொண்டிருந்தாள். லட்சணமும் தெளிவும் கொண்டு புத்திசாலித்தனம் துலங்கும் முகம். அடர்கரு விழிகள். இருக்கையில் சாயாமல் முதுகைக் கத்திபோல் நிமிர்த்தி வைத்திருந்தாள். ரொம்பவும் வசீகரமாக இருந்தாள். மறுபக்க ஜன்னல் வழியே வேடிக்கை பார்ப்பதான பாவனையில் இவன் அவளையும் ஜன்னல் வழி விரிந்த காட்சிகளையும் பார்த்தபடி வந்துகொண்டிருந்தான். அவளோ சுற்றி நடந்த எதையும் பொருட்படுத்தாமல் புத்தகத்தில் மூழ்கியிருந்தாள். அந்தப் புத்தகத் தின் தலைப்பு என்ன என்று தெரிந்துகொள்ள அதை உற்றுப் பாத்தான். சிறிய வார்த்தைதான். நல்ல பெரிய எழுத்துகளில் எழுதப்பட்டிருந்தது. இருந்தாலும் தெளிவாகத் தெரியவில்லை.

ஆஷ்ஃபீல்ட் நிலையத்தை நெருங்கும்போது கிட்டத்தட்ட ரயிலின் இருக்கைகள் நிரம்பிவிட்டன. அவளுக்குப் பக்கத்து இருக்கை மட்டும் காலியாக இருந்தது. அவன் அமர்ந்திருந்த வரிசைக்குப் பின்புறம் கதவுக்குப் பக்கத்தில் ஓரிருவர் நின்று கொண்டிருந்தனர். அவர்கள் யாரும்கூட அந்த இருக்கையை எடுத்துக்கொள்ளவில்லை. ஒரு பெண் வேகமாகக் காலி இருக்கையைப் பார்த்து பக்கம் வந்தவள், வேறு எதற்கோ வந்ததைப்போல பாவனை காட்டிவிட்டு, அந்த இடத்திலிருந்து நகர்ந்து மீண்டும் கதவுப் பக்கமாக நின்றுகொண்டாள். இவளோ இது எதையுமே காணாதவள் போல் புத்தகத்தில் ஆழ்ந்திருந் தாள். ஆனால் அவள் தன்னைத் தொட்டு மீளும் காசிமின் பார்வை உட்பட அங்கே நடக்கும் எல்லாவற்றையும் கவனித்துக் கொண்டிருக்கிறாள் என்றே அவனுக்குத் தோன்றியது.

அவளுக்கு முன்புற இருக்கையில் சீனப் பெரியவர் ஒருவர் அமர்ந்திருந்தார். சற்று ஒடிசலான தேகம். கூன் விழுந்த முதுகு. சுருங்கி வற்றிய தோல். கையில் காப்பி கோப்பை ஒன்றை ஏந்திப் பிடித்திருந்தார். ஏனோ, முதல் பார்வைக்குச் சற்றுப் பதற்றமாகவே தெரிந்தார். நொடிக்கு ஒரு தடவை டிஜிட்டல் போர்டைப் பார்ப்பதும் வெளியே ரயில் நிலைய போர்டை எட்டிப் பார்ப்பதுமாக இருந்தார். ஊருக்குப் புதியவர் என்று

தோன்றியது. இங்கே வசிக்கும் சீன இளைஞர்கள் வேலை கிடைத்ததும் தங்கள் பெற்றோர்களை ஊரிலிருந்து அழைத்து வந்து ஆஸ்திரேலியாவிலேயே குடியமர்த்திவிடுகிறார்கள். இளையவர்களைப்போல முதியவர்களால் புதிய தேசத்தில் அவ்வளவு எளிதாக ஒன்றிவிட முடியவில்லை. மிரட்சியின் நடுக்கம் அவர் கண்களில் தெரிந்தது.

அவர் கண்களிலும் உடல்மொழியிலும் தென்பட்ட பதற்றத்தை மீறி அவருடைய செய்கைகள் சற்று வித்தியாசமாகத் தெரிந்தன. ஒரு வாய் காபி குடித்தார். மறு கையிலிருந்த டிஸ்யூவால் உதடுகளையும் கோப்பையையும் அழுந்தத் துடைத்துக்கொண்டார். ஒவ்வொரு மிடறு காப்பிக்கும் இதைச் செய்துகொண்டேயிருந்தார். நன்றாகப் போடப்பட்டிருந்த சட்டை மேல் பட்டனைக் கழற்றித் திரும்பத் திரும்பப் போட்டுக் கொண்டார். அவர் பக்கத்தில் ஜன்னல் கண்ணாடிப் பக்கமாக தடித்துப் பெருத்த வெள்ளையர் ஒருவர் காதில் ஹெட்செட் ஒன்றைப் போட்டு அமர்ந்திருந்தார். அவர் மேலே துளியும் உரசிவிடாமல் இவர் மிகக் கவனமாக அமர்ந்திருந்தது தெரிந்தது.

தான் அப்பெரியவரைப் பார்ப்பதை ஒருவேளை அவர் கவனித்துவிட்டால் அது அவருக்கு இன்னும் தொந்தரவு தரக் கூடும் என்பதால் காசிம் தன் பார்வையை மறுபடியும் ஜன்னல் கண்ணாடி வழியாக ஓடவிட்டான்.

ரயில் அடுத்த நிலையத்தை நெருங்கும்போதுதான் அந்தச் சத்தம் கேட்டது. அதை வெறும் சத்தம் என்று கூறுவது மிகவும் எளிமைப்படுத்திச் சொல்வதாகவே முடியும். மொத்த பெட்டியையும் அமைதியில் உறையச் செய்யும்படியான கத்தல் என்று வேண்டுமானால் சொல்லலாம். நடந்தது என்னவென்று ஊகிக்க காசிமுக்குச் சில நொடிகள் போதுமாக இருந்தன.

அடுத்து வரும் நிலையத்தில் இறங்குவதற்காக அந்தத் தடித்த வெள்ளையர் இருக்கையிலிருந்து வெளியேற முயன்றிருக்கிறார். அப்போது இடிபட்டு, அந்தப் பெரியவரின் கையிலிருந்த காப்பி தடித்த வெள்ளையரின் கால்சட்டைமீது சிந்திவிட்டிருக்கிறது. எதிர்பாராத சிறிய விபத்து. அவ்வளவுதான். அதற்குத்தான் அந்த ஆள் அப்படியொரு கூச்சல் போட்டுக்கொண்டிருந்தான்.

"ஆசிய நாய்களே! எங்கே போனாலும் ஏன் பின்னாலேயே வந்து உயிரை எடுக்கிறீர்கள். அதுதான் அத்தனை பெரிய நாடு இருக்கிறதே. அங்கேயே மந்தையோடு மந்தையாக இருந்து தொலைய வேண்டியதுதானே! நாய்களே நாய்களே!" என்று கைகளை வீசிக் கத்தினான் அந்த ஆள்.

“வெளியிலிருந்து வந்த இவன்கள் தொல்லை ஒருபக்கம் என்றால் மறுபக்கம் உள்ளுக்குள்ளேயிருந்து வெறி பிடித்த எலிகளைப்போல, இருக்கும் அரசுப் பணத்தையெல்லாம் சுரண்டித் தின்று கொழுத்துவிடுகின்றன சில ஜென்மங்கள்” என்று சொல்லிவிட்டு அவன் இருக்கைக்குப் பின்னால் புத்தகத்தைக் கையில் பிடித்திருந்தவளைப் பார்த்துக் கத்தினான்.

அவள் இதையும் காதில் வாங்கிக்கொள்ளவில்லை. புத்தகத்திலிருந்து கண்ணை எடுக்கவில்லை. மொத்த பெட்டியும் அமைதியில் உறைந்திருந்தது. அவள் இங்கு எதுவுமே நடக்க வில்லை என்பதைப் போன்ற பாவனையில் புத்தகத்தை வாசித்துக்கொண்டே இருந்தாள்.

பேன்ட்ஸ் பாக்கெட்டிலிருந்த கர்ச்சீப்பால் சிந்திய காப்பியைத் துடைத்துக்கொண்டான். பெட்டி முழுவதிலும் எறும்பு ஊரும் சத்தம் கேட்குமளவுக்கான அமைதி நிலவியது. பெரியவர் இருக்கையைவிட்டு எழாமல் நடுங்கிக்கொண் டிருந்தார். தலையைக் குனிந்து இருந்தார். பார்ப்பதற்குப் பாவமாக இருந்தது. அந்த வெள்ளையனின் ஆஜானுபானுவான உருவத்தைப் பார்த்தால் காசிமுக்கும் பயமாக இருந்தது. எப்போது வேண்டுமானாலும் யாரை வேண்டுமானாலும் தாக்கக் கூடும் என்று அஞ்சும்படியே அவனது நடவடிக்கைகள் இருந்தன. அவன் அங்கிருந்து நகர்ந்து சென்றால் பரவாயில்லை என்று காசிம் மனத்துள் நினைத்துக்கொண்டான். அங்கிருந்த மற்றவர்கள் முகபாவங்கள், அவர்களும் அதைத்தான் விரும்புகிறார்கள் என்பதாகத் தோற்றமளித்தன.

காசிமின் பின்னால் நின்றுகொண்டிருந்த ஆஸ்திரேலியப் பெண் ஒருத்தி, நடந்த சம்பவத்தைப் பற்றி மெல்லிய குரலில் யாருக்கோ விளக்கிக்கொண்டிருந்தார். அவர் சொல்லும் தகவல்களின் நுணுக்கங்களைப் பார்த்தபோது எதிர்முனையில் போலீசாக இருக்க வேண்டும் என்று தோன்றியது.

தன்னுடைய முதுகுப் பையைச் சுமந்தபடி வெளியே போக எத்தனித்தவன், என்ன நினைத்தானோ, திரும்பி வந்து “உன் முகத்தில் விழித்து என் நாளே மோசமாகிவிட்டது. சைக்!” என்று கத்திக் கூச்சலிடவும் அடுத்த நிறுத்தம் வரவும் சரியாக இருந்தது. அங்கிருந்து கிளம்பும்போது நடுங்கிக்கொண்டிருந்த அந்தப் பெரியவரின் பக்கத்தில் போய் பயமுறுத்தும் பாவனையில் காலால் ரயிலின் தரையை ஓங்கி உதைத்துவிட்டுச் சென்றான். அவனது செய்கையைப் பார்த்தபோது காசிமுக்கே மனம் படபடவென்று அடித்துக்கொண்டது.

அதை எதிர்பாராத பெரியவர் தன் கையிலிருந்த காப்பிக் கோப்பையைக் கீழே தவறவிட்டுவிட்டார். காப்பி தரை முழுவதும் சிந்திப் பரவியது. அவர் மேலும் பதற்றமானார். படபடப்பில் உடல் முழுவதும் வியர்த்து அவருடைய சட்டை கிட்டத்தட்ட நனைந்துவிட்டது. தன் பையில் எதையோ தேடினார். தன் பேண்ட் பாக்கெட்டிலிருந்த கர்ச்சீப்பால் தரையில் சிந்தி யிருந்த காப்பியைத் துடைக்க ஆரம்பித்தார்.

அவரைத் தடுக்க காசிம் எழுந்தான். அதற்கு முன்பே, ஃபோனில் பேசித் தகவல் கொடுத்துக்கொண்டிருந்த பெண் அவன் அருகில்போய் நின்று, "நீங்கள் இதைச் செய்யத் தேவை யில்லை. அடுத்த நிலையத்தில் இறங்கியதும் அங்கிருக்கும் ரயில் நிலைய அதிகாரியிடம் நான் தகவல் சொல்லிவிடுகிறேன். அவர்கள் பார்த்துக்கொள்வார்கள். நீங்கள் சற்று அமைதியாக இங்கே அமருங்கள்" என்றாள்.

அவர் அந்த இருக்கையின் நுனியில் வெடவெடத்தபடி அமர்ந்திருந்தார். கண்கள் கலங்கியிருந்தன. எந்த நொடியிலும் அழுதுவிடுவார் என்று தோன்றியது.

"நடந்தவற்றுக்கு நான் மன்னிப்பு கோருகிறேன். சற்று அமைதியாக இருங்கள். இப்போது இதை அருந்துங்கள்" என்று மெல்லிய குரலில் தன்னுடைய தண்ணீர் பாட்டிலை எடுத்து அவர் முன்னே நீட்டினாள்.

அவரோ காஃபி சிந்திய இடத்தையே பார்த்துக் கொண்டிருந்தார்.

"நான்தான் சொல்கிறேனே. அதைப் பற்றிக் கவலைப் படாதீர்கள்!" என்றார்.

அடுத்த நிறுத்தத்தில் அந்தப் பெண்மணி இறங்கிக் கொண்டார். இறங்கும்போது இருக்கையில் அமர்ந்து நடுங்கிக் கொண்டிருந்தவரை திரும்பத் திரும்ப பார்த்துக்கொண்டிருந்தார்.

வின்யார்ட் நிறுத்தத்தில் காசிமோடு அந்தப் பெரியவரும் இறங்கினார். அவர் அப்போதும் படபடப்பாகவே காணப்பட்டார். காசிமுக்கும் அப்படித்தான் இருந்தது என்றாலும் அவர் பக்கமாகச் சென்று, "உங்களுக்கு நான் ஏதாவது உதவ வேண்டுமா?" என்று கேட்டான்.

அவர் "இல்லை" என்பதாக மறுத்துத் தலையாட்டினார். பதற்றமாகவேயிருந்தார்.

"உங்களுக்குப் பிரச்சினை இல்லையென்றால் நாம் ஒரு காப்பி குடித்துவிட்டுப் போகலாமா? நான் முகமது காசிம்

இப்ராஹிம். என்னை காசிம் என்று அழைக்கலாம்" என்று ஆங்கிலத்திலேயே தன்னை அறிமுகப்படுத்திக்கொண்டு அவர் முன்னால் கையை நீட்டினான்.

அவர் கை சுரசுரப்பாக இருந்தது. முதன்முறையாக அவர் முகத்தில் மெல்லிய ஆசுவாசத்தின் தீற்றல் தென்பட்டது.

அவர்கள் வின்யார்ட் ரயில் நிலையத்துக்கு வெளியே யிருந்த காஃபேவை நோக்கி நடந்துகொண்டிருக்கும்போது, "மிஸ்டர்" என்ற அழைப்புக்கு இருவரும் திரும்பினர். காசிமுக்கு இடப்பக்கம் புத்தகத்தில் முகம் புதைத்து அமர்ந்திருந்த ஜெட்டாதான் வந்தாள்.

"நானும் அந்தப் பெட்டியில்தான் இருந்தேன். இது புதிய நிகழ்வொன்றுமில்லை. நீங்கள் தனி ஆளுமில்லை. மனதில் வைத்துக்கொள்ளாதீர்கள்" என்று அவரைப் பார்த்துச் சொன்னாள். அவர் முகம் இன்னும் சற்றுத் தெளிந்திருந்ததைப் போல தெரிந்தது. காசிமிடம் வாஞ்சையாகப் புன்னகையுடன் "டேக் கேர்" என்று சொல்லித் தலையசைத்துவிட்டு அங்கிருந்து வேகவேகமாக நடந்து அவர்களைக் கடந்து சென்றாள்.

அப்போது அவள் கையில் வைத்திருந்த புத்தகத்தின் தலைப்பைப் பார்த்தான் – தரூக்.

●

5

10

வானவில் பாம்பு

காலின்ஸ் அணியில் காபா உட்பட இருவர், தச்சு அணியில் மூவர் தவிர மற்றவர்கள் அனைவரும் தளபதி பிலிப்புடன் படகுகளில் புதிய இடத்தைத் தேடிப் புறப்பட்டுவிட்டனர். ஒரே நேரத்தில் மெல்லிய ஆசுவாசமும் இனம் தெரியாத பயமும் சூழ்ந்துகொண்டன. காலின்ஸுக்குத் துணையாக அங்கே மற்றவர்களை இருக்கச் சொல்லிவிட்டு நானும் காபாவும் உண்பதற்கு ஏற்ற பழங்கள், கிழங்குகள் இப்படி ஏதாவது கிடைக்கிறதாவென பார்த்து வரக் கிளம்பினோம்.

உணவு தேடுதல் என்பது வெற்றுச் சாக்கு. எனக்கு அவர்களைப் பார்க்க வேண்டும். பூர்வகுடியினர் எப்படியிருப்பார்கள்? கறுப்பா, வெளுப்பா, காபாவைப் போல் கோதுமைப் பழுப்பா? நெட்டையா, குட்டையா? எங்களைப் பார்த்ததும் எப்படி எதிர்கொள்வார்கள்? எத்தனை ஆயிரம் வருடங்களாக அவர்கள் வேற்று மனிதர்களையே பாராமல் இருந்திருப்பார்கள்? அவர்கள் இக்கடற்கரையில் மீன் கொத்தித் திரிகிற இந்த ஆலாப் பறவைகளுக்கு முந்தியவர்களா பிந்தியவர்களா? எங்களை முதலில் பார்க்கும்போது அவர்களுடைய எதிர்வினை என்னவாக இருக்கக் கூடும்? ஒருவேளை அன்றைப் போல தாக்குதலைத் தொடங்கிவிட்டால் என்ன செய்வது? பாதுகாப்புக்குத் துப்பாக்கியைக் கையில் எடுத்துக்கொண்டேன். தற்காப்புக்காக அல்லாது எக்காரணம் கொண்டும் தாக்கக் கூடாது என்பதே என் எண்ணம்.

நன்றாக வெயில் அடித்தது. அது கடலில் எதிரொளித்துப் புழுக்கம் அதிகமாகத் தெரிந்தது. கடற்கரையை ஒட்டி நாங்கள் நடந்துகொண்டிருந்தோம். நீண்ட தொலைவு வந்த பிறகு வழியில் ஓரிடத்தில் காபா மணலிலிருந்த தடங்களைக் கைகாட்டினான். ஆமையொன்றின் விரவிய காலடித்தடங்களைப் போன்றிருந்தது. அத்தடங்கள் சென்று முடியுமிடத்தில் பரப்பப்பட்டிருந்த ஈர மணலைக் கைகளால் தோண்டினான். உள்ளே நிறைய ஆமை முட்டைகள் இருந்தன. ஐம்பது அறுபது முட்டைகள் இருக்கும். அவற்றில் இரண்டை எடுத்து உடைத்து பச்சையாக வாயில் ஊற்றிக்கொண்டான். எனக்கு வேண்டுமா என்று கேட்டான். வேண்டாமென மறுத்ததும் மிச்சமிருந்த முட்டைகளை எண்ணிப் பாதியை மட்டும் எடுத்து அவன் காற்சட்டையில் சொருகப்பட்டிருந்த சுருக்குப் பையில் போட்டுக்கொண்டான். அவை உடையாமலிருக்க அவற்றை இடுவதற்கு முன்னும் இட்ட பின்னும் கொஞ்சம் மணலையும் எடுத்து உள்ளே போட்டுக் கொண்டான். மிச்ச முட்டைகளை அதே குழியில் போட்டுவிட்டு மண்ணை வாரி மூடினான்.

அந்தக் குழியை மூடி நிமிரும்போது எதையோ பார்த்துக் கைகாட்டினான். அந்தப் பக்கம் புதர்ச் செடிகள் மண்டியிருந்த சிறிய மணல்மேடு இருந்தது. அதையும் தாண்டி தட்டையான பாறைகள் தென்பட்டன.

“போய்ப் பார்க்கலாமா?” என்றான்.

“சுனைகளா?”

“இருக்கலாம்.”

அப்படியான பாறைகளுக்கு இடையே நன்னீர்ச் சுனைகள் இருப்பதற்கான வாய்ப்புகள் அதிகம். நாங்கள் வந்ததிலிருந்து இத்தனை செழிப்பான மரம் செடி கொடிகள் இருந்தும் அதிகமான விலங்குகளைக் காண வாய்க்கவில்லை. சில அபூர்வமான பல்லிகள் போன்ற ஊர்வனவும் சீகல்கள், தேனுறிஞ்சிகள், கொண்டைக்கிளிகள் உள்ளிட்ட மேலும் சில பறவைகளுமே அதிகமாகக் காணக் கிடைத்தன. எனவே இங்கே பக்கத்தில் நன்னீர்ச் சுனைகள் இருப்பதற்கான வாய்ப்புகள் குறைவென்பதே என் அனுமானம். ஒருவேளை நான் காண விரும்பிய பூர்வகுடிகள் யாரேனும் தென்படலாம் என்ற குறுகுறுப்பு அவன் காட்டிய திசை நோக்கிச் செலுத்தியது.

நினைத்தது போலவே அந்த இடத்தில் சுனைகள் எதுவும் இல்லை. மொட்டைப் பாறைகளாகவே இருந்தன. அப்பாறை இடுக்குகளிலிருந்த கல்லரணைகள் எங்கள் நடமாட்டத்தைக் கண்டதும் இன்னும் உள்ளே சென்று தங்களை மறைத்துக் கொண்டன. அப்பகுதியைச் சுற்றி வரும்போதுதான் பாறைகளில் பொறிக்கப்பட்டிருந்த ஓவியங்கள் எங்கள் கண்களில் பட்டன. நானும் காபாவும் நின்றுவிட்டோம்.

அது ஒரு நீண்ட பாறை ஓவியம். இடது மூலையில் கடல் ஆமையொன்றின் படம் பொறிக்கப்பட்டிருந்தது. சற்று நேரத்துக்கு முன்பு ஆமை முட்டைகளைக் கண்டடைந்ததும் அதன் ஓவியத்தை இங்கே பார்ப்பதும் வெறும் தற்செயல் என்பதாகத் தெரியவில்லை. நானும் காபாவும் ஒருவரை ஒருவர் பார்த்துக்கொண்டோம். அனிச்சையாக அவன் கை சுருக்குப் பையிலிருந்த முட்டைகள் உடையாமலிருக்கின்றவனா என்று தடவிச் சரிபார்த்துக் கொண்டது.

இந்த ஓவியங்கள் தீட்டப்பட்டு எத்தனை நூறாண்டுகள் ஆயினவோ? அப்போதும் அதற்கு முன்பும் இதே இடத்தில் தான் இந்த ஆமைகள் வந்து முட்டைகளிட்டுப் போகின்றனவா? அதை நினைக்கும்போதே என்னையறியாமல் என் உடல் சிலிர்த்துக்கொண்டது. காபாவும் அந்த ஓவியத்தை உற்று உற்றுப் பார்த்துக்கொண்டிருந்தான். அதிலும் சாதாரணமாக வெளிப்பார்வைக்குத் தென்படும் ஆமையாக அல்லாமல் அதைப் படுக்க வைத்துக் கத்தியைக்கொண்டு இடவலமாக அறுத்தால் கிடைக்கும் குறுக்குவெட்டுத் தோற்றத்தில் எலும்புகளுடன் வரையப்பட்டிருந்தது. அதற்கடுத்துப் பெரிய எலியைப் போன்ற தொரு உருவம் முன்னங்கால்களைத் தரையிலூன்றாமல் தாவி நிற்கும் நிலையில் வரையப்பட்டிருந்தது. அதைத் தொடர்ந்து

தருக் 75

ஆணும் பெண்ணுமாய் மனித உருவங்கள் அவற்றுக்கு மேலே சில சூரியன்கள், நிறைய நட்சத்திரங்கள், நிலவுகள், அவற்றுக்குக் கீழே சூரிய காந்தியைப் போலிருந்த மலர் நிறைந்த தோட்டம், அதனடியில் ஆறு போன்ற நீரோட்டம் என உலகத்தையே காட்சிப்படுத்தும் விதமாக இருந்தன அந்த ஓவியங்கள். அதை தனித் தனி ஓவியமாகப் பார்ப்பதைவிட ஒட்டுமொத்தமாக ஒரே ஓவியமாகப் பார்க்கும்போது அது பல்வேறு அர்த்தங் களைக் கொடுப்பதாய் இருந்தது.

இறுதியில் என்னை பேச்சிழக்கச் செய்த ஒன்றை காபா சுட்டிக்காட்டினான்.

ஓவியத் தொகுதி அத்தனையும் ஒரு பாம்பின் வாயிலிருந்து கிளம்பி வருவதுபோல அதன் வலது கீழ் மூலையில் வாய் திறந்தபடியிருந்த பாம்பின் சித்திரம் தீட்டப்பட்டிருந்தது. முதல் பார்வையிலேயே எனக்குத் தெரிந்துவிட்டது. அது நான் அன்று பார்த்த அதே வானவில் பாம்பின் கோட்டுச் சித்திரம். அந்தப் பாம்பில் தென்பட்ட வண்ணங்களை அவர்கள் இதில் கொண்டு வந்திருக்கவில்லை என்றபோதும் அதன் மேலிருந்த அரைவட்ட வடிவங்கள் அப்படியே இங்கும் வரையப்பட்டிருந்தன. என் உடலெங்கும் வியர்வை அரும்பத் தொடங்கியது. எவ்வளவு நேரம் அதைப் பார்த்துக்கொண்டு அப்படியே நின்றுகொண்டிருந்தேன் தெரியவில்லை.

ஸ்தம்பித்து நின்ற என்னை காபாவின் அழைப்பு நிகழ்வுலகுக்கு அழைத்து வந்தது. அவனைப் பார்த்தேன். அவனும்கூட சற்று குழம்பியிருந்தாற்போல் தெரிந்தது. அவன் முகம் வெளிறிப்போயிருந்தது.

“மேலே நடக்கலாமா?” என்றான்.

“இல்லை வேண்டாம். திரும்புவோம்” என்றேன்.

அவனுக்கு ஏதோ புரிந்திருக்க வேண்டும். அதற்கு மேல் எதுவும் கேட்டுக்கொள்ளவில்லை. சிறிது தூரம் எதுவும் பேசாமல் இருவரும் நடந்துகொண்டிருந்தோம். அவன் தலையைக் குனிந்தபடி வந்துகொண்டிருந்தான். வழக்கமாக இருக்கும் சுறுசுறுப்பும் உற்சாகமும் வடிந்து சோர்வுதட்டிக் காணப்பட்டான்.

நான் கேட்டேன். “அந்த ஓவியங்களைப் பற்றி நீ என்ன நினைக்கிறாய்?”

“என்ன?”

"இல்லை, அந்த ஓவியங்களைப் பற்றி நீ என்ன நினைக்கிறாய் என்று கேட்டேன்."

"அவற்றை இங்கேயிருந்த பூர்வகுடியினர்தான் வரைந்திருக்க வேண்டும்."

"கடவுளே! அதில் சந்தேகிக்க இடமில்லையே. நான் கேட்டது அந்த ஓவியத்தை உன்னால் விளங்கிக்கொள்ள முடிந்ததா?"

"ஏதோ ஓரளவுக்கு."

"அதைச் சொல் முதலில். அதிலிருந்து நீ என்ன புரிந்து கொண்டாய்?"

"அது அவர்களின் குலம் சார்ந்த நம்பிக்கையாகவோ, பூர்வீகக் கதையொன்றின் காட்சியாகவோ இருக்க வேண்டும்."

"பிரமாதம்! எனக்கும் அப்படித்தான் தோன்றுகிறது. அதைப் பார்த்தால் உலகம் தோன்றியது குறித்த அவர்களின் நம்பிக்கையைச் சித்திரித்ததைப் போல் இருக்கிறது. அதுவும் குறிப்பாக அவர்கள் மொத்தப் பிரபஞ்சமும் ஒரு பாம்பின் வாயிலிருந்து தோன்றியதாக நினைக்கிறார்கள். அந்தப் பாம்பு அவர்கள் வழிபடும் தெய்வமாக இருக்கலாம். கிறித்துவத்தில் பாம்பு, சாத்தானின் குறியீடு. இவர்களுக்கு அது தெய்வம். எவ்வளவு முரண்!"

"ஆமாம் மிகச் சரியான ஊகம். ஒவ்வொரு குலத்துக்கும் ஏன் அவற்றின் உட்குழுக்களுக்கும்கூட இப்படியானத் தொன்மக் கதைகள் இருப்பது வழக்கம்தான். எங்களுக்கும்கூட உண்டு."

"நீ சொல்வதில் ஒரு முக்கியமான உண்மை இருக்கிறது. மனிதன் தான் அஞ்சும் எல்லாவற்றையும் புனைவாகவோ அல்லது தெய்வமாகவோ மாற்றிக்கொள்கிறான்."

"இருக்கலாம். ஆனால் நான் அவற்றைச் சந்தேகிக்க விரும்புவதில்லை. சந்தேகத்தால் மேலெழும் குழப்பங்களை விட நம்பிக்கைகள் கொண்டுவந்து சேர்க்கும் அமைதியும் நிம்மதியும் முக்கியம் என்று நினைக்கிறேன். எங்களுடைய குலக் கதைகளிலும் பாம்பு பற்றிய கதை ஒன்றுண்டு."

அப்போதுதான் முதன்முதலாக அவனுடைய பூர்வீகம் குறித்து நாங்கள் அதுவரை எதுவுமே உரையாடியிருக்கவில்லை என்பது நினைவுக்கு வந்தது. என் முகத்தில் தென்பட்ட ஆர்வம் அவனை மேலும் சொல்லத் தூண்டியிருக்க வேண்டும்.

அப்போதுதான் பல நேரங்களில் பார்த்து வியந்த அவனுடைய உள்ளுணர்வு குறித்து என்னால் புரிந்துகொள்ள முடிந்தது.

"நாங்கள் கலஹாரி பாலைவனத்தில் வாழும் சான் பழங்குடியினத்தைச் சேர்ந்தவர்கள். இங்கே இவர்களைப் போன்றே நாங்கள் தெற்கு ஆப்பிரிக்காவின் பூர்வகுடிகள். வேட்டை எங்கள் குலத் தொழில். இப்போது தோட்ட வேலைகள் செய்தாலும் பயிரிடுதல் எங்களுக்கு வழக்கமில்லை. அதே போல ஓரிடத்தில் தங்கி நிலைத்திருப்பதும் ஆகாது. இடம்விட்டு இடம் மாறிக்கொண்டே இருக்கும் நாடோடிப் பழங்குடியினம். அப்படித்தான் சுதந்திரமாய்ச் சுற்றிக்கொண்டிருந்தோம் ஐரோப்பியர்களின் வருகைக்கு முன்புவரை." இதைச் சொல்லி விட்டு வெகு நிதானமாய் என்னை ஏறிட்டுப் பார்த்தான்.

ஒட்டுமொத்த ஐரோப்பிய தேசங்களின் ஒற்றைப் பிரதிநிதியாய் நான் கூச்சத்துடன் அவனுடைய கண்களைச் சந்தித்தேன்.

"போர்ச்சுக்கீசியர்களின் வருகையால் எங்களின் வாழ்வெல்லைகள் குறுக்கப்பட்டன. எங்கள் சக்திக்குட்பட்டு எங்களால் முடிந்தவரை அவர்களைக் கடுமையாக எதிர்த்துப் போரிட்டோம். ஆனால் அவர்களின் நவீன ஆயுதங்களுக்கு முன் எங்களது வில்லும் அம்பும் குத்தீட்டிகளும் பழமையான போர் உத்திகளும் கை கொடுக்கவில்லை. அப்படிப் போரிட்டுத் தோல்வியைத் தழுவிய ஒரு குழுவின் இரண்டாம் தலைமுறையைச் சேர்ந்தவன் நான். கேப் டவுனில் இருந்ததால் போர்ச்சுகீசு, ஆங்கிலம், பிரஞ்சு என்று பல்வேறு மொழிகள் கற்றுக் கொண்டேன். அங்கே 'துப்பாக்கி மலை' என்றழைக்கப்பட்ட மலை ஒன்று உண்டு. துறைமுகத்தில் புதிய கப்பல்கள் வந்ததும் சரியாக மதியம் பன்னிரண்டு மணிக்குத் துப்பாக்கி வெடிப்பார்கள். நாங்கள் அக்கப்பல்களில் வேலைக்குச் செல்வோம். பொருட்களை ஏற்றுவதற்கும் இறக்குவதற்கும் நிர்ணயிக்கப் பட்ட கொத்தடிமைப் பணியாளர்கள் நாங்கள். எத்தனையோ முறை கப்பல்களில் ஏறித் தப்ப முயன்றிருக்கிறேன். ஒவ்வொரு முறையும் கண்டறியப்பட்டுத் தூக்கி வீசப்பட்டிருக்கிறேன். நீங்கள் மட்டும்தான் உடன் வரச் சொல்லி அழைத்தீர்கள். நொடிகூட யோசிக்கவில்லை. கிளம்பி வந்துவிட்டேன். பசி வெறிகொண்ட மிருகத்தைப் போல் விடுதலையை நோக்கியிருந்த எனக்குச் சின்ன வாய்ப்பு கிடைத்ததும் கப்பலில் ஏறித் தப்பிவிட்டேன்." என்று சொல்லி வாஞ்சையாகச் சிரித்தான்.

அவன் ஏதோ ஒரு கைதியைப் போல் இங்கே மாட்டிக் கொண்டான் என்று நான் நினைத்தது எத்தனை பெரிய அபத்தம்!

அவனே தொடர்ந்தான். "இது வழிவழியாகச் சொல்லப்படும் கதை. ஆதிகாலத்தில் நாங்கள் இருந்த தெற்கு ஆப்பிரிக்கப் பகுதி பாலைவனமாக இல்லாமல் மற்ற இடங்களைப் போலவே செழிப்பாகப் பசுமை நிறைந்தே இருந்திருக்கிறது. ஒரு நாள் நிலவு தெய்வம், கும்பிடு பூச்சியை அழைத்தது. கும்பிடு பூச்சி தெரியுமல்லவா?"

இல்லை என்பதாக உதட்டைப் பிதுக்கித் தலையசைத்தேன்.

"பார்ப்பதற்குப் பச்சை இலையைச் சுருட்டி வைத்து அதற்குக் கை கால் முகம் கொடுத்தாற் போலிருக்கும். அந்தப் பூச்சியிடம் நிலவு தெய்வம், இங்கே பெரிய பஞ்சம் சூழப் போகிறது. நீங்கள் உங்களுடைய குடும்பம் குட்டிகளுடன் வேறு இடங்களுக்குப் பெயர்ந்து போய்விடுங்கள். நீ இந்தச் செய்தியை மற்ற எல்லோரிடமும் எடுத்துச் சொல்லிவிடு என்று கூறியிருக் கிறது. அதைப் போலவே கும்பிடு பூச்சியும் ஊர்வன, பறப்பன, நடப்பன என்று சிறிய எறும்பிலிருந்து பெரிய காதுகளையும் தந்தங்களையும் கொண்ட யானைகள் வரையான அனைத்து உயிர்களையும் அங்கே அழைத்து நிலவு தெய்வம் சொன்னதைச் சொல்லியிருக்கிறது. அனைவரும் நிலவு தெய்வத்தின் சொல்லுக்குக் கட்டுப்பட்டு அங்கேயிருந்து இடம்பெயர்ந்து செல்ல ஆரம்பித்தன. பழகிய இடம் என்றாலும் தெய்வம் பணித்தால் மாட்டேன் என்றா சொல்ல முடியும்? அப்போதெல்லாம் பாம்புகளுக்குக் கால்கள் இருந்திருக்கின்றன. ஆனால் அவை பெரிய சோம்பேறிகள். பஞ்சமெல்லாம் ஒன்றும் வராது என்று சொல்லி தெய்வத்தின் எச்சரிக்கையைப் பொருட்படுத்தாமல் அங்கயே தங்கிவிட்டன. ஆனால் சொல்லியபடி பஞ்சம் வந்தது. ஆறுகள், குட்டைகள் முதல் ஜீவ நதிகள்வரை எல்லாம் வற்றிப் போயின. தலைமுறைகள் காணா வறட்சி. எங்குமே குடிக்கத் தண்ணீரோ பிடித்துத் திங்க தவளைகளோ இல்லை. சொட்டு நீர்கூட இல்லை. பாம்புகள் மனம் வருந்தி தெய்வத்திடம் மண்டியிட்டன. மன்றாடின. இரங்குவதுதானே தெய்வம். இரங்கினால்தானே தெய்வம். நிலவு தெய்வமும் அவற்றை மன்னித்து அவை அத்தனையும் அங்கிருந்து விரைந்து தப்பிச் செல்ல ஏதுவாக அவற்றின் கால்களை நீக்கி அருளியது. அப்படித்தான் பாம்புகளுக்குக் கால்கள் இல்லாமல் போயின." இதைச் சொல்லிவிட்டு அவன் மெலிதாகச் சிரித்தான்.

"சரிதான்! எப்போதும் இந்தப் பாம்புகளுக்கு இதே வேலை. தானும் சொன்னதைக் கேட்பதில்லை. கேட்டு நடப்பவர்களையும் விடுவதில்லை" என்று சொல்லிச் சிரித்தேன்.

வேதாகமம் குறித்து அவனுக்கு எதுவும் தெரிந்திருக்க வாய்ப்பில்லை என்றாலும் நான் சொன்னது, புரிந்ததைப்போல அவனும் பதிலுக்குச் சிரித்தான்.

தூரத்தில் எங்கள் கூடாரங்கள் தெரிய ஆரம்பித்தன. மனம் ஒருவிதமாய் குழம்பிப்போயிருந்தது. என்ன காரணமென்று அறிந்து தெளிய முடியவில்லை. எங்களை யாரோ பின்தொடர்வதைப்போல இருந்தது. அவன் கூறிய ஒரு வரி திரும்பத் திரும்ப மனத்தில் ஓடியது.

தெய்வம் பணித்தால் மாட்டேன் என்றா சொல்ல முடியும்?

○

11

மழை தூறிக்கொண்டிருந்த ஒரு ஞாயிற்றுக் கிழமை சாயங்காலத்தில்தான் காசிம் சிட்னி வந்து இறங்கினான். மறுநாளே அலுவலகத்துக்குப் போய் ரிப்போர்ட் செய்ய வேண்டும். பிரயாணத்தில் தண்ணீரை மாறிமாறிக் குடித்ததில் மறுநாள் காலையில் தொண்டை கட்டிக்கொண்டது. வெந்நீரில் உப்பு போட்டுக் கொப்பளித்தான். சற்றுத் தேவலாம் போலிருந்தது. அது குளிர்காலம் இல்லை என்றாலும் அந்தக் குளிரையே காசிமால் தாங்க முடியவில்லை. குளிரைவிட அவனை அதிகப் பதற்றத்துக்கு உள்ளாக்கியது எங்கெங்கும் காணப்பட்ட சுத்தமே. எண்ணெய்ப் பிசுகு படிந்த அடுக்களையைப் பார்த்திருந்த அவனுக்கு பளீரென்றிருந்த சமையல்கட்டைப் பார்க்க ஆச்சரியமாக இருந்தது. அளவான பாத்திரங்கள். அவையும் முறையாக அடுக்கி வைக்கப்பட்டிருந்தன. எல்லா வற்றுக்கும் மேல் தரையில் ஈரமே பார்க்காத கழிவறை அவனை அதிக பீதிக்குள்ளாக்கியது.

காசிமுக்கு ஒவ்வொன்றாகப் பழகிக்கொள்ள நேரம் பிடித்தது. அமெரிக்காவைப் போல் அல்லாது ஆஸ்திரேலியா ஐரோப்பாவை அதிகம் பிரதிபலித்தது. அதற்கு பிரிட்டிஷின் காலனி நாடு என்பது ஒரு முக்கிய காரணம். நகரின் மூலை முடுக்கையெல்லாம் பேருந்து, ரயில், கப்பல் எனப் பொதுப் போக்குவரத்துகளே இணைத்தன. சிட்னியில் கார் என்பது சற்றேறக் குறைய ஆடம்பரமே.

முதல் நாள் காசிமுக்கு அணியினரை அறிமுகம் செய்து வைத்தபோதே ஆச்சரியம் காத்திருந்தது. அணித்தலைவரான ஜூயியையும் டெவலப்பர்

ஜேமியையும் தவிர மற்ற அனைவரும் ஆசியர்கள். அதிலும் குறிப்பாக இந்தியர்கள். சுமனுக்கு குஜராத். ஆதித்யாவும், ஹிமான்சுவும் உத்தரபிரதேசத்தின் கூர்காவுன் மற்றும் ஃபரிதாபாத். சிந்தியா மட்டும் ஈழத் தமிழர். காசிமுக்கு தமிழர் ஒருத்தர் அங்கிருந்தது சற்று ஆறுதலாக இருந்தது. அதுவும் அதிக நேரம் நீடிக்கவில்லை. மற்றொரு தமிழ் முகத்தைப் பார்த்ததும் மகிழ்வார், அவரே வந்து பேசுவார் என்று இவன் நினைத்தான். மாறாக அவர் ரொம்பவும் எச்சரிக்கையாக அளந்தே பேசினார். இவன் தமிழில் கேட்கும் கேள்விகளுக்கு அவர் ஆங்கிலத்திலேயே பதில் சொன்னார். இவன் புரிந்து கொண்டான். அதன் பின்பு அவரிடம் தமிழில் பேசுவதை நிறுத்திக்கொண்டான். ஜூயியையும் ஜேமியையும் தவிர மற்றவர்கள் அனைவரும் சேர்ந்து ஒரு தனி மறைமுக அணியாக இருந்தனர். முதல் இரண்டு நாட்களிலேயே இதைத் தெரிந்து கொண்டாலும் வெளிக்காட்டிக்கொள்ளவில்லை. புதிதாக உள்ளே வரும் ஒருவரின் மேல் இயல்பாக எழும் மெல்லிய விலக்கம் என்றே புரிந்துகொண்டான். ஆனால் தன்னுடைய புரிதல் தவறென்று உணர அதிக நாட்கள் பிடிக்கவில்லை.

அணியில் அவனைத் தவிர அனைவருக்கும் வேலை இருந்தது. அது நியூ சவுத் வேல்ஸ் மாகாணத்தின் போக்குவரத்துக் கழகத்துக்குத் தேவையான மென்பொருள் தேவையை நிறைவு செய்யும் அரசாங்க நிறுவனம். இவனைப் போன்ற ஒப்பந்தத் தொழிலாளர்களைத் தவிர பிறர் அனைவரும் அரசாங்க ஊழியர்கள். சிந்தியாவும் அவர்களில் ஒருத்தி.

மொத்த அணிக்குமான தலைவர் ஜான் பிராண்டன். அவர் ஒருத்தர்தான் ஆஸ்திரேலியர். ஐம்பது வயது மதிப்பிடலாம். சிட்னியிலேயே பிறந்து வளர்ந்தவர். இவன் அலுவலகம் வந்த இரண்டாம் நாள்தான் அவரைச் சந்திக்க வாய்த்தது. பெரிய தொப்பையும் நரைத்த முடியும் கொண்டு பார்ப்பதற்கு இங்கிலாந்தைச் சேர்ந்த கிரிக்கெட் நடுவர் டேவிட் ஷேப்பர்ட்டைப்போல இருந்தார். ஆஸ்திரேலியாவும் இந்தியாவைப்போல கிரிக்கெட்டை உயிராக நேசிக்கும் நாடு. கிரிக்கெட் அவர்களின் தேசிய விளையாட்டு. காசிமுக்கு அதை நினைக்கும்போதே உள்ளூர ஜிவ்வென்று இருந்தது. கிரிக்கெட் என்றால் உயிர் அவனுக்கு. இங்கே வேலைக்கான 457 வீசாவில் வந்து நிரந்தர வசிப்பிட உரிமைபெற்று, பின்னர் இந்நாட்டின் குடிமகனாகவும் ஆகியிருந்த சரவணப் பிரகாசத்தின் கதை, இவன் இந்தியாவிலிருந்த காலத்திலிருந்தே ரொம்பவும் பிரசித்தம். அதிலும் அவன் இவர்கள் நிறுவனத்தின் சார்பாக ஒரு வாடிக்கையாளர் நிறுவனத்துக்கு வேலைக்குச் சென்று பின்னர்

அங்கேயே தன் வேலையை உறுதிசெய்துகொண்டு, இவர்களுக்கே வாடிக்கையாளராய் வந்து நின்றிருக்கிறான். அதன் பின், காசிம் நிறுவனத்தைச் சேர்ந்தவர்களை ஒரு கை பார்த்திருக்கிறான். சுவாரஸ்யமான கதைதான். அதைவிட அதில் காசிமை ஈர்த்த விசயம் என்னவெனில் சரவணப் பிரகாசமும் ஓர் அற்புதமான கிரிக்கெட்டர். இங்கே வந்தும் கிரிக்கெட்டை விட்டுவிடாமல் உள்ளூர்ப் போட்டிகளில் தொடர்ந்து விளையாடி நியூ சவுத் வேல்ஸின் கவுன்ட்டி அணியிலேயே இடம் பெற்றுவிட்டான்.

“பயணமெல்லாம் சௌகரியமாக இருந்ததா காசிம்? கா... சி... ம் உச்சரிப்பு சரிதானே?” என்று ஜான் அவரது கனத்த உருவத்துக்குப் பொருத்தமில்லாத மெல்லிய குரலில் கேட்டார்.

“அதிலொன்றும் பிரச்சினையில்லை ஜான். பதினாறு மணி நேரப் பயணம். கொஞ்சம் களைப்பு. அவ்வளவுதான் மற்றபடி நல்லபடியாக வந்து சேர்ந்தேன்.”

மலேசிய அனுபவம் கண்முன் வந்து போனாலும் அவரிடம் அதை வெளிக்காட்டிக்கொள்ள அவன் விரும்பவில்லை.

“அடுத்து என்ன? ஹோம்புஷா பரமட்டாவா?”

“மன்னிக்கவும். புரியவில்லை!”

“கமான். . . எங்கே தங்கியிருக்கிறாய்? அல்லது எங்கே தங்கவிருக்கிறாய்? ஹோம்புஷிலா பராமட்டாவிலா?” என்றார்.

“இப்போதைக்கு ஹோம்புஷில் சர்வீஸ் அப்பார்ட்மெண்ட்டில் வீடு எடுத்துக்கொடுத்திருக்கிறார்கள். அங்கேயே வீடொன்றை வாடகைக்கு அமர்த்தலாம் என்றிருக்கிறேன்” என்றான்.

“என்ன ரொம்ப யோசிக்கிறாய்? எதையாவது கேட்க வேண்டுமா? தயங்காமல் கேள்.”

“இல்லை, நீங்கள் ஏன் ஹோம்புஷ் அல்லது பராமட்டா என்று குறிப்பிட்டுக் கேட்கிறீர்கள் என்று தெரிந்துகொள்ளலாமா?”

“ஓஹோ. . . உனக்கு உண்மையிலேயே தெரியாதா?” என்று சொல்லிச் சிரித்தார். அவரின் கனத்தத் தொப்பை முதுகுச் சிலிர்க்கும் குதிரையைப்போல தனியாக அதிர்ந்தது. பின்னர் அவரே, “ஆங்கிலத்தில் ‘மர்மரேஷன்’ என்று ஒரு வார்த்தை உண்டு. உனக்குத் தெரியுமா? கேள்விப்பட்டிருக்கிறாயா?” என்றார்.

காசிம் தெரியாது என்பதாக உதட்டைப் பிதுக்கித் தலையை இட வலமாக ஆட்டினான்.

“உன் இருக்கைக்குப் போனதும் விக்கியில் தேடிப்பார், தெரியும்.”

“தவறாக எடுத்துக்கொள்ளாதே. நீங்கள் இந்தியர்கள், ஏன் ஒட்டு மொத்த ஆசியர்களுமே ஒருவித மர்மரேஷனில்தான் இருக்கிறீர்கள். மற்றவர்களோடு ஒட்ட மாட்டீர்கள். சீனர்களை எடுத்துக்கொள். அவர்களுக்கு என்று பிரத்தியேகமாக சைனா டவுன் என்ற தனி நகரையே நிர்மானித்து வைத்திருக்கிறார்கள். ஒரு முறை நீ அங்கே போய் வர வேண்டும். அங்கே நல்ல உணவு கிடைக்கும். தொட்டி நிறைய விதவிதமான மீன்கள், நண்டுகள், ஆக்டோபஸ்கள் வைத்திருப்பார்கள். நீ எதைத் தேர்வு செய்கிறாயோ அதை உன் கண் முன்னாலேயே அப்படியே உயிருடன் பிடித்துச் சமைத்துத் தருவார்கள்” என்றார்.

அவர் மிகவும் பாந்தமான புன்னகையுடனே அதைச் சொன்னாரென்றாலும் அவனுக்குச் சுருக்கென்று இருந்தது. பொதுவாக, முதல் சந்திப்பில் பதவிசாக நடந்துகொள்வார் என்றே எதிர்பார்த்தான். சொல்லப்போனால் ஓரிரு வார்த்தை களுக்கு மேல் பேச மாட்டாராயிருக்கும். பெரிய மனிதத் தோரணையைக் காட்டுவாராயிருக்கும் என்றெல்லாம் யோசித்துக்கொண்டேதான் அவர் அறைக்குள் நுழைந்தான். அவரோ மற்றுமொரு சக ஊழியரைப் போலவே நடந்து கொண்டார். அதே நேரத்தில், அவர் இப்படியெல்லாம் சட்டென்று ஆசியர்கள், இந்தியர்கள் எனப் பொதுமைப்படுத்திப் பேசுவார் என்பதை காசிம் எதிர்பார்க்கவில்லை.

வந்து சேர்ந்த முதல் இரண்டு நாட்களில் அவனுக்கு அமர்வதற்குத் தனி இடமோ, வேலை பார்ப்பதற்கு கணினியோ ஒதுக்கப்படவில்லை. மற்றவர்களுக்கு வேலையே சரியாக இருந்தது. முதலில் சிந்தியாவுக்கு அருகிலிருந்த இடத்தில் அமர்ந்துகொண்டான். ‘ஹெலோ’ சொல்லிவிட்டுத் திரும்பித் தன் கணினியை வெறிக்க ஆரம்பித்தவள் அதன் பின்பு இவன் பக்கமாகப் பேருக்குக்கூடத் திரும்பவில்லை. அவள் தன்னைத் தமிழ் பேசுபவளாக அடையாளப்படுத்திக்கொள்ள மட்டுமல்ல அதை முன்வைத்து நட்பு பாராட்டவும் விரும்பவில்லை என்பதைப் புரிந்துகொண்டான்.

அவனால் அவர்கள் யாருடனும் இயல்பாக ஒன்றிப் பழக முடியவில்லை. அவர்களின் நடை உடை பாவனை பழக்கவழக்கம் என அனைத்தும் சற்று வித்தியாசமாகவும் படாடோபமாகவும் தோன்றியது. அதிகபட்சம் இந்த பிராஜெக்ட் முடியும்வரை. அவ்வளவுதான். அதுவுமே ஃபர்ஸானாவுக்குத்தான். கொஞ்சம் கையில் காசு சேர்த்துவிட்டு, ஊரைச் சுற்றிப் பார்த்துவிட்டுக்

கிளம்பிவிடவே எண்ணியிருந்தான். ஆனால் அந்நகரம் புதை மணலைப்போல மெல்ல மெல்ல அவனைத் தன்னுள் இழுத்து வைத்துக்கொண்டது.

கண்ணுக்குப் புலப்படாத வலுவான கயிறொன்று அவனை மற்றவர்களிடத்திலிருந்து பிரித்து நிறுத்தியது. அவன் நினைத்ததைவிட அது ரொம்பும் உறுதியாகவும் சூட்சமமாகவும் கட்டப்பட்டிருந்தது.

இரண்டாவது நாள் சாயங்காலம்தான் காசிமுக்கான இடம் ஒதுக்கப்பட்டது. கணினியை நிறுவி உயிர்ப்பிக்க இவனே ஒவ்வொரு இடத்துக்காக அலைய வேண்டியிருந்தது. அங்கே எல்லாமும் அப்படித்தான். உனக்குத் தேவையானது எல்லாமே கிடைக்கும். ஆனால் அதை நீதான் எடுத்துக்கொள்ள வேண்டும். உன்னை நீதான் பார்த்துக்கொள்ள வேண்டும். ஒரு வழியாக அலைந்து திரிந்து கணினியை நிறுவி, அதில் அத்தியாவசியமான மென்பொருட்களை எல்லாம் ஏற்றியவுடன் கூகுளைத் திறந்தான். 'மர்மரேஷன்'* என்று டைப் செய்து தேடத் தொடங்கினான்.

❍

* *பறவைகள் நூற்றுக்கணக்கில் கூட்டமாகச் சேர்ந்து ஆயிரக்கணக்கான மைல்கள் ஒரு சேரப் பறப்பது வழமை. இனப்பெருக்கத்துக்காவும் உகந்த தட்பவெட்ப நிலையைத் தேடியும் பறவைகள் இப்படிச் சேர்ந்து பறக்கின்றன. அப்படிப் பறக்கும்போது முணுமுணுவென்று ஒருவிதமான சத்தம் எழுப்பும். அதையே ஆங்கிலத்தில் மர்மரேஷன் என்கிறார்கள். ஆஸ்திரேலியாவில் இருக்கும் ஸ்டார்லிங் – பார்ப்பதற்குச் சிட்டுக்குருவிபோல இருக்கும் – என்ற பறவையும் இப்படி மர்மரேஷன் செல்வதுண்டு.*

12

வீட்டின் அத்தனை கதவு ஜன்னல்களையும் மூடியும்கூட குளிர் அறைக்குள் பரவத்தான் செய்தது. வரவேற்பு அறையுடன் அடுப்படி இணைக்கப் பட்டிருந்தது. வரவேற்பறையின் ஒரு பக்கமாகச் சாப்பாட்டு மேசையும் மேசையிலிருந்து பார்த்தால் தெரியும்படியான உயரத்தில் அதற்கு எதிரே டிவியும் வைக்கப்பட்டிருந்தன. வரவேற்பறையின் நடுஉத்தரத்தில் வெளிச்சத்துக்காக ஒரு சதுர வடிவ தடித்த கண்ணாடி போடப்பட்டிருந்தது. இரண்டுக்கு இரண்டு அடி இருக்கும். குளிரின் காரணமாக அதில் ஆவி படிந்து நீர் சொட்டுச் சொட்டாகக் கீழே விழுந்துகொண்டிருந்தது. ஃபர்ஸானா அதிலிருந்து வழியும் நீர் கார்ப்பெட்டில் சிந்தாமல் இருக்க கண்ணாடிக்குக் கீழே ஒரு பாத்திரத்தை வைத்திருந்தாள். கார்ப்பெட் ஈரமாகிவிட்டால் காய வைப்பதற்குப் படாதபாடு பட வேண்டியிருக்கும். சரியாக ஈரம் காயாமல் போனால் வரும் புழுங்கிய வாடையில் ஹாலில் உட்கார முடியாது.

அவர்கள் குடிவந்த நாளிலிருந்து இந்தப் பிரச்சினை இருந்தது. காசிம் வேலைக்குச் சென்ற பிறகான ஃபர்ஸானாவின் தனிமைக்குத் துணையாக அதிலிருந்து நீர் 'சொத் சொத்'தென்று சொட்டிக் கொண்டிருக்கும்.

காசிமும் ஃபர்ஸானாவும் தற்காலிகமாகத் தான் அங்கே தங்கியிருக்கிறார்கள். காசிம் சார்ந்திருக்கும் இந்திய நிறுவனம் ஹோட்டலுக்குப் பதிலாக சர்வீஸ் அப்பார்ட்மெண்ட் ஒன்றை

ஒதுக்கிக்கொடுத்துவிட்டது. அதற்கான பொறுப்பில் விடப்பட்டிருந்தவரே காசிமின் மேலாளராகவும் போய்விட்டார். அதனால், அவ்வீட்டைப் பற்றிய எந்தவொரு அபிப்பிராயத்தையும் வெளியில் சொல்லிக்கொள்ளவில்லை. அடுத்த ஓரிரு வாரங்களில் புதிதாக வீடு மாறிவிடுவதே அவர்களின் திட்டமாக இருந்தது.

அங்கு வந்து இறங்கிய நாளிலிருந்தே ஃபர்ஸானாவுக்கு சிட்னியைப் பிடிக்க ஆரம்பித்துவிட்டது. அவளைப் பொறுத்த வரை கனவொன்று நினைவாகிய தருணம். இதுபோன்ற சிறிய குறைகளை அவள் அதிகம் பொருட்படுத்தவில்லை.

குளிருக்கு இதமாகச் சிறிய கம்பளித் துணியைக் கழுத்தோடு சுற்றிக்கொண்டு கொதித்துக்கொண்டிருந்த டீயில் இஞ்சியைத் துருவிப் போட்டாள் ஃபர்ஸானா. காசிம் ஸோஃபாவில் அமர்ந்து தன் முழங்கால்களையே உற்றுப் பார்த்துக்கொண்டிருந்தான். அவள் கொண்டுவந்து வைத்துவிட்டுப்போன வாழைப்பழ ரொட்டித் துண்டுகள் தீண்டப்படாமல் அப்படியே இருந்தன. வாழைப்பழங்களைப் பிசைந்து கூழாக்கி அதை ரொட்டி சுடும் மாவோடு சேர்த்துச் சுட்டு இதைத் தயாரிக்கிறார்கள். கோல்ஸ், வுல்வோர்த், ஆல்டி போன்ற பல்பொருள் அங்காடிகளில் கிடைக்கும். சாப்பிடும் முன்னர் ஓவனில் வைத்து ஒரு நிமிடம் சூடு செய்தால் போதும். காலை நேரத்துக்கு விரைவாகச் செய்ய முடிந்த எளிய உணவு. டீயை ஆற்றாமல் ஆவி பறக்க வைத்துவிட்டுப் போனவளைப் பார்த்து,

“ஏய் ஃபர்ஸானா இங்க வாயேன்” என்று அழைத்தான்.

“என்னாச்சு? இன்னிக்கும் இஞ்சி கூடிப் போச்சா?”

“அட அதில்ல. இங்க பாரு” என்று அவனுடைய முட்டிகள் இரண்டையும் சேர்த்து வைத்துக்காட்டினான்.

“என்ன?”

போட்டிருந்த பேண்ட்டைத் தூக்கி முட்டிவரை ஏத்திவிட்டு, “இங்க பாரு இங்க பாரு. . . ஒரு முட்டியைவிட இன்னொரு முட்டி பெருசா இருக்கி. கவனிச்சியா?”

அவள் முகத்தைச் சுளித்தபடி, அவன் சுட்டிக்காட்டிய அவனுடைய இரண்டு மூட்டுகளையும் ஓரிரு நொடிகள் உற்றுப் பார்த்தாள்.

“ஆமா, அதுக்கு இப்போ என்ன?”

“என்னடி இப்படிக் கேட்டுட்ட? அப்படி இருக்கக் கூடாதுல்லா. இரண்டும் ஒண்ணுபோலத்தானே இருக்கணும்.”

“அப்படி இருக்கணும்னு சட்டமா என்ன? அதெல்லாம் ஒண்ணுமில்ல. எல்லாத்துக்கும் எல்லாம் கொஞ்சம் முன்னப் பின்னதான் இருக்கும்.”

“இல்லல்ல. அப்படியெல்லாம் இருக்காது. இது வேற ஏதோ பிரச்சினைன்னு நினைக்கேன். அதான் அடிக்கடி கால் வலி வேற வருது.”

“அடிக்கடி கால் வலி வருதா? இது எப்பத்துலருந்து? நீ இதுக்கு முன்னாடி சொன்னதே இல்லியே!”

“ஆமா. . . எல்லாத்தையும் இவகிட்ட சொல்லிட்டே இருப்பாங்க. அது அப்பப்போ வரும்.”

“அதெல்லாம் எல்லாத்துக்கும் வர்றதுதான். அமைதியா கிட.”

“உங்கிட்டப் போய்ச் சொன்னேன் பாரு.”

“சரி, இப்போ என்ன பண்ணனும்.”

“இதை இப்படியே கேர்லெஸ்ஸா விட்டா அப்றம் எதாவது பிரச்சினை ஆயிரும். நாம வேணும்னா இந்த சனி ஞாயிறுல ஒரு டாக்டரைப் பாக்கலாமா?”

“போய் என்னன்னு சொல்லுவ?”

“இந்த மாதிரி ஒரு முட்டி மட்டும் கொஞ்சம் பெருசா இருக்குன்னு சொல்லுவேன்.”

கடகடவென சிரித்துவிட்டு, “சரியான கோட்டிக்காரப் பயன்னுதான் நினைப்பாரு.”

“ஏன் ஏன். . . யாருக்கு இங்க கோட்டி?”

“உனக்குத்தான்.”

“போட்டி நீயும் ஒங்கம்மாவும்தான் கோட்டி.”

ஃபர்ஸானா மறுபடியும் சிரித்துக்கொண்டாள். அவளின் உம்மா வேறு யாருமில்லை; காசிமுடைய சொந்த அத்தை. அவன் அப்பாவின் இளைய தங்கை. அவளுக்கு காசிம் செல்ல மருமகன். அவனைவிட ஃபர்ஸானா மூன்று வயது இளையவள். காசிமும் ஃபர்ஸானாவும் ஒருவர் மேல் ஒருவர் பிரியப்பட்டுக் கல்யாணம் கட்டிக்கொண்டனர். ஃபர்ஸானாவுக்குச் சிறுவயதிலிருந்தே காசிமைப் பிடிக்கும். மகிழ்வுச்சத்திலும்கூட தளும்பாத அவனுடைய அமைதியே அவளை ஈர்த்தது. காசிம் இயல்பிலேயே கூச்ச சுபாவம் கொண்டவன். ஆகவே, எல்லாவற்றிலும் முதல் நகர்வு ஃபர்ஸானாவுடையதாகவே இருந்தது.

முறையுள்ள சொந்தம்தான் என்றாலும் திருமணம் அவ்வளவு சுலபமாக இருக்கவில்லை. காசிமுடைய அப்பா தான் முதலில் எதிர்த்தார். அதையும்கூட அவர் நேரடியாகச் சொல்லவில்லை. மற்ற தங்கைகளுக்கும் மகள்கள் இருக்கும்போது ஒரு தங்கையிடம் மட்டும் சம்பந்தம் செய்துகொள்வது அவ்வளவு சரியாக வராது என்றார். அவருக்கே அவர் பேச்சில் நியாய மில்லை என்பது புரிந்திருக்க வேண்டும். அவரின் மற்ற இரண்டு தங்கைகளும் ஃபர்ஸானாவும் தங்கள் பெண்களும் வேறு வேறில்லை என்று சொல்லி அந்தப் பிரச்சினையை முடித்து வைத்தபோது காசிமுடைய அம்மா வழியில் மனத்தாங்கல் வரும் என்றார். பின்பு, அறிவியல்ரீதியாக உற்ற சொந்தங்களுக்குள் திருமணம் செய்வது நல்லதல்ல என்பதைச் சொன்னார். அவர் முன் நின்று நடத்தி வைத்த அப்படியான சொந்தத்துக்குள்ளான திருமணங்கள் அவரைப் போலவே பிறருக்கும் கண் முன்னே வந்து போயின.

ஃபர்ஸானாவுக்குத் தெரியும் தன் இப்ராஹிம் மாமாவைப் பற்றி. அவர் இவர்களுக்காக எவ்வளவோ செய்திருக்கிறார்தான். மகனென்று வரும்போது அவனை இன்னும் சிறப்பாகத் தனக்கு மேல் ஒரு படி உயரத்தில் கொண்டுபோய் வைக்க வேண்டும் என்ற ஆசைதான் அவரைத் தடுக்கிறது என்பதைப் புரிந்துகொண்டாள். மாமாவுக்கு நல்ல வசதி. வெளிநாட்டுச் சம்பாத்தியம், சென்னை இந்திரா நகரில் ஒரு வீட்டைச் சொந்தமாக்கிக்கொடுத்திருந்தது. காசிமை இன்ஜினியரிங்கும் அவன் தங்கை அஃப்ரீனை டாக்டருக்கும் படிக்க வைத்தார். மாமிக்குக் கட்டிகட்டியாகத் தங்கம் சேர்த்தார். ஏர்வாடியில் நிலபுலன்கள், காடு கரை எல்லாம் வாங்கிப்போட்டார். நண்பர்களின் வியாபாரங்களில் முதலீடு செய்திருக்கிறார். ஃபர்ஸானாவின் வாப்பாவுக்குக் கடை வைத்துக்கொடுத்ததில் அவருக்கு முக்கிய பங்கு உண்டு என்று ஒருமுறை அம்மா சொன்ன நினைவு இருக்கிறது. ரொம்பவும் நல்லவர்தான். அவ்வப்போது ஒரு சுடுசொல்லை வீசிவிடுவார். காலத்துக்கும் கிடந்து குத்தும். இவர்கள் திருமணத்துக்கு இரு வீட்டிலும் ஒப்புக்கொண்ட பிறகு ஒருமுறை ஃபர்ஸானா இருப்பதைக் கவனிக்காமல் – கவனித்திருந்தாலும் அதைச் சொல்லக் கூசுபவர் அல்லர் – வீட்டுக்கு வந்திருந்த சாயபு மாமாவிடம்,

“சாயபு, அவனுக்கு அவ்வளவுதான்னா நாம என்ன பண்ண முடியும்? பெஞ்சுக்குப் பின்னால நின்னுட்டு ஜாக்கெட் பிட்டுக்கு பீசு கிளிக்காம இருந்தாச் செரிதான். என்ன நாஞ் சொல்றது!” என்றார். ஒரே வாக்கியத்தில் அவள் உயிராய் நேசிக்கும் இரண்டு ஆண்களைப் பிறத்தியார் முன்பு தாழ்த்திப் பேசியதை அவளால் தாங்கிக்கொள்ளவே முடியவில்லை.

அழுகை பொங்கி வந்தது. அழவில்லை. ஒவ்வொரு சொட்டுக் கண்ணீரையும் வைராக்கியமாக மாற்றிக்கொண்டாள். மாமா கற்பனையிலும் நினைத்துப் பார்க்காத வாழ்க்கையை அவர் கண்முன்னே வாழ்ந்து காட்ட வேண்டும் என்று மனத்துள் சங்கல்பம் செய்துகொண்டாள்.

ஒருவேளை, தன் அப்பாவும் அவரோடு ஓமனுக்கும் சவுதிக்கும் சென்றிருந்தால் இந்தப் பிரச்சினைக்கே இடம் இருந்திருக்காது. இப்ராஹிம் மாமாவும் உற்று உற்றுப் பார்த்து மறுப்பதற்கான காரணங்களைத் தேடியிருக்க மாட்டார். ஆனால் ஃபர்ஸானாவின் அப்பாவுக்கு வெளிநாடு செல்வதில் விருப்பமிருக்கவில்லை. பஜாரில் பெண்களுக்கான ஜாக்கெட் பிட்டுகள் விற்கும் கடை வைத்திருக்கிறார். வசதி குறைவுதான். ஆனால் ஏழ்மையோ வறுமையோ இல்லை.

“ஏல, பெண்டாட்டி புள்ளைகள இங்க தவிக்கவிட்டு அந்தச் சுடுமணல்ல சம்பாதிச்ச காசு மட்டும் எப்படிலே குளிரும்? சுடத்தான் செய்யும். அவரு சூடு பொறுத்துக்கிட்டாரு. என்னால முடியாது” என்று ஒருமுறை மாமி எங்கள் வீட்டுக்கு வந்து அழுதுவிட்டுப் போன நாளின் நள்ளிரவில், அம்மாவிடம் அப்பா பேசிக்கொண்டிருந்த வார்த்தைகளுக்கு அன்று விளங்காத அர்த்தம் பின்னர் விளங்கியது.

இந்தக் கல்யாணத்தில் ஃபர்ஸானாவின் அம்மாவுக்குத்தான் அவ்வளவு சந்தோஷம். தகப்பன் ஸ்தானத்தில் நின்று தன்னை வளர்த்தெடுத்த அண்ணன் வீட்டுக்குத் தன் பிள்ளையை அனுப்புவதில் எந்தப் பெண்ணுக்குத்தான் மகிழ்ச்சி இருக்காது? அண்ணனைவிட அண்ணி அவளுக்கு உற்ற ஸ்நேகிதி. அம்மாவுக்கும் மாமிக்கும் அப்படி ஓர் அபூர்வமான நட்பு வாய்த்திருந்தது. தினமும் மணிக்கணக்காக ஃபோன் பேசிக்கொள்வார்கள். திருநெல்வேலிக்கும் சென்னைக்குமான தொலைவையெல்லாம் பேசிப் பேசியே கடந்தார்கள்.

அம்மாவிடம் பலதும் பகிரும் பருவம் வந்த பிறகு ஃபர்ஸானா பல முறை கேட்டிருக்கிறாள், “அப்படி என்னத்ததான் மாமிகிட்ட நெதமும் பேசுவே?”

“யேய்... அதொண்ணுமில்ல சும்மாத்தான்டி” என்ற பதில் தான் கிடைக்கும். ஒரு வார்த்தை இரண்டு பக்கமும் கசியாது. அத்தனை ரகசியம்.

ஃபர்ஸானா, கல்யாணத்துக்கு முன்னும் பின்னும் நடந்த சின்னச் சின்னப் பிரச்சினைகள்கூட காசிமுடைய காதுகளை எட்டிவிடாமல் கவனமாகப் பார்த்துக்கொண்டாள். காசிமை

அவர்கள் குடும்பத்தில் யாரும் பார்க்காத உயரத்தில் கொண்டு போய் நிறுத்த வேண்டும் என்று மனத்துக்குள் ஆழமாக விதைத்துக் கொண்டாள். அந்த விதையிலிருந்து துளிர்விட்ட செடியின் முதல் பூதான் ஆஸ்திரேலியாவரை அவர்களை அழைத்து வந்திருக்கிறது.

அவனுக்கு ஊரில் இருக்கவே விருப்பம். சென்னையைச் சுற்றிக்கொண்டே இருக்க வேண்டும். அவனுடைய வட்டம் சிறியது. சென்னை கொடுத்த பாதுகாப்பு உணர்வை வேறெந்த நகரமும் அளிக்கவில்லை. அதிலும் காசிமுடைய அப்பா, அங்கே அவர்களுடன் தங்கியிருந்த நாட்களைவிட இல்லாத நாட்களே அதிகம். எல்லாவற்றுக்கும் உம்மாதான் ஒற்றையா ளாய் நின்றிருக்கிறாள். அதனால்தானோ என்னவோ அவன் இந்தியாவைவிட்டு, குறிப்பாக உம்மாவைவிட்டு, வேறெங்கும் போக விரும்பவில்லை. ஆஸ்திரேலியா செல்ல வாய்ப்பு கிடைத்தும்கூட தயங்கிக்கொண்டிருந்தவனை ஃபர்ஸானாதான் பேசிப்பேசிக் கரைத்தாள்.

"என்னலே சிரிக்குத?"

"ஒண்ணுமில்ல. மாமிக்கேத்த மருமவன். சரியான கோட்டிக்காரக் குடும்பம்!"

"ஆமாமா, நாங்க எல்லாம் கோட்டிங்கதான். இவந்தான் பெரிய அறிவாளி. போதுமா?" என்றான்.

"போதும் போதும். உன் வழக்கமான டிரைன் போயிருக்குமே? ஏன் இன்னிக்கு லேட்? இப்போ ஆபிஸுக்கு எப்படிப் போகப் போற?"

அவளைப் பார்க்காமல். பேன்ட்டை இழுத்து சரிசெய்து விட்டு தன் கால் முட்டிகளை உள்ளங்கைகள் இரண்டால் தடவியவாறே, "526 பஸ்ஸு இங்க அப்பார்மெண்ட்டுக்கு எதுக்க வருது. நாலு நிமிசம் இருக்கு" என்றான்.

"அது வரட்டும். ஆமா.. இப்போ நீ ஏன் பஸ்ல போற?"

"சும்மாதேன்."

"இந்தக் கதையெல்லாம் உன்ட மாமிகிட்ட போய்ச் சொல்லு. உனக்கு டிரைன்ல போகப் பயம்."

"அடச் சீய்.. அதெல்லாம் ஒண்ணுமில்ல. பைத்தியம்."

"அதான் காரணம். வேறொன்னுமில்ல."

"நான்தான் இல்லங்கிறேன்ல. அப்புறம் என்ன? போ, போய் சாப்பாட்டைக் கட்டு."

“அப்படி எதுவும் இல்லன்னா, டிரைன்ல போ.”

“முடியாது.”

“இல்ல, நீ டிரைன்லதான் போகணும்.”

“ஏய் ஏண்டி... காலங்காத்தாலே என் உயிரை வாங்குற. என் ஆபிஸுக்கு நான் எதுல போனா உனக்கு என்ன?”

“இல்ல, நீ டிரைன்ல போ.”

“முடியாதுடி. முடியவே முடியாது. எல்லாத்துலயும் இவ சொல்றததான் நொட்டணும். இப்படிச் சொல்லிச் சொல்லித் தான் வீடு வாங்கி கடனாளி ஆயாச்சு. அதுக்கும் வாப்பா தாரேன்னு சொன்ன காசை நீ சொன்னன்னுதான் வேணான்னு சொன்னேன். கம்பெனி மாறினாலும் இதே காசு வரும்னு சொன்னப்போ இல்ல நாம வெளிநாடு போயாகணும்ன்னு ஒத்த கால்ல நின்னு என் மண்டையக் கழுவி இப்படி இங்க கொண்டு வந்து நிக்கவச்சுருக்க. அங்கையே இருந்திருப்பேன்.”

“இப்போ இங்க என்ன நிம்மதி கெட்டுப் போச்சு. வந்து இரண்டு வாரம்கூட ஆகல. இடம் ஆள் எல்லாம் பழக கொஞ்ச நாள் ஆகத்தான் செய்யும். சும்மா குண்டுச் சட்டிக்குள்ளயே குதிரை ஓட்டிக்கிட்டு இருக்க முடியாது. அதிர்ஷ்டம் ஒரு தடவை தட்டும்போதே கதவைத் திறந்து உள்ள இழுத்துப் போட்டுக்கணும். அவ்வளவுதான் சொல்லுவேன். எவனோ ஒரு பைத்தியக்காரப் பய ஏதோ சொல்லிட்டானுங்கிறதுக்காக நம்ம பாதைய நாம ஏன் மாத்திக்கணும் சொல்லு”

“அட... அதுக்காகவெல்லாம் மாறி போலலே”

“இல்லல்ல. எத்தனி வருஷமா பாக்குறேன். எனக்குத் தெரியாதா?”

“ஆமா, இவளுக்கு எல்லாம் தெரியும்.”

“தெரியும்.”

“செரி... அப்படித்தான் வச்சுக்கோயேன். அதுக்குத்தான் டிரைன்ல போகல. கொஞ்ச நாள் பஸ்ல போறேன்னா விடேன். அதையும் பழகிக்கணும். இரண்டுக்கும் ஒரே ஓபல் கார்டுதான்.”

“பழகு பழகு. ஆனா, நாளைக்கு பஸ்லயும் அதேபோல இன்னொரு பைத்தியக்காரன் வந்து உன்னைய ஏதாவது சொல்லுவான். அப்போ என்ன நடந்து போவியா?”

“நான் நடந்து போறேன். தவந்துபோறேன். இல்ல ஃபிளைட்டுப் பிடிச்சு அப்படியே ஊருக்குத் திரும்பிப் போறேன்.”

“அதானே, உனக்கு எப்படியாவது ஊருக்குத் திரும்பப் போணும். நீ எப்படிலே எங்க இப்ராஹிம் மாமாவுக்கு வந்து பொறந்த. அவரைப் பாரு அறுபது வயசாச்சு. இங்க ஒரு மாசம் அங்க ஒரு மாசமுன்னு இன்னும் பறந்து பறந்து வேலை பார்த்துட்டு இருக்கார். இவன் என்னடான்னா சிட்னி மாரி ஒரு ஊரை விட்டு சென்னைப் போகணும்ன்னு பறக்குறான். அவனவன் இப்படி ஒரு சான்ஸ் கிடைக்காதா மொத்தமா பொட்டியக் கெட்டி கிளம்பிப் போயிடலாம்னு தவம் கிடக்கான். இவம் ஒரு வித்தியாசமான ஐந்து. சந்தேகமே இல்ல. இது அக்மார்க் கோட்டியேதாம்.”

“ஆமா, ஊரு நல்லா பளபளன்னுதான் இருக்கு. பக்கத்துல உக்கார்ந்திருக்கவன் நம்மளப் பீயைப் பாக்கிற மாரி பாக்கான். உனக்கு என்ன தெரியும்? நம்ம ஊர்ல ஒருத்தன் இப்படி இருப்பானா? நாம உண்டு நம்ம வேலை உண்டுன்னு இருந்திருப்போம்.”

“ஆமா கிழிச்சோம். அங்கயும்தான் இப்படிப்பட்டவன் இருக்கான். உலகத்துல எந்த மூலைக்குப் போனாலும் ஒருத்தன், இரண்டு பேரு இப்படித்தான் இருப்பான். அதுக்காக மொத்த ஊரையும் முத்திரை குத்தி ஒதுக்கிடுவியா? உனக்கு உம் மனசு முழுக்க பயம். அதான் பாக்கிறதெல்லாம் பேயா பூதமா தெரியுது.”

“எனக்கென்னலே பயம்?”

“அதான் மலேசியா டிரான்ஸிட் முடிச்சுட்டு இப்படித் தான் பத்து மணிநேரம் பிளைட்ல படாதபாடு படுத்துனியே”

“போடி இவளே. அவன் வேணும்தான் அப்படிப் பண்ணான். எல்லாத்தையும் ஒரே ஒரு தடவ செக் பண்ணவன். பாஸ்போர்ட்ல பேரை பார்த்துட்டுத்தான் மூணு தடவை திரும்பத் திரும்ப செக்கப்புக்கு வரச்சொன்னான். பின்னாடி நின்னவன் லாம் என்னை எப்படிப் பார்த்தான் தெரியுமா?”

“எவன் எப்படிப் பார்த்தா உனக்கென்ன? முதல்ல செக்யூரிட்டி செக் ஒரு சாதாரண புரஸிஜர். உனக்குன்னு இல்ல. அவனுக்குச் சின்னதா டவுட் வந்தா அவன் யாரை வேணாலும் இரண்டு தடவை கூடுதலா செக் பண்ணத்தான் செய்வான். அதுதான் அவன் வேலை. சும்மா, அது ஏன் எனக்கு மட்டும் நடந்துச்சுன்னு நைநைன்னு அதைப் போட்டுப் பினாத்திட்டுக் கெடக்க.”

“உடு, இவ இருக்காளே, ஊருல எல்லாவனுக்காகவும் பேசுவா. என்னைப் பத்தி ஒண்ணும் யோசிக்க மாட்டா. உலகத்துல

என்னத் தவர உனக்கு எல்லாரு நல்லவங்க" என்று சொல்லி விட்டு ஸோஃபாவை ஓங்கி கையால் குத்தினான்.

அவனுக்கு முணுக்கென்றால் கோபம் வரும். அவள் அதைப் பற்றி அலட்டிக்கொள்ள மாட்டாள். அதைப்பற்றிப் பேசி பெரிதாக்காமல், அடுத்த விசயத்துக்குத் தாவிவிடுவாள்.

"எப்படியோ போய்த்தொல. சரி, வீடு பத்தி பிரகாஷ்கிட்ட பேசினியா?"

"பேசிட்டேன். இதெல்லாம், அவங்க வைஃப் சக்திதான் பாத்துக்கிறாங்களாம். நம்பர் தாரேன். நீயே பேசிடுறியா?"

"சரி அனுப்பு."

அலுவலகப் பையைத் திரும்ப ஒரு முறை ஒவ்வொரு ஜிப்பாகத் திறந்து எல்லாமும் இருக்கிறதா என்று சரி பார்த்துக் கொண்டான். முதல் நாளே பாலீஷ் செய்து வைத்திருந்தாலும் மறுபடியும் ஒரு முறை ஷூவைத் துடைத்தான். வீட்டின் ஜன்னல்கள் எல்லாம் சரியாகச் சாத்தியிருக்கிறதா என்று சோதித்துவிட்டு பஸ் வரும் நேரத்துக்கும் நடக்க வேண்டிய தொலைவுக்கும் உள்ள நேரத்தைக் கணக்கிட்டுக்கொண்டுக் கிளம்பினான்.

●

6

13

ஆற்றுப் பாலம்

அறைக் கதவு மெதுவாக இரண்டு முறை தட்டப்பட்டது. ரெபேக்காதான். அவளுடைய சிறு அசைவைக்கூட என்னால் உள்ளுணர்ந்துகொள்ள முடியும். அருகில் இல்லாத சமயத்திலும் அவளைச் சுற்றியெழும் நறுமணத்தை என்னால் மீட்டு நுகர இயலும். அவ்வாசம், அவள் தன் தலைக்கு இட்டுக் கொள்ளும் தைலத்தின் சுகந்தமா, ஆடை மேல் தெளிக்கும் திரவியத்தின் வாசனையா அல்லது அவளுடலிலிருந்தே புறப்படும் பிரத்யேக நறுமணமா

என்பதை அறியேன். ஆனால் அதைக் கண்டறிந்துகொள்ளும் காலத்தைப் பற்றிய கற்பனையில் திளைத்திருந்தேன்.

அவ்விடுதிக்கு வந்து சேர்ந்த இரண்டு நாள்தான் ஆகியிருந்தது. ஆனால் அவளை யுகயுகமாய் அறிந்ததைப் போலவும் பல நூறு வருடங்களாக அவளுடைய வருகைக்காகக் காத்திருப்பதைப் போலவும் வாசலையே பார்த்துக்கொண்டிருந்தேன்.

முதல் நாள் முழுவதையும் தூங்கியே கழித்தேன். நல்ல தூக்கத்தால் பனிக்காலத்து அல்டர் மரத்தின் இலைகளைப்போல என் சோம்பல் முழுதும் உதிர்ந்துபோனது.

அன்று காலை துறைமுகம் செல்ல வேண்டும். மார்ட்டினைச் சந்தித்துப் பேச வேண்டும். ஒப்பந்தக் கூலிகளை உறுதி செய்ய வேண்டும். ஏற்றப்பட வேண்டிய உணவுப்பொருட்களின் தரத்தை மேற்பார்வையிட வேண்டும். இப்படியாகச் செய்து முடிக்க வேண்டிய வேலைகள் குவிந்துபோயிருந்தன. அவற்றை எல்லாம் காகிதத்தில் முக்கியத்துவத்துக்கு ஏற்ப வரிசைப்படுத்திப் பட்டியலிட்டுக்கொண்டிருந்தேன்.

"உள்ளே வரலாம்!" என்று நான் சத்தமிட்டதும், காலை உணவாக வெண்ணெய் தடவிய ரொட்டிகள், தீயில் சுட்ட இறைச்சித் துண்டங்கள், அருந்துவதற்குப் பால் சேர்த்த தேநீர் ஆகியவற்றைத் தட்டில் வைத்து, பிரத்தயேக நறுமணத்தை ஏந்தியபடி ரெபேக்கா அறைக்குள் வந்தாள்.

என் புறக் கண்கள் காகிதத்தின் மேலிருந்தாலும் அகக் கண்கள் அவளையே சுற்றி வந்தன. உணவு மேசைமீது அதீத கவனத்துடன் கொண்டுவந்தவற்றை ஒவ்வொன்றாக எடுத்து வைத்தவளிடம், "நீங்களே இவற்றையெல்லாம் சமைக்கிறீர்களா ரெபேக்கா?" என்றேன். வேண்டுமென்றே காகிதத்திலிருந்து தலையை நகர்த்தவில்லை. உன்னைப் பார்த்தொன்றும் நான் உருகிவிடவில்லை என்று அவளுக்குச் சொல்ல விரும்புவது போல் அப்படிச் செய்தேன். அதன் மூலமாக அவளது கவனத்தை என் பக்கம் இழுக்க விரும்பினேன் என்பதுதான் உண்மை. அழகிகளைப் புறக்கணிப்பதே அவர்களைக் கவரும் வித்தையின் பாலபாடம்.

அவள் பெயரை நான் நினைவு வைத்திருப்பது குறித்த ஆச்சரியமா, இல்லை என் பெயர் அவளுக்கு மறந்துவிட்டது குறித்த வெட்கமா தெரியவில்லை, ஏற்கெனவே சிவந்திருந்த அவளுடைய சிவந்த கன்னங்கள் மேலும் கன்றிச் சிவந்தன.

"ஆமாம், மிஸ்டர்... மிஸ்டர்"

"வில்லியம். வில்லியம் ஃப்ரேஸர்"

"ஆம், வில்லியம் ஃப்ரேஸர்! மன்னிக்கவும், தினம் தினம் புதியவர்களைச் சந்திப்பதால் அனைவரின் பெயர்களையும் நினைவில் இருத்திக்கொள்ள முடிவதில்லை. இங்கே நான்தான் சமைக்கிறேன். உதவிக்கு ஒரு வேலைக்காரர் இருக்கிறார்" என்றாள்.

"இருவர் மட்டும் எப்படிச் சமாளிக்கிறீர்கள்? திடீரென்று மற்ற அறைகளும் நிரம்பிவிட்டால்?"

"இல்லை, ஆட்கள் எப்போது வருவார்கள் என்று எங்களுக்குத் தெரியும். பொதுவாகப் புதிய கப்பல்கள் துறைமுகங்களுக்கு வரும்போதும் இங்கே நிறுத்தி வைக்கப்பட்டிருப்பவை கிளம்பும் நாட்களிலும் மட்டுமே விடுதியின் அறைகள் நிறையும். கப்பல்கள் வருவதையும் போவதையும் கவனித்துச் சொல்ல துறைமுகத்தில் ஆட்கள் இருக்கிறார்கள். நீங்கள்கூட புதிய தேசம் தேடிப்போகும் கப்பற்படையைச் சேர்ந்தவர். சரியா?"

"பரவாயில்லை, பெயர் மட்டும்தான் தெரியவில்லை. மற்ற விசயங்களைத் தெரிந்து வைத்திருக்கிறீர்கள்."

"மறுபடியும் மன்னிக்கவும் வில்லியம்" என்று என் பெயரைச் சற்று அழுத்திச் சொல்லிவிட்டுச் சட்டென்று திரும்பிக் கொண்டாள். அவள் கொண்டுவந்தவற்றை உணவு மேசையில் அடுக்கி முடித்து, கணப்பில் விறகுகளைச் சரிபார்த்தாள்.

"நேற்றிரவு அளித்த உணவு மிகவும் நன்றாக இருந்தது. நீண்ட நாட்களுக்குப் பின்னர் திருப்தியான இரவுணவு. நல்ல தூக்கம். அதற்குத் தங்களுக்கு நன்றி!" என்றேன்.

உணவு நன்றாக இருந்தது என்னவோ உண்மைதான் என்றாலும் பேசுவதற்கும் முதுகு காட்டி நின்ற அவளைத் திரும்பச் செய்து ஈரம் துளிர்த்த அவள் உதடுகளைக் காண்பதற்காகவுமே அதைப்பற்றிச் சொல்லிக்கொண்டிருந்தேன்.

"நன்றி, நிறைய பேர் சொல்லியிருக்கிறார்கள்" என்றாள்.

எனக்கு எரிச்சல் மண்டியது. பெயரை மறந்ததுகூடப் பரவாயில்லை. ஒரு நன்றியை ஏற்றுக்கொள்ளவுமா தெரியாது? இல்லை, நீ எனக்கு எந்தவிதத்திலும் தனித்துவமானவன் கிடையாது. இங்கு வரும் நூற்றுக்கணக்கான பயணிகளில் நீயும் ஒருவன். உன் எல்லைக்கோடு இதுதான் என்று வலுவாக வரையறுக்க முற்படு கிறாள். அதேநேரத்தில் அது ஒருவித தற்காப்பு உத்தி என்பதும் எனக்குப் புரிந்தது. என்னுடைய உயரத்துக்கும் உடற்கட்டுக்கும் ஒளிரும் பச்சைக் கண்களுக்கும் கூர்நாசிக்கும் நான் அழைத்து மறுத்த பெண்களே என் வாழ்வில் கிடையாது. தாமே வந்து வலியப் பேசி படுக்கையைப் பகிர்ந்துகொள்ள என்னை அழைத்தவர்களே

தருக் 97

அதிகம். செல்வச் சீமாட்டிகள், நண்பர்களின் மனைவிகள், எதிரிகளின் காதலிகள் என்று எத்தனையோ பேர். ஆனால் அவள் என் முகத்தைக்கூட சரியாகப் பார்க்காமல் அப்படிப் பேசியது என்னைச் சீண்டியது. நான் எழுத்து மேசையின் பக்கம் திரும்பி என் வேலையைத் தொடர்ந்தேன்.

அறையைவிட்டுக் கிளம்ப எத்தனித்தவள் வாசலில் நின்றபடி, “நான் கிளம்புகிறேன். உங்களுக்கு வேறு ஏதாவது வேண்டுமா?” என்றாள்.

“ஆமாம் கப்பல்துறைக்குச் செல்ல வேண்டும். அப்படியே ஊரைச் சுற்றிப் பார்க்கவும் விரும்புகிறேன். என்னுடன் துணையாக வந்து வழிகாட்ட ஒருவரை அனுப்ப இயலுமா?”

அவள் முகத்தில் மெல்லிய புன்னகை அரும்பியதைக் கவனித்தேன்.

“ஓ, அதொன்றும் பெரிய விசயமில்லை. விடுதிக்குத் தினமும் இறைச்சிகொண்டு வந்து தரும் ரயான் என்ற பதின்வயதுச் சிறுவன் இருக்கிறான். அவனிடம் சொல்கிறேன். உங்களுக்குத் துணையாக இருப்பான். நல்ல பையன்” என்று சொல்லிவிட்டுச் சென்றாள்.

❍

மறுநாள் அவளே உடன் வந்தாள். அவள் வருவாள் என்று தெரியும். அதன்பொருட்டே அப்படிக் கேட்கவும் செய்தேன். போர்ட்ஸ்மவுத்தில் கப்பல்துறைக்கு வழி கண்டறிவதென்ன பிரமாதமான காரியம்! இன்னும் சில நாட்களில் பல்லாயிரக் கணக்கான மைல்கள் கடற்பயணம் செய்து புது தேசம் கண்டு சேர வேண்டியவனுக்கு இது எம்மாத்திரம்? அவளுக்கும் நான் அப்படிக் கேட்டதன் அர்த்தம் புரிந்திருக்க வேண்டும். ஒருவேளை அவளுக்கு மாற்றாக ரயானோ சயானோ வந்திருந்தால் அவன் புட்டத்திலேயே மிதித்துத் துரத்தியிருப்பேன்.

தானே உடன் வருவதாகக் காலையில் கூறிப் போன பின்பு, கிளம்பி வருவதற்காக அவளுடைய அறைக்கு வெளியே காத்திருந்தேன். அவ்வறைக் கதவு திறந்து மூடிய கணநேரத்தில் எண்ணெய் ஓவியங்களில் பயன்படுத்தப்படும் வண்ணங்களின் வாசம் எழுந்து வந்தது. அவளிடம் உரையாட எனக்கு மேலதிக மாக ஒரு காரணம் கிடைத்தது.

புத்தம் புதிய வெள்ளை நிற நீண்ட கீழாடையும் அதற்கு மேல் உடலை இறுக்கிப் பிடித்திருந்த சிவப்பு நிற மேலாடையும் உடுத்தியிருந்தாள். இரண்டு வெள்ளைப் புறாக்களைத் தோள்களில் ஏந்தியதைப்போல தைக்கப்பட்டிருந்த மேலாடை அவளைப் பேரழகியாக நிறுவியது. அவள் பூசிய உதட்டுச் சாயமும்

தலைமுடியைக் கோத்துப் பின்னி முடிந்த விதமும் அலங்காரத்தின் பொருட்டு எடுத்துக்கொள்ளப்பட்ட தனித்த அக்கறையைக் காட்டியது.

"இவ்வுடை உனக்கு ரொம்பப் பொருத்தமாக இருக்கிறது. மிகவும் அழகாக இருக்கிறாய்!" என்றேன். இதைச் சொல்லும் போது மேலதிகமாக எந்தவொரு சைகையும் வெளிப்பட்டுவிடக் கூடாதே என்று அதீத கவனமாக இருந்தேன். இப்படி வார்த்தை முதல் சைகைவரை ஒவ்வொன்றையும் கவனமெடுத்துச் செய்து அவளைத் துரத்திப் பிடித்து விளையாடுவதை உள்ளுக்குள் ரொம்பவும் ரசித்தேன்.

"நன்றி!" என்று ஒரு வார்த்தையில் முடித்துக்கொண்டாள். ஆனால் அவள் பேச விரும்புகிறாள் அல்லது நான் பேசுவதை விரும்புகிறாள் என்பது அவள் முகக்குறிப்பில் தெரிந்தது.

"ரெபேக்கா, நாம் எத்தனை மணிக்குள் விடுதிக்குத் திரும்ப வேண்டும்?"

"ஆற்றுப்பாலத்தின் மேலிருக்கும் கம்பங்களின் எண்ணெய் விளக்குகளில் மாலையில் எண்ணெய் ஊற்றி தீபம் ஏற்றி வைப்பார்கள். அப்போது நான் விடுதிக்கு வந்து சேர்ந்திருந்தால் நல்லது. அம்மாவுக்கு மருந்தளிக்க வேண்டும். புதிய விருந்தாளிகள் யாரேனும் வந்திருந்தால் அவர்களின் தேவைகளைக் கவனித்தறியவும் வேண்டும். ஆனால் கவலை வேண்டாம். நாம் கப்பல் துறையைப் பார்த்துவிட்டு, வடக்கே புதிதாக நிர்மாணிக்கப் பட்டுள்ள போர்ட்ஸ்மவுத் பொதுவிடத்துக்கும் போய் வரலாம். இப்போது மக்கள் அங்கேதான் அதிகமாகக் குடியேறிக் கொண்டிருக்கிறார்கள். இப்போதே அந்த இடம் பரபரப்பாக இருக்கும். அது வளரவளர இந்தப் பகுதியில் போக்குவரத்தும் குறைந்துவிட்டது. அது முழுப் பயன்பாட்டுக்கு வந்துவிட்டால் எங்கள் விடுதியின் நிலை என்னவாகுமோ தெரியவில்லை" அவள் கண்களிலும் குரலிலும் கலக்கமும் குழப்பமும் வெளிப்பட்டன.

ஆற்றுப்பாலத்தில் எண்ணெய் விளக்குகள் ஏற்றப்படும் போது நாம் விடுதிக்குச் சென்றிருக்க வேண்டும் என்றாள். ஆனால் நாங்கள் அன்று ஆற்றுப்பாலத்திலிருந்து விடுதிக்குத் திரும்பும் போது விளக்குக் கம்பங்களில் எண்ணெய் வற்றிச் சுடர் தணிய ஆரம்பித்திருந்தது.

போய்ப் பார்க்க வேண்டிய இடங்களை அன்று மதியத்துக் குள்ளேயே முடித்துவிட்டோம். அங்கிருந்த சிறிய உணவகம் ஒன்றில் மதிய உணவை முடித்துவிட்டு நேராக ஆற்றுப்பாலத் துக்குக் கூட்டி வந்தாள். மெலிதாய் சலசலக்கும் ஆற்றின்

ஓசையும் கரை தொட்டு வளர்ந்திருந்த சிறு புதர்ச் செடிகளும் மாலையில் மலர்ந்து நிற்கும் செரியஸ் பூக்களின் சுகந்தமும் சேர்ந்து அப்பொழுதை ரம்மியமாக்கித் தந்தன. ஆங்காங்கே காதலர்கள் சேர்ந்து அமர்ந்து தத்தம் கனவுலகில் சஞ்சரித்துக் கொண்டிருந்தனர்.

பாலத்தின் கைப்பிடியை இறுகப்பற்றிக்கொண்டு தூரத்து வானத்தை ரசித்துக்கொண்டிருந்த அவளிடம், "ரெபேக்கா, நீ ஓவியங்கள் தீட்டுவாயா?" என்றேன்.

ஆச்சரியத்தில் கண்கள் விரிய, "ஆமாம் ஆமாம். ஆனால் அதெப்படி உங்களுக்குத் தெரியும்?"

"தெரியும்."

"அதுதான், எப்படித் தெரியும்?"

"எனக்கு உன்னைப் பற்றி எல்லாம் தெரியும்."

"ஓஹோ! என்னைப்பற்றி வேறு என்ன தெரியுமாம்? சொல்லுங்களேன், கேட்கிறேன்."

"ஓ சொல்கிறேனே. ஆனால் நான் சொல்வது உண்மையாக இருந்தால் நீ ஒப்புக்கொள்ள வேண்டும். மறுக்கவோ மறைக்கவோ கூடாது."

"சத்தியமாக மறுக்கவும் மாட்டேன். மறைக்கவும் மாட்டேன். சொல்லுங்கள்."

"உனக்கு என்னை ரொம்பவும் பிடித்திருக்கிறது. உண்மை தானே?" என்று சொல்லிவிட்டு அவள் கண்களை உற்றுப் பார்த்தேன். அவள் நெஞ்சு விம்மி ஏறி இறங்கியது. மூச்சை இழுத்துப்பிடித்து வெளியிடச் சிரமப்பட்டாள். எச்சிலை விழுங்கியது தொண்டை அசைவில் தெரிந்தது. என்னுடைய கேள்வி அவள் குருதியில் வெப்பம் பாய்ச்சியிருக்க வேண்டும். அந்த இடத்தில் வீசிக்கொண்டிருந்த இளங்குளிர்க் காற்றையும் மீறி அவள் நெற்றியும் மேலுதடும் வியர்த்துவிட்டன. அவள் ஆம் என்று ஒரு வார்த்தை சொன்னதும் அவள் இதழைக் கவ்விக்கொண்டு அம்மேலுதட்டின் வேர்வையை ருசிக்க வேண்டும் என்ற ஆசையில் என் கை கால்கள் பரபரத்தன. உடலின் எந்தவொரு பாகமும் என் கட்டுப்பாட்டில் இல்லை. அடைமழைக்குப் பொங்கிப் பெருகிய ஆற்றைப்போல என் உடலெங்கும் இரத்தம் சீறிப் பாய்ந்தது.

அவள் என் முகத்தைப்பார்த்து கண்கள் மின்ன கண்ணின் பாவைகள் விரிய இல்லை என்பதாகத்தான் தலையாட்டினாள். ஆனாலும் நான் அவளை இழுத்து அணைத்து உதடுகளில்

முத்தமிட்டேன். அதை எதிர்பார்த்துக்கொண்டிருந்தவளைப் போல, இதற்கா இத்தனை தாமதம் என்பதைப்போல என்னை இறுக அணைத்துக்கொண்டாள். எத்தனை நேரம் அப்படியே கழிந்தது என்பது தெரியவில்லை. அவள், நான் அதுவரை சந்தித்த மற்றுமொரு பெண் இல்லை என்பது மட்டும் புரிந்தது.

அங்கிருந்து கிளம்பி விடுதி வந்து சேரும்வரை இருவரும் எதுவும் பேசிக்கொள்ளவில்லை. அவள் எதையோ நினைத்துக் குழம்பிப்போயிருக்கிறாள் என்பது முகத்தில் தெரிந்தது. ஆற்றுப் பாலத்தின் மேல் நடந்த ஒவ்வொரு கணத்தையும் திரும்பத் திரும்ப நிகழ்த்திப் பார்த்துக்கொண்டிருந்தேன்.

அவள் முகத்தைத் தொட்டு என் பக்கமாய்த் திருப்பி, "என்ன?" என்றேன்.

கலங்கிச் சிவந்திருந்த கண்களை மெதுவாக மூடி, லேசாக முறுவலித்தபடி ஒன்றுமில்லை என்பதாக இட வலமாய் தலையசைத்தாள். மென்மையான உள்ளங்கையால் என் கையை இன்னும் அழுத்தமாகப் பற்றிக்கொண்டு பெருவிரலால் என் புறங்கையை மெதுவாக வருடினாள்.

முந்தைய நாள் நிச்சலனமான தூக்கம் வாய்த்த அதே விடுதியில் அன்றிரவு துளி தூக்கம் கூடாமல் விழித்துக்கிடந்தேன். ரெபேக்காவின் அறைக்குப்போய்ப் பார்க்கலாமா என்று யோசித்தேன். நாள் முழுதுக்குமான அலைச்சலில் அவள் அயர்ந்து தூங்கிக்கொண்டிருக்கக்கூடும் என்பதால் அந்த யோசனையைக் கைவிட்டேன். கண்களை இறுக்கி மூடினேன்.

சற்று நேரத்தில் என் அறையின் கதவு தட்டும் ஓசை கேட்டது.

◯

கூடாரத்துத் திரையை விலக்கியபடி காபா நின்றுகொண்டிருந் தான். அவனுக்குப் பின்னாலிருந்து வந்த வெளிச்சம் பட்டு என் கண்கள் கூசின.

"என்னாயிற்று காபா?" என்றேன்.

"அவர்கள் படகுகளில் திரும்பி வந்துகொண்டிருக்கிறார்கள்."

ஆடைகளை ஒழுங்குபடுத்திக்கொண்டு கூடாரத்தை விட்டு வெளியே வந்தேன். தூரத்தில் இரண்டு படகுகள் வந்து கொண்டிருந்தன. காபாவும் என்னுடன் ஆர்வமாக அப்படகு களைப் பார்த்துக்கொண்டிருந்தான்.

"இடம் முடிவாகிவிட்டது" என்றேன்.

“என்ன என்ன?”

“நாம் குடியேறத் தோதான இடம் கிடைத்துவிட்டது காபா.”

“எப்படிச் சொல்கிறீர்கள்?”

“படகுகளை நன்றாக உற்றுப் பார். இங்கிருந்து கிளம்பியவர்களில் பாதிப்பேர்கூட இல்லை. அப்படியெனில் மிச்சப்பேர் புதிய இடத்திலேயே தங்கிவிட்டிருக்க வேண்டும். மேலும் ஒரு படகு நம்மை நோக்கி வருகிறது. மற்றொரு படகு கடலில் நிறுத்திவைக்கப்பட்டிருக்கும் கப்பல்களை நோக்கிச் செல்கிறது. அவற்றையும் அங்கிருந்து கிளப்புவதற்கான உத்தரவாகவே இருக்க வேண்டும்” என்றேன்.

“பிரமாதம், பிரமாதம்” என்று அவனுடைய ஆப்பிரிக்க உச்சரிப்பு கலந்த ஆங்கிலத்தில் கத்தியபடி அங்கேயே குதித்தான். சற்று நிதானித்துவிட்டு, “ஆனால் உங்கள் முகத்தில் உற்சாகமில்லையே. ஏன்?” என்றான்.

“அப்படியொன்றுமில்லையே காபா.”

“இல்லையில்லை, அப்படித்தான்.”

“செய்ய வேண்டிய வேலைகளைப் பற்றி யோசித்துக் கொண்டிருந்தேன். போ, போய் கூடாரங்களை ஒழித்து வை. மற்ற எல்லோரும் இங்கே இருக்கிறார்களா என்று எண்ணிக்கையைச் சரி பார். கிளம்பு!” என்று அவனை விரட்டினேன். உண்மையில் அவனைக் கண்டு அஞ்சினேன். மனத்தில் இருப்பதைச் சுலபமாக அறிந்துகொள்கிறான்.

எனக்கு இடம் தேர்வுகண்டதும் சட்டென்று ஒரு நிறைவும் அதுவே நிறைந்து ததும்பிச் சலிப்பும் கிளம்பியது. இடத்தைக் கண்டறிவதல்ல எங்களின் இலக்கு. அதை, நெடிய பயணத்தின் வழியில் அடைந்த ஒரு சிற்றிலக்கு என்று வேண்டுமானால் சொல்லலாம். குடியேற்றத்தை வெற்றிகரமாக அமைக்க வேண்டும். கையில் இருப்பதெல்லாம் ஒரு வருடத்துக்குத் தேவையான உணவுப் பொருட்கள் மட்டுமே. அதற்குள் நிலத்தைச் செம்மை செய்து பயிர்களை விளைவிக்க வேண்டும், குடியிருப்புகளை நிறுவ வேண்டும். இவை அனைத்தையும் கையிலிருக்கும் இக்கைதிகளைக்கொண்டே நிகழ்த்த வேண்டும். அத்தனை சுலபமான காரியமாக இருக்கப் போவதில்லை. எல்லாவற்றுக்கும் மேல் இயற்கை ஒத்துழைக்க வேண்டும். தளபதி பிலிப்புடன் பல போர்க்களங்களில் நின்றிருக்கிறேன். ஆயுதமேந்தி வரும்

எதிரிகளைக் கண்ணுக்குக் கண் சந்தித்து இருக்கிறேன். இதற்கு முன் அதெல்லாம் ஒரு பொருட்டே அல்ல. அதெல்லாம் அழிவு. இதுவோ ஆக்கம்! முற்றிலும் புதிய தொடக்கம். அப்படியிருக்க மனம் கூம்பிச் சோர்வது ஏன்? இது புதியவற்றின் மேல் வரும் ஆரம்பகட்டச் சலிப்பா? இல்லை, அடுத்தடுத்த இலக்குகளின் மேல் நம்பிக்கை இழந்ததன் பொருட்டெழுந்த வெறுமையா? எல்லாவற்றுக்கும் மேல் ரெபேக்காவின் நினைவு தரும் அழுத்தமா? இது எல்லாவற்றையும் மீறிய ஏதோ ஒன்று மனத்தின் ஆழத்தில் கிடந்து உழற்றியது. ரொம்பவும் யோசிக்க இப்போது நேரமில்லை. சமயம் வரும்போது தானே மேலெழுந்து வரும். அப்போது வரட்டும்!

○

14

காசிம் முதலில் தனியாக வீடு எடுக்கலாம் என்றே நினைத்திருந்தான். ஆனால் தன்னுடைய வேலையின் நிலையற்ற தன்மை அவனைக் குழப்பியது. தனியாக வீட்டை ஒத்திக்கு எடுத்துவிட்டு இடையில் காலி செய்தால், ஒரு நாள் இருந்துவிட்டாலும்கூட ஒப்பந்தத்தை மீறுவதற்காக ஒரு மாத வாடகையைத் தண்டமாக அழ வேண்டும். அதை இந்திய ரூபாயில் கணக்கிட்டால் கணிசமானதொரு தொகை வந்தது.

காசிமுடைய பிராஜெக்ட் அடுத்த ஆறு மாதங்களுக்கு மட்டுமே உறுதிப்படுத்தப்பட்டிருந்தது. பொதுவாக இப்படி ஆறு, ஆறு மாதங்களுக்கு ஒப்பந்தம் போடுவதும் பின்னர் அதை அடுத்தடுத்து நீட்டிப்பதும் வழக்கம்தான். ஆறு மாதங்களுக்கும் மேல் ஒப்பந்தம் தொடர்வதற்கான வாய்ப்புகளே அதிகம் என்றாலும் எதையும் நிச்சயமாகக் கூற முடியாது. முதல் நாள் இரவு பதினொரு மணிவரை மொத்த அணியும் உயிரைக்கொடுத்து வேலை பார்த்து முடித்துக்கொடுத்துவிட்டு வீடு போய் திரும்பி வந்த மறுநாள் காலை, 'துரதிர்ஷ்டவசமாக இந்தப் பிராஜெக்ட் நம்மிடம் இனி தொடரப் போவதில்லை. விரைவில் உங்களுக்குப் புதிய பிராஜெக்ட் ஒதுக்கப்படும்.' என்ற மெயில் மேலதிகாரியிடமிருந்து வந்ததைப் பார்த்த அனுபவம் உண்டு. அன்றைய நாள் காலைவரை அதற்கான எந்தச் சுவடும் வெளித் தெரியாவண்ணம் பார்த்துக்கொள்வார்கள். எனவே, இதை நம்பி ஒரு முடிவுக்கு வர முடியாது. ஒருவேளை ஆறு மாதங்கள்கூட நீடிக்காமல் பிராஜெக்ட் முடிந்து

போனால் ஆஸ்திரேலியாவில் அதுவும் சிட்னியில் இன்னொரு பிராஜெக்ட் உடனடியாகக் கிடைப்பதற்கான சாத்தியம் குறைவு. இந்தியாவுக்கு மூட்டை கட்டி அனுப்பிவிடுவார்கள். இதை யெல்லாம் யோசித்தே அப்பார்ட்மெண்ட் வீடாக அதையும் கூட இன்னொரு குடும்பத்துடன் பகிர்ந்துகொள்ளும்படியாகப் பார்த்தான்.

காசிமுடைய பிராஜெக்ட் நிச்சயமாகத் தொடர்ந்து நடைபெறும் என்று ஃபர்ஸானா உறுதியாக நம்பினாள். அவளுக்குக் காசிமின் வேலைத் திறனைப் பற்றித் தெரியும். அவனைப் போன்ற ஒருவனை இழப்பதை எந்த ஓர் அணியினரும் விரும்ப மாட்டார்கள். காசிமாகக் கிளம்பினால்தான் உண்டு. அவனை எப்படியாவது பேசிக் கரைத்துவிடலாம். எனவே, ஒரு வீட்டைப் பகிர்ந்துகொள்வது பற்றியெல்லாம் அவள் அதிகம் அலட்டிக்கொள்ளவில்லை.

ஒரு வீட்டை ஒத்திக்கு எடுத்து அதை இரு குடும்பங்கள் பகிர்ந்துகொள்வது இங்கே சாதாரணமாக நடப்பதுதான். இதைச் செய்பவர்கள் பெரும்பாலும் ஆசியர்கள். தனியாக அப்பார்ட்மெண்ட் எடுத்தால் கொடுக்க வேண்டியதில் பாதியளவு வாடகை கொடுத்தால் போதுமானது. மேலும், காலி செய்யும்போது இரண்டு வாரங்களுக்கு முன்னர் தகவல் தர வேண்டும். அவ்வளவுதான். ஒப்பந்த மீறலுக்கான அபராதம் போன்ற எந்தவித கட்டுப்பாட்டுக்குள்ளும் சிக்கிக்கொள்ளத் தேவையில்லை. இன்னும் கொஞ்சம் டாலர்களை மிச்சம் பிடித்து ரூபாயாக மாற்றி 'இன்ஸ்டாரெம்' வழியே இந்தியாவுக்கு அனுப்பிக்கொள்ளலாம் என்பது காசிம் போன்றவர்களுக்கு லாபம்.

வருடத்துக்கு லட்சம் டாலர் சம்பளம் வாங்கும் காசிமின் போட்டி நிறுவனத்தைச் சேர்ந்த மானேஜர் பிரகாஷ் இதையே ஒரு பகுதி நேர வேலையாகப் பார்க்கிறார். முதலில் ஒரு வீட்டை அவருடைய மனைவி சக்தி பெயரில் ஒத்திக்கு எடுத்துவிடுவார். பின்னர், அதை இரண்டு குடும்பங்கள் சேர்ந்து வசிக்கும்படியாக ஹீட்டர், ஃப்ரிட்ஜ், ஸோஃபா, மெத்தை, அத்தியாவசியமான சமையல் பாத்திரங்கள் உள்ளிட்ட வசதிகள் செய்துகொடுத்து உள் வாடகைக்கு விட்டுவிடுவார். இங்குள்ள சட்டப்படி உள் வாடகை விடுவது தவறு என்றாலும் பெரும்பாலும் இவர் ஒத்திக்கு எடுப்பது தெற்காசியர்களின் வீடுகளைத்தான். அவர்களும் அதிகமாகக் கிடைக்கும் சில நூறு டாலர்களுக்காக இதைப் பற்றிப் பெரிதாக அலட்டிக்கொள்வது இல்லை. வாடகை, இதர செலவுகள் போக பிரகாஷுக்குக் கணிசமான தொகை லாபமாக மிஞ்சும்.

அவர்கள் குடியேறத் தேர்வு செய்திருக்கும் வீட்டைப் பகிர்ந்துகொள்ள ஆட்கள் வரவில்லை. காசிம் அலுவலகம் சென்று திரும்பி வருவதுவரை ஃபர்ஸானா சர்வீஸ் அப்பார்ட்மெண்ட்டில் தனியாகத்தான் இருக்க வேண்டும்.

இடையில் ஒரு நாள், காசிம் அலுவலகம் சென்றிருந்த வேளையில் யாரோ கதவைத் தட்டியிருக்கிறார்கள். இவள் தயங்கியபடி நீண்ட நேரமாகத் திறக்காமலே இருந்திருக்கிறாள். யார் என்று கேட்டதற்குக் கதவுக்கு மறுபக்கமிருந்தவர் சொன்ன பதிலும் விளங்கவில்லை. பயந்துபோய் காசிமுக்கு அழைத்திருக்கிறாள். கதவில் பொருத்தப்பட்டிருக்கும் பாதுகாப்பு கண்ணாடித் துவாரத்தின் வழியே வந்திருப்பவரைப் பார்க்கலாம் என்பதுகூட அவளுக்கு அந்நேரத்தில் தோன்றியிருக்கவில்லை.

கடைசியில் அது வேறு யாருமில்லை; வாரம் ஒருமுறை வந்து வீட்டைச் சுத்தம் செய்துபோகும் மார்க் லியூ. கண்ணாடித் துவாரம் வழியாகப் பார்த்திருந்தாலும் அவரை வீட்டைச் சுத்தம் செய்பவர் என்று கண்டறிவது கடினம். தலையில் ஸ்பைக் வைத்து, ஜீன்ஸ் போட்டு, கையில் ஐபோனுடன் அலையும் ஒருவரை வீட்டைத் துடைக்க வந்தவர் என்று ஊகித்தறிவது அவ்வளவு எளிதில்லை.

இப்படியான நிலைமையில், யாராவது இன்னொரு இந்தியக் குடும்பம் கூடவே சேர்ந்திருக்க வந்தால் கொஞ்சம் ஃபர்ஸானாவுக்கு ஆதரவாக இருக்கும் என்பதால் அப்படி வருபவர்களுக்காகக் காத்துக்கொண்டிருந்தார்கள். அதே நேரத்தில் அதில் வேறு சில சிக்கல்கள் இருந்தன. ஒரே சமையலறை. திருப்பிய ‘ப’ வடிவில் ஹாலுடன் சமையலறை திறந்திருக்கும். அதில் ஆளுக்குப் பாதி. நான்கு பர்னர்கள் கொண்ட அடுப்பை இரண்டாய் பகிர்ந்துகொள்ள வேண்டும். ஒரே ஒரு பாத்திரம் கழுவும் தொட்டி. வரவேற்பறையும் சமையலறையும் இரு குடும்பங்களுக்கும் பொது என்பதால் முறை வைத்து சுத்தம் செய்துகொள்ள வேண்டும். வருபவர்கள் காசிம் – ஃபர்ஸானாவின் உணவுப் பழக்கத்தோடு ஒன்றி வர வேண்டும். இல்லாது போனால் இரு தரப்புக்கும் சங்கடம். எல்லாவற்றுக்கும் மேல் வீட்டுப் பெண்களுக்குள் ஒத்துப்போக வேண்டும். அதுதான் இருப்பதிலேயே ஆகச் சிக்கலானது.

○

அன்று இரவு மிக்ஸியில் அரைத்த மாவால் தோசை வார்த்துச் சாப்பிட்டுவிட்டு, காசிம் டிவியில் அவனுக்குப் பிடித்த ‘ஷார்க் டேங்க்’ நிகழ்ச்சியைப் பார்த்துக்கொண்டிருந்தான். ஃபர்ஸானா உள்ளறையில் தன் தங்கையிடம் பேசிக்கொண்டிருந்தாள்.

காசிமின் ஃபோன் அடித்தது. மானேஜர் பிரகாஷ்தான் அழைத்திருந்தார்.

"முடிவு பண்ணிட்டீங்களா காசிம்?" என்றார்.

"ஸாரி.. என்ன முடிவு?"

"சரிதான். காலைலயே சக்தியும் ஃபர்ஸானாவும் பேசிக்கிட்டாங்கபோல. இன்னொரு ஃபேமிலி வர ரெடியா இருக்காங்க. ஃபர்ஸானா உங்ககிட்ட கலந்து பேசிட்டுச் சொல்றேன் சொன்னாங்க. மறந்துருப்பாங்க நினைக்கேன். பேசிட்டுச் சொல்லுங்க."

"சரி" என்று சொல்லி அவ்வழைப்பைத் துண்டித்துவிட்டு ஃபர்ஸானாவை அழைத்தான்.

"பிரகாஷ் கூப்பிட்டாரு"

"ஆமாலே சொல்ல மறந்துட்டேன். இன்னொரு ஃபேமிலி வர ரெடியா இருக்காங்களாம். ஒகே தானேன்னு கேட்டு சக்தி கால் பண்ணாங்க."

"வரப் போறது யாராம்?"

"தமிழ் ஃபேமிலிதானாம்" என்று சொல்லி மெதுவாக இழுத்தாள்.

"நல்லதாப் போச்சு. தமிழ் ஃபேமிலின்னா ரொம்ப சந்தோஷம். உனக்குப் பேச்சுத் துணைக்குமாச்சு. நான்கூட யாராவது நார்த் இந்தியன் மாரி வந்திட்டா இங்கயும் இங்கிலிஷ்லயே பேசணுமேன்னு யோசிச்சுட்டு இருந்தேன். தமிழுன்னா பிரச்சினையே இல்ல."

இதைச் சொல்லும்போது அவள் எதையோ சொல்வதற்காகத் வார்த்தைகளைப் பொறுக்கிக்கொண்டிருந்தாள் என்பது புரிந்தது.

"என்னவாம் ஏதோ மென்னு முழுங்கற?"

"அதொண்ணுமில்ல. அது ஒரு இந்து ஃபேமிலி. ஆனா நான்வெஜ்லாம் சாப்பிடுவாங்களாம்"

"ஓ!"

"ஆமா. . . பிரகாஷ் டீம் தானாம். நல்ல ஆட்களாம். சக்தி சொன்னாங்க."

"நீ என்ன சொன்ன?"

"எனக்குச் சரி. உங்கிட்ட ஒரு வார்த்தை கேட்டுக்கிறேன்னு சொன்னேன்"

"என்ன டக்குன்னு சரின்னு சொல்லிட்ட?"

"அதான் உங்கிட்ட கேட்டுச் சொல்றேன்னுதானே சொல்லிருக்கேன்."

"நீ ஏன் சரின்னு சொன்ன?"

"ஏன் வேறென்ன சொல்லணும்?"

"அதுக்கில்ல. நாம கலந்து பேசிட்டு பிரேம்கிட்டயும் ஒரு வார்த்தை கேட்டுட்டு ஒட்டுமொத்தமா நம்ம முடிவை நாளைக்குச் சொல்லிருக்கலாம்."

"இதுல பிரேம் அண்ணேங்கிட்ட கேட்க என்ன இருக்குன்னு எனக்குப் புரியலயே."

"அவம்தான் இங்கயே ரெண்டு வருசமா இருக்கான். அதுக்காகச் சொன்னேன்" என்று சமாளித்தான்.

"இதோ பாரு. நீ எதுக்குச் சொல்ற என்ன யோசிக்கிறன்னு எனக்குத் தெரியும். கொஞ்சமாவது படிச்ச பையன் மாதிரி நடந்துக்கோ. ஊருக்காரங்க மாதிரி இல்லாததையும் பொல்லாததையும் யோசனை பண்ணிட்டு இருக்காத."

"அப்டியில்ல அவங்க யாரு என்னன்னு தெரியாதுல்ல."

"உனக்கு அவங்க யாருன்னு தெரியாதது இல்ல பிரச்சினை. யாருன்னு தெரிஞ்சதுதான் பிரச்சினை."

"எனக்கு என்னமோ மனசுல பட்டதச் சொன்னேன். அப்புறம் உன் இஷ்டம்." சொல்லிவிட்டு விறுவிறுவென்று உள்ளறைக்குச் சென்றுவிட்டான்.

எந்த ஒரு விவாதத்திலும் காசிம் கைக்கொள்ளும் கடைசி ஆயுதம் இது. அவனுக்கு உவப்பில்லாத ஒரு முடிவின் மொத்தப் பொறுப்பையும் ஃபர்ஸானாவின் தலையில் போட்டு விடுவான். அடுத்து வரும் நாட்களில் அதைப் பற்றிய எதிலும் கலந்துகொள்ள மாட்டான். அந்த முடிவின் விளைவாக வரும் சிறுசிறு பிரச்சினைகளுக்கும் அவள் மேல் குற்றம் சாட்டி, தன்னுடைய முடிவே சரியானது என்பதை நிறுவிக்கொள்வதில் அப்படி ஒரு திருப்தி.

எதிர்பார்த்தது போலவே அவன் அடுத்த இரண்டு நாட்களும் அவர்களோடு தங்க வருபவர்களைப் பற்றி ஒரு வார்த்தை பேச

வில்லை. பிரகாஷ் பேசிவிட்டுப் போய் அது மூன்றாவது நாள். அவரிடமிருந்தும் தகவல் இல்லை.

இப்போது இந்த வீட்டைப் பகிர்ந்துகொள்வதின் மொத்தப் பொறுப்பும் ஃபர்ஸானாவின் தலைமேல் விழுந்துவிட்டது. குழம்பிப் போனாள். இனி, அவர்கள் வந்து ஏதாவது சின்ன மனத்தாங்கல் ஏற்பட்டால்கூட பழி அவள் மேல்தான் விழும். அவளுக்கே ஒரு பிரச்சினை என்றால்கூட காசிமிடம் எடுத்துச் செல்ல முடியாது. அடுத்தடுத்த அறைகளில் இருந்துகொண்டு ஆளுக்கொரு பக்கம் முகத்தைத் திருப்பிக்கொண்டு இருக்கவும் முடியாது. எல்லாவற்றையும்விட காசிமைச் சமாளிப்பது இன்னுமே கடினம். ஒவ்வொரு தடவையும் குத்திக் காட்டுவான்.

❍

காசிமைப் பற்றி ஃபர்ஸானாவுக்கு நன்றாகத் தெரியும். அவனுடைய வட்டம் சிறியது. ரொம்பவே இறுக்கமானது. வெளியேயிருந்து அவ்வளவு எளிதாக ஒருவர் உள்ளே நுழைய முடியாது. உள்ளே இருப்பவர்களுக்கும்கூட வட்டத்தின் ஆரம் ஆழம் தெரியாது. நாள் முழுவதுமான பேருந்து பயணத்தில் பக்கத்தில் அமர்ந்திருப்பவருடன் ஒரு வார்த்தைகூட பேசாமல் அவனால் வர முடியும். அப்படி வரவே விரும்புவான். மற்றவர்கள் சாதாரணம் என்று கடந்து செல்லும் எளிய விசயங்கள்கூட அவனைக் காயப்படுத்தப் போதுமானவை.

இந்தப் பிரச்சினையை இப்படியே வளரவிடக் கூடாது என்று முடிவுசெய்து ஃபர்ஸானாவே ஆரம்பித்தாள்.

"காசிம்... இப்போ நா என்ன செய்யட்டும்?"

"எதுக்கு என்ன செய்யணும்?"

"வீட்டுக்கு."

"இந்த வீட்டு எஜமானியம்மா நீங்கதான். நீங்களே பார்த்து ஏதாவது முடிவு பண்ணுங்க."

"ரொம்ப பண்ணாத பாத்துக்கோ!"

"நீதான் நான் சொல்ற எதையும் கேக்கறதேயில்ல."

"சரி என் தப்புத்தேன். மன்னிச்சுக்கோ. இப்போ என்ன செய்யறது சொல்லு." அவனிடம் சண்டையிடுவதைவிட சரணடைவது பின்னால் வரக்கூடிய பல சண்டைகளை இப்போதே தவிர்க்க உதவும் என்பதை அறிவாள்.

ஒரு நிமிட அமைதிக்குப் பிறகு, "நான் பிரகாஷ்கிட்ட பேசிட்டேன்" என்றான்.

“யேய்... எப்போடா பேசின? என்ன சொன்ன? அவரு கால் பண்ணவே இல்லையா?”

“என்னோட பழைய டீம் மேட் சையது இருக்கார்ல. இன்னும் இரண்டு வாரத்துல அவரும் இங்க வர்ராராம். அவருக்கு வேற பிராஜெக்ட். வேற கிளையண்ட். அவர்கூட ஜாயிண்ட்டா எடுத்துக்கிறோம்னு பிரகாஷ்கிட்ட சொல்லிட்டேன்.”

ஃபர்ஸானா அமைதியாக அவன் கண்களை உற்றுப் பார்த்தாள். எதுவும் பேசவில்லை. அவன் அவளைப் பார்க்காமல் மொபைலைக் கையில் எடுத்துக்கொண்டான்.

“என்ன அமையாயிட்ட?”

“ஒண்ணுமில்ல.”

“அட, பரவால்ல சொல்லு.”

“வேணாம்.”

“கோச்சுக்க மாட்டேன். மனசுல பட்டத சொல்லு.”

“நீ பண்றது உனக்கே நல்லாருக்கா. இப்போ அந்த ஃபேமிலி நம்மளப் பத்தி என்ன நினைப்பாக இல்ல பிரகாஷ்தான் என்ன நினைப்பாரு?”

“அவக என்னமோ நினைச்சுக்கட்டும். அதுக்கு நான் என்ன செய்ய?”

“நீ எவ்வளவோ செஞ்சுருக்கலாம். ஆனா, இனி ஒண்ணும் பண்றதுக்கு இல்ல.”

“யேய்... விட்றி. நான் நல்லா யோசிச்சுட்டு இதைச் சொன்னேன். யாரும் எதுவும் தப்பா எடுத்துக்கல. உன் கௌரத்துக்கு ஒரு குறைச்சலும் வராது. கவலப்படாத.”

“பாத்தியா. நான் என்ன சொல்ல வர்றேன்னே புரிஞ்சுக்க மாட்ட.”

“ஹலோ... எனக்கு நல்லாப் புரியுது. உனக்குத்தான் நான் ஏன் இப்படிப் பண்ணேன்னு புரியல.”

“சரி விடு. என்னவோ பண்ணு” என்று சொல்லிவிட்டு அங்கிருந்து எழுந்து உள்ளறைக்குச் சென்றாள்.

சற்று நேரத்தில் அவளே சரியாகிவிடுவாள் என்பதை அறிவான். ரொம்பவும் வெகுளியாக இருக்கிறாள். பார்ப்பவற்றை யெல்லாம் நம்புகிறாள். பழகுபவர்களையெல்லாம் எப்படி

நல்லவர்களாகப்பார்க்கிறாள் என்பது அவனுக்கு விளங்கவில்லை. இன்று பெண்கள் எவ்வளவு தெளிவாகவும் தீர்க்கமாகவும் முடிவெடுக்கிறார்கள். இவள் மட்டும் ஏன் இப்படி இருக்கிறாள்? உலக விசயங்கள் எதையும் புரிந்துகொள்வதில்லை. எடுத்துச் சொன்னாலும் விளங்கிக்கொள்வதில்லை. ஒவ்வொன்றையும் வரிவரியாகச் சொல்லி விளக்கிக்கொண்டிருக்க முடியுமா? தான் நடத்துவது குடும்பமா? பள்ளிக்கூடமா?

ஸோபாவில் நீட்டிக்கொண்டிருந்த நூல் திரியைக் கத்திரியால் வெட்டி எடுத்தான். எழுந்து பால்கனிக்கு வந்தான். வானம் மேகங்களற்று கழுவிவிட்டத்தைப் போன்று நிர்மூலமாக இருந்தது. இப்போது ஒரே ஒரு பறவை தனியாகப் பறந்தால் நன்றாக இருக்கும் என்று நினைத்துக்கொண்டான். சில நிமிடக் காத்திருப்புக்குப் பிறகு ஒரு பறவைக்குப் பதிலாக கூட்டமாகப் பறவைகள் பறந்து வந்தன. பெரிய கூட்டம் இல்லை. ஆயிரமோ நூறோ இல்லை. பத்து இருபது இருக்கும். அவ்வளவுதான். அதைப் பார்த்ததும் எங்கிருந்தோ அந்த வார்த்தை மனத்துள் வந்து விழுந்தது. மர்மரேஷன்!

●

7

15

மீட்சியின் முகம்

எங்களுக்குச் செய்தி சொல்ல வந்த படகோடு தாவர விரிகுடாவில் நிறுத்தி வைத்திருந்த ஒரு படகையும் சேர்த்து தளபதி பிலிப் பார்த்து வைத்திருக்கும் இடத்தை நோக்கிச் செலுத்தத் தயாரானோம். எங்களுக்கு முன்னரே, கடலில் நிறுத்தப்பட்டிருந்த கப்பல்களில் சில கிளம்புவதற்கு ஆயத்தமாகி இருந்தன. அப்புதிய இடம் தாவர விரிகுடாவிலிருந்து ஐந்து கடல் மைல்கள் தூரத்தி லிருந்தது. வடமேற்காக ஒரு மணி நேரப் பயணம்.

படகுகளில் செல்லும் வழியிலேயே தூரத்தில் அந்த இடம் தென்பட ஆரம்பித்துவிட்டது. முதல் பார்வைக்கு விரிந்து பரவி, புல் போர்த்தி மேய்ச்சலுக்கு உகந்த இடமாகத் தோன்றியது. மேலும் அடர்ந்த காடுகளோ, கடும் பாறைகளோ தென்படவில்லை. படகில் வரும்போதே சிற்றாறு ஒன்று கடலில் கரை கடந்து சங்கமித்ததையும் கண்டுகொண்டேன். எனவே, நன்னீருக்கும் பஞ்சமில்லை. நல்ல வெயில். முறைப்படி விவசாயத்தைத் தொடங்குவதற்குச் சரியான இடம். கரையை நெருங்கும்போதுதான் அந்த விலங்குகளைப் பார்த்தேன். விரிந்த கன்ன கதுப்புகளுக்கிடையே கூரிய மூக்குடன் கூடிய முக அமைப்பும் பழுப்பு நிறமும் கொண்டு பார்ப்பதற்குக் கொம்புகளற்ற வலிய ஆண் மானைப்போலத் தோற்றமளித்தன. மடங்கிய பின்னங்கால்களையும் நீண்டு பெருத்த வாலையும் கொண்டிருந்தன. அவற்றுள் சில தம் வயிற்றில் குட்டிகளை ஏந்தி நின்றதைப் பார்க்க விசித்திரமாக இருந்தன. எங்கள் படகுகளின் சலனத்தால் அச்சப்பட்டுப் பின்னங்கால்களைத் தரையில் அழுத்தி ஊன்றி தாவித் தாவி ஓடி மறைந்தன. இவற்றைப் பற்றி ஜேம்ஸ் குக்கின் டைரியில் குறிப்பிடப்பட்டிருந்த நினைவு. பெயர் நினைவில் இல்லை. தளபதி பிலிப் இருந்திருந்தால் சொல்லியிருப்பார். அவர்தான் ஜேம்ஸின் அத்தனை குறிப்புகளையும் திரும்பத் திரும்ப வரிவரியாக வாசித்திருக்கிறார்.

எங்கள் படகுகளுக்கு முன்னரே இரண்டு கப்பல்கள் அங்கே வந்து சேர்ந்திருந்தன. மற்ற ஒன்பது கப்பல்களும் கிளம்பி வந்து கொண்டிருப்பதையும் காண முடிந்தது. அங்கே, ஏற்கெனவே இரண்டு கூடாரங்கள் அமைக்கப்பட்டிருந்தன. மேலும் கூடாரங்கள் அமைக்கத் தேவையான பொருட்களைக் கப்பலிலிருந்து ஆட்கள் இறக்கி வைத்துக்கொண்டிருந்தனர். சிலர் மரங்களை வெட்டித் தரையைச் சமதளப்படுத்தினர். வீழ்த்தப்பட்ட மரங்களிலிருந்து நடுவதற்குக் கம்புகளும் எரிப்பதற்குச் சுள்ளிகளும் பிரித்து ஒதுக்கி வைக்கப்பட்டிருந்தன. நான்கைந்து பேர் சேர்ந்து ஓரிடத்தில் பெரிய குழி ஒன்றை வெட்டிக் கொண்டிருந்தனர். அவர்களுக்கிடையே காலின்ஸ் எதற்கோ இடத்தைத் தேர்வு செய்துகொண்டிருந்தார்.

வைன் நிரம்பிய ஒரு பீப்பாயை இரண்டு பேர் சேர்ந்து இறக்கினர். அதன்மீது கேப்டவுன் துறைமுக முத்திரை குத்தப்பட்டிருந்தது. நிக்கல்சன் கப்பலிலிருந்து இறக்கப்பட்ட பசு ஒன்றைப் படுக்க வைத்து, அதன் வயிற்றை அழுத்தி அழுத்திப் பார்த்துக்கொண்டிருந்தார். தென் ஆப்பிரிக்காவின் கேப்டவுனிலிருந்து ஏற்றி வரப்பட்ட பசுக்கள், காளைகள், குதிரைகள், பன்றிகள், செம்மறியாடுகள் உள்ளிட்ட கால்நடைகளுக்கு அவரே

பொறுப்பு. அந்தப் பசு நோயுற்றிருந்தது. வலியில் சன்னமாய் முனங்கியது. மனிதர்கள் எப்படியோ ஆண்டாண்டு காலமாய் இதுபோன்ற கடற்பயணங்களுக்குப் பழகிவிட்டோம். அதற்கான தேவையும் இருந்தது. பறவைகளுக்குப் பிரச்சினையே இல்லை. கால்நடைகளுக்கு இவ்வளவு தூரப் பயணம் என்பது நிச்சயம் சிரமம் அளிக்கக் கூடியதாகத்தான் இருக்கும். மனிதனுக்கு அடிமைப்பட்டது மட்டுமே அவை செய்த அரும்பாவம்.

நாங்கள் படகுகளிலிருந்து இறங்கியதை மருத்துவர் ஜேம்ஸின் உதவியாளர் டெர்ரி பார்த்துவிட்டார். அவர் அங்கே நிறுத்தப்பட்டிருந்த கப்பலிலிருந்து கொண்டுவந்த கூடையை ஒரு கையால் தூக்கியபடி அலுங்காமல் மெதுவாக சீரான நடையில் வந்துகொண்டிருந்தார். மறு கையால் வணக்கம் சொல்லிக் கையசைத்தார்.

பக்கத்தில் வந்து, "தெற்கு வேல்ஸின் புதிய குடியேற்றத்துக்கு உங்களை வரவேற்கிறோம்" என்று சொல்லிக் கண்ணடித்தார்.

"நன்றி டெர்ரி. இதுதான் இடம் என்று முடிவாகிவிட்டதா?"

"இன்னுமா சந்தேகம்? அங்கே காலின்ஸைப் பாருங்கள்! இன்னும் சற்று நேரத்தில் கொடியேற்றம் நிகழப்போகிறது. அதற்காகக் கம்பம் நடுவதற்கான இடத்தைத்தான் அவர் பார்த்துக்கொண்டிருக்கிறார்."

"மற்றுமொரு புதிய கூடாரம் என்று நினைத்தேன்."

"இன்னுமின்னும் நிறைய கூடாரங்கள் வேண்டும்தான். அதுமட்டுமல்ல, இன்றே கட்டடங்கள் எழுப்பும் பணியைத் தொடங்க உத்தரவு. ஆளுநர் இல்லம், மருத்துவமனை, கொல்லர் விடுதி, அடுமனை – இவையே முன்னுரிமை வரிசை."

"ஆளுநர் இல்லமா?"

"ஆமாம், தளபதி பிலிப் தங்குவதற்கு."

நான்தான் அவரை இன்னும் தளபதியாகவே பார்த்துக் கொண்டிருக்கிறேன். இப்போது அவர் ஆளுநர். நியூ சவுத் வேல்ஸின் முதல் ஆளுநர். காணாப் பெருநிலத்தில் கால் பதித்த ஆளுநர். பெருமிதம் தாளவில்லை எனக்கு.

"முதலில் ஆளுநர் இல்லம். ஆமாம், ஆளுநர்! ஆளுநர்! படைத் தளபதியிலிருந்து இப்போது ஆளுநர்!" என்றேன்.

"ஆமாம், அதற்கான முழுத் தகுதியும் படைத்தவர் தளபதி பிலிப். விசயம் தெரியும்தானே? இந்நேரத்துக்கு உங்களுக்குச் செய்தி வந்து சேர்ந்திருக்குமே வில்லியம்!"

"என்ன, என்ன செய்தி? மன்னிக்கவும், எனக்கு எதுவும் தெரியாது."

"ஆச்சரியம்தான், உங்களுக்குச் செய்தி தெரியாதது" என்று சொல்லிவிட்டுத் தன் கையில் இருந்த கூடையை மெதுவாகக் கீழிறக்கி தன் கால்களுக்கு இடையே வைத்துவிட்டு அதை இரு கால்களாலும் அணைப்பாகப் பிடித்துக்கொண்டார்.

பின்னர் அவரே, "அங்கிருந்து கிளம்பி வந்த நாங்கள் வரும் வழியெங்கும் நிறுத்தி ஒவ்வொரு இடமாக ஆய்வு செய்து கொண்டு வந்தோம். எதுவும் சரிப்படவில்லை. இந்த இடத்தைப் பற்றித்தான் ஏற்கனவே தளபதி ஜேம்ஸ் குக் குறிப்பிட்டிருக்கிறார். வரைபடத்தைப் பார்த்து நேராக படகை இங்கே செலுத்திக் கொண்டிருந்தோம். நாங்கள் வருவதை அவர்கள் முன்னரே கண்டுகொண்டுவிட்டார்கள்" என்று சொல்லிவிட்டு என் முகத்திலிருந்த கேள்வியைப் புரிந்துகொண்டு, "அவர்கள்தாம், இந்நிலத்தின் பூர்வகுடி மக்கள். காட்டுமிராண்டிக் கறுப்பர்கள். பத்துப் பதினைந்து பேர் வரிசையாகக் கையில் குத்தீட்டியுடன் கரையில் நின்றுகொண்டு எங்களை இங்கிருந்து கிளம்பிச் செல்லுமாறு சைகை செய்து விரட்டினார்கள். எல்லோர் கையிலும் குத்தீட்டி. ஆட்களே திடகாத்திரமாகப் பார்ப்பதற்குக் கத்தி போலத்தான் இருந்தார்கள். முகத்திலும் வயிற்றிலும் வெள்ளையாக கோடுகள் வரைந்திருந்தார்கள். கெட்டியாகக் கையும் காலும் கொண்டிருந்தார்கள். மார்பில் அத்தனை பேருக்கும் தீத் தழும்புக் கோடுகள். செப்புக் கம்பியாகச் சுருண்ட முடி. இந்தியர்களையும் ஆப்பிரிக்கர்களையும் கலந்த மாதிரியான முக வடிவம். எங்களிடம் துப்பாக்கிகள் இருந்தன. ஆனால் தளபதி பிலிப் எங்களை அத்தியாவசியம் ஏற்பட்டாலொழிய அவற்றை உபயோகிக்க வேண்டாம் என்று எச்சரித்தார். துப்பாக்கிகளுடன் படகில் நாங்கள். கரையில் குத்தீட்டிகளுடன் அவர்கள். நாங்கள் திரும்பாவிட்டால், அவர்கள் எந்தக் கணத்திலும் எங்களைத் தாக்க நீருக்குள் பாயத் தயாராக இருந்தனர். என் கையிலிருந்த துப்பாக்கியை இறுக்கிப் பிடித்துக் கொண்டேன். உள்ளங்கைகள் வேர்த்துவிட்டன. எவ்வளவோ தடுத்தும் கேளாமல் தளபதி பிலிப் மட்டும் தனி ஆளாய்ப் படகைவிட்டு இறங்கி கரையை நோக்கி நடக்க ஆரம்பித்தார். சுற்றியிருந்த அத்தனைபேரையும் அஞ்சாமல் ஒரு சிங்கத்தைப் போல அவர் நடந்த காட்சியை இப்போது நினைத்துப் பார்த்தாலும் என் மயிர்க்கால்கள் குத்திட்டு நிற்கின்றன. அவர்கள் எதிரி படைவீரர்கள் அல்லர். நவீன நாகரீகம் அறியாதவர்கள். நல்லது கெட்டது போர் நெறிமுறைகள் என்று எதுவும் தெரியாத வர்கள். நாங்கள் சண்டைக்கு வரவில்லை. சமாதானத்தை

விரும்புகிறாம் என்பதைக்கூட அவர்களுக்கு எப்படிப் புரிய வைப்பது என்பது எங்களுக்கு விளங்கவில்லை. தளபதியோ இவை எதையுமே பொருட்படுத்தியதாகத் தெரியவில்லை. காட்டு விலங்குகளை ஒப்பிட அவற்றுக்கு எவ்வகையிலும் மேலானவர்கள் அல்லர் அவர்கள். அப்படியானவர்களிடத்தே எந்தப் பயமும் இல்லாமல் நெஞ்சை நிமிர்த்தி முன்னே சென்றார். நாங்கள் அவர்களைத் துன்புறுத்த வரவில்லை என்பதைக் கைகளை விரித்து ஒருவித சைகையால் உணர்த்தினார். தன் மேல் சட்டையைக் கழற்றினார். அவருடைய செய்கையைப் பார்த்தவர்கள் அதற்கு மேல் ஒன்றும் செய்யாமல் அப்படியே உறைந்து நின்றிருந்தனர். இத்தனைபேர் சுற்றிலும் ஆயுதமேந்திச் சூழ்ந்திருக்க, வெற்றுக்கையுடன் அஞ்சாமல், கண் பார்த்து நெஞ்சை நிமிர்த்தி வரும் ஒரு வீரனைப் பற்றி அவர்கள் தம் மூதாதைக் கதைகளில்கூட கேள்விப்பட்டிருக்க மாட்டார்கள். கூட்டத்தின் தலைவன் போலிருந்தவன் கண் காட்டவும் அத்தனை பேரும் தங்கள் ஈட்டியைத் தணித்து, கைக்காட்டி அவரை வரவேற்றனர். அவர் எங்கள் பக்கம் திரும்பிப் பார்த்தார். அதுவரை எதிரியாகப் பாவித்தவர்கள் ஏதோ பல வருடப் பரிச்சயம் போன்று முகம் மலர்ந்து எங்களை வரவேற்றனர். என்னால் அதைச் சுத்தமாக விளங்கிக்கொள்ள இயலவில்லை. தளபதி என்ன செய்தார்? கீழை நாடுகளின் கருப்பு மந்திரங்கள் ஏதாவது கற்று வைத்திருக்கிறாரோ என்கிற அளவுக்கு நான் யோசிக்க ஆரம்பித்துவிட்டேன். நிச்சயமாகச் சொல்வேன் நடந்தது ஒரு மாய மந்திர நிகழ்ச்சித்தான். அப்போது, வெற்று மார்புடன் தளபதி பிலிப் ஒரு தேவதூதரைப்போலக் காட்சி யளித்தார். அந்நிகழ்வு இப்புதிய தேசத்தின் வரலாற்றில் எழுதப் படும். அதில் எனக்குச் சந்தேகமில்லை. சந்தேகமேயில்லை!" என்றார்.

டெர்ரி மிகவும் உணர்ச்சிவசப்பட்டுக் காணப்பட்டார். போர்க்களங்களில் மேற்கொள்ளப்படும் எளிய உத்திகளில் ஒன்று. ஆயுதத்தைத் துறந்துவிட்டு மரணத்தை நோக்கி அச்ச மின்றி நடக்கும் ஒருவனிடத்தில் அஞ்சாத உயிரே இருக்க முடியாது. டெர்ரி போருக்குச் சென்றவரில்லை. அதே நேரம், தளபதி பிலிப் இப்புகழ்ச்சிக்கு எல்லா விதத்திலும் தகுதி யானவரே. அவர் ஆயுதத்தைக் கையேந்திப் போகாததைவிட அவசியமற்றுத் துப்பாக்கிகளைப் பயன்படுத்த வேண்டாம் என்று சொன்னதிலேயே உண்மையான வீரம் இருக்கிறது. அவர் இங்கு வந்த நாள்தொட்டு இந்தப் பூர்வகுடிகளைக் கண்ணிய மாக நடத்தி இந்நிலத்தைக் கைப்பற்ற வேண்டும் என்பதில் உறுதியாக இருக்கிறார். வன்முறையிலா வீரம் இருக்கிறது? இல்லை, வன்முறையைக் கைக்கொள்வதற்கு அத்தனை

நியாயங்கள் இருந்தும் அதைத் தவிர்த்து ஏனைய வழிகளில் எதிரியை வெல்வதே வீரம். இதுவும் அவர் சொன்னதுதான். அதை அவரே நிறைவேற்றியுமிருக்கிறார். தானொரு கனவான் என்பதை நிரூபித்திருக்கிறார்.

மருத்துவர் ஜேம்ஸ், கூடாரத்திலிருந்து தலையைக் காட்டி டெர்ரியை அங்கே வருமாறு சைகை செய்தார். அவர் என்னைச் சரியாகக் கவனிக்கவில்லை. அப்போது டெர்ரி கீழேயிருந்த அந்தப் கூடையைத் தூக்கி என்னிடம் கொடுத்து, "வில்லியம், இதைச் சற்று கவனமாகப் பார்த்துக்கொள்ளுங்கள். அதிகமாய் ஆட்டவோ அசைக்கவோ வேண்டாம். இதோ வந்துவிடுவேன். கவனம்!" என்றார்.

"ஏன் உள்ளே இருப்பவை ஏதேனும் அமிலங்களா?" என்றேன்.

டெர்ரி தன் குரலைச் சற்று தாழ்த்தி, "உள்ளே, பெரியம்மை கண்டு மீண்டுகொண்டிருந்தவரின் நிணத்தைச் சேகரித்து வைத்திருக்கிறோம். இங்கே புதிதாகப் பிறக்கும் பிள்ளைகளைப் பாதிப்பிலிருந்து காப்பதற்கான முன்னெச்சரிக்கையாக இவற்றை எடுத்துச் சேமித்து வைத்துள்ளோம். உள்ளே குடுவைகளுக்குள் தக்க பாதுகாப்புடனே உள்ளது. நீங்கள் பயப்பட வேண்டாம். சற்றுக் கவனமாக இருந்தால் போதும்" என்று சொல்லிவிட்டு ஜேம்ஸ் இருந்த கூடாரத்தை நோக்கி ஓடினார்.

அவர் அதைப் பற்றிக் கூறியதுமே என் கைகள் நடுங்க ஆரம்பித்துவிட்டன. அதை அப்படியே கீழே போட்டுவிடுவேனோ என அஞ்சினேன். நடுங்கும் என் வலக்கையை இடக்கையால் இறுகப்பற்றினேன். அப்போதும் நடுக்கம் குறையவில்லை. உடலெங்கும் வியர்த்துக்கொட்டியது. தலை கழன்று தனியே மிதப்பதுபோல் இருந்தது. எந்த நொடியும் மயங்கிவிடுவேன் என நினைத்தேன். மிகவும் சிரமப்பட்டு அக்கூடையைத் தரையில் வைத்துவிட்டு நானும் அதன் பக்கத்திலேயே அமர்ந்துகொண்டேன். நெஞ்சம் படபடவென அடித்துக்கொண்டது. டெர்ரி சீக்கிரம் வந்து இதை என்னிடமிருந்து எடுத்துக்கொண்டால் பரவாயில்லை என்று நினைத்தேன். நா வறண்டது. நேரம் நத்தையின் மீதேறி நகர்ந்தது. மீண்டுவிட்டேன் என்றெண்ணிப் புதைத்த பழைய நினைவுகள் ஒவ்வொன்றும் காட்சி காட்சியாகக் கண் முன் வந்தன. எல்லாவற்றுக்கும் மேல் அந்த முகம்! அய்யோவென்று அலறியபடி முகத்தை என் கைகளால் பொத்திக்கொண்டேன்.

எத்தனை மணி நேரம் அப்படியே அமர்ந்திருந்தேன் என்று தெரியவில்லை.

“வில்லியம்... வில்லியம்” என்று டெர்ரி வந்து அழைத்த போதுதான் சுதாரித்து எழுந்தேன்.

“நான் சொன்னேன் அல்லவா? மருத்துவமனைக்கான வரைபடத்தைக் காட்டி ஏதேனும் மாற்றங்கள் செய்ய வேண்டுமா என்று கேட்டார். என்னுடைய கருத்துகளைச் சொல்லிவிட்டு வந்தேன்.”

“ஓ நீங்கள் இங்கிருந்து கிளம்பிப் போய் எவ்வளவு நேரம் ஆயிற்று?”

“பத்து நிமிடங்கள்கூட ஆயிருக்காது. ஏன் அப்படிக் கேட்கிறீர்கள். களைத்துப்போய் தூங்கிவிட்டீர்களா என்ன? ஏன் ஒரு மாதிரி இருக்கிறீர்கள்? முகமெல்லாம் சோர்ந்திருக்கிறதே” என்றார்.

“ஒன்றுமில்லை, ஒன்றுமில்லை டெர்ரி. நான்... நான் நன்றாகத்தான் இருக்கிறேன்.”

“இல்லையில்லை. உங்கள் முகத்திலேயே தெரிகிறதே. ஏதேனும் பிரச்சினையா? உடல் நலம் சரி இல்லையா? வேண்டு மானால் ஜேம்ஸை அழைக்கவா?”

“அதெல்லாம் வேண்டாம் டெர்ரி” என்று சொல்லிவிட்டு, எவ்வளவோ கட்டுப்படுத்தியும் என் கண்கள் மறுபடியும் அந்தக் கூடையின் மேல் குவிந்தன. டெர்ரி அதைக் கவனித்துவிட்டார். அவருக்கு எல்லாவற்றையும் இணைத்து யூகிக்க அதிக நேரம் எடுக்கவில்லை. அவர் புரிந்துகொண்டார் என்பதை அதுவரை அவரிடத்திலிருந்த கேள்விகளும் குழப்பங்களும் மறைந்த முகமே சொல்லியது. ஆதரவாக என் பக்கத்தில் அமர்ந்துகொண்டார். எனக்கும் யாரிடமாவது மனம்விட்டுப் பேசினால் சற்று ஆறுதலாக இருக்கும் என்று தோன்றியது.

“டெர்ரி, நாங்கள் ஸ்காட்லாண்டைப் பூர்வீகமாகக் கொண்டவர்கள். எடின்பரோ அருகே ஒரு கிராமம். என் அப்பா அங்கே ஒரு குறுநில விவசாயி. குத்தகை நிலம் என்றாலும் விளைச்சலுக்கோ வருமானத்துக்கோ குறைவில்லை. வேளாண்மை தவிர வேட்டையாடிக்கொண்டு வரப்படும் மிருகங்களின் தோல் நீக்கி அவற்றைப் பதப்படுத்தி பாடம் செய்யும் கலையில் விற்பன்னர். அதனால், அவருக்கு ஒரு நாளைக்கு இருபத்தி நான்கு மணி நேரம் போதவில்லை. பெரும் பணம் என்று சொல்ல முடியாவிட்டாலும் வசதிகளுக்குக் குறைவில்லை. ‘கலாடன்’ போர் வந்தது. நிறைய பேர் வேலையிழந்தனர். விவசாயம் பொய்த்தது. மக்கள் அத்தனை பேரும் தத்தம் சொந்த நிலபுலன்களை விட்டுவிட்டு ஓடினார்கள். பலர்

அமெரிக்காவுக்கும் சிலர் இங்கிலாந்துக்கும். நாங்களும் அறுவடைக்குத் தயாராக இருந்த கோதுமைப் பயிர்களை அப்படியே விட்டுவிட்டு இங்கிலாந்துக்குப் புலம் பெயர்ந்தோம். விவசாயம் கைவிட்டாலும் விலங்குகளைப் பாடம் செய்யும் கலை அப்பாவுக்குக் கைக்கொடுத்தது. அம்மாவுக்குப் புதிய இடம் பிடிக்கவில்லை. அவளால் அங்கு ஒன்ற இயலவில்லை. எப்போதும் தன் நிலத்துக்குத் திரும்பி செல்லும் நாட்களை எண்ணியபடி இருப்பாள். பழைய நினைவுகளை மீட்டு நாட்குறிப்பில் எதையாவது எழுதிக்கொண்டே இருப்பாள்" என்று சொல்லிவிட்டு மெழுகின் சுடரொளியில் மைத்தொட்டு எழுதும்போது கடைசியாகப் பார்த்த அப்பழுக்கற்ற அவள் முகத்தை நினைவுக்குக் கொண்டுவர முயன்றேன். திரும்பத் திரும்ப முயன்று அதில் தோற்றேன்.

"அவள் பேரழகி. அவளைப் பார்த்திராதவர்கள், என்னை அழகன் என்பார்கள். இந்த நீலக் கண்கள் அவளிடமிருந்து வந்தவை. அவள் ஓவியமென்றால் அவளைத் தீட்டிவிட்டுக் கரைத்த வண்ணக்கலவைகளின் மிச்சமே நான். துரதிர்ஷ்டம்! கடைசிவரை அவள் தன் சொந்த மண்ணுக்குத் திரும்பவில்லை. அந்த ஆண்டு மறுபடியும் இங்கிலாந்து முழுவதும் பெரியம்மை புறப்பட்டுக் கிளம்பியது. பேரழகை பெரும் விதிகள் எப்போதும் நிம்மதியாய் விடுவதில்லை. அவளும் அம்மை கண்டாள். இரண்டு மூன்று நாட்கள் காய்ச்சலில் கிடந்தவள், வாந்தி எடுத்து உடலின் சத்துக்கள் அத்தனையும் இழந்தாள். அதன் பின் அவள் உயிரோடு இருந்தது ஒரே வாரம்" என்று சொல்லும்போதுதான் இதெல்லாம் வரிசைக் கிரமம் மாறாமல் நினைவிலிருந்தது எனக்கே புரிந்தது. "நோய் கண்ட நாள் முதல் அவளைக் காண என்னை அனுமதிக்கவில்லை. எனக்கு அப்போது ஏழெட்டு வயதிருக்கும். முழுவதும் புரியவில்லை; என்றாலும் ஏதோ ஒன்று சரியாக இல்லை என்பது மட்டும் புரிந்தது. விளையாடிக் கொண்டிருந்த என்னை இழுத்து வந்து அவள் இறந்து போனதைச் சொன்னார்கள். லண்டனில் நாங்கள் வாடகைக்குத் தங்கியிருந்த அப்பாவினுடைய நண்பரின் இல்லத்தில் அவளுடைய உடல் துணி போர்த்தித் தனியாகக் கிடத்தி வைக்கப்பட்டிருந்தது. அவளை ஒருமுறையாவது பார்த்துவிட வேண்டும் என்று அழுது அடம்பிடித்தேன். பொதுவாகப் பொறுப்பும் அமைதியும் நிறைந்த பையன் என்பதால் என்னிட மிருந்து அப்படியொரு அடத்தை அப்பாவோ, அங்கே எங்களுக்கு அடைக்களம் தந்திருந்த அவருடைய நண்பர்களோ எதிர்பார்க்க வில்லை. நான் அந்த நிலையில் அம்மாவைப் பார்க்க வேண்டாம் என்று அப்பா நினைத்தார். நான் கேட்கவேயில்லை. இப்போது யோசித்தால், அவர் சொன்னது சரிதான் என்று தோன்றுகிறது.

அம்மையின் கோரத்திற்கு ஆட்பட்டு ஆயிரம் அம்புகள் தைத்துத் துளைத்திருந்த அம்முகத்தைக் காணாமல் இருந்திருந்தால் ஒருவேளை அழகான அவளின் பழைய முகம் என் நினைவில் அப்படியே இருந்திருக்கும். நான்தான் கேட்கவில்லையே! அன்றிலிருந்து இந்தக் கணம்வரை அம்மாவின் ஒளி சிந்தும் அந்தப் பழைய முகத்தை என்னால் நினைவுத்தொகுப்பிலிருந்து மீட்டெடுக்கவே முடியவில்லை. குறைந்தபட்சம் இரண்டாவதை யாவது மறந்துவிட்டேன் என்று நினைத்துக்கொண்டிருந்தேன், இதை நீங்கள் என் கையில் கொடுக்கும்வரை."

பாழாய்ப் போன மனம் விரும்புவதை ஒளித்தும் வெறுப்பதைத் திரட்டியும் தருவதில் அத்தனை கெட்டிக்காரத் தனம் காட்டுகிறது என்று நினைத்துக்கொண்டேன்.

டெர்ரி எதுவுமே பேசாமல் அமைதியாக நான் சொல்வதை ஆமோதித்துக் கேட்டுக்கொண்டிருந்தார்.

"யோசித்துப் பார்த்தால், அந்த முகமே என்னை அம்மண்ணி லிருந்து தொடர்ந்து விரட்டுகிறது என்று நினைக்கிறேன். படையில் சேர்ந்தேன். எங்கெல்லாம் போர் நடக்கிறதோ அங்கெல்லாம் முதல் ஆளாய்ப் போய் நின்றேன். எதை நோக்கி ஓடுகிறேன் என்பதுகூட பல நேரங்களில் புரிவதில்லை. ஆனால் எங்கும் தேங்காமல் ஓடிக்கொண்டிருப்பது மட்டும் மனத்துக்கும் ஆன்மாவுக்கும் சற்று நிம்மதி அளிப்பதாய் இருக்கிறது. அது தான் என்னை இங்கே கொண்டுவந்து நிறுத்தியிருக்கிறது. உலகின் தென் கோடியில். ஆனால் இங்கும் என்னை விடாமல் துரத்துக்கிறது. இதற்கு மேல் பூமியில் போவதற்கு எனக்கு இடமில்லை. இம் மண்ணில் புதைந்துகொள்வதைத் தவிர எனக்கு வேறு வழியில்லை" என்று சொல்லிவிட்டு டெர்ரியின் கண்களைச் சந்திக்கக் கூசி தூரத்தில் வந்துகொண்டிருந்த கப்பல் ஒன்றை உற்றுப் பார்த்துக்கொண்டிருந்தேன்.

அப்போது மொத்த உலகத்தில் நானும் இந்தக் கடலும் அந்தக் கப்பலும் மட்டுமே இருந்தோம். அதுதான் நோவாவின் கப்பல். அர்த்தமற்ற உலகின் துயர வெள்ளத்திலிருந்து என்னைக் காப்பாற்றி அழைத்துப் போக வந்துகொண்டிருக்கிறது.

என்னைக் கலைத்து எழுப்பியது டெர்ரியின் குரல். "வில்லியம், உங்கள் மனநிலையைப் புரிந்துகொள்ள முயற்சி செய்கிறேன். இங்கே வந்திருக்கும் ஒவ்வொருவருக்கும் ஒவ்வொரு காரணம். வேண்டி விரும்பி வந்தவர்கள் யாரேனும் இருப்பார்களா என்று எனக்குச் சந்தேகமாகத்தான் இருக்கிறது. மருத்துவத்தில் எப்போதும் விஷத்துக்கு இன்னொரு விஷமே முறிவு. இன்னொரு அழகிய முகம் வந்து உங்களை மீட்கும். நீங்கள்

செல்ல வேண்டியதெல்லாம் அந்த முகத்தை நோக்கித்தான். அதுவே உங்கள் பாதை. அதுவே உங்களுக்கு விடுதலை" என்றார் டெர்ரி.

இதைச் சொல்லிவிட்டுக் கூடையைத் தூக்கிக்கொண்டு ஜேம்ஸின் கூடாரத்தை நோக்கிக் கிளம்பிவிட்டார். சற்று நேரத்தில் கூடாரத்துக்கு வெளியே காலின்ஸ் பார்த்து வைத்திருந்த இடத்தில் நடப்பட்டிருந்த கம்பத்தில் மாட்சிமை பொருந்திய பிரிட்டிஷ் பேரரசின் கொடியை நியூ சவுத் வேல்ஸின் முதல் ஆளுநர் ஆர்தர் பிலிப் பறக்கவிட்டார். காலின்ஸ், ஜேம்ஸ், டெர்ரி, நிக்கல்சன், சில சிற்றுதவியாளர்கள் சூழ்ந்து நின்று காற்றில் பறந்துகொண்டிருந்த கொடிக்கு வணக்கம் வைத்தனர். நாங்கள் வந்திறங்கிய தேதியிலிருந்து கணக்கிட்டுப் பார்த்தேன். இன்று 1788 ஜனவரி, 26. ஒரு மாபெரும் நிகழ்வின் வரலாற்றுச் சாட்சியமாக நான் இவற்றையெல்லாம் பார்த்துக்கொண்டிருந்தேன். மாட்சிமை தங்கிய பிரிட்டிஷ் பேரரசின் கொடி காற்றில் ஒளிவீசிப் பறப்பதைப் பார்த்து உண்மையில் நான் மகிழ்ச்சியில் துள்ளியிருக்க வேண்டும். மாறாக அதற்கு முற்றிலும் எதிரான மனநிலையுடன் உள்ளுக்குள் நிலைகுலைந்திருந்தேன். அப்படியே கடற்கரை மணலில் தலைவைத்துப் படுத்துக் கொண்டேன்.

மாலை கவிந்திருந்தது. கூடாரத்துக்கு முன் தீ மூட்ட ஆரம்பித்தனர். வைன், கோப்பைகளில் பரிமாறப்படும் ஓசை கேட்டது. மாமிசம் சுட்டுப் பொசுங்கும் வாசம் நாசியை நிறைத்துப் பசியைக் கிளறியது. ஆங்காங்கே உற்சாகக் குரல்கள். இசைக் கருவிகள் ஒலிக்க ஆரம்பித்தன. எங்கும் நகரவில்லை. அப்படியே படுத்திருந்தேன். மணலில் தலைவைத்து வானத்தைப் பார்த்தபடி இருந்தேன். வானெங்கும் நட்சத்திரத் தூவல்கள். டெர்ரி கிளம்பும் முன்னர் கடைசியாகச் சொன்ன வார்த்தைகள் எனக்குள் திரும்பத் திரும்ப ஒலித்தபடியிருந்தன. கண்ணை மூடியதும் கண்களிலிருந்து நீர் வெம்மையாக இரண்டு கன்ன ஓரத்திலும் கோடாக இறங்கியது. அப்போது துலக்கமுற்று எழுந்து நின்றது ஒரு முகம்.

ரெபேக்கா!

16

*ச*னிக்கிழமை காலை. மெட்ரோவை ஓடிப் பிடிக்க வேண்டிய அவசரமோ அவசியமோ இல்லை. வாக்கம் க்ளீனர் சத்தத்தில்தான் ஃபர்ஸானா எழுந்து வந்தாள். இத்தனைக்கும் படுக்கையறைக் கதவைக் கவனமாகச் சாத்திவிட்ட பின்பே காசிம் வாக்கம் போட்டான். முகத்தைக் கழுவி பல் தேய்த்து அவள் தெளிவாகி வரும்போது வாக்கம் வேலை முடிந்திருந்தது. வாரத்தில் இரண்டு முறை அவளும் வாக்கம் செய்கிறாள். அந்த மொத்த வீட்டில் புழங்குவது இரண்டே பேர். வெளியிலிருந்து தூசு வருவதற்கான வாய்ப்பும் குறைவு. பரபரப்பான ஊரின் மையத்திலேயே அவ்வளவு தூசு கிடையாது. அதிலும் அவர்களுக்கு ஒதுக்கப்பட்டிருந்த அந்த சர்வீஸ் அப்பார்ட்மெண்ட் இருந்ததோ நான்காவது மாடி. இத்தனை விசயங்களையும் மீறி காசிமுக்குத் தன் கையால் ஒரு தடவை வாக்கம் போட்டுவிட வேண்டும். வாக்கம் க்ளீனர் என்றில்லை, டீ குடித்து முடித்ததும் டம்ளர்கள் கழுவி அதற்குரிய இடத்தில் வைக்கப்பட்டிருக்க வேண்டும். அது எவ்வளவு சுத்தமாக இருந்தாலும் டீ ஊற்றும் முன் மீண்டும் ஒருமுறை கழுவப்பட வேண்டும். பழைய துணி போடும் கூடையில் சாக்ஸைச் சேர்த்துப் போடக் கூடாது. அதற்குத் தனித் தனிக் கூடைகள். தேவை யில்லாத ஒரு பொருள் ஃப்ரிட்ஜுக்குள் இருக்கக் கூடாது. அடுப்படி மேடை எப்போதும் சுத்தமாகத் துடைத்துவைக்கப்பட்டிருக்க வேண்டும். குளித்து முடித்ததும் சோப்பில் நுரை இருக்கக் கூடாது. இப்படி பல 'வேண்டும்'கள். பற்பல 'கூடாதுகள்'.

டீயை அடுப்பில் வைத்துவிட்டு ஃபர்ஸானா காசிம் பக்கத்தில் வந்து அமர்ந்தாள். அவளைக் கண்டுகொள்ளாமல் மொபைலைப் பார்த்துக்கொண்டிருந்தான்.

தூக்கம் முற்றிலும் விலகாமல், சற்றுக் கரகரத்த குரலில் கமறியபடி, "எனக்குச் சக்களத்தின்னா அது இந்த மொபைல் தான்!" என்றாள். வரவேற்பறையிலிருந்த ஃப்ரெஞ்ச் மாடல் ஜன்னலைத் திறந்துவிட்டாள்.

வெளியிலிருந்து வந்த காற்றில் அவள் முடிக் கற்றைப் பறந்து அலைந்தது. அதை வாரிச்சுருட்டிக் கொண்டையிட்டாள்.

காசிமுக்கு அந்தக் குரலில் அவள் அப்படிச் சொன்னது பிடித்திருந்தது. "ஆமா, கொஞ்சம் காஸ்ட்லி சக்களத்தி" என்று சொல்லிக் கண்ணடித்தான்.

"ஓ, அது சரி. நீதான் பெரிய இவன் மாதிரி, ஐபோனுதான் வாங்குவேண்டு ஒத்த கால்ல நின்ன. அப்படி என்னதான் அதுல இருக்கோ. அவசரத்துக்கு ஒரு பாட்டு இறக்கிக் கேட்க முடியுதா? எதைத் தொட்டாலும் காசு கேக்கான்."

"அதாண்டி. ஐபோன். நீ ஏன் ஓசில கேட்கிற? துட்டுக் கொடுத்துக் கேளு."

"ஆமா, எல்லாத்துக்கும் துட்டை அவுக்கணும்."

"யேய்... என்னடி காலைலயே அசிங்கமா பேசுற?"

"நான் என்னடா அசிங்கமா பேசினேன்?"

"இல்ல, ஏதோ அவுக்கணும்ண்டு"

"அடச்சீ சைத்தானே, எப்பவும் அதே நினைப்பு" என்று சொல்லியபடி, அவனைப்பார்த்துச் செல்லமாகத் தலையிலடித்துக்கொண்டாள். அப்போது அவள் முகத்தில் எழுந்த வெட்கம் மிளிரும் சிரிப்பை காசிம் கவனித்தான். அதற்காகத்தான் அவளிடம் அவன் அப்படிப் பேசியது.

"லட்ச ரூபாய்க்கு ஃபோனு வாங்கி வச்சுக்கிட்டா மட்டும் பத்தாது. மக்க மனுசரு கூப்பிட்டா எடுத்து என்னன்னு கேக்கணும் தெரிஞ்சதா?"

"எளா... யார் கூப்பிட்டு நான் எடுக்கலன்னு நீ பாத்த?"

"இப்ராஹிம் மாமாதேன். நேத்து, உனக்குக் கூப்பிடாங்களாம். நீ எடுக்கலயாம். உடனே எனக்கு அடிச்சு கேட்டாங்க."

"ஓ ஆமா... அப்போ மீட்டிங்ல இருந்தேன். அது முடியுற வரைக்கும் பொறுக்கணும்லா. அதுக்குள்ள உனக்கு

அடிச்சுட்டாங்களா. இத்தனைக்கும் பெருசா ஒண்ணும் இருக்காது. சாப்பிட்டாச்சா வச்சாச்சான்னு கேட்டிருப்பாரு. அதானே?"

"ஆமா, என்ன சமையல்ன்னு கேட்டார். உம்மா பேசினாளா?"

"ஆமா, வீடு பார்த்தாச்சான்னு கேட்டா. சொல்ல மறண்ட்டேன். நேத்து, ஸ்ட்ராத்ஃபீல்ட்ல ஒரு ரெண்டல் ப்ரோக்கிங் ஏஜென்சியைப் பார்த்துகிட்டு வந்தேன்."

"எதுக்கு?"

"இல்ல, லீஸுக்குத் தனி வீடு இருக்கான்னு கேட்டிருக்கேன். இங்க ஹோம்புஷ்லயே."

"உனக்கென்ன கோட்டியா?"

"புரியல!"

"உனக்கென்ன பைத்தியம் பிடிச்சிருக்கான்னு கேக்கேன்?"

"ஏன், இப்போ என்னாச்சு?"

"அத நீதான் சொல்லணும். என்னாச்சுன்னு! முதல்ல பிரகாஷ்கிட்ட பேசினோம். ஷேர்டு ஹவுஸுன்னா வாடகை கம்மியாகும். கொஞ்சம் காசு மிச்சம் பிடிக்கலாம். முன்னப் பின்னன்னாலும் அட்ஜஸ்ட் பண்ணிக்கலாமின்னு எல்லாம் பேசினோம். அவரே ஒரு வீட்டைக்கொண்டு வந்து சொல்லும் போது நீ என்ன சொன்ன? இன்னும் ஒரு வாரத்துல உன் கலீக் சையதும் பேமிலிய கூட்டு வரார். அவரோட சேர்ந்து இருந்துக்கலாம். கொஞ்சம் ஈஸியா இருக்குமின்னு சொன்ன. பிரகாஷ் ஒரு வார்த்தை பேசல. சரின்னு ஒத்துக்கிட்டார். இல்லையா?"

"ஆமா, சரிதாம்"

"இப்போ என்னாச்சு?சையது வரலியாமா?"

"இல்லல்ல. . . அவரு வராரு."

"பின்ன என்னவாம்?"

"எனக்கென்னவோ அது சரியா வராதுண்டு தோணுது."

"எது சரி வராது? புரியல எனக்கு. காலைல ஆஃபிஸ் போனா சாயந்திரம் வரப் போற. வந்தா இப்படி மொபைல், லேப்டாப்னு உம் உலகத்துக்குள்ள கிடப்ப. இருபத்து நாலு மணி நேரமும் வீட்ல இருக்கப் போறவ நான். எனக்கே இன்னொரு குடும்பம்

இங்க இருக்கிறதுல ஒரு பிரச்சினையுமில்ல. இதுல உனக்கு என்ன பிரச்சினை. புரியலையே!"

"ஏ, பைத்தியமே. செய்யதுக்கு இரண்டு பிள்ளைங்க. அவங்க வீட்ல மொத்தம் நாலு பேரு. அப்புறம் நாம இரண்டு பேரு. ஒரு வீட்ல ஆறு பேரெல்லாம் இருக்கிறது அவ்வளோ சரியா வராது. நமக்கே பிரைவஸி இருக்காது. பின்னாடி பிரச்சினை வரும்னு தோணுச்சு. அதான் தனியாவே பார்த்துக்கலாம்னு முடிவு பண்ணிட்டேன்."

"என்ன திடீருன்னு இப்படி சொல்ற. நாம வீட்ல எல்லாம் ஆளும் பேருமாதானே இருப்போம். இதென்ன புதுசா?"

"அது வேற. இது வேற. இந்தச் சின்னப் பிள்ளைக பண்ற சேட்டையெல்லாம் எனக்குச் சரியா வராது பாத்துக்கோ. நல்லா யோசிச்சிதான் இந்த முடிவுக்கு வந்தேன்."

"சரி, அப்போ பிரகாஷ் முதல்ல சொன்ன பேமிலிகூட ஷேர் பண்ணிக்கலாம்."

"இல்லல்ல. அதுவும் சரி வராது."

"ஏன்? அதுல என்ன சரி வராது. எனக்குப் புரியல. அவங்களே சேர்ந்திருக்க சம்மதம் சொல்லிட்டாங்க. நாமதான் வேற சொன்னோம்."

"அதென்ன அவங்களே?"

"சரி, அவங்களும்."

"இல்லடி. அதுவும் சரியா வராது."

"அதான் ஏன்?"

"சரியா வராதுன்னா உடேன். சும்மா தொணத் தொணணு. இதுல உனக்கு என்ன பிரச்சினை?"

"எனக்குப் பிரச்சினையெல்லாம் ஒண்ணுல்ல. தனி வீடுன்னா அதுக்கு வாடகை என்ன?"

"முந்நூத்தி இருபது டாலர் வாரத்துக்கு."

"இதான் என் கவலை. இப்போவவிட வாரத்துக்கு நூத்தம்பது டாலர் அதிகம். அப்போ மாசக் கணக்குப் பார்த்தா அறுநூறு டாலர். முப்பதாயிரம் ரூபாய். இரண்டு மாச ஹோம் லோன் இ.எம்.ஐ. கட்டற காசு."

"ஆமா, அதுக்கு என்ன பண்றது. நீதானே வீடு வாங்கணும், வீடு வாங்கணுமின்னு பறந்த. வாப்பா பாதிப் பணம்

தரேன்னாரு. பெரிய இவளாட்டம் அதையும் வேண்டான்னு சொல்லிட்டு, இப்போ இ.எம்.ஐக்கு டாலர் டாலரா கணக்குப் பார்த்தா எல்லாம் சரியாயிருமா?"

"யேய், இதைச் சொல்ல உனக்கே கூச்சமா இல்ல? மாமா ஏற்கனவே எவ்ளோ பண்ணிருக்காரு. திரும்ப அந்த மனுஷங்கிட்ட போய் எப்படி காசு வாங்கறது. அப்புறம் அதைச் சரியாக்க இன்னும் இரண்டு வருசம் ஓமனுக்கு ஓடுவார். எங்க மாமிதான் பாவம்."

"ஏய் லூசே, அவர் உனக்குத்தான் மாமா. எனக்கு வாப்பா. அவரு என்ன கடன் வாங்கித் தரப்போறேன்னா சொன்னார். அதெல்லாம் சேர்த்து வச்சுருக்காரு. அஃப்ரினுக்குக் கொடுக்கலியா?"

"அது பொம்பளப்பிள்ள. எல்லாத்தையும் அதோட முடிச்சு போடாத."

"அதான் வேணான்னு சொல்லியாச்சே. அப்புறம் இப்போ பேசி என்ன பிரயோஜனம்?"

"அவ்ளோதேன் உடு. இப்போ என்ன மாசம் முப்பதாயிரம் கம்மி. அவ்ளோதானே. தேவைப்பட்டா இங்கேயேகூட ஆறு மாசம் இருந்து அதையும் சேத்துச் சம்பாதிச்சுட்டுப் போவோம்."

"அய்யய்யே! அந்தப் பேச்சுக்கே இடம் இல்ல. இந்த பிராஜெக்ட் ஆறு மாசம்தான். முடிஞ்சதும் பொட்டியக் கட்டிக் கிளம்ப வேண்டியதான்."

"ஏன் ஏன்? இது முடிஞ்சா வேற பிராஜெக்ட் வராதா? அதான் விசாவே இரண்டு வருசத்துக்கு இருக்கே. நீ ஏன் ஆலாப் பறக்குற?"

"பிராஜெக்ட் வரும். ஆனா, எனக்கு வேண்டாம்."

"அதான் ஏன் வேண்டாம்?"

"வேண்டான்னா வேண்டாம்."

"சும்மா வேண்டான்னு சொன்னா எப்படி. ஒரு நாலு காரணம் சொல்லு ஏன் வேண்டான்னு."

"நாலு என்ன நானூறு சொல்வேன்."

"சரி, ஒழுங்கா ஒண்ணு சொல்லு."

"இந்த ஊரே எனக்கு ஒட்டல. என் கண்ணைக் கட்டி கடல்ல தூக்கிப் போட்ட மாதிரி இருக்கு. வாய் வயிறெல்லாம் உப்புத் தண்ணி ரொம்பி மூச்சு திணறுது."

அவன் அப்படிச் சொன்னதும் சட்டென்று தணிந்த குரலில், "என்ன இப்படி சொல்ற. இந்த ஊரைப் பாரு எவ்ளோ சுத்த பத்தமா இருக்கு. உனக்குத்தான் எல்லாம் துடைச்சு துடைச்சு வச்சாத்தானே பிடிக்கும். மொத்த சிட்னியுமே மொழு மொழுன்னு துடைச்சு கழுவின மாதிரிதான் இருக்கு. நல்ல ஜில்லுன்னு வெதர். அவனவன் தானுண்டு தன் வேலை உண்டுன்னு இருக்கான். யாரும் யாரையும் தொந்தரவு பண்றதில்ல. கூட்டம் நெரிசல் கசகசப்பு எதுவுமில்ல. இதுல உனக்கு என்ன பிடிக்கல? இப்போ இருக்கிற பிராஜெக்ட் பிடிக்கலையோ?"

"அதுவும்தான். நீ சொல்றதெல்லாம் ஒரு பக்கம் சரிதான். எல்லாத்தையும் மீறி எனக்கு இது என் ஊருன்னு தோணனும்ல. அப்படித் தோணவேயில்ல. சென்னை என்னவோ ரொம்ப அழுக்குத்தான். குப்பையும் கூளமும் தூசும் இருக்குதான். எங்க போனாலும் பண்டத்துல ஈ மொய்க்கிற மாரி கூட்டமாதான் இருக்கு. இல்லைங்கல. ஆனா, அதெல்லாம் மீறி அது மேல ஒரு பிடிப்பு இருக்கு. எனக்கு இங்க அது கிடைக்கல. அது ஒரு விதமான கனெக்ட். அதை எப்படிச் சொல்லி உனக்குப் புரியவைக்கிற துன்னு எனக்குப் புரியல."

"நீ என்ன சொல்றன்னு எனக்கு நல்லாவே புரியுது. திர்னவேலில இருந்து சென்னை வந்த ஒவ்வொருத்திக்கும் இது புரியும். எனக்கும்கூடதான் இப்போ வரைக்கும் சென்னை ஒட்டவே இல்ல. இனியும்கூட ஒட்டுமான்னு தெரியாது. அதுக்காக நான் திர்னவேலிலதான் இருப்பேன்னு சொல்ல முடியுமா? கால நேரத்துக்குத் தக்கபடி நாம மாறிக்க வேண்டி தான். வந்து நாலு வாரந்தானே ஆகுது. அதான் உனக்கு அப்படித் தோணுது. கொஞ்சம் கொஞ்சமா எல்லாம் பழவப் பழவ சரியாயிரும். உனக்கே இது ரொம்பப் புடிச்சுரும். எல்லாத் துக்கும் மேல இப்போதான் மொத தடவையா மாமி அஃப்ரின்னெல்லாம் உட்டுட்டுத் தனியா வந்திருக்கே. அதுகூட இருக்கலாம். கொஞ்ச நாள்ல சரியாயிரும் பேபி. ஃப்ரியா உடு" என்று சொல்லியபடி பின்னாலிருந்து ஆதரவாக அவனுடைய தோளைப் பிடித்துவிட்டாள்.

"என்னவோ சொல்ற. பாப்போம்!"

"ஆமா ஜி, பாருங்க. எல்லாம் சரியா வரும். உனக்கு இன்னொருத்தங்ககூட தங்குறதுல இஷ்டம் இல்ல சங்கடமா இருக்குன்னா பரவால்ல உடு. தனியாவே வீடு பாரு. இல்ல இங்க நல்லாத்தானே இருக்கு. இங்கயே தனியா அப்பார்ட்மெண்டா கூட பாரு. ஒண்ணும் பிரச்சனை இல்ல. எதுனாலும் பாத்துக்க லாம் ஆனா இப்போ அந்த ஸோபாவைக் கிள்ளாம கொஞ்சம் கைய எடு."

தன் ஆட்காட்டி விரலால் ஸோஃபாவைச் சுரண்டிக் கொண்டிருந்தவன் சட்டென்று கையை விலக்கி அவளைப் பார்த்துச் சிரித்தான்.

"என்ன?" என்று அவனைப் பார்த்துப் புருவத்தை உயர்த்திக் கேட்டாள்.

"என்னலாம் பேசுற ஆச்சா கிழவி மாதிரி!"

"நான் என்ன கிழவியா? சரிதான் ஆளைப் பாரு" என்று அவனை அடிக்கக் கை ஓங்கினாள். அடுப்பிலிருந்த டீ பொங்கி வந்தது. ஃபர்ஸானா, அவனை விட்டுவிட்டு அதை அணைக்க ஓடினாள். அதற்குள் அது நுரைத்துப் பொங்கி அடுப்பு மேடை முழுக்கச் சிந்திப் பெருகியது.

●

8

17

ஒளிரும் கண்கள்

வேகவேகமாக வந்து என் அறைக் கதவைத் திறந்தேன். அங்கே ரெபேக்கா இல்லை. நான் வந்த வேகத்துக்கு அவள் இருந்திருந்தால் இங்கிருந்து தப்பிப் போயிருக்க முடியாது. அப்படியெனில் கதவு தட்டப்பட்ட ஓசை கேட்டது என்னுடைய பிரமையா? அறைக்குள் வந்து கோப்பையிலிருந்த நீரை அப்படியே வாய்க்குள் இறைத்தேன். நீர் சிந்தி மேலெங்கும் வழிந்து ஓடியது. சாதாரண நேரத்தில் கடும் எரிச்சலைக் கொண்டுவந்திருக்கும் அதே குளுமை அப்போது கனன்றுகொண்டிருந்த

அகத்துக்கு இதமாகவே இருந்தது. அறையைவிட்டு வெளியேறி தாழ்வாரத்தில் குறுக்கும் நெடுக்குமாய் நடந்தேன். ஆற்றுப் பாலத்தில் அவளை முத்தமிட்டபோது அவள் அதை ஏற்றுக் கொண்டாளா எதிர்த்தாளா என்று என்னால் எந்தத் திடமான முடிவுக்கும் வர இயலவில்லை. அதன் பின் நாங்கள் பெரிதும் பேசிக்கொள்ளவில்லை. உண்மையில், அங்கு வைத்து நான் அவளை முத்தமிட்டேனா? இல்லை, அதுவுமே என் கற்பனையா? அந்தக் குளிரிலும் நீர்மையை உலரவிடாத அவள் உதட்டின் மென்மையை என்னால் இப்போதுகூட மீட்டு உணர்ந்து கொள்ள முடிகிறது. முத்தமிடும்போது கன்றிச் சிவந்திருந்த காது மடல்களில் எண்ணெய் தீபத்தின் சுடரொளி ஊடுருவிப் பாய்ந்து தெரிந்த பச்சை நரம்புகள் நிச்சயமாக என் கற்பனை யாக இருக்க முடியாது. இத்தனை வீரியமிக்க கற்பனை வாய்த்திருப்பின் நான் ஏன் வெடித்தடங்கும் துப்பாக்கிகளின் வெம்மையை நோக்கி ஈர்க்கப்படப் போகிறேன்?

அவள் உண்மை. அந்த நிகழ்வு உண்மை. அந்தக் கண்கள் முற்றிலும் உண்மை. அவள் கண்களில் எதிரேயிருப்பவரை நிலைகுலையச் செய்யும் மெல்லிய சீண்டலும் அகம்பாவமும் மட்டுமே தெரிந்தன. அதற்கு மேல் அதை ஊடுருவிப் பார்த்துணரத் திராணியற்றிருந்தேன். அவள் என்னை விரும்ப வில்லையா? ஒருவேளை வேறு யாரையேனும் விரும்பு கிறாளோ? இத்தனை அழகான ஒரு பதுமையை யார்தான் இவ்வளவு காலம் விட்டுவைத்திருப்பார்கள்?

இல்லை இல்லை, அவளுடைய கண்களை மீறி அவள் அகத்துள் நுழைய ஒருவித அசாத்திய மன வலிமை வேண்டும். என்னைப் போன்ற போர்வீரனுக்கு மட்டுமே வாய்க்கும் உறுதியும் தைரியமும் அதற்குத் தேவை. அதில்லாமல் அத்தனை எளிதில் அவளை வசப்படுத்திவிட முடியாது. குருதி தோய்ந்த வாளின் கூர்மைக்கு முன் கண் சுருக்காத தைரியமுள்ள ஒருவனுக்கே அது சாத்தியம்.

எனக்கு அந்த அர்த்த ராத்திரியில் ரெபேக்காவைப் பார்க்க வேண்டும் என்று தோன்றியது. தாழ்வாரத்திலிருந்து படிக்கட்டுகள் வழியாக ஓசையெழாமல் கீழே நடந்தேன். இந்நேரத்தில் அவள் அறைக்கு முன் போய் நிற்பது நன்றாக இருக்காது. பெண்களைப் பொறுத்தமட்டில் விரும்பி வருபவனை விட விலகி நிற்பவனிடத்தில்தான் மரியாதை தோன்றும். எனவே, அறைக்குத் திரும்பிவிடலாம் என்று உள்ளே மனம் கட்டளையிட்டுக்கொண்டிருந்தாலும் கால்கள் அந்தக் கட்டளைக்குக் கட்டுப்படாமல் அவள் அறையின் முன் சென்று நின்றன.

அவள் அறைக்குள் மெல்லிய வெளிச்சமிருப்பதை அவளறையின் கதவுக்கு மேல் பொருத்தப்பட்டிருந்த அலங்கார வண்ணக் கண்ணாடி வழியே பார்க்க முடிந்தது. துணிந்து, அந்தக் கதவை இரண்டு முறை தட்டினேன்.

உள்ளேயிருந்து ஆள் நடமாடும் சத்தம் வருகிறதா என்று காதைத் தீட்டி கதவுக்கு அருகில் வைத்துக் காத்திருந்தேன். அங்கே வாசலில் காத்திருக்கும் ஒவ்வொரு நொடியும் என் சுயம் உடைந்து நொறுங்குவதை உணர்ந்தேன். உள்ளே அவள் இருக்கிறாள். அதுவும் விழித்துக்கொண்டுதான் இருக்கிறாள். ஆனால் கதவைத் திறக்க ஏன் இவ்வளவு நேரம்? என்னைப் புறக்கணித்து விரட்டக் காரணம் தேடினாலொழிய இவ்வளவு நேரம் தேவைப்படாது. கதவைத் திறந்து உள்ளே அழைத்தால்கூடப் பரவாயில்லை. இவள் கண்களாலே எள்ளல் தெறிக்க, "என்ன வேண்டும்?" என்று வினவுவாள். முந்தைய இரவு அப்படியொரு சம்பவமே நடக்கவில்லையே என்பதுபோல ஒரு பார்வையை வீசுவாள். சித்தம் தெளிந்த ஒருவனைச் சிதறடிக்கும்படியான பார்வை! அந்த ஒற்றைப் பார்வை அவள் மீதான மொத்தக் காதலையும் அழித்துவிடும். ஆனால் அதே பார்வைதான் அவளை நாடி இந்நேரத்தில் இங்கே நிற்க வைத்திருக்கிறது.

கணங்கள் நகர நகர எனக்குக் கோபம் அதிகரித்தது. எவ்வளவு பெரிய அவமானம்? 'ச்சைக்' என்று என்னையே ஏசிவிட்டு அந்த இடத்தைவிட்டு நகர முற்பட்டதும் கதவு திறக்கப்படும் ஓசை கேட்டது. திரும்பி வாசலைப் பார்த்தேன்.

"ஹலோ வில்லியம் வாருங்கள். என்ன திரும்பிவிட்டீர்கள்?" என்றாள் எனக்கு மட்டுமே கேட்கும்படியான மெல்லிய குரலில்.

"இல்லை, ஒன்றுமில்லை."

"அட! இந்த நேரத்தில் இவ்வளவு தூரம் வந்துவிட்டு ஒன்றுமில்லை எனச் சொன்னால் எப்படி?" என்று கேட்டபோது அவள் குரலிலிருந்த குழைவு போலியானது என்பதை அவள் கண்கள் காட்டிக்கொடுத்தன.

"இல்லை, சற்று நேரத்துக்கு முன்பு என்னுடைய அறைக் கதவு தட்டப்பட்டது. வந்து திறப்பதற்குள் அங்கே யாருமில்லை. உங்களைத் தவிர இங்கு வேறு யாரையும் எனக்குத் தெரியாது. ஒருவேளை ஏதேனும் உதவி கோரி வந்தீர்களா என்று விசாரித்துவிட்டுப் போக வந்தேன்."

"இல்லையே, நாம் திரும்பி வந்த பின்பு நான் அறையை விட்டு வெளியேறவே இல்லை."

"மன்னிக்கவும். ஒருவேளை அது என் பிரமையாகக்கூட இருக்கலாம்."

மெலிதாக 'க்ளுக்' என்று சிரித்தாள். என்னை அவமானத்தில் கூசிப் போகச் செய்யும் சிரிப்பு. அதைவிட எள்ளல் தொனிக்கும் அந்த விழிகள். அவைதான் என்னை அதிகம் தொந்தரவுக் குள்ளாக்கித் துன்புறுத்தின. "பிரமை என்ற அளவுக்கெல்லாம் யோசிக்கத் தேவையில்லை. உங்களுக்குப் பக்கத்து அறையில் கிழக்காசியாவிலிருந்து ஒரு பட்டு நூல் வியாபாரி அவர் நண்பருடன் தங்கியிருக்கிறார். அவர்களில் யாராவது மாறிப்போய் உங்கள் அறைக் கதவைத் தட்டியிருக்கக்கூட வாய்ப்பு உண்டு" என்று சொல்லிவிட்டுப் புன்னகைத்தாள்.

"ஓ! தகவலுக்கு நன்றி" என்று சொல்லிவிட்டு மாடிப் படிகள் பக்கம் சென்றவனை நிறுத்தி, "அதற்குள் எங்கே கிளம்பி விட்டீர்கள்? உள்ளே வாருங்கள்" என்றாள்.

உடனே திரும்பி அவள் அறைக்குள் செல்ல மனம் பரபரத்தது. அதே நேரத்தில் அப்படிச் சென்றால் அவளுடைய கண்களில் தெறிக்கும் இகழ்ச்சியைச் சந்திக்க படாதபாடு பட வேண்டுமே என்று குழம்பி நின்றுகொண்டிருந்தேன். அவளே, "நீங்கள் மாலையில் என் ஓவியங்களைப் பற்றிக் கேட்டீர்களே. உள்ளே வந்து பாருங்கள்" என்று சற்று கனிந்த குரலில் அழைத்தாள். அதற்கு மேல் எப்படிச் செல்லாமல் இருப்பது?

நீலக் கம்பள விரிப்புகள், பட்டுத் திரைச்சீலைகள், அழகிய கலை வேலைப்பாடு மிக்க சிற்பங்கள் என்று இங்கிலாந்து பிரபுக்களின் மாளிகைகளில் இருப்பதுபோல நன்றாகப் பரந்து விரிந்திருந்தது அவள் அறையின் முன்கூடம். அதைத் தாண்டி இடப்பக்கம் அவளுடைய ஓவியக்கூடம் இருந்தது. அதன் கதவைத் திறந்ததும் எண்ணெய் மற்றும் வண்ணக் கலவை களின் வாசம். அவள் முன்னே சென்று அந்த அறையின் மெழுகுவர்த்திகளையும் மீனெண்ணெய் விளக்குகளையும் ஒளிர வைத்தாள். ஒவ்வொரு விளக்காய் ஏற்ற இருள் விலகி அக்கூடத்திலிருந்த ஒவ்வொரு ஓவியமும் வெளிச்சத்தில் மெதுவாகத் துலங்கியது. அவற்றுக்கு நடுவில் ரெபேக்கா, அவ்வொளியில் தானும் ஓர் உயிர்பெற்ற ஓவியமாய் ஒளிர்ந்து நின்றாள். நாங்கள் வெளியே சென்றிருந்தபோது அணிந்த ஆடையைக் களைந்து வெள்ளை நிற கவுனுக்கு மாறியிருந்தாள். அவளுடலை இறுகிப் பிடித்திருந்த உடை, அவளுடலின் ரகசியப் பாதைகளை மெதுவாகப் புகை போர்த்திக் காட்டிக் கொண்டிருந்தது. முன் கைகளின் எண்ணெய்ப் பளபளப்பும் விளக்கேற்றி வைக்கும் விரல்களின் நளினமும் கிளர்ச்சியூட்டின.

என் உதடும் நாக்கும் உலர்ந்து வறண்டன. கைகளை என் மார்புக்குக் குறுக்காக இறுக்கமாகக் கட்டிகொண்டு பார்வையை ஓவியங்களின் மேல் திருப்பினேன்.

அங்கிருந்த ஓவியங்கள் அனைத்திலும் இவளைப் போன்ற சாயல்கொண்ட ஒரு பெண் இருந்தாள். அத்தனையிலும் ஒரே பெண். இவள் முகத்தைப் பிரதி செய்தாற் போன்ற முகம். அதே நேரத்தில் இவளே அவள் என்றும் சொல்லிவிட முடியாதபடியான சாயல். எல்லாவற்றுக்கும் மேல் அங்கிருந்த ஓவியங்களில் தனிமையும் சோகமும் மண்டியிருந்தன.

“ரெ . . . ரெபேக்கா, இந்த ஓவியங்களில் இருப்பது நீதானா ?”

அவள் பதில் எதுவும் சொல்லாமல் மும்முரமாகக் கடைசி விளக்கை மெழுகுவர்த்தியால் ஒளிர்வித்துக்கொண்டிருந்தாள்.

“சொல் ரெபேக்கா. இதெல்லாம் நீதானே ?”

விளக்குகளை ஏற்றி முடித்து, மெழுகுவர்த்தியை ஊதி அணைத்தபடி, “அப்படியும் சொல்லலாம்” என்றாள்.

“புதிர் போடாதே. பார்ப்பதற்கு உன்னைப்போல்தான் தெரிகிறது. ஆனால் ஏதோ ஒன்று மாறியிருக்கிறது. தயவுசெய்து, நீயே சொல்!” என்று சொல்லிவிட்டு ஓவியங்களையும் அவளையும் மாறிமாறிப் பார்த்துக்கொண்டிருந்தேன்.

“நீங்கள் சொல்வது சரியே. அது நானில்லை. என் அம்மா. இளமைப் பிராயத்து அம்மா. என்னைவிடப் பேரழகி இல்லையா ? அதைத்தான் நீங்கள் மிகவும் நாசூக்காக ஏதோ ஒன்று மாறி யிருக்கிறது என்று சொல்கிறீர்கள். சரிதானே !”

“சரியென்று சொல்ல மாட்டேன். ஆனால் உன் அம்மா பேரழகி என்பதை கண்ணில் உயிருள்ள எவனும் மறுக்க முடியாது. ஆனால்..”

“என்ன ஆனால் ?”

“ஒன்றுமில்லை. ஒன்றுமில்லை” என்று சொல்லிவிட்டு ஓவியங்களைப் பார்வையிட ஆரம்பித்தேன். ரெபேக்காவின் கூற்று எத்தனை உண்மை. அவள் அம்மா பேரழகியேதான். அதிலும் குறிப்பாகப் பேரழகின் கண்களில் குடியிருக்கும் அந்த மெல்லிய சோகம் அத்தனை ஓவியங்களிலும் சிறப்பாக வெளிப்பட்டிருக்கிறது.

“பரவாயில்லை. உங்கள் மனத்திலிருப்பதை வெளிப்படை யாகக் கேளுங்கள். என்னால் இயன்றால் நிச்சயமாகப் பதில் கூறுவேன்” என்றாள்.

“உலகின் உச்ச அழகு அனைத்திலும் அறிந்துணர முடியாத காவிய சோகம் ஒன்று இழையோடும். இந்த ஓவியங்களும் அதற்கு விதிவிலக்கல்ல. அதுவே இவற்றின் தனித்தன்மை என்றும் தோன்றுகிறது. அந்தக் கண்களில் தென்படும் அமைதிக்குப் பின் தீர்க்கவியலாத துயரம் ஒன்று இருக்கிறதுதானே?”

அவள் இத்தனை துல்லியமான கேள்வியை எதிர்பார்க்கவில்லை என்பது அவள் கண்களில் தெரிந்தது. “உங்களால் இவ்வளவு கூர்மையாக ஓவியங்களைப் புரிந்துகொள்ளவியலும் என்று நான் நினைக்கவேயில்லை.”

“ரெபேக்கா, எனக்கு ஓவியங்களைப் பற்றித் தெரியாது. ஆனால் மனிதர்களை அறிவேன். அதுவும் நெஞ்சில் துயர் கொண்ட மனிதர்களை நன்றாகவே அறிவேன்.”

அவள் சில நொடிகள் எதுவும் பேசவில்லை. மேசைமீது ஒளிர்ந்துகொண்டிருந்த மெழுகுவர்த்தியின் உயர்ந்தெழுந்த தழலில் வாலை அசைக்கும் மீனைப்போல ஆட்காட்டி விரலை ஆட்டிக்கொண்டிருந்தாள். புதிதாக ஓர் ஓவியத்துக்கான மாதிரிக் கோடுகள் மட்டும் தீட்டப்பட்டிருந்தன. நான் அதையே உற்றுப் பார்த்துக்கொண்டிருந்தேன். வரைகோடுகளுக்கு மனத்துள் வண்ணங்களை நிரப்பி அதை உயிர்ப்பிக்க முயன்றேன். அது வேறொன்றுமில்லை நாங்கள் சற்று நேரத்துக்கு முன்னால் சந்தித்து முத்தமிட்டுக்கொண்ட ஆற்றுப்பாலமேதான். இன்னும் சற்று உற்றுப் பார்க்க தனித்ததொரு பெண்ணின் உருவம் மட்டும் வரையப்பட்டிருந்தது. அதிலும் ரெபேக்காவின் சாயல்.

“என் அம்மாவின் பூர்வீகம் பிரான்ஸ். அங்கே போர்க் கருவிகள் செய்யும், ஏழு பையன்கள்கொண்ட பெரிய குடும்பத்தின் ஒரே பெண் குழந்தை அவள். போர் ஒன்றில் தழுவிய தோல்வியால் மொத்தக் குடும்பமும் ஆளுக்கொரு திசையில் சிதறுண்டார்கள். அம்மா தன் பதினாறாம் வயதில் போர்ட்ஸ்மவுத்துக்கு வந்து சேர்ந்தாள். பிரான்ஸிலிருந்தபோது கற்ற நிகழ்த்துகலை அவளுக்கு இங்கே உதவியது. போர்ட்ஸ்மவுத் நகரின் முக்கியமான நிலச்சுவான்தாரும் பெரும் செல்வந்தருமாகிய பால் டக்கரை மணந்தார். ஆம், நான் ரெபேக்கா டக்கர். இங்கே நடைபெறும் திருமணங்களில் குடும்ப அந்தஸ்துக்குக் கொடுக்கப்படும் முக்கியத்துவம் பற்றி உங்களுக்குத் தெரியும் தானே? அதையெல்லாம் துறந்து, அப்பா தன் வீட்டாரின் எதிர்ப்புகளையெல்லாம் மீறி அம்மாவைத் தேடி மணக்க காரணமாக இருந்தது அவளின் அழகும் அவர்களின் காதலும். அத்துணை அன்பும் அன்யோன்யமும் வாய்க்கப்பெற்ற ஒரு தம்பதியை நீங்கள் பார்த்திருக்க முடியாது வில்லியம். நான்

பார்த்திருக்கிறேன். பெண்களுக்கு அவர்கள் மனம் விரும்பும் காதலன் கிடைத்துவிட்டால் அவர்களின் கண்களில் பிரத்யேக ஒளி குடிகொண்டுவிடும். அவர்களின் முகம் ஜொலிக்கும். அப்படி ஒளியேறிய கண்களை நான் நாள்தோறும் பார்த்திருக்கிறேன், என் பத்தாவது வயதுவரை.

ஒரே ஒரு இரவில் எல்லாம் மாறிப்போகுமா வில்லியம்? அப்படியொரு ஆத்மார்த்தமான காதல் ஒன்றுமேயில்லாமல் அற்றுப்போகுமா? ஓர் உயிராய்ப் பழகியவர்கள் இரு வேறு உலகங்களாகத் தனித்துப் போவார்களா? போனார்கள். அன்றைய இரவு, இருவரும் சண்டையிட்டுக்கொண்டார்கள். அதற்கு முன்பும் சண்டைகள் வருவதுண்டு என்றாலும் அன்று அது வேறு மாதிரியாக இருந்தது. வெறிகொண்ட இரு மிருகங்கள் மூர்க்கமாய் ஒன்றை ஒன்றுத் தாக்கிக்கொள்ளும்போது வெளிப்படும் உக்கிரம் அந்தச் சண்டையில் தெரிந்தது. அப்போது நான் குழம்பிப் போனேன். இப்போதுவரை தெளியவில்லை. எது நிஜம்? எது பொய்? எது உண்மையான அவர்கள்? அப்போதுகூட சண்டையால் ஏற்பட்ட கோபத்தால்தான் அதன்பின் அப்பா வீட்டுக்கு வராமலிருக்கிறார் என்றுதான் நம்பிக்கொண்டிருந்தேன். ஆனால் அவர் வருடக்கணக்காகத் திரும்பவேயில்லை. அருஞ்சுவைகொண்ட மதுரம்கூட ஏதோ ஒரு புள்ளியில் புளித்துத் திரிந்து கெட்டுப் போவதில்லையா? அப்படித்தான் இதுவும் என்று எண்ணி ஆறுதல்பட்டுக்கொண்டேன். ஆனால் அவர் என்னைக்கூடச் சந்திக்க விரும்பவில்லை. அப்படியென்ன வெறுப்பு? அன்று இருவருக்குள் என்ன நடந்தது? என்னால் இன்று வரை புரிந்துகொள்ள முடியவில்லை. அந்தச் சம்பவத்துக்குப் பின் அம்மாவின் முகத்தில் ஒரு வடுவைப் போல நிரந்தரமாகக் குடிகொண்டுவிட்ட துயரைத்தான் நீங்கள் ஓவியங்களில் பார்க்கிறீர்கள். அதன் பின் எந்த ஆணையும் என்னால் முழுவதுமாக நம்ப முடியவில்லை. யாருடனும் முழு மனதுடன் பழக முடியவில்லை" என்று சொல்லிவிட்டு என்னைப் பார்ப்பதைத் தவிர்த்துத் தரையைப் பார்த்துக் குனிந்துகொண்டாள்.

அவள் சொல்லி முடித்ததும் அவளுடைய இடக்கையைப் பிடித்து இழுத்து என்னோடு சேர்த்து அணைத்துக்கொண்டேன். அதற்காகவே காத்திருந்தவள்போல அவள் என் தோளில் முகம் புதைத்துக்கொண்டாள். அவள் கண்ணீர் என் தோளிலிருந்து முதுகுப்புறமாய் வழிந்தது. நான் அவளை இன்னும் இன்னுமென இறுக்கமாய் அணைத்துக்கொண்டேன். அவள் கழுத்தில் மெதுவாக முத்தமிட்டேன். சிகையிலிருந்து போதையேற்றும் வாசனை வந்தது. சிவந்திருந்த காதுகளையும் அங்கிருந்து இறங்கிய கழுத்தின் பூனை முடிகளையும் என் உதடுகளால்

வருடினேன். அவள் நெகிழ்ந்து வெளியேற முற்படும்போது அவள் இடுப்பின் வளைவுகளைப் பற்றி இறுக்கினேன். அவளுடைய கழுத்துக் குழிவுகளில் என் நாசியை நுழைத்தபோது இரும்பு பட்டறையின் தீ மூட்டியிலிருந்து வெளிப்படுவதைப்போல அவளது மூச்சுக் காற்று என் முதுகில் அறைந்தது. கடுங் குளிரால் நடுங்குவதைப்போல வெடவெடத்து நடுங்கிக்கொண் டிருந்தாள். மாறாக அவள் உடலோ உண்மையில் அனலாய்க் கொதித்துக்கொண்டிருந்தது. என் முகத்தைப் பார்த்து மூர்க்கமாய் உதடுகளைக் கவ்விக்கொண்டாள். தன் தளிர் கரங்களால் என் பின்னந்தலை முடியை இறுக்கிப் பிடித்துக்கொண்டாள். அதுநாள் வரை அடைபட்டிருந்த அவளின் ஆற்றாமை, காதல், கோபம், காமம் அனைத்தையும் தன் உதடுகளின் வழி என்னில் உமிழ்ந்தாள். என் உள்ளங்கையை எடுத்துத் தன் மார்புகளின்மீது வைத்தாள். அப்பூப்பொதிகளை, அப்போது பிறந்த பூனைக்குட்டிகளை உள்ளங்கைகளில் ஏந்திக் கொள்வதைப் போல தாங்கிக்கொண்டேன். ஆடைகள் களைந்து காமத்தை அணிந்தோம். அன்று புதிதாய் திறந்துகொண்ட புத்தம் புதிய கானகத்தில் இருவரும் கைக்கோத்து அலைந்து திரிந்தோம். அதுவரையில் அணிந்துகொண்டு அலைந்த முகத்திரைகள் விலகிய முழு நிர்வாணம் கண்டோம். கண்கள் அறியாத ரகசியங்களின் முடிச்சுகளை நாவால் நெம்பித் திறந்தோம்.

எப்போது உறங்கிப்போனோம் என்று இருவருக்கும் நினைவில்லை. காலியாக இருந்த உடலையும் உள்ளத்தையும் இட்டு நிரப்ப வைன் பாட்டிலை எடுத்து வந்தாள். சிறிய அழகிய கண்ணாடிக் குடுவையில் நிரப்பிக்கொடுத்தாள்.

ஒரு மிடறு அருந்திவிட்டு, “ஓ அமிர்தம்!” என்றேன் உதடு பிரிக்காது வெளிவந்த மெல்லிய குரலில்.

கையிலிருந்த குடுவையையும் படுக்கையையும் மாறிமாறிப் பார்த்துவிட்டு “எது?” என்றாள்.

அவள் கண்களை உற்றுப் பார்த்தபடி, “இரண்டுமேதான். இத்தனை சுவை மிக்க ஒயினை இப்படியொரு அழகியிட மிருந்து பெற்றுக்கொள்ளும் தருணம் வாய்க்கப்பட்ட ஒருவன் அமிர்தம் அருந்தியவனாகத்தானே இருக்க வேண்டும்” என்றேன்.

அவள் பதில் பேசாமல் புன்னகைத்துக்கொண்டாள். அதுவரை அவள் கண்களில் தென்பட்ட அகம்பாவம் இருந்த தடம் தெரியவில்லை. அவள் தன்னை ஒளித்துக்கொள்ளும் வித்தையை மறந்திருந்தாள். “வில்லியம், நாம் நம் வாழ்வை இப்படியாக இணைத்துக்கொள்வோமா?” என்றாள்.

“நிச்சயமாக . . . நான் எப்போதும் அப்படியொரு சண்டை போட மாட்டேன்” என்றேன்.

“நானும் எப்போதும் உன்னைவிட்டுப் பிரிய மாட்டேன்” என்று சொல்லியபடி, எழுந்து நின்று என்னை தன் மார்போடு சேர்த்து அணைத்துக்கொண்டாள்.

மெல்லிய கிசுகிசு குரலில், “வில்லியம், நான் ஒன்று சொல்லவா?” என்றாள்.

“சொல்லேன்.”

“அப்போது, நான்தான் வந்து உன் அறைக் கதவை தட்டினேன்.”

18

காசிருக்கு, தான் ஏற வேண்டிய வழக்கமான ரயிலைப் பிடிப்பதற்கு மூன்று நிமிடங்களே மிச்சமிருந்தன. எவ்வளவு வேகமாக நடந்தாலும் அவன் அதைப்பிடிக்க முடியாது. எனவே, வேகத்தைத் தணித்துக்கொண்டு மெதுவாகக் கிளம்பினான். லிஃப்ட்டைவிட்டு வெளியே வரும்போது அப்பார்ட்மெண்ட்டின் வாசல் கதவைத் திறந்து கொண்டு வெளியேறியவளைப் பார்க்க அவளைப் போல தான் இருந்தது. இங்கு அவள் எப்படி? அன்று வின்யார்ட் ஸ்டேஷனில் இறங்கியதும் 'இது புதிய நிகழ்வொன்றுமில்லை. நீங்கள் தனியாளுமில்லை. எதையும் மனதில் வைத்துக்கொள்ளாதீர்கள்.' என்று ஒலித்த குரலிலிருந்த உச்சரிப்பை இவன் கவனித்தது சரி என்றால் அந்தக் குரல் இந்தியருக்குச் சொந்தமானது அல்ல. ஒரு சாயலுக்கு இந்தியரைப் போல் தோற்றமளித்தாலும் அவள் இந்தியராக இருக்க வாய்ப்பில்லை. பின் எப்படி இந்த அப்பார்ட்மெண்ட்டில்?

இறுதியில் ஃபர்ஸானா சொன்னபடி அவர்கள் வசித்த சர்வீஸ் அப்பார்ட்மெண்ட் இருந்த கட்டடத்திலேயே தனியாக அப்பார்ட் மெண்ட் ஒன்றுக்குக் குடிவந்துவிட்டார்கள். பொதுவாக இங்கு இந்தியர்களும் சீனர்களும் சில தெற்காசியர்களுமே அதிகம் வசிக்கிறார்கள். இங்கு வந்த இரண்டு மாதங்களில் ஈரானியர்களைக்கூட பார்த்திருக்கிறான். பேருக்கு ஒரு ஆஸ்திரேலியரைப் பார்த்ததில்லை.

அப்படியெனில் யார் அவள்? தூரத்துப் பார்வைக்கு அவளும் அலுவலகம் செல்ல, மெட்ரோவைப் பிடிக்க அவசரமாகக் கிளம்பிக்கொண்டிருப்பவளைப் போலவே நடந்துகொண்டிருந்தாள். கிடைத்த ஒரு கணத்தில் அவளை அடையாளம் காணும் அளவுக்கு அவள் முகமும் உருவமும் தன் மனத்தில் எப்படி பதிந்து போனது என்பதை யோசிக்க அவனுக்கு ஆச்சரியமாக இருந்தது.

அவளைப் பின்தொடர்ந்தான். அதே நேரத்தில் தான் பின்தொடர்வது தெரியாதபடி ரொம்பவும் இயல்பாக நடப்பது போல கடைவீதிகளை வேடிக்கைப் பார்த்துக்கொண்டு வந்தான். அப்போதுதான் அங்கே நின்றுகொண்டிருந்த சீனிவாசன் அவனைக் கவனித்துவிட்டார்.

ஆட்காட்டி விரலுக்கும் நடுவிரலுக்கும் நடுவில் புகைந்து கொண்டிருந்த சிகரெட்டுடன் தன் வலக்கையை உயர்த்தி வணக்கம் சொன்னார். அவருக்கு வயது அறுபதுக்கு மேலிருக்கும். எலும்பிலிருந்து தசை கழறாமல் நல்ல திடகாத்திரமாக இருப்பார். மீசையை சற்றே இறக்கிவிட்டுக் கத்தரித்து இருப்பார். அந்த வயதுக்கு அது ஒரு தனிக்கவர்ச்சியைக் கொடுத்தது. இளமையில் இன்னும் கம்பீரமாக இருந்திருப்பாராயிருக்கும். அவரை இரண்டு மூன்று முறை இப்படி வழியில் ஆங்காங்கே சந்தித்திருக்கிறான்.

"ஹலோ சார்.. எப்போ வந்தீங்க?"

"வந்து ஒரு வாரம் ஆச்சு. நாலு நாளா காய்ச்சல். படுத்தி எடுத்துடுச்சு. இன்னிக்குக் கொஞ்சம் தாவல."

"உடனே தம் அடிக்க வெளியே வந்தாச்சு இல்லையா?"

"அட நீங்க வேற. நேத்தே அப்பார்ட்மெண்ட்டுக்கு வெளியே வந்து ரெண்டு தம் அடிச்சிட்டேன். என்ன பால்கனில இருந்து எட்டிப் பார்த்தா, பிருந்தா கண்ணுல படுமேன்னுட்டுதான் இவ்ளோ தூரம் நடந்து வரது. பார்த்தாலும் ஒண்ணும் சொல்ல மாட்டா. ரொம்ப நல்ல பொண்ணு. இருந்தாலும் எதுக்குச் சங்கடம்? என்ன சொல்றீங்க?"

காசிம் எதுவும் சொல்லாமல் அவரைப் பார்த்துச் சிரித்தான். அவர் முகத்தைப் பார்த்துதான் பேசிக்கொண்டிருந்தான் என்றாலும் அவன் மனம் முழுவதும் முன்னால் போய்க்கொண் டிருந்த அவள் மேலே இருந்தது. அதே நேரத்தில் அவரையும் அப்படியே விட்டுவிட்டுச் செல்ல மனமில்லை.

அவருடைய மகன் சாய், இங்கே காசிம் வசிக்கும் அப்பார்ட்மெண்ட்டில்தான் குடும்பத்தோடு தங்கியிருக்கிறார்.

மகள் மும்பையில் நல்ல வேலையில் இருக்கிறார். வருடத்தில் சிட்னியில் மூன்று மாதம், மும்பையில் மூன்று மாதம். சொந்த ஊரான திருச்சியில் ஆறு மாதம் என்பதாகக் கணக்கு.

எதையோ பேச வந்தவர், சட்டென்று சுதாரித்துக்கொண்டு "ஓ ஸாரி . . . ஆஃபிஸுக்கு அவசரமா கிளம்பும்போது பிடிச்சு நிறுத்திட்டேன். ஸாரி காசிம், பிறகு சாவகாசமா பேசுவோம். வீட்டுக்கு வாங்களேன்" என்றார்.

அவன் பரவாயில்லை என்பதாகத் தலையசைத்துவிட்டு அவரிடமிருந்து விடைபெற்றுக்கொண்டான். அதற்குள் அவள் பார்வையிலிருந்து தப்பிவிட்டாள். கொஞ்சம் சலிப்பாக இருந்தது. சட்டென்று மனத்துள் எரிச்சல் மண்டியது. முன்னால் சென்றவளைத் தொடராமல் விட்டது ஒரு பக்கம். அது மட்டும் தன்னுடைய எரிச்சலுக்குக் காரணமில்லை என்பதை அறிவான். இது முதல்முறையல்ல. இதற்கு முன்பும் அவர் வீட்டுக்கு அழைத்திருக்கிறார். கடந்த முறை அவருடைய பேத்தியின் பிறந்தநாளுக்கு வீட்டுக்கு அழைத்தார். போகவில்லை. அவர் அப்படி அழைத்ததைக்கூட ஃபர்ஸானாவிடம் சொல்ல வில்லை. இதுபோன்ற சந்திப்புகளில் கலந்துகொள்வதோ அங்கேயிருப்பவர்களோடு அறிமுகம் செய்துகொள்தோ அவனால் முடியாத ஒன்று.

அதற்குப் பிறகு அவரைச் சந்திப்பதை முடிந்தவரை தவிர்க்கப் பார்த்தான். சில நாட்கள், அவர் வழக்கமாய் நின்று புகைபிடிக்கும் ரயில் பாலத்துப் பாதை வழியே செல்லாமல் மாற்றுப் பாதையை கைக்கொண்டான். அப்படியும் ஒரு நாள் 'ஆல்டி' டிப்பார்ட்மண்டல் ஸ்டோர்ஸில் வைத்துப் பார்த்து விட்டார். அன்று அவன் வராதது குறித்து ஒரு வார்த்தையும் பேசவில்லை. அதில் அவருக்கு வருத்தம் இருப்பதாகக்கூடக் காட்டிக்கொள்ளவில்லை. அவனுக்குத்தான் சங்கடமாக இருந்தது. மெல்பர்னுக்கு டூர் போகப் போவதை நிரம்பவும் உற்சாகமாகப் பகிர்ந்துகொண்டார். இயல்பாகப் பேசியதில் அவர் மேல் இன்னும் மதிப்பு கூடிப்போனது.

ஸ்டேஷனுக்குள் நுழையும்போது, காசிம் ஏற வேண்டிய, சிட்டிக்குச் செல்லும் வண்டி ஏற்கெனவே கிளம்பத் தயாராக நின்றுகொண்டிருந்தது. ஃபிளாட்பாரத்திலிருந்து ஒருமுறை ரயிலை உற்றுப் பார்த்தான். அவள் எந்தப் பெட்டியிலும் ஏறியிருக்கலாம். ஹோம்புஷிலிருந்து புறப்படும் வண்டி என்பதால் அதிக கூட்டமிருக்காது. அவளைத் தேடி உள்ளேயே ஒரு நடை போகலாம் என்று நினைத்தான். அதே நேரத்தில் தான் ஏன் அவளைத் தேடிப் போக வேண்டும்? இத்தனைக்கும் பத்து

நிமிடம்கூட அவளிடம் நின்று பேசியதில்லை. அவளுக்கோ இவனை யாரென்று மறந்து போயிருக்கவே வாய்ப்பு அதிகம். அவள் தன்னை வெளிப்படுத்திக்கொள்ளும் விதத்தில் ஏதோ ஒரு கவர்ச்சியிருந்தது உண்மைதான். அதற்காகத் தேடிப் போய் பார்க்குமளவுக்கு அவளிடம் என்ன இருக்கிறது? வேண்டாம், இரண்டு தடவை ஏறிட்டுப் பார்த்தாலே பெண்களைக் கையில் பிடிக்க முடியாது. இதில் மட்டும் நாடு மொழி இனம் என்ற எந்தப் பாகுபாடும் இல்லை. அவளைத் தேடக் கூடாது என்று உறுதியெடுத்துக்கொண்டான்.

மூன்றாவது பெட்டியில் ஏறினான். எந்த இரயிலிலும் மூன்றாவது பெட்டியில்தான் ஏறுவான். அலுவலகத்திலும் பொது இடங்களிலும் வரிசையாக வைக்கப்பட்டிருக்கும் சிறுநீர் கோப்பைகளிலும்கூட மூன்றாவதுதான். உள்ளே நுழையவும் இரண்டாவது வரிசையில் அவள் ஜன்னலோரமாக அமர்ந்திருந் தாள். அவளேதான். மூன்று பேர் அமரும் இருக்கையில் நடுவில் ஓர் இருக்கையை விட்டுவிட்டுப் பாதைப் பக்கத்திலிருந்த மறு இருக்கையில் அவளுக்குப் பக்கத்தில் சென்று அமர்ந்தான்.

அவள் இவனைக் கண்டுகொண்டதாகவே காட்டிக்கொள்ள வில்லை. தன் கைப்பையிலிருந்து ஒரு புத்தகத்தை எடுத்து, அதில் அடையாளம் வைக்கப்பட்டிருந்த பக்கத்தை எடுத்து வாசித்தாள். அதே புத்தகம். அட்டையில் அலையைக் கிழித்தவாறு வரும் பாய்விரித்த கப்பலொன்றின் படம் வரையப்பட்டு 'தரூக்' என்று தலைப்பிடப்பட்டிருந்தது.

இதையெல்லாம் ஜன்னல் வழியே தெரியும் காட்சிகளைப் பார்ப்பதான பாவனையில் பார்த்துக்கொண்டிருந்தான்.

புத்தகத்தை மூடியவள் இந்த முறை அவனைக் கவனித்து விட்டாள். "ஹலோ!" என்று சொல்லிப் புன்னகைத்தாள். அவன் முகத்தை நினைவிலிருந்து மீட்டுக்கொள்ள முயலும் பாவனை காட்டினாள்.

"ஹலோ.. அன்றைக்கு வின்யார்ட் ஸ்டேஷனில் பார்த்தோம். ரயிலில்கூட பெரிய களேபரம் நடந்ததே!"

"ஆமாம், மன்னிக்கவும். சட்டென்று என்னால் நினைவி லிருந்து மீட்டுக்கொள்ள இயலவில்லை. வயதாகிறது என்று நினைக்கிறேன்" என்று சொல்லிச் சிரித்தாள். பின்பு சட்டென்று சிரிப்பைத் துண்டித்துக்கொண்டு, "உங்கள் நண்பர் இப்போது எப்படியிருக்கிறார்? இதுபோன்ற சம்பவங்கள் சில சமயம் நீண்ட காலத்துக்கு வடுவாக மனத்தில் தங்கிவிடும். பாவம், ரொம்பவும் பயந்துவிட்டார். ஆனால் அன்று அப்படி நிகழ்ந்திருக்கக்

கூடாது” என்று சொல்லி தலையைக் குறுக்கும் நெடுக்குமாக ஆட்டினாள். அப்போது அவளிடமிருந்து வெளிப்பட்ட வாசனைத் திரவியத்தின் சுகந்தம் அவனைக் கிளர்த்தியது.

“நீங்கள் சொல்வது சரிதான். ஆனால் அவர் என் நண்பரில்லை. உங்களைப்போல நானும் அன்றைய நாளில் அவருக்கு ஒரு சக பயணி. அவ்வளவுதான்.”

“ஓ சரி சரி... நான்தான் ஏதோ குழப்பிக்கொண்டு விட்டேன். மன்னிக்கவும், மன்னிக்கவும்.”

“பரவாயில்லை. நான் காசிம். முஹம்மது காசிம் இப்ராஹிம்.”

“ஜெட்டா ஜேக்கப்” என்று சொல்லிக் கையை நீட்டினாள்.

அவள் பெயரை வைத்து அவளுடைய நாட்டை யூகிக்க நினைத்தவனுக்குக் குழப்பமே எஞ்சியது. அது முகத்திலும் பிரதிபலித்திருக்க வேண்டும். அதைத் தெரிந்துகொள்ளும் விதமாக, “இந்தியாவிலிருந்து வருகிறேன். வேலை நிமித்தமாக இங்கே வந்திருக்கிறேன்” என்றான்.

“நான், ஒரு பூர்வீக ஆஸ்திரேலியன். கேள்விப்பட்டிருக்கி நீர்களா?”

அவன் அவர்களைப் பற்றிக் கேள்விப்பட்டிருக்கிறான். அவர்களில் சிலரை நேரிலும் பார்த்திருக்கிறான். சுருள் முடியும் பருத்த உடலும் கறுத்த தேகமும் கொண்டவர்கள். உடல் முகமெல்லாம் வெள்ளைக் களிம்புபோல எதையோ பூசியிருப்பார்கள். பார்ப்பதற்கு ஒரு சாயலில் இந்தியர்களைப் போலவும் மறு சாயலில் ஆப்பிரிக்கர்களைப் போலவும் தோற்ற மளிப்பார்கள். சர்குலர் க்வே பகுதியில் பாட்டுப்பாடி யாசகம் வேண்டிக்கொண்டிருப்பார்கள். பெரிய பெரிய மூங்கில் கொம்புகளைக்கொண்டு மனத்தை வருடும் பாடல்களை இசைப்பார்கள். அந்தக் கருவிக்கு ஏதோ வித்தியாசமான பெயருண்டு. அதன் பெயரை முன்பு கண்காட்சியகத்தில் வாசித்திருக்கிறான். சட்டென்று அந்தப் பெயர் நினைவிலிருந்து வரவில்லை. அதிலிருந்து மனத்தைக் கனக்கச் செய்யும் இசை எழுந்து வரும். கட்டூம்பா செல்லும் போது பூர்வீக ஆஸ்திரேலியர்கள் செய்து விற்ற, பல வண்ணப் புள்ளிகளும் கோடுகளும் கொண்ட அழகிய ஓவியம் ஒன்றை வாங்கி வந்திருக்கிறான். அவன் கலைப் பொருட்களில் ஆர்வம் கொண்டவன் கிடையாது. இருந்தாலும் அன்று ஏனோ அதை வாங்க வேண்டும் என்ற தோன்றியது. அவர்களைப்பற்றி அவன் அறிந்தவரையில் அவர்கள் இன்னும் காடுகளைவிட்டு

வெளியேறவில்லை என்றே நினைத்துக்கொண்டிருந்தான். அங்கிருந்து ஒருத்தி நவநாகரீகமாக தன் முன்னே நின்று பேசுவதை அவன் எதிர்பார்த்திருக்கவில்லை. அவள் மேல் பெரிய மரியாதை வந்தது.

“ஆமாம். . . தெரியும், தெரியும்.”

“அவர்களில் ஒருத்தி நான்.”

இதைச் சொல்லிவிட்டுப் பெருமிதம் பொங்க அவனைப் பார்த்தாள்.

“நீங்கள் ஹோம்புஷிலா தங்கியிருக்கிறீர்கள்?” என்றான்.

“ஆமாம். 146, பராமட்டா சாலை.”

அது அவனுடைய அப்பார்ட்மெண்ட்தான். அவளும் அதே பெயரைச் சொன்னதும் ஏன் அவனுக்குள் அப்படியொரு சந்தோசம் பெருகி வந்தது என்பது அவனுக்கே புரிபடவில்லை. இருந்தாலும் அதை முகத்தில் காட்டிவிடக் கூடாது என்பதில் எச்சரிக்கையுடன் இருந்தான். சமீபத்தில், தன்னுடைய ஆளுமை குறித்து இவ்வளவு விழிப்புடன் இருந்ததில்லை.

“நானும் அங்கேதான் வசிக்கிறேன். யூனிட் 24.”

“நான் உங்களுக்கு நேர் மேலே. யூனிட் 34” என்று சொல்லி விட்டு எதையோ நினைத்தவளாகச் சிரித்தாள்.

“என்னாச்சு? ஏன் சிரிக்கிறீகள்?”

“ஓ ப்ளீஸ். ஒன்றுமில்லை, மன்னியுங்கள்” என்று சொல்லி கள்ளமாகச் சிரிப்பை அடக்கிக்கொண்டாள்.

இருவரும் பேசிக்கொண்டே வந்ததில் நேரம் போனதே தெரியவில்லை. பேசும்போது, அழகாக வளர்க்கப்பட்டுச் சிவப்பு வண்ணம் தீட்டப்பட்ட நகங்களைக்கொண்ட விரல்கள் அசைவதைப் பார்க்க டியூலிப்கள் காற்றிலாடுவதைப்போல இருந்தன. அவளுக்கு சென்ட்ரல் ஸ்டேஷனில் இறங்க வேண்டி யிருந்தது. வெகு சிலரிடம் மட்டுமே முதல் சந்திப்பில் அப்படி ஒரு அணுக்கம் கூடி வரும். அவள் இறங்க வேண்டிய ஸ்டேஷன் வந்துவிடக் கூடாதே என்று டிஜிட்டல் அறிவிப்புப் பலகையை அடிக்கடி பார்த்துக்கொண்டான். அவளுடன் பேசிக்கொண்டிருக்கும்போதே அந்தக் கருவியின் பெயர் என்ன என்பதை மனத்துள் தேடித் துளாவிப் பார்த்தான். கண்டுபிடிக்க முடியவில்லை. கூகுளைத் தட்டினால் நொடியில் சொல்லி விடும். ஆனால் தானாகவே அதைக் கண்டுபிடிக்க வேண்டும் என்று நினைத்துக்கொண்டான். இப்படிச் சம்பந்தமில்லாமல்

சங்கல்பங்கள் எடுப்பது அவனுக்கு வழக்கம். அலுவலகத்தைச் சென்றடையும் முன்னால் அந்தக் கருவியின் பெயர் நினைவில் அதுவாகவே எழுந்துவிட்டால் அன்றைய சந்திப்பு காலத்துக்கு மான நட்பாக மலரும் என்று அவனே கற்பிதம் செய்து கொண்டான். மறுநிமிடமே அதிலிருந்த அபத்தத்தை நினைத்துச் சிரித்தான்.

வின்யார்ட் வரும்போது இருவரும் பரஸ்பரம் அறிமுகமாகியிருந்தார்கள். ஸ்டேஷனில் இறங்கி விடைபெற்றுக் கிளம்பும்போது,

"நீங்கள் எப்போதும் இதே ரயிலைத்தான் பிடிப்பீர்களா" என்றாள் அவள்.

"ஆமாம், இதே ரயில். மூன்றாவது பெட்டி, இரண்டாவது வரிசை. நாளை சந்திப்போம்" என்று சொல்லி விடைபெற்றுக் கொண்டான். அன்றைய நாள், அவன் வழக்கமாகச் செல்லும் வண்டியைத் தவறவிட்டு அடுத்த வண்டியைப் பிடித்ததைப் பற்றி அவளிடம் சொல்லவில்லை.

●

19

ஆழம் அறிதல்

அடுத்த அடி எடுத்து வைக்கும் முன்னர் முந்தைய அடியின் கால் தடங்களை ஓடி வந்து அழிக்கும் அலைகளைப்போல கடந்த காலத்தின் நினைவுகளைக்கூட மீட்டுப் பார்க்க முடியாத வேகத்தில் நாட்கள் நகர்ந்துகொண்டிருந்தன. அவ்வப்போது பல்வேறு விதமான பிரச்சினைகள் எழுந்தாலும் குடியேற்றம் ஒரு பக்கம் மெதுவாக நிகழ்ந்துகொண்டுதானிருந்தது. கப்பல்களில் வந்தவர்களில் பெரும்பாலானவர்கள் சிறுசிறு குற்றங்களுக்காகச் சிறை தண்டனை பெற்று நாடு கடத்தப்பட்டவர்கள். அவர்களில் குடியமர்வுக்குத்

தேவையான திறமைபெற்ற கைதிகள் வெகு சிலரே. மற்றவர்கள் தனித் திறன்கள் ஏதுமற்ற சாதாரணர்கள். எனவே, அவர்களுக்குத் தகுந்த பயிற்சியளித்து ஒவ்வொரு வேலையிலும் ஈடுபடுத்த வேண்டியிருந்தது. கொலை, வன்புணர்வு, வன்முறை போன்ற மற்ற குற்றச் செயல்களின் காரணமாக நாடு கடத்தப்பட்ட பலரும் இயல்பிலேயே எந்த ஒழுங்குமுறைக்கும் கட்டுப்படாத வர்களாகவும் முரடர்களாகவும் இருந்தனர். எனவே, அவர்களை வழிக்குக்கொண்டு வர சற்றுக் கடுமையான தண்டனை முறை களைக் கைக்கொள்ள வேண்டியிருந்தது.

அப்படிக் கட்டுப்படாத கைதி ஒருவனின் ஓலத்தில்தான் அன்று காலை கண் விழித்தேன். என்னுடைய மரக்குடிலை விட்டு வெளியே வந்து பார்த்தேன். இது போன்ற தண்டனைகள் வழங்குவதற்காகவென்றே குடியமர்வுக்கு மத்தியில் ஓரிடத்தில் மண் போட்டு மெத்தி மேடை அமைக்கப்பட்டிருந்தது. அதன் மேல் நிறுவப்பட்டிருந்த மரத் தூண் ஒன்றில் அவனுடைய முதுகுப் புறம் பார்வையாளர்களுக்குத் தெரியும்படி இணைத்து கயிறுகளால் கட்டி வைத்திருந்தனர். தலைகீழாகக் கவிழ்க்கப் பட்ட சிறிய படகைப் போன்று இருபக்கமும் வளைந்த தொப்பியையும் செந்நிற மேல் சட்டையும் வெண்ணிறக் கால்சட்டையும் அணிந்த சிப்பாய் ஒருவன் தடித்த மரக் கம்பினால் அவனை முதுகிலும், புட்டத்திலும் ஓங்கி அடித்துக் கொண்டிருந்தான்.

தன் மேல் விழுந்த ஒவ்வொரு அடிக்கும் அவன் எழுப்பிய சத்தம் குடியமர்வையே அதிரச் செய்தது. தண்டனையின் பிரதிபலனே அதுதான். அங்கிருந்த மற்றவர்கள் அனைவரும் சட்டதிட்டங்களை மீறுவதைப்பற்றி யோசிக்ககூடாது. ஒவ்வொரு அடிக்கும் அவன் உயிர் போய்த் திரும்பியிருக்கும். அப்படியான அடிகள். காபா எங்காவது கண்ணில் தென்படு கிறானா என்று பார்த்தேன். அவன் அந்தப் பக்கம் இல்லை. இதுபோன்ற பல சமயங்களில் அவன் கூட்டத்தில் இருப்பதில்லை. அவனுக்கு மனிதனை மனிதன் அடிமைப்படுத்துவதன்மீது தீராத ஒவ்வாமை இருக்கிறது. ஆனால் அடிமைகளும் அடக்கு முறைகளுமின்றி மாட்சிமை தங்கிய பிரிட்டிஷ் அரசாங்கத்தைப் போன்ற விரிந்து பரந்த சாம்ராஜ்யத்தை நிறுவுவது சாத்தியமே யில்லை. அவனுக்கு இதெல்லாம் சொன்னாலும் புரியாது. அதுவும் மிகக் குறைந்த எண்ணிக்கையிலான சிப்பாய்களை வைத்துக்கொண்டு ஆயிரக்கணக்கான கைதிகளைக் கையாள வேண்டும். அவ்வகையில் அவர்களுக்கு இருக்கும் மிகப்பெரிய ஆயுதம் துப்பாக்கியோ இதுபோன்ற தடியோ அல்ல. பயம்! பயம் ஒன்றுதான் இதுபோன்ற இடங்களில் வேலை செய்யும்.

எனக்குப் பக்கத்தில் காலின்ஸின் விவசாய அணியைச் சேர்ந்த வின்செண்ட் நின்றுகொண்டிருந்தான். நான் அவனைப் பார்த்ததும் அவன் அடி வாங்குபவன் பக்கமாகக் கண் ஜாடை காட்டி, "திருட்டு!" என்றான் மெல்லிய குரலில்.

"என்ன திருடினான்?"

"அவனுக்கு வழங்கப்பட்ட அன்றாட உணவுப் படி போதவில்லையாம். உணவுப் பாதுகாப்பு அறைக்குள் அத்துமீறி நுழைந்துவிட்டான். இப்போது அடிபட்டுச் சாகிறான்" என்று சொல்லிவிட்டுச் சிரித்தான்.

எனக்கு வின்சன்ட்டைப் பிடிக்கவில்லை. காலின்ஸின் அணியிலிருப்பவர்களுக்கும் இயல்பாகவே அவனுடைய புத்தி வந்துவிடுகிறது. அல்லது அப்புத்தி உள்ளவர்களே காலின்ஸின் தலைமையை ஏற்கிறார்கள். மந்த புத்திகளே ஒன்று கூடும். காபா கண்ணில் தென்படுகிறானா என்று மறுபடியும் தேட ஆரம்பித்தேன். நான் தேடுவதைக் கவனித்துவிட்டான்.

"வில்லியம், யார்... காபாவையா தேடுகிறீர்கள்?"

"ஆ... ஆமாம் நீ அவனைப் பார்த்தாயா?"

"புதிய ஆளுநர் இல்லத்துக்குத் தளம் போடுவதற்காக எட்வர்ட்ஸ் அவனை அழைத்துச் சென்றிருக்கிறார்" என்றான்.

"மேஸ்திரி எட்வர்ட்ஸா?"

"அவரேதான்!"

"ஓ!"

"இருப்பவர்களில் கொஞ்சமேனும் திறமைகொண்டவர்கள் அனைவரையும் எட்வர்ட்ஸே பொறுக்கி எடுத்துப் போய்விடுகிறார். இன்றைய தேதிக்கு ஆளுநருக்கு அடுத்து அவர் வைத்ததுதான் இங்கு சட்டம். கேட்பதற்கு யாருமில்லை. கட்டடங்கள் முக்கியம்தான். ஆனால் அதைவிட வயிற்றைக் கவனிக்க வேண்டுமல்லவா? இங்கே விவசாய அணிக்கே ஆட்கள் போதவில்லை. இருப்பவர்கள் யாருக்கும் பெரிதாக விசய ஞானமில்லை. முதலில் வயிறுக்கு உணவு. பின்புதான் வாழ்வதற்கு இடம். சரிதானே?"

அவன் சொல்வதில் உண்மை இருந்தாலும் அந்த உரையாடல் எவ்வித தீர்வை நோக்கியும் போகாது என்பதை அறிவேன். உண்மையில் அவனுடன் வம்புப் பேச்சுக்கு எனக்கு நேரமில்லை.

எட்வர்ட்ஸ் மிகத் திறமையான கட்டட வல்லுநர். லண்டனிலேயே அவருடைய சேவைக்காக வரிசையில் காத்திருக்க

வேண்டும். ஆளுநர் பிலிப்புடனான நட்புக்கு மரியாதை செய்யும் பொருட்டே புதிய தேசத்துக்கு வந்திருக்கிறார்.

தற்சமயம், மொத்தம் மூன்றே கட்டடங்கள் மட்டுமே சுட்ட கற்களைக்கொண்டு எழுப்பப்படுகின்றன. ஆளுநர் பிலிப் தங்கும் வீடு, இரும்புக் கருவிகள் செய்யும், பட்டறை ரொட்டிகள் சுடும் அடுமனை. என்னைப் போன்ற அரசு அதிகாரிகளுக்கும் சிப்பாய்களுக்கும் மரக் குடில்கள், கைதிகள் மொத்தமாகத் தங்குவதற்கான கொட்டாரங்கள். இப்போதைக்கு இதுதான் திட்டம். சுட்ட கற்களைக்கொண்டு வீடுகள் கட்டும் கலை தெரிந்த ஒரே ஆள் எட்வர்ட்ஸ் மட்டும்தான். அவரே ஒரே சமயத்தில் மேற்சொன்ன மூன்று கட்டட வேலைகளை யும் மேற்பார்வையிட்டு கைதிகளுக்குப் பயிற்சியும் அளித்துக் கொண்டிருந்தார்.

ஆளுநர் இல்லத்தை அதீத அக்கறையுடன் ஜார்ஜியன் பாணிக் கட்டடமாக வடிவமைத்திருந்தார். இரண்டு அடுக்கக வீடு. மிகச் சரியாக நடுவில் வாசல் கதவு. கதவுக்கு இருபுறமும் சரியான இடைவெளிகளில் இரண்டு இரண்டு ஜன்னல்கள். அதேபோல முதல் மாடியில் கதவுக்குப் பதிலாக மேலும் ஒரு ஜன்னல் சேர்த்து முன் புறம் மட்டுமே கீழே மேலே என்று ஒன்பது ஜன்னல்களைக் கொண்டிருந்தன. கிட்டத்தட்ட ஆளுநர் பிலிப்பின் லண்டன் மாநகர இல்லத்தை நகல் செய்தாற் போன்ற வடிவமைப்பு. பிலிப்தான் அப்படிக் கேட்டிருக்க வேண்டும். நாட்டையே விட்டு வந்தால்கூட ஒருவரால் தன் வீட்டைவிட்டு வெளியேறிவிட முடிவதில்லை. ஆளுநரும் அதற்கு விதிவிலக்கல்ல.

இங்கே வந்திறங்கியதும் துணியாலான கூடாரங்களை அமைத்துவிட்டு முதல் வேலையாகக் கண்காணிப்பு மேடை களையும் வெடிபொருட்களைப் பாதுகாப்பாகப் பதுக்கி வைக்கும் இடங்களையுமே கட்டி ஒழுங்கு செய்தனர். அப்பகுதி இயற்கையிலேயே தூரத்தில் வரும் எதிரிகளைக் கண்டு கொள்ளும் விதமாக மேட்டுப்பாங்கான நிலத்தில் பாதுகாப்புக்கு உகந்தவிதமாக அமைந்திருந்தது. தளபதி ஜேம்ஸ் குக் இப்பகுதியைத் தன் குறிப்புகளில் ‘போர்ட் ஜாக்சன்’ என்ற பெயரிட்டு அழைத்திருந்தார். கொடியேற்றம் நிகழ்ந்த பின் நடைபெற்ற கொண்டாட்ட நிகழ்வின்போது ஆளுநர் பிலிப் இந்த இடத்தை இங்கிலாந்து பிரபு சிட்னியின் பெயரால் ‘சிட்னி வளைகுடா’ என்று புதுப் பெயரிட்டு அழைத்தார். பிரபு சிட்னிதான் பிலிப்பின் நாடு தேடும் பயணத்துக்கான ஒப்புதலை அளித்து வேண்டிய உதவிகளையும் செய்தவர். நன்றிக் கடன்!

ஆளுநர் இல்லத்தின் கட்டடப்பணிகள் நடந்துகொண் டிருக்கும் இடத்துக்கு வந்தேன். தண்டனைக் கைதிகள் கற்களை அடுக்கியும் களிமண்ணைக் குழைத்தும் என ஆளுக்கு ஒரு வேலையில் ஈடுபட்டிருந்தனர். ஒவ்வொன்றும் கடினமான உடலுழைப்பு கோரும் வேலைகள். அந்த வீட்டிலிருந்து பார்த்தால் மொத்த குடியிருப்பும் அதற்கு அப்பால் கடலும் தெரியும்படி யான இடத்தைத் தேர்வு செய்திருக்கிறார்கள். அதற்கு நேரெதிராக நிலத்தைச் சீர்படுத்தி மக்காச்சோள விதைகளை விதைத்துப் பராமரித்துக்கொண்டிருந்தனர். வீட்டிலிருந்து நாலாபுறமும் பாதைகள் பிரிந்து செல்லும்படி அமைத்திருந்தனர்.

இங்கிலாந்தில் கோடைகாலங்களில் விளையும் பயிர்களை யும் காய்கறிகளையும் இங்கே விளைவிக்க முயற்சிசெய்தோம். ஆனால் இது இங்கிலாந்து அல்லவே. கோடை இங்கே வேறு மாதிரியாக இருந்தது. பயிர்கள் எதுவும் நாங்கள் நினைத்தபடி விளைச்சலைத் தரவில்லை. நாங்கள் கொண்டு வந்த விதைகள் பலவும் கெட்டுப் போயிருந்தன. எஞ்சியவை இந்த நிலத்தின் தட்பவெப்பத்தைத் தாக்குப்பிடிக்கும் சக்தி கொண்டிருக்க வில்லை. வரும்போது கொண்டு வந்த உணவுப் பொருட்களை வைத்து இன்னும் சில மாதங்களுக்கே தாக்குப்பிடிக்க இயலும். உணவுப் பற்றாக்குறை மெதுவாகத் தலை தூக்க ஆரம்பித்திருந்தது.

அங்கும் காபா தென்படவில்லை. என்னுடைய மரக் குடிலை நோக்கித் திரும்பிக்கொண்டிருந்தேன். வழியில் சிலர் பெரிய பல்லிகளையும் மூஞ்சூறுகளையும் தோலுரித்துத் தீயில் வாட்டிக்கொண்டிருந்தனர். படகுகளில் கடற்பகுதிக்குச் சென்று சிலர் மீன் பிடித்துக்கொண்டிருந்தனர். முன்பு ஒரு முறை இப்படி மீன் பிடிக்கச் செல்லும்போதுதான் நான் இம் மண்ணின் பூர்வகுடிகளை முதன்முதலாகப் பார்த்தேன். அவர்களும் தங்கள் படகுகளில் மீன் பிடிக்க வந்திருந்தனர். எங்கள் படகிலிருந்தவர்களை நோக்கி ஏதோ சைகை செய்தனர். விட்டுவிட்டுச் சில வார்த்தைகளை உச்சரித்தார்கள். என்ன சொன்னார்கள் என்பதை முழுவதுமாக விளங்கிக்கொள்ள வில்லை என்றாலும் அவர்களின் முகபாவத்தை வைத்து அது மோசமான ஒன்றில்லை என்பதை ஊகித்துக்கொண்டோம்.

அன்றைய நாள் முழுக்க காபா என் கண்ணில் தட்டுப் படவேயில்லை. வேறு ஏதோ வேலையில் சிக்கிக்கொண்டிருக்கக் கூடும். ஆனால் திரும்பவும் வின்சென்ட் கண்ணில் பட்டு விட்டேன்.

“காபா அங்கேதானே இருந்தான்?” என்றான்.

இல்லை என்று சொன்னால் இன்னும் நிறைய பேசுவான் என்பதால், “ஆமாம்!” என்று தலையாட்டினேன்.

"அவனை நார்நாராகக் கிழித்துவிட்டார்கள்!"

"யாரை?"

"காலையில் பார்த்தோமே வில்லியம். அந்தத் திருட்டுப் பிச்சைக்காரப் பயலைத்தான்."

"ஓ! உயிரோடுதானே இருக்கிறான்?"

"ஆமாம், இந்த முறை உயிரை விட்டுவிட்டார்கள். அடுத்த முறை இப்படி ஒன்று நிகழுமென்றால் செய்பவனின் உயிருக்கு உத்தரவாதமில்லை" என்று சொல்லிவிட்டுத் தோள்களைக் குலுக்கினான். நான் அவனை ஆமோதிப்பவனைப்போலத் தலையை ஆட்டிக்கொண்டிருந்தேன்.

"ஏற்கெனவே திருடித்தான் ஏழாண்டு சிறை தண்டனை பெற்று நாடு கடத்தப்பட்டிருக்கிறான். அதுவும் இவன் திருடியது என்ன தெரியுமா? கிறிஸ்துமஸ் பெருநாளைக் கொண்டாட வசதியில்லை என்றால் இறைவனை வேண்டு வதோடு பிரார்த்தனையை நிறுத்திக்கொண்டிருக்க வேண்டும் முட்டாள். அப்படிச் செய்யாமல் தன் பெண்ணுக்காக ஆடை யொன்றை திருடியிருக்கிறான். மாட்டிக்கொண்டான். இதோ இங்கே வந்து நிற்கிறான். குழந்தையைப் புத்தாடையில் பார்க்க வேண்டுமென ஆசைப்பட்டு அவளை நிரந்தரமாகக் காண வியலாத தூரத்துக்கு வந்து சேர்ந்திருக்கிறான். பைத்தியக் காரன்" என்று சொல்லிவிட்டுச் சிரித்தான்.

○

வடக்குப் பக்கம் சென்று பயிரிடத் தகுதியான வேறு இடங்களைப் பார்த்துவர உத்தரவிட்டிருந்தார் ஆளுநர் பிலிப். நாள் முழுவதும் அலைச்சல். எதுவும் சிறப்பாகத் தெரிய வில்லை. அலைந்து திரிந்து கால்கள்தான் சோர்ந்து போயின. குடிலுக்கு வந்து ஒயினை அருந்தினேன். படுக்கையில் வீழ்ந்து, அன்று நடந்த ஒவ்வொன்றையும் வரிசைக்கிரமமாக நினைத்துப் பார்த்தேன். அடி வாங்கியவனின் முகமே திரும்பத் திரும்ப கண்ணுக்குள் வந்தது. அவனுடைய சிறு பெண், அவளின் அழகான ஆடை, கிறிஸ்துமஸ் பெருநாள் கொண்டாட்டங்கள் என்று தொட்டுத் தொட்டு நினைவு எங்கோ போனது.

இங்கிலாந்தைப் போல ஸ்காட்லாந்தில் யாரும் கிறிஸ்துமஸை அவ்வளவு விமரிசையாகக் கொண்டாடுவ தில்லை. அதற்குப் பதிலாகப் புத்தாண்டுக்கு முந்தைய நாளான 'ஹாக்மனே'வைத் தான் சிறப்பாகக் கொண்டாடுவோம். அங்கிருந்தவரை கொண்டாடிய ஒவ்வொரு ஹாக்மனேவும் நினைவில் எழுந்து வந்தது. அங்கு கொண்டாடியதுதான்

நாங்கள் குடும்பமாகக் கொண்டாடிய கடைசி ஹாக்மனே. ஒவ்வொரு வருடப் பண்டிகையின் போதும் அம்மா தன் கையால் நூற்ற புதிய குளிராடை ஒன்றை எனக்குப் பரிசாகத் தருவாள். ஒயினில் ஊறிய கேக்குகளும் தின்பண்டங்களுமாய் வீடே மணக்கும். உறவுக்காரர்களும் அப்பாவின் நண்பர்களும் அண்டை வீட்டார்களும் வீட்டுக்கு வந்து போவார்கள். அன்று யாருடைய வீட்டுக்கும் யாரும் செல்லலாம். எந்த வீட்டின் கதவுகளும் சாத்தப்பட்டிருக்காது.

அன்றிரவு நீண்ட பிரார்த்தனை ஒன்று நடைபெறும். அது முடிவதற்காகக் காத்துக்கொண்டிருப்போம். அன்று யாரும் தூங்குவதில்லை. பிரார்த்தனைக்குப் பிறகு அந்த வருடத்தின் மிகச் சிறப்பான இரவுணவால் உணவு மேசை அலங்கரிக்கப் பட்டிருக்கும். வான்கோழியை நெய்யுருகத் தீயில் வாட்டி வைத்திருப்பார்கள். விதவிதமான கேக்குகள், பழங்கள், இனிப்புக் கஞ்சிகள், பான் ரொட்டிகள் என்று மேசை நிறைந்திருக்கும். கனலடுப்பில் இட்டு எரிப்பதற்காகப் பிரத்தியேகமாக ரோவன் மரத்தை வெட்டி சுள்ளிகள் தயாரித்துக் கொல்லைப்புறத்தில் வைத்திருப்பார் அப்பா. அது மெல்லப் பற்றி எரியஎரிய, வீட்டைச் சூழ்ந்து நிற்கும் இருளும் குளிரும் விலகும். மேலும் புத்தாண்டு பிறந்ததும் வீட்டுக்குள் முதன் முதலாக நுழைபவருக்குப் புத்தம் புதிய பெயர் சூட்டி அழைப்பது அங்கே வழக்கம். உப்பு, கறி, ரொட்டி, கேக்குகள் என்று பரிசுப் பொருட்கள் கொடுக்க வருவார்கள். ஒருமுறை அப்படி வந்த பக்கத்துப் பண்ணையைச் சேர்ந்த ஆன்ட்டி மிஸ்ஸேலை நான் விளையாட்டாகக் குட்டை வாத்து என்று பெயரிட்டு அழைத்தேன். அதுவே அவரின் பெயராக நிலைத்துவிட்டது. சிறுவயதில் விளையாட்டாய் பண்ணியது என்றாலும் இப்போது யோசித்தால் அப்படிச் செய்திருக்க வேண்டாம் என்று தோன்று கிறது. முன்பு சரியாகவும் முறையாகவும் தெரிந்த பலவும் இப்போது நினைக்கையில் தவறாகவும் அர்த்தமற்றதாகவும் தெரிகின்றன.

அம்மா, ஹாக்மனேவுக்கு மறுநாள் புத்தாண்டு அன்று எங்கள் பண்ணை கூலிகளுக்கும் வீட்டு உதவி ஆட்களுக்கும் அவளுடைய ஸ்நேகிதிகளுக்கும் பரிசுப் பொருட்கள், உணவுப் பதார்த்தங்கள், பண்ணையில் விளைந்த தானியங்கள் என்று பெட்டிப் பெட்டியாக அடைத்து அடுக்கித் தருவாள். எல்லோரும் எல்லோருக்கும் அன்பைப் பெட்டியில் நிறைத்துப் பரிமாறிக் கொண்டிருப்பார்கள். அன்று மட்டும் இல்லாமல் என்றுமே அவள் அப்படித்தான். எப்போதும் யாருக்காவது எதையாவது கையளித்துக்கொண்டே இருப்பாள்.

அங்கிருந்து கிளம்பி நாங்கள் லண்டன் வந்த பிறகு வந்த ஹாக்மனேக்கள் எதுவுமே நினைவில் தங்கவில்லை. அவை மற்றுமொரு நாளாகவே கழிந்து போயின. சர்ச்சுக்குச் செல்வதற்கு மேல் அந்நாளை நினைவுகூரப் பெரிதாக எதுவுமிருக்கவில்லை. அம்மா எனக்குப் பிடித்த வாழைப்பழ அடைகளைச் செய்துவைப்பாள். வருடம் முழுவதுமாகப் பின்னிப் பின்னி முடிந்து வைத்தக் குளிராடைகளைத் தருவாள். அவை என் அளவுக்குப் பொருந்தாதபடி முன்பின்னான அளவுகளில் இருந்தன. அவள் தன்னுடைய கொண்டாட்டங்கள் அனைத்தையும் வெகு பத்திரமாக எங்களுடைய ஸ்காட்லாந்து பண்ணை வீட்டுப் பரணில் அடைத்து வந்துவிட்டாள். லண்டன் மாநகர வீதிகள் கொண்டாட்ட நிகழ்வுகளில் திளைத்துக்கொண்டிருக்கும்போது அம்மா ஊர் திரும்பும் கனவுகளில் மூழ்கியிருப்பாள். அவள் அந்தக் கிராமத்தையும் அம்மக்களையும் அளவுக்கதிமாய் நேசித்தாள் என்றுதான் நீண்ட நாட்களாக நினைத்துக்கொண்டிருந்தேன் ஒரு நாள் வாரச் சந்தையில் வைத்து எங்கள் கிராமத்தில் செம்மறி ஆட்டுப் பண்ணை வைத்திருந்த திரு. புரூஸை தற்செயலாகச் சந்திக்கும்வரை. அவரைப் பார்த்ததும் அம்மா மகிழ்ச்சியில் திக்குமுக்காடுவாள், அவரை வீட்டுக்கு விருந்துக்கு அழைப்பாள் என்றெல்லாம் நினைத்தேன். ஆனால் அவளோ அவரைப் பார்த்த மாதிரியே காட்டிக்கொள்ளவில்லை. அதைப் பற்றி நான் விசாரித்தபோது வெகு தந்திரமாகப் பேச்சைத் திசை திருப்பிவிட்டது இப்போதும் நினைவிலிருக்கிறது.

“சீக்கிரம் கிராமத்துக்குத் திரும்பிவிட வேண்டும். சீக்கிரம் திரும்பிவிட வேண்டும்” என்பதையே மந்திரம்போல உச்சரித்துக் கொண்டிருப்பாள். என்னுடைய கனவெல்லாம் அவளை அவளுடைய நிலத்தில் கொண்டுபோய்ச் சேர்த்துவிட வேண்டும் என்பதாகத்தான் இருந்தது. ஆனால் அவள் உயிரோடிருந்தவரை அதை நிறைவேற்ற இயலவில்லை. ஒரு ஹாக்மனேக்கு மறுநாள் புத்தாண்டு தினத்தில் இவ்வுலகிலிருந்து தன்னை விடுவித்துக்கொண்டாள்.

இப்படி ஏதேதோ நினைவுகள் மண்ட என் குடிலில் படுத்திருந்தேன். தூங்கினேனா விழித்துக்கொண்டிருந்தேனா என்று பிரித்தறிய இயலாதபடி புரண்டுகொண்டிருந்தேன். எல்லாவற்றையும் மறந்த நல்லதொரு தூக்கம் எனக்குத் தேவையாயிருந்தது. ஒன்றை மறக்க மற்றொன்றை நினைத்தால் மறக்க நினைத்ததே திரும்பத் திரும்ப மேலெழுந்து வந்தது. இதுபோன்று உறக்கமற்றுத் தவிக்கும் பொழுதுகளில் அப்பா நீல வண்ணத்தை நினைத்துக்கொள்ளச் சொல்வார். நீலம்

என்றாலே கடல். ஏறிஏறி இறங்கி நுரைத்துப் பொங்கும் நீலக் கடலை நினைத்துக்கொண்டேன். அடிப்படையில் விவசாயி யாக இருந்தாலும் ஒரு மீனவனைப்போல கடலில்தான் அதிகம் கிடந்திருக்கிறேன். என் ஆன்மாவைச் சுத்தப்படுத்தும் ஏதோ ஒன்று கடலிடம் இருக்கிறது. அது என்னவென்று யோசித்துக் கொண்டிருந்தேன். அப்படியே தூங்கிவிட்டேன்.

கனவுகளற்ற நிச்சலனமான தூக்கத்தைக் கலைத்து வந்தது அந்த ஒலி. விழித்துக்கொண்டேன். அது கனவில்லை என்பதை உறுதிப்படுத்திக்கொண்டு, காதுகளை மேலும் கூர்தீட்டினேன். மனத்தைக் கனக்கச் செய்யும் அந்த இசையை இந்த முறை இன்னும் துல்லியமாகக் கேட்க முடிந்தது. தாவர விரிகுடாவிலிருந்தபோது கேட்ட அதே இசை. குடிலைத் திறந்துகொண்டு வெளியே வந்தேன். அனைவரும் தூங்கிக் கொண்டிருந்தனர். காவலுக்கு இருந்தவர்கள் மட்டும் தீ மூட்டி வைத்து, அதைச் சுற்றி அரைத்தூக்கத்தில் அமர்ந்து கொண்டிருந்தனர். எங்கள் அமைவிடத்திலிருந்து வெகு தூரத்தில் மெல்லிய ஒளி தெரிந்தது. உற்றுப் பார்த்ததும் அதிலிருந்து கிளம்பிய புகையை என்னால் காண முடிந்தது. உலர்ந்த இலைகளின் வழியே புறப்பட்டு வரும் காற்றைப் போலவும் காட்டோடையின் சலசலப்பைப் போலவும் ஈன்று வெளி தந்த பூனையின் கதறலைப் போலவும் ஒலித்த இசையை அங்கிருந்த மற்றவர்கள் யாரும் காதில் வாங்கியதாகவே காட்டிக்கொள்ளவில்லை.

இசை வந்த திசை நோக்கிப் பார்த்துக்கொண்டிருந்தேன். அடர்ந்திருந்த புதர்ப் பகுதிகளில் மெல்லிய அசைவு தெரிந்தது. முதலில் ஏதேனும் காட்டு விலங்காக இருக்கும் என்றே நினைத்தேன். காட்டு விலங்கு எதுவும் நெருப்பு மூட்டப் பட்டிருக்கும் பகுதியை நோக்கி வராது. இது வேறு. இருளுக்குப் பழகிய கண்களுக்குத் துல்லியம் கூடியது. வந்துகொண் டிருப்பது மனிதன்தான். பழகிய உருவமாகத் தெரிந்தது. முன்னும் பின்னுமாய்ப் பார்த்தவாறு மிகுந்த எச்சரிக்கையுடன் அவ்வுருவம் எங்கள் பக்கமாய் வந்தது. காபா!

கைதிகளுக்கான கூடாரம் பக்கமாய் வந்து பின் வழியாக உள் நுழைந்த அவனை நான் பார்த்துவிட்டேன். அங்கிருந்த காவல்காரர்களைக் கவனித்துச் சந்தடி எழுப்பாமல் வருவதில் குறியாய் இருந்த அவன் என்னைக் கவனிக்கத் தவறிவிட்டான்.

❍

20

காசிம் அலுவலகத்துக்குக் கிளம்பித் தயாராகி ஷூ லேஸை அவிழ்ப்பதும் இறுக்கி முடிச்சிடுவதும் பின்பு திருப்தியில்லாமல் மறுபடியும் அவிழ்ப்பதும் முடிச்சிடுவதுமாய் இருந்தான்.

அன்று காலையில் வந்த துர்கனவு ஒன்றால் பதறிப் பயந்து எழுந்தான். காசிம் ரயில் பெட்டியின் வாசல் கம்பிகளை இறுகப் பற்றியிருக்கிறான். ரயிலோ வெறிப்பிடித்த விலங்கைப்போல விரைந்து கொண்டிருக்கிறது. முகத்தில் காற்று அறைகிறது. தடித்து உயர்ந்த உருவம் ஒன்று அவனை ஓடும் ரயிலிலிருந்து வலுக்கட்டாயமாகப் பிடித்து வெளியே தள்ளுகிறது. இவன் தன் வலு அனைத்தையும் கொடுத்துத் தாக்குப் பிடிக்க முயல்கிறான். கடைசியில் அவ்வுருவமே ஜெயிக்கிறது. ஓடும் ரயிலிலிருந்து கீழே தள்ளப்படுகிறான். சம்மட்டியால் அடித்ததைப்போல பின் மண்டையைப் பிளக்கும் படியான வலி. விழிப்பு வந்தபோது அவனுடைய படுக்கையில் இருந்தான். மண்டையில் வலி மட்டும் அப்படியே இருந்தது. மனம் படபடவென்று அடித்துக்கொண்டது.

ஃபர்ஸானா ஃபோனில் பேசியபடி அவனுக்கான மதிய உணவைக் கட்டிக்கொண்டிருந்தாள். பிறகு அழைப்பதாய்க் கூறி ஃபோனைத் துண்டித்தாள்.

காசிம், தன்னுடைய லேப்டாப் பேக்கைத் திறந்து எல்லாம் சரியாக இருக்கிறதா என்று ஒரு முறை சரிபார்த்துக்கொண்டான். ஐடி கார்டைத் திருப்பித் திருப்பிப் பார்த்துக்கொண்டிருந்தவனைப் பார்த்து, "என்னடே, அது நீதானான்னு

உனக்கே சந்தேகமா இருக்கா? நான் வேணும்னா கண்ணாடி எடுத்து வந்து கொடுக்கட்டா?" என்று சொல்லிச் சிரித்தாள்.

"வர வர வாய்க்கொழுப்புக் கூடிப் போச்சு. யாருகிட்ட காலைலயே கதையடிச்சிட்டு இருக்க?"

"நமக்குத்தான் காலைல, அவுகளுக்கு நடுராத்திரி. உங்க மாமிதேன் பேசினா. மதியம் நல்லா தூங்கிட்டாளாம். இப்போ தூக்கமே வரலியாம்."

"என்ன சொல்றா எங்க மாமி?"

"ஹான்.. உங்க மாமிக்கு ஒரு ராசாக்கிளி வேணுமாம்."

"ராசாக்கிளியா? எடுத்து வளக்கவா இல்ல அடிச்சுத் திங்கவா?"

"அடச்சீ . . . தின்னிமாடு . . . எப்போப் பாரு திங்கிறத பத்திதான் யோசிப்பியா? அதுவும் கிளியப் போயி!"

"அப்புறம் எதுக்காம்?"

"சும்மா புரியாத மாதிரி நடிக்காத. புள்ள குட்டிய கேக்குறா" என்று சொல்லிச் சிரித்தாள்.

"இவ்ளோ வயசுக்கு அப்புறம் உனக்குத் தங்கச்சிப் பாப்பான்னா ஒரு மாதிரி சங்கட்டமா இருக்காது? நாளைக்கு எல்.கே.ஜி. போற பையன் என்னய மச்சான்னு கூப்டா அவ்ளோ நல்லாவா இருக்கும்? நீயே சொல்லு" என்று சொல்லி விட்டு வாய்விட்டுச் சிரித்தான்.

"ச்சைச் சைத்தானே! வாயைக் கழுவு. அவ நம்மளக் கேக்கிறா."

"தெரியுது தெரியுது!" என்றபடி அவள் பக்கமாய் வந்து அடுப்படி மேடைமீது வைக்கப்பட்டிருந்த பீங்கான் கிண்ணத்தை விளிம்பிலிருந்து நகர்த்தி உள்ளே தள்ளி வைத்தான். நடக்கும்போது ஏதோ குறுகுறுப்பதைப்போல தோன்றவே மறுபடியும் ஸோஃபாவுக்குத் திரும்பி ஷூவைக் கழற்றித் தட்டி விட்டு லேஸை மறுபடியும் அவிழ்த்து இறுக்கிக் கட்டினான்.

"சரி.. அதுக்கு நீ என்ன சொன்ன?"

"உம்ம் . . . சட்டியத் தூக்கி இன்னும் அடுப்பிலேயே வைக்கல. அதுக்குள்ள உலை கொதிச்சாச்சான்னு கேட்டா என்ன சொல்றதுன்னு கேட்டேன். விழுந்து விழுந்து சிரிக்கா" என்று சொல்லிவிட்டுத் தலையில் அடித்துக்கொண்டாள்.

“அடச் சீய்! வெட்கமே இல்லையாட்டி உனக்கு. உம்மா கிட்ட பேசுற மாதிரியா பேசுற.”

“அது அப்படித்தான் நாங்க பேசிப்போம். அவாக்கு மூணு பிள்ளை பெத்துக்கணும்ண்டு ஆசை. எனக்கு அப்புறம் ஒண்ணு தரிச்சு அதுவும் நாலு மாசத்துல கலைஞ்சு பாடா படுத்தி எடுத்துருச்சு. அதான் உனக்குத் தெரியுமே. அப்புறம் நான் ஒண்ணே ஒண்ணு கண்ணே கண்ணுன்னு ஆகிப் போச்சு அவளுக்கு. அடிச்சாலும் பிடிச்சாலும் எங்கிட்டதானே வந்தாகணும். எதுனாலும் மாமிக்கிட்ட முதல்ல போவா. அவா பிஸினாத்தேன் எங்கிட்டயே சொல்லுவா. எங்கக்குள்ள அது ஒரு மாதிரி கணக்குப்பா.”

“அது என்ன கணக்கோ என்னைய ஆளவிடுங்களா.”

“அதெப்படி விடுறதாம். இன்னிக்கு உங்க மாமி கேட்டா. அடுத்த வாரம் எங்க மாமி கேப்பா பாரு. இரண்டுபேரும் பேசி வச்சுக்கிட்டுத்தான் பண்ணுவா. கூட்டுக் களவாணிக. அதை நாசூக்கா வேற பண்ணுதுங்களாம். பெரிய சீக்ரெட் ஆப்பரேசன் பண்றதா நினைப்பு. சரி, அடுத்து யாரும் கேட்டா என்ன பதில் சொல்றதாம்?” என்று சொல்லி குறும்பாய்ப் புன்னகைத்தாள்.

“எதுவா இருந்தாலும் இந்தியா வந்தப் பிறகுதான்னு சொல்லு. இந்தா காலைல ஆஃபிஸ் போற நேரத்துல சிரிச்சுட்டு நெளிஞ்சுட்டு என் முன்னால வந்து நிக்காத பக்கி.”

“யேய்.. நீ என்ன இப்படிப் பேசுற. ஏற்கெனவே கலியாண மாகி இரண்டு வருசம் ஆகிடுச்சு. வரிசையா வந்து என்னத் தான் நோண்டுவாங்க. இந்தியாக்குப் போறதுக்கும் இதுக்கும் என்ன சம்பந்தம்?” சம்பந்தமில்லாம எதையும் எதையும் நீ இணைச்சுப் பாக்குற?

“இங்க எல்லாத்துக்கும் சம்பந்தம் இருக்கு. ஸீ, ஆன் எ சீரியஸ் நோட். எனக்குப் பிள்ளை பெத்துக்கிறதுக்கு நிகரா அவங்கள நல்லபடியா வளக்குததும் ரொம்பவும் முக்கியம். இந்த உலகத்துல பிள்ளைகட்ட மட்டும்தான் இன்னொன்சென்ஸ் கொஞ்சாமாச்சும் மிச்சமிருக்கு. அதை வச்சு காப்பாத்திக்கணும். அதுக்கு நல்ல என்விரான்மண்ட் வேணும். புரியுதா?”

“இல்ல. எனக்குச் சுத்தமா புரியல. சரி வந்த புதுசு. முதல்ல ஒரு வாரம் பத்து நாள் ஒரு மாதிரி இருக்கும். இப்போதான் வந்து மூணு மாசம் ஆகப் போகுதே. இன்னமும் இப்படி ஒட்டாமயே இருந்தா என்ன அர்த்தம்?”

“ஃபெர்ஸி, ப்ளீஸ் புரிஞ்சுக்கோ. எனக்கு இங்க எதுவுமே பிடிக்கல. உங்கிட்ட ஒவ்வொன்னா சொல்லிப் புரியவைக்க முடியாது. எனக்கு என்னை யாரோ தண்ணிக்குள்ளப் போட்டு அமுக்குற மாதிரி இருக்கு இங்க. மூச்சு முட்டுது. ஒவ்வொரு நாளும் அதிகம்தான் ஆகுதே ஒழிய, குறையல. உனக்காக மட்டும்தான் இங்க வந்தேன். இப்போக்கூட உன் மொகத்துக்காக மட்டும் தான் இத்தனையும் தாக்குப் பிடிச்சுட்டு இருக்கேன். நீயாவது என்னைப் புரிஞ்சுக்கோ” என்றபோது அவன் குரல் தணிந்திருந்தது.

ஃபெர்ஸானா கையிலிருந்ததை அப்படியே போட்டுவிட்டு அவன் பக்கத்தில் வந்து அமர்ந்து, அவன் முகத்தை உற்றுப் பார்த்தாள். அவனுடைய இடது கையை எடுத்து, தன் கைகளுக்குள் வைத்துப் பொத்திக்கொண்டாள். அவனுடைய கை பளிங்குக் கல்லைப் போலக் குளிர்ச்சியாகவும் ஒரு குழந்தையினுடையதைப் போல மிருதுவாகவும் இருந்தது. “ஏன்ப்பா, என்னாச்சு இப்போ?” என்றாள்.

“தெரியலடி. எனக்கு இங்க எதுவுமே பிடிக்கல” என்றான். அவனுக்கு அவள் கையிலிருந்த ஈரம் படுவது ஒரு மாதிரி உறுத்தியது. அவள் சங்கடப்படக் கூடும் என்று அதற்கு உடனடியாக எதிர்வினையாற்றாமல் அமைதியாக இருந்தான்.

“சரி, என்ன பிடிக்கல. எங்கிட்ட சொல்லு.”

“இதுதான் அதுதான்னு குறிப்பிட்டுச் சொல்றதுக்கு இல்ல. எதுவுமே பிடிக்கல.”

“ஏதாவது தீர்க்கமாச் சொன்னாதானே புரிஞ்சுக்க முடியும்.”

“இல்ல, நேத்து ஆஃபிஸ்ல எங்க எல்லாரையும் புது ஓ.டி.சி.க்கு மாத்துன்னாக. எங்க டீம்ல என்னைச் சேர்த்து மொத்தம் அஞ்சு பேரு. அந்தக் கேபின்ல நாலு பேருதான் உக்கார முடியும். மிச்ச நாலு பேரும் அந்தக் கேபினை எடுத்துக்கிட்டு என்னை மட்டும் பக்கத்து கேபினுக்குத் தள்ளிட்டா. ஏன் என்னை மட்டும் அனுப்பணும்?”

“ஏன் இப்படிச் சின்னப்பிள்ள மாதிரி யோசிக்கிற? இது ஒரு சாதாரணமான சம்பவம். எல்லாத்தையும் போட்டுக் குழப்பிக்கிற. உனக்கு மட்டுமே இங்க உள்ள கெட்டதெல்லாம் நடக்கிற மாதிரி நீயா யோசிச்சுகிற. அவ்ளோதான். சென்னைல உன் டீம்ல மொத்தம் ஏழு பேரு இருந்தியோ. அதுல ஏன் உனக்கு மட்டும் விசா பண்ணி இங்க அனுப்புனாங்க? அப்போ ஏன் நீ இப்படி கேள்வி கேக்கல?”

“பாத்தியா. இதான் உங்கிட்ட எதுவுமே சொல்றதில்ல. உனக்கு எல்லாமே துச்சம். உனக்கே அது நடந்தாக்கூட

உன்னால அதை ரொம்ப ஈஸியா கடந்து போக முடியும். நீ அப்படித்தான். உனக்குள்ள ஒரு இன்னொசென்ஸ் இருக்கு. ஆனா, நான் அப்படி இல்லை. என்னால எதையுமே சாதாரணமா எடுத்துக்க முடியறதில்ல. இங்க நடக்கிற ஒவ்வொண்ணுக்கும் பின்னால ஒரு காரணம் இருக்கு. ரொம்ப மைனூட்டா நடக்கிற விசயம்கூட எனக்குப் பெரிய மாக்னிஃபைட் கிளாஸ்ல பார்க்கிற மாதிரி அர்த்தம் ஆகுது."

"சரி விடு. நீ சொன்ன மாதிரி இந்த பிராஜெக்ட் முடிஞ்சதும் நாம இங்கேர்ந்து கிளம்பிடலாம்."

"ம்ம். . . பார்ப்போம்."

"இல்ல, நடுவுல கிளம்ப வாய்ப்பு கிடைச்சாக்கூட சொல்லு. ஒண்ணும் பிரச்சினை இல்ல. கிளம்பிரலாம். சென்னைக்குப் போயி நானும் வேலை தேடிக்கிறேன். அப்போ இந்த இ.எம்.ஐ. எல்லாம் பெருசா தெரியாது. சமாளிச்சுக்கலாம்."

"அடப் பைத்தியமே. நீதான் இப்போ ரொம்ப யோசிக்கிற. விடு சமாளிக்கிறவரை சமாளிப்போம்" என்று சொல்லி அவள் கைகளிலிருந்து கையை விடுவித்துக்கொண்டு, கையில் பட்ட ஈரத்தை அவள் கவனிக்காதபடி கர்ச்சீப்பால் துடைத்து எடுத்துக்கொண்டான்.

திறந்திருந்த பால்கனி கதவு வழியாக "க்ளிங் க்ளிங்" என்று பீங்கான் மேல் கரண்டி தட்டும்போது எழும் சத்தம் கேட்டது.

இவர்களுக்குப் பக்கத்து வீட்டில் ஒரு முதிய தம்பதி வசிக்கிறார்கள். அவர்கள் இருவருக்கும் வயது எழுபதுக்கு மேல் இருக்கும். இவர்கள் வீட்டுப் பால்கனியிலிருந்து பார்த்தால் அவர்களது பால்கனி நன்றாகத் தெரியும். அந்த அப்பார்ட்மெண்ட்டின் அத்தனை வீடுகளும் கிட்டத்தட்ட ஒரே விதமான கட்டட அமைப்பு உடையவை. ஒரு கட்டிலை எடுத்து வந்து போட்டாலும் குழந்தைகள் சுற்றி விளையாட இடமிருக்கும் அளவுக்குப் பெரிய பால்கனிகள் கொண்டவை. இவர்கள் வீட்டுப் பால்கனியில் பார்பிக்யூ செய்யும் கனல் அடுப்பு ஒன்றை வீட்டு உரிமையாளர் வைத்துவிட்டுப் போயிருந்தார்.

பக்கத்து வீட்டுப் பால்கனியில் மூங்கில்களால் செய்யப் பட்ட ஒரு காபி டேபிளும், பச்சை வண்ண குஷன் போட்ட இரண்டு மூங்கில் சேர்களும் போடப்பட்டிருக்கும். வரிசையாகத் தொட்டிச் செடிகள் வைக்கப்பட்டிருக்கும். தினமும் காலை, மாலைப் பொழுதுகளில் எதிரெதிராக நாற்காலிகளைப் போட்டு, அவற்றில் அமர்ந்து தம்பதிகள் இருவரும் தேநீர் அருந்துவார்கள். மழை நாட்களைத் தவிர்த்து மற்ற நாட்களில் ஒரு சடங்குபோல

தவறாமல் இது நடைபெறும். பால் சேர்க்காத தேநீரில் கொஞ்ச மாகச் சர்க்கரை சேர்த்து, பீங்கான் கோப்பைகளில் கரண்டியால் கலக்கும்போது அவர்கள் எழுப்பும் 'க்ளிங் க்ளிங்' சத்தம் மிகப் பிரத்தியேகமானது. இருவரும் பேசிக்கொண்டே மெதுவாக ஆற அமர தேநீரைச் சுவைப்பதைப்பார்க்கவே அத்தனை பாந்தமாக இருக்கும். அவர்களிடையே பகிர்ந்துகொள்வதற்குத் தீராத பிரியங்களும் நேரமும் கூடவே தேநீரும் எப்போதும் இருந்தன.

இதுபோன்ற தருணங்களில் இவர்கள் எதேச்சையாகச் சந்தித்துக்கொள்ளும்போது பொதுவாகப் புன்னகைத்து வைப்பார்கள்.

சனிக்கிழமை காலைப் பொழுதுகளில் பக்கத்தில் இருக்கும் இந்திய மளிகைக் கடைக்கு இவர்கள் பொருட்கள் வாங்கச் செல்லும்போது, அவர்கள் தள்ளும் வசதிகொண்ட சாமான்கள் வைக்கும் பை ஒன்றை எடுத்துக்கொண்டு பக்கத்தில் இருக்கும் ஃப்ளமிங்டன் காய்கறிச் சந்தைக்குப் போய்க்கொண்டிருப் பார்கள். அப்படியாக எதிர்ப்படும் நேரங்களில் சிறு தலை யசைப்பு. குறு நகை. அவ்வளவுதான் இங்கு வந்த மூன்று மாதங்களில் இவர்களுக்கும் அவர்களுக்கும் நடந்த தகவல் பரிமாற்றங்கள். அவர்களையாவது அந்த மட்டும் தெரிந்து வைத்திருக்கிறார்கள். இதே அப்பார்ட்மெண்ட்டின் பல பேரைத் தெரியாது. ஃபர்ஸானாதான் பக்கத்திலிருக்கும் டேவிட் காய்கறிக்குக் கடைக்குப் போய் வரும்போதெல்லாம் யாரை யாவது பார்த்துவிட்டுக் கதை சொல்வாள். காசிமைப் பொறுத்தவரை, அலுவலகத்திலிருந்து கிளம்பினான் என்றால் நேராக வீட்டுக்கு வருவான். இடையில் எதையும் கண்டுகொள்ள மாட்டான். பிரேமுடன் மட்டும் எப்போதாவது இரவுணவுக்கு வெளியில் செல்வான்.

'க்ளிங் க்ளிங்' சத்தத்தைக் கேட்டதும் காசிமும் ஃபர்ஸானா வும் ஒருவரை ஒருவர் பார்த்துச் புன்னகைத்துக்கொண்டனர்.

"என்ன?" என்பதாகப் புருவத்தை உயர்த்தி வாஞ்சை யாகப் புன்னகைத்தாள்.

"சொல்ல முடியாது. நடுவுல எவ்ளோ வருசம் இருக்கு. வேற யாரையாவதுகூட எனக்குப் பிடிச்சுப் போகலாம்" என்று சொல்லி அவளைச் சீண்டினான்.

"பிடிக்கும்டா பிடிக்கும். காலு ரெண்டையும் ஒடச்சு அடுப்புல வச்சுருவேன். ஜாக்கிரதை"

"ஏற்கெனவே இரண்டு மூட்டும் சரியில்ல. இதுல நீ வேற."

“யப்பா சாமி, மறுபடியும் ஆரம்பிக்காத. நீ முதல்ல ஆஃபிஸ்க்குக் கிளம்பு” என்று சொல்லி கையைத் தூக்கிக் கும்பிட்டாள். இருவரும் சிரித்துவிட்டனர்.

அவன் கிளம்பிய சற்று நேரத்தில் மறுபடியும் கதவு தட்டப்பட்டது. அடுத்தடுத்து அது தட்டப்பட்டு எழுந்த சத்தத்திலேயே ஃபர்ஸானா அறிவாள் அது காசிம்தான் என்று. எழுந்து சென்று கதவைத் திறந்தாள்.

லேப்டாப் பேக்கை ஸோஃபாவில் வைத்துவிட்டு, “ஃபர்ஸி, என் கப்போர்ட்ல கீழ ஒரு சாக்ஸ் பேர் இருக்கும். அதை எடுத்துட்டு வர்றியா? இந்த சாக்ஸ்தான் ஏதோ பிரச்சினைபோல. நடக்க முடியல. உள்ளே ஏதோ உறுத்திட்டே இருக்கு” என்று சொல்லிப் படபடத்தான். லிஃப்ட்டைப் பிடிக்காமல் பின்பக்க மாடிப்படிகளில் ஏறி வந்திருப்பான் போல. மூச்சிறைத்தது.

“சரி இரு இரு. இந்தா தண்ணி குடி” என்று அவனிடத்தில் தண்ணீரைப் பிடித்துக்கொடுத்துவிட்டு அறைக்குள் சாக்ஸை எடுக்கச் சென்றாள். அவளுக்குத் தெரியும் சாக்ஸில் பிரச்சினை இல்லை. அவனுக்குள்தான் பிரச்சினை. அதுவும் இப்போதெல்லாம் இப்படி நடந்துகொள்வது அதிகமாகத் தெரிந்தது. ஐந்து நிமிடங்கள் சிரித்துப் பேசிவிட்டு மணிக்கணக்கில் ஆழ்ந்த யோசனையிலோ குழப்பத்திலோ இருக்கிறான். இவளிடம் மட்டும்தான் கொஞ்சமாவது சிரிக்கிறான். மற்றவர்களிடத்தில் அதுவும் கிடையாது என்பதை அவள் அறிவாள்.

இதைப்பற்றிப் பேசுவதற்குத் தகுந்த நேரமும் சூழலும் வாய்ப்பதற்காகக் காத்திருந்தாள்.

புதிய சாக்ஸை அணிந்ததும் இருக்கும் எல்லாப் பிரச்சினைகளுக்கும் தீர்வு கிடைத்துவிட்டதைப்போல காசிமுடைய முகம் அத்தனை பிரகாசமானது. அதைப் பார்க்கப் பார்க்க ஃபர்ஸானாவுக்கு மனத்துள் குற்ற உணர்ச்சி எழும்பி நின்றது.

❍

21

அன்றைய சந்திப்புக்குப் பிறகு காசிம் தான் வழக்கமாகச் செல்லும் ரயிலில் ஏறவேயில்லை. மூன்றாவது பெட்டியின் இரண்டாவது வரிசையின் இருக்கைகளை காசிமும் ஜெட்டாவும் நிரந்தரமாக்கிக்கொண்டார்கள். சிட்னி, அப்பார்ட்மெண்ட், வேலை என்று பொது விசயங்களைப் பற்றி பேசுவதில் தொடங்கி கொஞ்சம் கொஞ்சமாக குடும்பம், நட்பு, அவரவர் பின்னணி, தனிப்பட்ட விருப்பு வெறுப்புகள் என்று பகிர்ந்துகொள்ளத் தொடங்கியிருந்தார்கள். அதிலும்கூட ஜெட்டா கவனமாகச் சில விசயங்களை அவனிடமிருந்து தவிர்த்தாள்.

தான் வாழ்ந்துகொண்டிருக்கும் ஒரு நாட்டைப் பற்றி அதன் அரசியல், சமூகம், வரலாறு, பண்பாடு என்று எதைப் பற்றிய அக்கறையுமில்லாமல் அதை வெறும் ஒரு ஏ.டி.எம்.மைப் போலப் பயன்படுத்திக்கொண்டிருந்ததை ஜெட்டாவின் வரவுக்குப் பின்னரே காசிம் உணர ஆரம்பித்தான்.

ஜெட்டா, ஹே மார்க்கெட் பகுதியில் இருக்கும் 'டார்லிங் ஸ்கொயர்' நூலகத்தில் பகுதி நேரப் பணியில் இருக்கிறாள். அவளுடைய ஆய்வுப் பணிகளுக்காகவும் புத்தகத் தயாரிப்புக்காகவும் நூலகத்தைப் பயன்படுத்திக் கொண்டிருந்தபோது, அங்கே வருபவர்களுக்குப் புத்தகங்களை ஸ்கேன் செய்து தரவும் அனுமதிக்கப்பட்ட புத்தகங்களின் நகல்களை எடுத்துக்கொடுக்கவும் பகுதி நேரப் பணி வாய்ப்பு குறித்த செய்தியைப் பார்த்ததும் விண்ணப்பித்துச் சேர்ந்து கொண்டாள்.

சென்ட்ரல் ஸ்டேஷனில் இறங்கினால் நூலகம் நடந்து செல்லும் தூரம். ஹோம்புஷிலிருந்து சர்குலர்

குவேவரை செல்லும் ரயிலில் ஏறினால், காசிம் இறங்க வேண்டிய வின்யார்ட் ஸ்டேஷனுக்கு அடுத்த ஸ்டேஷன் சென்ட்ரல். இரண்டுமே மிகுந்த ஜன நடமாட்டம் கொண்ட பரபரப்பான ஸ்டேஷன்கள். ஏறுமிடமும் இறங்குமிடமும் இருவருக்கும் கிட்டத்தட்ட ஒன்றே ஆதலால், திட்டமிடாமலே இருவரும் அடிக்கடி பார்த்துக்கொண்டனர்.

வெள்ளிக்கிழமைகளில் வார இறுதியின் பொருட்டு ஓரிரு முறை உணவகங்களில் இரவுணவுக்காகச் சந்தித்துக் கொண்டனர். அப்போதெல்லாம் ஜெட்டா விதவிதமான உணவகங்களையும் உணவுகளையும் அவனுக்கு அறிமுகப் படுத்துவாள். அதற்காக அவள் மேற்கொள்ளும் சிரத்தையைப் பார்க்க காசிமுக்கு ஆச்சரியமாக இருக்கும்.

ஜெட்டாவை காசிமுக்கு முதல் பார்வையிலேயே பிடித்திருந்தது. அவளின் தோற்றம், உடல்மொழியில் அலட்டல் இன்றி இயல்பாக வெளிப்படும் நளினம், அறிவார்த்தமான பேச்சு என எல்லாம் சேர்ந்து அவனை அவளிடம் ஈர்த்தது. பேச ஆரம்பித்ததும் அவள்மேல் வைத்திருந்த மரியாதையும் வியப்பும் இன்னும் பெருகியது. எல்லாவற்றுக்கும் மேல் அவளிடம் பேசும்போது பாதுகாப்பாக உணர்ந்தான். படபடப்பு குறைந்து மனம் லேசானது.

அந்த நட்பின்பால் அவனுக்கு அவ்வளவு பெருமிதம். ஃபர்ஸானாவிடம்கூட அவளைப் பற்றி ஓரிரு வார்த்தைகள் சொல்லி வைத்திருந்தான். ஃபர்ஸானாவுக்கு ஆச்சரியம். ஜெட்டாவுக்குமே காசிமைப் பிடித்திருந்தது. அவனுடைய குடும்பப் பின்னணி, உறவு முறைகள், பழக்கவழக்கங்கள் ஆகியவற்றைத் தெரிந்துகொள்வதில் அதிக ஆர்வம் காட்டினாள். அதே நேரத்தில் ஃபர்ஸானாவைப் பற்றிய பேச்சை மட்டும் மிகவும் நாசூக்காகத் தவிர்த்துக்கொள்வாள். காசிம் அதையுமே கவனித்துதான் இருந்தான்.

❍

ஒரு வெள்ளி மாலை, ஜெட்டாவே காசிமை அழைத்தாள்.

“காசிம், சும்மாதான் அழைத்தேன். வேலையில் இருக்கிறாயா?”

“சொல்லு ஜெட்டா. வேலை கிட்டத்தட்ட முடிந்து விட்டது. வெள்ளி மாலை அல்லவா? அலுவலகமே காலியாகி விட்டது. ஒரே ஒரு மெயில் அனுப்பிவிட்டால் கிளம்பிவிடுவேன். ஏன்? என்ன விசயம்?”

“ஒன்றுமில்லை. புத்தகப் பதிப்பு சம்பந்தமாக முகவர் ஒருவருடன் நூலகத்திலிருந்து பேசிக்கொண்டு வந்தேன். அப்படியே வின்யார்ட்வரை வந்துவிட்டேன். அவர் விடைபெற்றுச் சென்றுவிட்டார். இப்போது ஜார்ஜ் வீதியில் நின்றுகொண்டிருக்கிறேன்.”

“ஜார்ஜ் வீதியில் எங்கே?”

சிரித்தபடி, “உன் அலுவலகத்துக்கு கீழே.”

“அட, கீழே நின்றுகொண்டிருக்கிறேன். இறங்கி வாயேன் என்று சொல்வதற்குப் பதிலாக என்ன என்னவோ பேசிக் கொண்டிருக்கிறாய்.”

“அப்படி இல்லை. உனக்கு ஏதாவது வேலை இருக்கலாம். எதற்குத் தொந்தரவு என்று யோசித்தேன்.”

“அதெல்லாம் ஒன்றுமில்லை. இரண்டே நிமிடங்கள். இதோ வருகிறேன். எங்கள் கட்டடத்தின் கீழ்த் தளத்திலிருக்கும் காப்பி ஃபேக்டரியில் காத்துக்கொண்டிரு. அங்கே காப்பி லாட்டே நன்றாக இருக்கும். சீக்கிரம் வந்துவிடுகிறேன்.”

“அவசரம் ஒன்றுமில்லை. நீ உன் வேலையெல்லாம் முடித்துவிட்டு வா.”

காசிமுக்கு அதற்குமேல் வேலை ஓடவில்லை. அனுப்ப வேண்டிய மெயிலை வேக வேகமாக எழுதி அனுப்பிவிட்டு லேப்டாப் பையைத் தூக்கிக்கொண்டு வெளிக்கிளம்பினான். ஜெட்டா, தன்னைச் சந்திப்பதற்காக வந்து தன் அலுவலகத்தில் காத்துக்கொண்டிருக்கிறாள் என்பதை அவனாலேயே நம்ப முடியவில்லை. அவனுக்கு ஒரு ராசி உண்டு. மனதார யாருட னாவது நட்பு கொள்ள வேண்டும் என்று நினைத்தால், அவர்களே அவனைத் தேடி வருவார்கள். அவன் அதன் பொருட்டு எந்தப் பிரயத்தனமும் செய்ய வேண்டியதில்லை. அதேபோலவே ஒருத்தரைப் பிடிக்காமல் போகும்போது அவர்களே இயல்பாக விலகிச் செல்வதும் நிகழும். மறுபடியும் அது நிரூபணமானது குறித்து அவனுக்கு உள்ளுக்குள்ளே சந்தோஷம்.

லிஃப்ட்டில் இறங்கியதும் ஜெட்டாவை காஃபேயில் தேடினான். அவள் காஃபேவுக்குப் பின்னாலிருந்த லாபியில் அமர்ந்து பத்திரிகை ஒன்றைப் புரட்டிக்கொண்டிருந்தாள்.

“மன்னிக்கவும் ஜெட்டா. கொஞ்சம் தாமதமாகிவிட்டது” என்றபடி அவள் பக்கத்தில் போய் குரல் கொடுத்தான்.

“ஹாய்!” என்று சொல்லி எழுந்து அவள் அவனை பட்டும் படாமல் கழுத்தோடு சேர்த்து அணைத்தாள். இதற்கு

முன்பு இப்படி அவள் அணைத்ததில்லை. இப்போதும்கூட இது ஒரு சாதாரண சம்பிரதாய அணைப்புதான். சட்டென கூச்சத்தில் அவனுக்கு மயிர்க்கால்கள் குத்திட்டு உடம்பு லேசாக அதிர்ந்தது. ஆனாலும் அது ரொம்பவும் பிடித்தது. அவளிடமிருந்து வெளிப்பட்ட வாசனைத் திரவியத்தின் சுகந்தம் அவனைக் கிளர்த்தியது.

"உனக்கு வேறு எதாவது வேலை இருக்கிறதா காசிம்?"

"இல்லை, இல்லை ஜெட்டா. வார இறுதி. வார இறுதி தானே" என்றபடி பதற்றத்தை மட்டுப்படுத்திச் சமாளித்தான்.

"அதனால்தான் திரும்பத் திரும்பக் கேட்கிறேன்."

"உனக்கு எங்கே போக வேண்டும்?"

"சர்க்குலர் குவே பகுதியில் ஓர் உணவகம் இருக்கிறது. உனக்குப் பிரச்சினை இல்லை என்றால் அங்கே போகலாமா?" என்றாள்.

"ஓ யெஸ், நடந்து போவோமா இல்லை ரயில் பிடிப்போமா?"

"பக்கம்தான். பேசிக்கொண்டே நடக்கலாம்."

அவளுடைய அன்றைய நாள் குறித்துப் பேசிக்கொண்டு வந்தாள். அப்போதும்கூட ரொம்பவும் கவனமாகத் தன்னைப் பற்றிய தகவல்களைத் தவிர்க்கிறாள் என்று காசிம் நினைத்தான். அது அவனைத் தொந்தரவு செய்தது.

"புத்தக வேலை எந்த மட்டில் இருக்கிறது?"

"அது நன்றாகவே போய்க்கொண்டிருக்கிறது. ஆய்வுப் பணிகள் ஓரளவு நிறைவுக்கு வந்துவிட்டன. அவற்றிலிருந்து தேவையற்றதைக் களைந்து நமக்குத் தேவையானதை மட்டும் ஒரு வடிகட்டியைப்போலப் பிரித்து எடுக்க வேண்டும். இருப்பதி லேயே அதுதான் பெரிய வேலை. உன்னிடம் ஒன்றைச் சொல்ல மறந்துவிட்டேன். இந்த ஆய்வில், நானூறு வருடப் பழமையான ஜர்னல் ஒன்று கிடைத்திருக்கிறது. இங்கே முதன்முதலாகக் கப்பல் கட்டி வந்தவர்களில் ஒருவர் தன் கைப்பட எழுதியது. இப்போதுதான் வாசிக்க ஆரம்பித்திருக்கிறேன். அதிலிருக்கும் தகவல்களைக்கொண்டு இரண்டு நாவல்களை எழுதிவிட முடியும்போல. ஆனால் அதெல்லாம் இந்த முதல் புத்தகத்தின் வெற்றியில்தான் இருக்கிறது."

"அதெல்லாம் கவலைப்படாதே. உன்னுடைய உழைப்புக்கு நிச்சயம் பலன் இருக்கும். நம்பு."

“ஆமாம், அந்த நம்பிக்கைதான் இவ்வளவுக்குப் பிறகும் என்னைச் செலுத்திக்கொண்டிருக்கிறது இன்றுவரை” என்றாள்.

காசிமுக்கோ, ‘எவ்வளவுக்குப் பிறகும்?’ என்று கேட்க வேண்டும் என்று வாய்வரை வார்த்தைகள் வந்துவிட்டாலும். அவளே சொல்லட்டும் என்று கட்டுப்படுத்திக்கொண்டான்.

சற்று நேரம் எதுவும் பேசாமல் நடைபாதைக் கடைகளை வேடிக்கை பார்த்தபடி வந்தாள். சற்று நேரம் கழித்து, அவளே, “காசிம் இன்னொரு விசயம் சொல்ல வேண்டும்.”

“என்ன விசயம்?”

பள்ளி மாணவர்கள் போல் இருந்த கும்பல் ஒன்று மொத்த வீதியையும் திரும்பிப்பார்க்கச் செய்யும்விதமாகச் சத்தமாக ஓசையெழுப்பியபடி இவர்களைக் கடந்து போனது.

அவர்களைப்பார்த்து ஏக்கமேறிய குரலில் “எவ்வளவு கவலையற்றப் பருவம்! இல்லையா?” என்றாள்.

“ஆமாம். சரி சொல். உனக்கு என்ன கவலை?”

“கவலையெல்லாம் ஒன்றுமில்லை. சிறு குழப்பம்.”

“என்ன குழப்பம்?”

“என்னைப் பதிப்பகத்துடன் இணைக்க உதவும் முகவர் அலெக்ஸ். அவர் சார்ந்த பதிப்பகம் ஒன்றில் வேலைக்கு வர இயலுமா என்று கேட்கிறார்.”

“அட, இதிலென்ன குழப்பம். உடனடியாகச் சரி என்று சொல்ல வேண்டியதுதானே?”

“இல்லை. அதில்தான் சிக்கல். அவர்கள் என்னை மெல்பர்னுக்கு வரச் சொல்கிறார்கள். எனக்கு அங்கே செல்வதில் விருப்பமில்லை.”

நடந்துகொண்டே இருந்தவன் அப்படியே நடைபாதையில் நின்றுவிட்டு அவளை உற்று நிதானித்துப் பார்த்தான். “ஏன் விருப்பமில்லை?”

“விருப்பமில்லை. அவ்வளவுதான்!” இதைச் சொல்லும் போது அவள் அவன் கண்களைப் பார்ப்பதைத் தவிர்த்து, வழியில் லூயி வுட்டன் கடையில் அடுக்கப்பட்டிருந்த கைப்பைகளில் லயிப்பதுபோல அவற்றைப் பார்த்தபடி பதில் சொன்னாள்.

“ஜெட்டா, நீ ஏன் உன்னைப் பற்றி எதையுமே முழுவதுமாகப் பகிர்ந்துகொள்வதில்லை? என்னிடம் பகிர்ந்துகொள்வதில்

தரூக் ❀ 165 ❀

ஏதாவது பிரச்சினை இருக்கிறதா?" என்று வாய்விட்டே கேட்டு விட்டான். அதற்குமேல் பொறுக்க முடியவில்லை.

அவனிடமிருந்து அப்படியொரு கேள்வியை எதிர்ப் பார்க்காதவள் ஒரு நிமிடம் அமைதியானாள். அவனோ விடுவதாக இல்லை. அவள் முகத்தையே உற்றுப்பார்த்துக் கொண்டிருந்தான்.

சற்று நேரத்தில் அவளே, "இல்லையில்லை. அப்படி யெல்லாம் எதுவுமில்லை காசிம். என்னைப் பற்றிச் சொல்வ தானால் அதை எங்கிருந்து ஆரம்பிப்பது என்பது தெரியவில்லை. சரி, இப்படிக் கேட்கிறேன். நீ உன்னைப் பற்றி பன்னிரண்டு வருடங்களாக உண்மையென்று நம்பிக்கொண்டிருந்த எல்லாமே பொய், எதுவுமே நிஜமில்லை என்று தெரிய வந்தால் உனக்கு எப்படி இருக்கும்? அதுவரை உனக்கான அடையாளம் என்று நீ நம்பிக்கொண்டிருந்த ஒன்றே உன்னுடைய உண்மை யான அடையாளத்தை அழித்திருக்கிறது என்று தெரிய வந்தால்? ஒவ்வொரு நாளும் நாம் ஏமாற்றப்பட்டிருக்கிறோம் என்று தெரிந்த பிறகு எதை நம்புவது, யாரை நம்புவது என்று தெரியாமல் குழம்பிப் போயிருக்கிறாயா? இதெல்லாம் எனக்கு நடந்திருக்கிறது. எனக்கு மட்டுமில்லை. என்னை மாதிரி பல்லாயிரக்கணக்கான வர்களுக்கு நடந்திருக்கிறது. நான் யார் என்னவென்று கண்டு பிடிக்கப்படாத பாடு பட்டிருக்கிறேன். அப்படியான தேடலில் ஆரம்பித்ததுதான் இதோ இதெல்லாம்" என்றபடி தன் பையிலிருந்து காகிதக் கட்டொன்றை வெளியே எடுத்துக் காட்டினாள்.

"நான் இதையெல்லாம் பணத்துக்காகவும் புகழுக்காகவும் என் பெயருக்குப் பின்னால் சேரப் போகிற டிகிரிக்காகவும் செய்கிறேன் என்றா நினைக்கிறாய் காசிம்?"

காசிம் குழம்பியவனாக,"என்ன இவையெல்லாம்?" என்றான்.

"சாட்சி அறிக்கைகள்"

"எதற்குச் சாட்சி?"

"இங்கு நடந்த எல்லாவற்றுக்கும் சாட்சி."

"கொஞ்சம் புரிகிற மாதிரி பேசேன்!"

"இல்லை. இதையெல்லாம் மறுபடியும் நான் விளக்கிக் கூற விரும்பவில்லை. அதுவும் இங்கே இப்போது. உன்னுடன் இருக்கும் நேரத்தை வீணடிக்க விரும்பவில்லை. நீயே இதை வாசி. உனக்குப் புரியும்" என்று சொல்லி காகிதக்கட்டில் தனியாகக் குறித்து வைத்திருந்த ஒரு சிறிய கட்டை உருவி காசிமிடம் கொடுத்தாள்.

"அதன் தலைப்பை வாய்விட்டு வாசித்தான் – ஆப்ரிகாட் ஜாம் பாட்டிலால் மாற்றி எழுதப்பட்ட கதை"

"ஆமாம்!"

"வாசிக்கிறேன்" என்று சொல்லிவிட்டு அதன் வரிகளில் கண்களை ஓடவிட்டான்.

"காசிம்... தயவுசெய்து இங்கே வாசிக்காதே. வீட்டுக்குப் போய்ப் பொறுமையாக வாசி. அதற்கு அந்த மரியாதை வேண்டும். ப்ளீஸ்!"

"சரி சரி மன்னித்துக்கொள்!" என்று சொல்லிவிட்டு எடுத்து தன் லேப்டாப் பைக்குள் வைத்துக்கொண்டான்.

அவள் கைப்பையிலிருந்து அந்தப் புத்தகத்தை எடுத்துக் கொடுத்து, "இந்தா, இதையும் வாசித்துப் பார். புனைவுதான். டாக்குஃபிக்சன். குறிப்புகளுக்காக வைத்திருந்தேன். இங்கு எதுவுமே கறுப்போ வெளுப்போ இல்லை!" என்று பூடகமாகச் சொல்லி அவனிடம் அப்புத்தகத்தைக் கொடுத்தாள்.

அவள் முன்பு வாசித்துக்கொண்டிருந்த அதே புத்தகம் – தரூக்.

நடந்துகொண்டே இருவரும் சர்க்குலர் குவே பகுதியிலிருக்கும் மர்க்வ்யரி பூங்காவுக்கு வந்துவிட்டனர்.

"உள்ளே கொஞ்ச நேரம் அமர்ந்து பேசலாமா?" என்றான்.

இருவரும் பூங்காவின் பெஞ்சில் அமர்ந்தனர். அதைச் சுற்றிய பகுதிகளில் வெள்ளி மாலைக்கே உரித்தான பரபரப்பு தென்பட்டது. இளம்பெண்கள் சாரைசாரையாக, வாசனைத் திரவியங்களின் நறுமணம் கொப்பளிக்க முகத்தில் சிரிப்பும் பேச்சுமாய், பப்புக்குச் செல்லும் உடைகளில் இவர்களைக் கடந்து சென்றனர். ஜெட்டா எதுவும் பேசாமல் அமைதியாகச் சாலையில் வருவோர் போவோரை வேடிக்கை பார்த்தபடி அமர்ந்திருந்தாள். அவள் கண்கள்தாம் பாதசாரிகள் மேலிருந்தன. மனம் வேறெங்கோ இருந்தது.

"ஜெட்டா" என்று மெல்லிய குரலில் அவளை அழைத்தான்.

"ம்ம்ம்..."

"உனக்கு ஒன்றும் பிரச்சினை இல்லையே?"

இல்லை என்பதுபோல அவனைப் பார்த்து வலிந்த புன்னகை ஒன்றைக் கொண்டுவந்து நிறுத்தினாள்.

“நான் ஒன்று கேட்கட்டுமா?”

“கேள் காசிம்”

“இல்லை. இது சரியான கேள்விதானா என்றுகூட எனக்குத் தெரியவில்லை. ரொம்பவும் அபத்தமானதாகக்கூட இருக்கலாம். நீ தவறாக எடுத்துக்கொள்ளக் கூடாது.”

“பீடிகையெல்லாம் பெரிதாக இருக்கிறது. இவ்வளவெல்லாம் யோசிக்கத் தேவையேயில்லை. நீ என்ன கேட்டாலும் நான் உன்னைத் தவறாக எடுத்துக்கொள்ள மாட்டேன். மேலும் உன்னால் தவறாகவெல்லாம் ஒன்றைக் கேட்கவே முடியாது. நான் பார்த்தவரையில் பரிசுத்தமான ஆத்மா உன்னுடையது” என்று நெகிழ்ச்சியாகச் சற்று உடைந்த குரலில் சொன்னாள்.

அவனுக்குத் தான் கேட்கப்போகும் கேள்விக்கு என்ன பதில் சொல்வாள் என்பது தெரியும். எல்லாவற்றுக்கும் மேல் இருவருக்குமே அவர்களுக்கு இடையில் என்ன ஓடிக்கொண்டிருக்கிறது என்பது புரிந்தே இருந்தது.

சுவரின் மேலிருக்கும் அந்தப் பூனை, எந்தப் பக்கமும் குதித்துவிடாமல், இருவருமே வெகு சாமர்த்தியமாய் அதைக் குறுக்கும் நெடுக்குமாய் அலைய வைத்துக்கொண்டிருந்தனர்.

“படுத்தாமல், கேட்டுத் தொலையேன்.”

“சரி. நீ மெல்பர்ன் போவதற்கு இவ்வளவு தயங்குவதற்குக் காரணம் நானா? உண்மையைச் சொல்.”

அவள் பதில் எதுவும் பேசவில்லை. அவனைக் கண்ணுக்கு நேராகப் பார்ப்பதைத் தவிர்த்து, சுற்றிலும் வேடிக்கை பார்த்தபடி இருந்தாள். அப்போதுதான் அதைப் பார்த்துவிட்டாள். அதைக் கண்டதும் அவள் முகம் முற்றிலும் மாறிவிட்டது. படபடப்பும் அசௌகரியமும் சட்டென்று அவளைச் சூழ்ந்துகொண்டது. காசிம் அதைக் கவனித்துவிட்டான். அவள் பார்த்த திசை நோக்கிப் பார்த்தான். அங்கே பழைய நங்கூரம் ஒன்று சிலை போல வடிவமைத்து வைக்கப்பட்டிருந்தது.

அவன் அதையே பார்த்தபடி, “என்னவாயிற்று ஜெட்டூ?”

“ஒன்றுமில்லை. நாம் கிளம்பலாமா?” என்று சொல்லி விருட்டென்று எழுந்துகொண்டாள்.

அவளுடன் சேர்ந்து அவனும் எழுந்து வெளியே கிளம்பினான். அந்த நங்கூரத்தைத் திரும்பித் திரும்பிப் பார்த்துக்கொண்டே வந்தான்.

வெளியே வந்து சர்குலர் குவே பக்கமாக நடந்தபடி, "என்னவாயிற்று ஜெட்டூ?" என்று திரும்பக் கேட்டான்.

"அது என்ன தெரியுமா?"

"ஏதோ பழங்கால நங்கூரம்போலத் தெரிகிறது."

"ஆமாம், அதேதான். இங்கே காலனி அமைக்க வந்த ஆரம்பக்கால கப்பல்கள் ஒன்றின் நங்கூரம்தான் அது. அதைப் பார்த்ததும் தேவையற்றப் பல்வேறு நினைவுகள் கிளர்ந்துவிட்டன. என்னால் அதற்குமேல் அங்கே அமர்ந்திருக்க இயலவில்லை. மன்னித்துக்கொள்!" என்றாள்.

"புரிகிறது" என்று சொல்லி அவளுடைய கையை ஆதரவாகத் தன் கையுடன் கோத்துக்கொண்டான்.

"ஜெட்டூ"

"ம்ம்ம்.."

"நீ இன்னும் என்னுடைய கேள்விக்குப் பதில் சொல்ல வில்லையே!"

நடந்துகொண்டிருந்தவள் ஒரு நிமிடம் அந்த இடத்திலேயே நின்று, அவனுடைய கண்களைப்பார்த்து, "எல்லாவற்றுக்கும் பதில்களை வார்த்தைகளில்தான் சொல்ல வேண்டும் என்ற அவசியம் இல்லை. தெரியுமா?" என்று சொல்லிப் புன்னகைத் தாள். அங்கிருந்தபோது உயிரற்ற அந்த நங்கூரத்தின்மீது அத்தனை தீராத கோபத்தையும் வெறுப்பையும் காட்டி வந்தவளா இவள் என்று அந்த முகத்தில் அக்கணத்தில் வெளிப்பட்ட நாணத்தைப் பார்த்துக் குழம்பிப் போனான்.

பதில் பேசவோ கேள்வி கேட்கவோ இடம் தராமல் அவனுடைய கையைப் பொய்க்கோபம் காட்டி விடுவித்துக் கொண்டு, இறக்கத்தில் அவனை விட்டுவிட்டு முன்னால் வேகவேகமாக நடக்க ஆரம்பித்தாள். எதிர்க்காற்றில் படபடத்து அவள் முடி காற்றில் அசைந்தது. அதைப் பார்த்ததும் அவனுக்குச் சட்டென்று ஃபர்ஸானாவின் நினைவு வந்தது. அதுவரையிலிருந்த உற்சாகம் அனைத்தும் வடிந்து குற்ற உணர்வு மேலெழும்ப அவன் கால்கள் தன்னாலே தளர்ந்தன.

●

10

22

சுழலும் நிலவு

அன்று மாலை புதிய வேலை காத்திருந்தது. விவசாய அணியைச் சாராத ஆனால் விவசாயத்தில் முறையான அனுபவம் கொண்ட ஜேம்ஸ் ரூஸ்ட் தான் வடக்கே சென்று மக்காச் சோளங்களைப் பயிரிட்டுப் பார்க்க விரும்புவதாகவும் அதற்கு அனுமதி கோரியும் விண்ணப்பித்திருந்தார். அந்த விண்ணப்பத்தின் மேல் விசாரிக்க எனக்கு ஆளுநர் பிலிப்பிடமிருந்து ஆணை வந்திருந்தது.

ஜேம்ஸ் ரூஸ்ட்டைச் சந்திப்பதற்கு முன் அவருடைய நெருங்கின ஸ்நேகிதரான மார்ட்டினைச் சந்தித்துப் பேச விரும்பினேன். மார்ட்டின் கப்பற்படை அதிகாரி. பழகுவதற்கு இனிமையானவர். அதிர்ந்து பேசத் தெரியாதவர். எப்போது பார்த்தாலும் வாஞ்சையுடன் புன்னகைத்து வரவேற்பார். இங்கே கிளம்புவதற்கு முன் போர்ட்ஸ்மவுத்தின் கப்பல் கட்டுமிடத்தில்தான் அவருடன் எனக்குப் பழக்கம். நாங்கள் கிளம்பி வந்த கப்பல்களில் சரக்கு ஏற்றி வந்த கப்பலைச் சோதித்துச் சரிபார்க்கும் பொறுப்பிலிருந்தார்.

அவருடைய மரக்குடிலுக்குச் சென்றேன். அவரில்லை. அவருடைய காதலியும் மனைவியாகப் போகிறவருமான மார்த்தாதான் இருந்தாள்.

என்னை வரவேற்று குடிலுக்குள் அழைத்தாள்.

பரவாயில்லை என்று சொல்லி அதை மறுத்தலித்துவிட்டு, “மார்ட்டின் எங்கே?” என்றேன்.

“ஆளுநர் குடில்வரை சென்றிருக்கிறார். வந்ததும் உங்களை வந்து பார்க்கச் சொல்லட்டுமா?”

“இல்லை. அவசரமில்லை. சற்று நேரம் கழித்து நானே திரும்ப வந்து பார்க்கிறேன்” என்று சொல்லி விடைபெற்றேன். நான் நினைத்ததைத்தான் ஆளுநர் பிலிப்பும் நினைத்திருக்க வேண்டும். ரூஸ்ட்டின் திட்டம் குறித்து அறிந்துகொள்வதற் காகவே அவரும் மார்ட்டினை அழைத்திருப்பார்.

மார்த்தா குடிலுக்கு வெளியே நின்று நான் கிளம்பிச் செல்வதையே பார்த்துக்கொண்டிருந்தாள். சுருள் கேசமும் செம்பழுப்பு நிறமும் அழகான புன்னகை ததும்பும் முகமும் கொண்ட அழகி. இத்தனை அழகான பெண் இங்கே தண்டனைக் கைதியாய் இருப்பதை என்னால் யோசித்துப் பார்க்க இயலவில்லை. குற்றத்தின் நிழல்கூடப் படியாத துலக்கமான கண்கள் அவளுக்கிருந்தன. ஆனால் விதி அவளை இங்கே கொண்டுவந்து நிறுத்தியிருக்கிறது.

மார்த்தாவின் கதை இங்கே பலருக்கும் தெரியும். அவள் இத்தாலியின் புகழ்பெற்ற நகரமான மிலன் நகரைப் பூர்வீமாகக் கொண்டவள். செல்வச் செழிப்புமிக்க சீமாட்டிகள் அணிய விரும்பும் அழகிய பூ வேலைப்பாடுகளுடன் கூடிய ஆடம்பரத் தொப்பிகள் செய்யும் கடை ஒன்றில் பணியாளாக இருந்திருக் கிறாள். அப்படியான அழகிய தொப்பிகளைச் செய்பவர்களை இங்கிலாந்தில் அவர்களுடைய ஊரான மிலனின் பெயரை வைத்து ‘மிலனர்’ என்று அழைப்பார்கள். திருமண வைபவம் ஒன்றுக்காக இவள் செய்து வைத்திருந்த ஒரு தொப்பி காணாமல்

போகவே கடை முதலாளி பழியை எளிதாக இவள் மேல் போட்டுவிட்டுத் தப்பிவிட்டான். இத்தனைக்கும் அவனும் அவளும் ஒரே ஊர். சூழ்நிலை நிமித்தம் குற்றம் உறுதிபடுத்தப் பட்டு ஏழாண்டுகள் கடுங்காவல் தண்டனையுடன் இங்கே நாடு கடத்தப்பட்டுவிட்டாள்.

கப்பலில் வரும்போதே மாலுமி மார்ட்டினுக்கும் மார்த்தாவுக்கும் காதலுண்டாகிவிட்டது. இங்கே வந்து இறங்கும் போது சட்டப்படி இல்லையெனினும் கணவன் மனைவியாக வாழ ஆரம்பித்துவிட்டனர். மார்த்தாவுடைய தண்டனைக் காலம் முடிந்ததும் திருமணம் செய்து இங்கேயே தொடர்ந்து வாழ விரும்புவதாய் மார்ட்டின் ஒருமுறை சேர்ந்து குடிக்கும்போது சொல்லியிருக்கிறார். மார்ட்டினுக்குக் கப்பலில் ஏறி மார்த்தாவைச் சந்திக்கும்வரை இங்கே தங்கும் எண்ணமே இல்லையாம். ஆனால் இப்போது இங்கேயே இருக்க விரும்புகிறார்.

ரெபேக்காவும்கூட ஏதாவது குற்றம் செய்துவிட்டு இப்படி இங்கே வந்திருக்கலாம் என்று நினைத்தேன். பின்னர் அதிலிருந்த அபத்தத்தை எண்ணிச் சிரித்துக்கொண்டேன்.

இந்தக் காதல் புரியும் ஜாலங்களைப் புரிந்துகொள்ளவே முடிவதில்லை. இங்கேயிருந்து உடனே திரும்ப எண்ணியவனை நிரந்தரமாகத் தங்க வைக்கிறது. நிரந்தரமாகத் தங்கி உயர் பதவிகளை அடைய விரும்பியவனை இங்கிருந்து கிளம்பிச் செல்ல உந்துகிறது. எங்களுடன் வந்த கப்பல்களில் நான்கு கப்பல்கள் ஜூலையில் இங்கிலாந்து திரும்பிவிட்டன. வரும் நவம்பரில் இரண்டு கப்பல்கள் திரும்பிச் செல்ல இருக்கின்றன. அதிலொன்றில் ஏறிக் கிளம்பிவிடலாமா என்ற எண்ணம் ஒரு பக்கம் உள்ளுக்குள் அரித்துக்கொண்டிருந்தது. மறுபடியும் இங்கிலாந்தில் ஓர் இரண்டாம் தரக் குடிமகனாகப் போய் இருப்பதில் விருப்பம் இல்லை. இங்கே வந்ததே புதிய தேசத்தைக் கண்டறியும் ஆவலில்தான். அதேநேரத்தில், அங்கு போனால் எளிமையானதே என்றாலும் ரெபேக்காவுடனான வாழ்வு எத்தனை இனிமையானதாக இருக்கக் கூடும். இதைப்பற்றி யோசித்தாலே என் மண்டை சூடாகிவிடுகிறது. வேலையை நோக்கி கவனத்தைத் திருப்புவதே குழப்பங்களிலிருந்து எனக்குக் கிடைக்கக் கூடிய ஒரே விடுதலை.

அடுத்தடுத்துச் செய்ய வேண்டிய வேலைகளை மனத்துள் பட்டியலிட்டுக்கொண்டிருந்தேன். வழியில் செம்மறி ஆடுகள் கட்டப்பட்டிருந்த பட்டியில் அவற்றுக்கு இலைதழைகளைச் சேகரித்து உணவளித்துக்கொண்டிருந்தான் காபா.

“நீ ஆளுநருக்கான அரசு இல்லத்துக்கு வேலைக்குச் செல்வதில்லையா காபா?”

"இல்லை. என்னுடைய வேலை திருப்தியாக இல்லை என்று சொல்லி எட்வர்ட்ஸின் உதவியாளன் குட்டை மார்க் என்னை அங்கிருந்து துரத்திவிட்டான்." இதைச் சொல்லும்போது முகத்தில் தென்பட்ட எரிச்சலிலிருந்தே அவன் எதன் அடிப்படையில் அங்கிருந்து விரட்டப்பட்டிருப்பான் என்பதை என்னால் புரிந்துகொள்ள முடிந்தது.

"பரவாயில்லை, நல்லதுதான் விடு."

"நல்லதா ?"

"ஆமாம், நாளை வடக்கு முகமாகக் கொஞ்சம் சுற்றித் திரிய வேண்டியிருக்கிறது. விளைச்சலுக்கு உகந்த இடத்தைத் தேடிப் போக வேண்டும். ஆளுநரின் ஆணை. நேற்றே உன்னைத் தேடிக்கொண்டிருந்தேன். நீ எங்கே போயிருந்தாய்?"

"எங்கே போகப் போகிறேன். இங்கேதான் ஆடுகளை மேய்த்துக்கொண்டிருந்தேன்."

"இரவில்கூட ஆடுகள் மேய்கின்றனவா என்ன ?"

அவன் முகம் இருண்டு கூம்பியது. ஒரு நிமிட அமைதிக்குப் பிறகு என் கண்களைத் தவிர்த்து வேறெங்கோ பார்த்தபடி, "மன்னிக்கவும். நான் அவர்களைத்தான் பார்க்கப் போயிருந்தேன்."

எனக்கு யாரைக் குறிப்பிடுகிறான் என்பது விளங்கியது என்றாலும், "அவர்களை என்றால் யாரை ?" என்று கேட்டேன்.

"இந்நிலத்தின் பூர்வகுடிகளை."

"இது மற்றவர்களுக்குத் தெரிந்தால் என்னவாகும் தெரியுமா ?"

"தெரியும்" என்று சொல்லிவிட்டுத் தலையைக் குனிந்து கொண்டான்.

"எப்போதிலிருந்து நீ அவர்களுடன் தொடர்பில் இருக்கிறாய் ?"

"நாம் தாவர விரிகுடாவில் இருந்தபோதிலிருந்தே."

"அடப்பாவி !"

"ஆமாம், அன்று நாம் கடற்கரையில் நடந்துகொண்டிருந்த போது காலின்ஸ் அடிபட்டார் நினைவிருக்கிறதா ? அன்றே நான் அவர்களைத் தேடிப் போய்விட்டேன். இங்கே சிறு சிறு கூட்டங்களாக வாழ்கிறார்கள். விலங்குகளின் பாஷையை ஒட்டி சில சமிக்ஞைகளையும் சிற்சில அத்தியாவசிய வார்த்தைகளை யும் கொண்டு தங்களுக்குள் பேசிக்கொள்கிறார்கள். இவர்களில் பெரும்பாலானோர் ஒரே இனக் குழுவைச் சேர்ந்தவர்கள்.

தங்கள் குழுவை தருகல் என்றும் தங்களை தருக் என்றும் அழைத்துக்கொள்கிறார்கள். மிகவும் நல்லவர்கள்” என்றான்.

“த... ரு... க்” என்று உச்சரித்துப் பார்த்தேன்.

என் கண் முன்னால் சுற்றிக்கொண்டிருந்தவன் தற்போது என்ன காரியம் செய்து வந்திருக்கிறான் என்று நினைக்கையில் ஆச்சரியமாக இருந்தது. நான்தான் அவனைக் குறைத்து மதிப்பிட்டுவிட்டேன். சொன்னதைச் செய்வதால் சொன்னதை மட்டுமே செய்பவன் என்று நினைத்தது என் பிழைதான். அவனும் ஒரு வகையில் பூர்வகுடியினன். இடம் வேறு மொழி வேறு என்றாலும் ஆழ்மனம் ஒன்றுதானோ என்னவோ? இயல்பாகவே அவர்கள்மீது இவனுக்கு நல்லபிப்பிராயம் தோன்றியிருப்பதில் ஆச்சரியப்பட ஏதுமில்லை. இதுவும்கூட ஒருவகையில் நல்லதுதான். அவர்களுடன் தொடர்புகொள்ள அவர்களின் நம்பிக்கையைப் பெற்ற ஒருவன் நம் பக்கம் இருப்பது பின்னர் உதவக் கூடும். நொடியில் மனம் பல்வேறு கணக்குகளைப் போட்டுத் திரும்பியது.

“ஆமாம், தருக்!”

“காபா, வேறென்ன ஆச்சரியம் வைத்திருக்கிறாய் எனக்கு? எதுவாகினும் தயவுசெய்து இப்போதே சொல்லிவிடு.”

அவன் கையிலிருந்த மிச்ச இலைகளை ஆடுகளுக்குப் பிரித்துப் போட்டுவிட்டு, என்னை அங்கிருந்து தோட்டத்துக்குப் பின்னாலிருந்த புதர்ப் பகுதிக்கு அழைத்துச் சென்றான். அங்கிருந்த ஓக் மரத்தின் மேல் விறுவிறுவென்று ஏறினான். உச்சியிலிருந்த பொந்தில் எதையோ ஒளித்திருந்ததை எடுத்துக் கொண்டு கீழே குதித்தான். அதில் தூசி கிளம்பி அடங்கியது.

‘ட’ வடிவில் வளைந்த மரக்கட்டையால் செய்யப்பட்ட அந்தக் கருவியை என்னிடம் தந்தான். அன்று காலின்ஸின் காலைத் தாக்கியதைப் போன்ற அதே கருவி.

“பூமராங்” என்றான்.

“எப்படி உனக்குக் கிடைத்தது?”

“அவர்கள் பரிசாகக் கொடுத்தார்கள்.” – இதைச் சொல்லும் போது அவன் முகத்தில் அத்தனை பூரிப்பு.

“ஓ!”

“முன்பே நாம் கணித்தபடி இது ஒரு வேட்டைக் கருவிதான். சிறிய பறவைகள், எலிகள், முயல்கள் போன்றவற்றை வேட்டையாடப் பயன்படுத்துகிறார்கள். நாம் இங்கே குடிவந்த பிறகு அவர்களுக்கு உணவுத் தட்டுப்பாடு ஏற்பட்டிருக்கிறது

போல் தெரிகிறது. அதிலும் குறிப்பாக நாம் மீன் பிடிப்பதை அவர்கள் விரும்பவில்லை. அவ்விசயத்தில் நம் மேல் கோபமாக இருக்கிறார்கள். நாம் மரங்களை வெட்டி எல்லைகளை விரிவு படுத்துவதையும் அச்சத்துடன் பார்க்கிறார்கள். ஆரம்பத்தில் இங்கே கொஞ்ச நாட்கள் இருந்துவிட்டுத் திரும்பிவிடுவோம் என்றே நினைத்திருக்கிறார்கள். இப்படி நிரந்தரமாகத் தங்கி விட்டதை அவர்கள் எதிர்பார்க்கவில்லை போலும். எல்லா வற்றுக்கும் மேல் நம்முடைய தண்டனைக் கைதிகளில் ஒரு சிலர் அவர்களிடம் வம்பு செய்திருக்கிறார்கள். இதெல்லாம் எங்கு போய் முடியும் என்று தெரியவில்லை" என்று சொல்லி முடித்தவனின் குரலில் இப்பிரச்சினையைச் சுமூகமாக முடிக்க வேண்டுமே என்ற உண்மையான கரிசனம் தென்பட்டது.

"இது குறித்து ஆளுநரிடம் பேசுவோம்."

"உண்மையாகவா ?"

"ஆமாம், அவர்களைப் பகைத்துக்கொண்டு இங்கே இருக்க அவருமே விரும்ப மாட்டார். பிரச்சினைக்கு எதாவது நல்ல தீர்வு கிடைக்கிறதா என்று பார்ப்போம்."

" அப்படி ஒன்று நிகழ்ந்தால் மிக்க மகிழ்ச்சி" என்றான்.

நான் கையிலிருந்த கருவியைத் தடவிதடவிப் பார்த்துக் கொண்டிருந்தேன். அதன் பெயரை ஒவ்வொரு எழுத்தாகச் சொல்லி உச்சரித்துப் பார்த்தேன். "பூ. . . ம. . . ரா. . . ங்"

"அதேதான், பூமராங். இதற்குப் பின் ஒரு கதை இருக்கிறது."

காபா மொழிகளை வெகுவேகமாகப் கற்றுக்கொள்ளக் கூடியவன் என்பதை அறிவேன். அப்படித்தான் போர்ச்சுகீசு, பிரெஞ்ச், ஆங்கிலம் எனப் பல மொழிகளைக் கற்று வைத்திருக் கிறான். துறைமுகத்தில் வேலை பார்த்தவன் என்பதால் பல்வேறு நாட்டினருடன் பழகி மொழிகளை விரைந்து கற்றுக்கொள்ளும் சூட்சுமத்தை அறிந்திருக்க வேண்டும். மேலும் ஒவ்வொரு மொழிக்கும் ஒரு லயம் உண்டு. அதை மட்டும் கண்டடைந்து விட்டால் மற்றவற்றை சூழலையும் எதிரே பேசுபவரின் முகபாவங்களையும் வைத்தே யூகித்தறிந்துகொள்ள முடியும்.

"சரி சொல்லேன். எனக்கும் அவர்களைப் பற்றித் தெரிந்து கொள்ள ஆர்வமாகத்தான் இருக்கிறது."

"இது பூமராங் பற்றிய இவர்களின் பூர்வீகக் கதை. முதலில் அக்கூட்டத்தின் முதியவர் ஒருவர் இதைச் சொன்னபோது முழுவதுமாய் விளங்கவில்லை. ஆனால் இதே கதையை ஒரு பாறையில் செஞ்சாந்தில் ஓவியமாய்த் தீட்டியிருக்கிறார்கள். மிச்சத்தை அதிலிருந்து விளங்கிக்கொண்டேன்.

சான் பழங்குடிகளைப்போல இவர்கள் வேட்டை சமூகம் தான். எதையும் விளைவித்து உண்பதில்லை. எலிகள், முயல்கள், பலவிதமான பல்லிகள், கங்காருகள் போன்ற விலங்குகளையும் பறவைகளையும் வேட்டையாடி உண்கிறார்கள். வேட்டைக்குச் செல்லாத சோம்பல் மிக்க நாட்களில் படகுகளில் சென்று மீன் பிடித்துத் தீயில் சுட்டு உண்பார்கள்.

ஆதி காலத்திலும் இதுவே வழமை. அப்போதும் பகலில் நல்ல சூரிய வெளிச்சம் இருந்ததால் வேட்டையைக் கைக்கொள்வது எளிதாக இருந்திருக்கிறது. ஆனால் இரவுகளில் காடுகளைச் சூழ்ந்த இருளில் வேட்டை மிகச் சிரமமாக இருந்திருக்கிறது. இதன் காரணமாக விலங்குகளுக்கு இரையாகி சிலர் இறக்கவும் நேரிட்டிருக்கிறது. எனவே, பகலைப் போலவே இரவிலும் வெளிச்சத்தைக்கொண்டு வர என்ன வழி என்று யோசித்திருக்கிறார்கள். முதலில், மரங்களை ஒழித்து புதர்க் காடுகளை எரித்துவிடுவதன் மூலம் மொத்தக் காட்டுக்கும் வெளிச்சத்தைக்கொண்டு வந்துவிடலாம் என்று யோசித்திருக்கிறார்கள். ஆனால் தீயைக் கட்டுக்குள் வைத்து எரிப்பது அத்தனை எளிய காரியம் இல்லை என்பதால் அந்த யோசனையைக் கைவிட்டிருக்கிறார்கள். அப்போதுதான் அவர்கள் கூட்டத்தில் ஒருவன் இப்படி ஒரு யோசனையை முன் வைத்திருக்கிறான். இப்போது கை அகலம் இருக்கும் பூமராங்கைப் போல பெரிய பூமராங் ஒன்றைச் செய்து அதில் மின்மினிகளை ஒட்ட வைத்து வானத்தை நோக்கி எறிந்து விடுவதுதான் அந்தத் திட்டம். அது ஒரு குட்டி சூரியனைப் போலப் பிரகாசிக்கும் அல்லவா என்றிருக்கிறான். யோசனை அனைவருக்கும் பிடித்துப் போய்விட்டது. அத்தனை பேரும் சேர்ந்து காட்டில் இருப்பதிலேயே பெரிய மரத்தைத் தேடி அலைந்தனர். நாட்கணக்கில் மாதக் கணக்கில் அலைந்து திரிந்த பிறகு ஒருவழியாக அப்படியொரு மரத்தைக் கண்டனர். தருகல் குழுவின் மூத்தோன்கள் பதினாறு பேரும் மரத்தைச் சுற்றிச் சேர்ந்து நின்று கையிரண்டையும் விரித்துப் பிடித்தால்கூடப் பற்றிக்கொள்ள முடியாத அளவுக்கான பெரிய மரம் அது. அதைக் கடைந்து ஆகப்பெரிய பூமராங் ஒன்றை இராப் பகலாக இழைத்து இழைத்து தயார் செய்திருக்கிறார்கள்.

கூட்டம் கூட்டமாகத் தருகலின் சிறுவர்கள் சென்று, காடு முழுக்க அலைந்து திரிந்து லட்சக்கணக்கான மின்மினிகளைப் பிடித்து வந்திருக்கிறார்கள். அவற்றையெல்லாம் பெரிய பூமராங்கில் அழகாகப் பொருத்தியும் ஆகிற்று. அடுத்துதான் சிக்கல் ஆரம்பித்திருக்கிறது.

அத்தனை பெரிய பூமராங் ஜொலிஜொலித்தபடி தயாராகி விட்டது. அதை யார் தூக்கி வானில் எறிவது? குழுவின் அசகாய சூரர்கள், பலசாலிகள், இளவட்டங்கள் எனப் பலரும் தனித்தனியாகவும் கூட்டு சேர்ந்தும் முயன்றுவிட்டனர். இருந்த இடத்திலிருந்து நகர்த்தக்கூட இயலவில்லை. நகர்த்த இயன்றவர்களால் தூக்க முடியவில்லை. பலமுள்ளவர்கள் சேர்ந்து தூக்கியும்கூட கணுக்காலுக்கு மேல் தாண்ட இயலவில்லை. அடுத்து என்ன செய்வது என்று விளங்காமல் முழித்துக்கொண் டிருந்திருக்கின்றனர். அப்போது குழுவின் மூத்தவர்களில் ஒருவர்,

“பிள்ளைகளே, எனக்கு ஒரு வாய்ப்பு கொடுங்கள். நான் வேண்டுமானால் முயன்று பார்க்கிறேன்” என்று கூறியுள்ளார்.

மொத்தக் குழுவும் விழுந்து விழுந்து சிரித்து அவரை எள்ளி நகையாடியிருக்கிறது. அவர் அதை லட்சியம் செய்யாமல் ஒரே ஒரு வாய்ப்பு தரும்படி கோரியிருக்கிறார். முதலில் புறக்கணித்தாலும் இறுதியில் அவருடைய ஆசைக்காக இணங்கி அனுமதித்திருக்கின்றனர்.

அவர் கூட்டத்திலிருந்து முன்னால் வந்து நின்றார். வானை நோக்கி முன்னோர்களை வணங்கிவிட்டுக் கீழே குனிந்து பூமராங்கைத் தொட்டு தூக்கியிருக்கிறார். அதுவும் ஏதோ காற்றினால் செய்ததைப்போல எடையற்று அவர் கை மேல் மிதந்திருக்கிறது. மொத்த கூட்டமும் வாய் பிழந்து நிற்க அப்பெரியவர் லட்சம் மின்மினிகள் மின்னும் இராட்சத பூமராங்கை எடுத்து வானத்தை நோக்கி வீசியிருக்கிறார். அது சுற்றிச் சுழன்று வட்டமாய் ஜொலித்திருக்கிறது. அவர் எடுத்து வீசிய வேகத்தில் சுற்ற ஆரம்பித்தது, இப்போதுவரை தன்னை யும் சுற்றிக்கொண்டு இப்பூமியையும் சுற்றிக்கொண்டிருக்கிறது. அதுவே இந்த நிலவாய் நிலைத்திருக்கிறது. வீசப்பட்ட வேகத்துக்கு அதிலிருந்து தெறித்துச் சிதறிய மின்மினிகளே நிலவைச் சுற்றியுள்ள நட்சத்திரக் கூட்டங்கள். இதுதான் அவர்கள் சொன்னக் கதை” என்று என் முகத்தையே பார்த்துக் கொண்டிருந்தான்.

நான் அப்போது அக்கூட்டத்தில் ஒரு சிறுவனாய் நின்றபடி சுழன்று ஒளிர்ந்த பூமராங்கையே அண்ணாந்து பார்த்துக் கொண்டிருந்தேன். எவ்வளவு நேரம் அப்படி வான் பார்த்து நின்றேன் என்று தெரியவில்லை. வானில் தெரிந்த முழு நிலவை யும் மேகம் மறைக்கவும் இவ்வுலகுக்கு மீண்டேன்.

23

விடுமுறை நாட்களில் காலையில் சீக்கிரம் விழிப்புத்தட்டும் பழக்கம் மட்டும் சிறு பிராயத்திலிருந்து மாறவில்லை. ஃபர்ஸானா காசிமுக்கு முன்னால் எழுந்து டீ டம்ளருடன் பால்கனியில் அமர்ந்து பாரமட்டா பிரதான சாலையை வெறித்தபடி அமர்ந்திருந்தாள். நன்றாகத் தூங்கியிருப்பாள் போல. கண்ணிமையும் முகமும் சற்று உப்பிக் காணப்பட்டன. முடிக்கற்றைகள் கட்டுக்குள் இல்லாமல் முகத்தில் படர்ந்து வழிந்தன. இத்தனை பிசிறுகளைத் தாண்டியும் அவள் பேரழகிதான். மாசு மறுவற்ற பளிச்சென்ற முகம் அவளுக்கு. அடிக்கும் வெள்ளையாக இல்லாமல், தளிர் மாநிறத்துக்கு அடுத்த நிறம். தலைமுடி சற்று செம்பட்டை பூத்திருந்தது. அதில் இளவெயில் பட்டு அவளை இன்னும் கூடுதல் அழகாகக் காட்டியது.

"ஓய்... நேரா அந்த டீ மூஞ்சிலதான் கண்ணு திறக்கணும் உனக்கு. இல்லட்டி?"

காசிமைப் பார்த்துச் சிரித்தபடி, "அங்க மட்டும் என்ன வாழுதாம்? உனக்கும் சேர்த்துதான் போட்டு வச்சிருக்கேன். பல்லை விளக்கிட்டு ஓவன்ல வச்சு ஹீட் பண்ணிக்கோ. காலைல முதல்ல ஒரு மனுசரப் பார்த்தா இந்த ஊர்க்காரங்கல்லாம் எப்பிடி அழகாச் சிரிச்சுட்டு குட் மார்னிங் சொல்றாஹ. இதப் பாரு. முழிச்சும் முழிக்காமலும் குத்தம் சொல்லிட்டே வருது பக்கி" என்று சொல்லிப் பொய்ச் சலிப்புக் காட்டிவிட்டுத் திரும்பிச் சாலையை ரசிக்க ஆரம்பித்தாள்.

அவன் பக்கமாகத் திரும்பி, "இன்னிக்கு ஃப்ளமிங்டன் போய்ட்டு வரலாமா?" என்றாள்.

சரி என்றோ வேண்டாம் என்றோ சொல்லாமல் அவளை உற்றுப் பார்த்தபடியிருந்தான். வெளியே போக வேண்டுமென்றால் முன்னரே சொல்லிவிட வேண்டும். மனத்தைத் தயார்படுத்திக்கொள்ள நேரம் கொடுக்க வேண்டும்.

சில நொடித் தயக்கத்துக்குப் பிறகு, "சரி போலாம். மீன் வாங்கலாம். மீனாணம் பண்ணி ரொம்ப நாளாச்சு." என்றான்.

அவன் சரியென்றதும் ஃபர்ஸானா உற்சாகமாகிவிட்டாள். இதுபோன்ற சின்னச் சின்ன விசயங்கள் போதும் அவளை மகிழ்ச்சியூட்டுவதற்கு. சிட்னி அவளை மேலும் இலகுவாக்கியிருந்தது. யாருக்கும் பதில் சொல்ல வேண்டிய தேவையிராத சுதந்திரம் அதைச் சாத்தியமாக்கி இருந்தது.

"சரி, எந்திச்சி ரெடியாகு. நானும் குளிச்சுட்டு வாரேன்."

பத்து நிமிடத்தில் குளித்துத் தயாராகி வந்தவளைப் பார்த்து, "ஏளா, புர்கா போடாம வாயேன். பக்கமாதானே போறோம்?"

"எடுத்துப் போட்டுட்டேம்ப்பா. உள்ள கேஸுவலா டி–சர்ட் போட்டுருக்கேன். விடு. இப்படியே இருக்கட்டும். இல்லன்னா நல்ல ட்ரெஸ் எடுத்துப் போடணும். மறுபடியும்லாம் என்னால மாத்த முடியாது."

"அட, அத மாத்திட்டு வர எவ்ளோ நேரம் ஆகும்?"

"விடேம்ப்பா. காய்கறி வாங்கத்தானே போறோம். அதுக்கு இது போதும்."

"அதானே நான் ஏதாவது சொல்லி, நீ உடனே கேட்டுட்டா அப்புறம் எப்படி?"

"ஹலோ ஹலோ. . . இப்போ ஏன் புர்கா வேணாம் சொல்றன்னு எனக்குத் தெரியாதா?"

"ஹலோ. . . இந்தியால போடு போடுன்னு சொன்னா போட மாட்டே. இங்க வந்து போடாதன்னு சொன்னா போட்டு வந்து நிப்ப. நீ ஏன்ட்டி எப்பவும் ஏட்டிக்குப் போட்டியாவே செய்ற?" சிரித்துக்கொண்டுதான் சொன்னான் என்றாலும் தான் அப்படிச் செய்வது ஆரம்பித்திலிருந்தே பிடிப்பதில்லை என்பதை ஃபர்ஸானா அறிவாள்.

"அங்க போடு. இங்க போடாதேன்னு சொல்றல்ல. நான் மாட்டேன்னு சொல்றதுக்கு, நீ அப்படிச் சொல்றதுதான் முதல் காரணம். நீன்னா நீ இல்ல. உன்ன அப்படிச் சொல்ல வைக்குதுல்லா ஏதோ ஒண்ணு. அதைத்தான் எதுக்குறேன். இதெல்லாம் உனக்குப் புரியாது. நீ ஒரு பொடிப் பய. போ போ.

எப்பவும் பாக்குற ஒஞ்சோலியப் போய் பாரு. கௌம்புவோம். நேரமாச்சு" என்று சொல்லிச் சிரித்தாள்.

காசிம் தலையில் அடித்துக்கொண்டான். ஃபர்ஸானாவின் அப்பாவுக்குத் திராவிட அரசியல்மீது அபிமானம் உண்டு. இடையில் அங்கே கவுன்சிலர் பதவிக்குப் போட்டியிடக்கூடச் செய்தார். வெற்றிபெறவில்லை. அவரிடத்தில் பேசும்போ தெல்லாம் பல விசயங்களுக்குப் பின்னாலிருக்கும் அரசியலை எல்லாம் தொட்டுப் பேசுவதைக் கவனித்திருக்கிறான். ஊர்ப் பக்கத்திலிருந்துகொண்டு எப்படி உலக அரசியல் எல்லாம் தெரிந்துவைத்திருக்கிறார் என்று ஆச்சரியப்பட்டிருக்கிறான். அதைப் பற்றிக் கேட்கும்போதெல்லாம் வீட்டிலிருக்கும் புத்தக அலமாரிப் பக்கம் கைக்காட்டுவார். காசிமுக்குத் தெரிந்து புத்தகத்துக்குத் தனி அலமாரிகொண்ட ஒரே வீடு அவர்க ளுடையது மட்டும்தான். அவரளவு இல்லாவிட்டாலும்கூட ஃபர்ஸானாவும் ஓரளவு வாசிப்பாள். அவளிடத்திலும் அவ்வப் போது இப்படி அரசியல் வாடை அடிக்கும். அவன் அதைப் பொருட்படுத்துவதில்லை.

வீட்டுக்குள் சென்று உள் அறைகளின் கதவுகள், ஜன்னல்கள், பால்கனி ப்ரெஞ்ச் கதவு என எல்லாவற்றையும் ஒருமுறைக்கு மூன்றுமுறை இழுத்து, தள்ளி, தட்டிச் சரிபார்த்துக்கொண்டான். விளக்குகள் அனைத்தும் அணைக்கப்பட்டிருப்பதையும் குழாய்கள் இறுக்க மூடப்பட்டிருப்பதையும் சரிபார்த்துக் கொண்டான். அவளிடம் ஒரு சாவி இருப்பதை உறுதிசெய்து கொண்டு வெளியே வந்து கதவைப் பூட்டினான்.

ஃபர்ஸானா அவன் செய்வதையெல்லாம் புன்னகைத்த படி பார்த்துக்கொண்டிருந்தாள்.

○

காசிமும் ஃபர்ஸானாவும் தங்களுடைய அப்பார்ட்மெண்ட்டுக்குப் பின்பக்கமிருக்கும் சாலை வழியாக ஃப்ளமிங்டன் மார்கெட்டுக்கு நடந்துகொண்டிருந்தனர். அதன் முன்பக்கத்தில் பாரமட்டா நெடுஞ்சாலை இருக்கிறது. பேருந்தில் போக வேண்டுமென்றால் முன் பக்கச் சாலை. நடந்து போவதற்கும் மெட்ரோ பிடிப்பதற்கும் வீடுகள் நிறைந்திருக்கும் பின் பக்கச் சாலை.

ஃப்ளமிங்டன் – சிட்னியின் தெற்கே மிகப்பெரிய சந்தை கூடும் இடம். காய்கறிகள், பழங்கள், பூக்கள், மீன்கள், நண்டுகள், லாப்ஸ்டர்கள், சிப்பிகள், கங்காரு, ஆடு, மாடு, கோழி இறைச்சி என்று சகலமும் மொத்த விற்பனைக்கு அங்கே வைக்கப் பட்டிருக்கும். அப்பார்ட்மெண்ட்டிலிருந்து நடந்து போனால் இருபது நிமிடங்கள் பிடிக்கும். ஒரு மணி நேரத்துக்கு ஒரு முறை

பின் பக்கச் சாலை வழியாகவும் அந்தப் பகுதி மக்களின் வசதிக் காகப் பிரத்யேக இணைப்புப் பேருந்தொன்று போய் வரும். இருந்தாலும் அதற்காகக் காத்திருப்பதைவிட, இருமருங்கிலும் நிழல் மூடி, பாதை நெடுக விதவிதமான பூக்கள் சிந்தி ரம்மியமாக இருக்கும் சாலை வழி நடந்து செல்வதையே காசிமும் ஃபர்ஸானா வும் விரும்பினர். சொந்த பந்தங்கள், நண்பர்களைப் பற்றிய கிசுகிசுக்கள், கடந்த காலக் கதைகள், எதிர்காலத் திட்டங்கள் என பேசுவதற்குச் சுவாரஸ்யமான விசயங்கள் கிடைக்கும்.

இவர்கள் கிளம்பி, ரயில் பாலத்துக்கு அடியில் வந்தபோது தான் அவர்களைக் கவனித்தனர். பக்கத்து வீட்டில் குடியிருக்கும் அந்த வயதான தம்பதியினரும் பொருட்களை எடுத்து வைக்க உதவும் கனத்த துணியாலான தள்ளுவண்டியைத் தள்ளியபடி பேருந்து நிறுத்தத்தை நோக்கி, இவர்களுக்கு முன்னால் போய்க் கொண்டிருந்தனர்.

காசிம்தான் அவர்களை முதலில் பார்த்தான். இருவரும் கைகளைக் கோத்தபடி நடந்துகொண்டிருந்தனர். அவன் பார்த்த வரை, அங்கே முதியவர்கள் பொதுவாக, தனியாகவோ அல்லது துணையுடன் இருவராக மட்டுமே வசிக்கிறார்கள். குடும்பமாக மகன் அல்லது மகளோடு சேர்ந்து இருப்பவர்கள் ரொம்பவே அரிது. இப்படித் தனியாக இருப்பவர்கள் ரொம்பவும் சுதந்திர மாக, தங்களுடைய அன்றாடத் தேவைகளுக்குப் பிறரைச் சார்ந்திருக்காமல் எல்லாவற்றையும் தாமே செய்துகொள் கிறார்கள். முன்பு ஒருமுறை ஹோம்புஷ் ரயில் நிலையத்தில் மளிகைப் பொருட்கள் நிரம்பிய பைகளுடன் படி ஏறத் திணறிக் கொண்டிருந்த மூதாட்டி ஒருவருக்கு 'உதவி வேண்டுமா?' என்று இவன் கேட்டான். அவரோ, அதற்கு நன்றி சொல்லிவிட்டு மறுத்து, தானே பார்த்துக்கொள்வதாகச் சொன்னபோது அவனால் ஆச்சரியத்தை வெளிக்காட்டாமலிருக்க முடியவில்லை.

"ஃபர்ஸி, முன்னால போறது அவங்கதானே?"

"ஆமாலே, இந்த வயசுலயும் எப்படி ரொமாண்டிக்கா போறா பாறேன்."

"க்கும்... கீழ விழாம இருக்க மாத்தி மாத்தி பிடிச்சுட்டுப் போறா. ரொமான்ஸாமா!" என்று சொல்லி சிரித்தான். சிரித்து விட்டுப் பின்னால் எதையோ தேடும் பாவனையில் திரும்பிப் பார்த்தான்.

அதை அவள் ரசிக்கவில்லை. "உன் கண்ணும் புத்தியும் எப்பவுமே இப்படிக் குதர்க்கமாதான் யோசிக்குமா? ஆளும் மண்டையும் பாரு!"

“யேய் யேய். சும்மா ஜோக்குடி இது. சிரி.”

“அய்யே! ஒரு படத்துல கவுண்டமணி சொல்வாப்லயே... அவனவனுக்கு எது எது வருமோ அதத செய்ங்கடேன்னு” என்று அவள் குரலை உயர்த்திச் சொன்னதும் இருவரும் வாய்விட்டுச் சிரித்துவிட்டனர்.

அவன் எதுவும் பேசாமல் அவளையே பார்த்தபடி வந்து கொண்டிருந்தான். அந்தக் காலைப் பொழுதில் அவள் அவ்வளவு அழகாகத் தெரிந்தாள். ஃபர்ஸானாவை மெச்சும் போதெல்லாம் கூடவே ஏனோ ஜெட்டாவின் நினைவு வந்தது. இருவரும் குணவார்ப்புகளில் தோற்றத்தில் பழக்கவழக்கங்களில் முற்றிலும் நேரெதிரானவர்கள். அப்படியிருக்க ஒருத்தியின் அழகான செய்கை மற்றொருத்தியை நினைவுபடுத்தியது.

“என்னடே அமைதியாயிட்டே?”

“ஒண்ணுல்லடி.”

“அட பரவால்ல... சொல்லு.”

“நெசமா ஒண்ணுல்ல.”

“ரசிக்கிறது கண்ணுல தெரியுது. அதை வாய்ல சொன்னாத் தான் என்னவாம். சைத்தான்!” என்று அவளுக்குள்ளே முணுமுணுக்கும் குரலில் அதே நேரத்தில் அவனுக்கும் கேட்கும் படியாகவே கூறினாள்.

ஃபர்ஸானா அப்படித்தான். முதலில் பழகுவதற்கு நிறைய நேரமெடுப்பாள். ரொம்பவும் கவனமாக இருப்பாள். தேவைக்கு அதிகமாக ஒரு சொல் வராது. எதிரில் இருப்பவர் தன்னுடைய அலைவரிசையில் இருப்பவர் என்று தெரிந்துவிட்டால் அவளைக் கையில் பிடிக்க முடியாது. அதிலும் அவளைப்போல, நகைச்சுவை உணர்ச்சிகொண்ட பெண்கள் அரிதிலும் அரிது. அது காசிமுக்கு நன்றாகவே தெரியும். அவளுடைய தோழிகள், அவனுடைய நண்பர்கள், சொந்தக்காரர்கள் என்று அவளைப் பாராட்டி அவனிடமே நிறையபேர் பேசியிருக்கிறார்கள். அதில் அவனுக்குப் பெருமிதம்தான் என்றாலும் அவளிடம் காட்டிக் கொண்டதில்லை.

அவள் திட்டி முணுமுணுத்ததையும் ரசித்தான்.

வழியில் பைன் மரக்கூம்புகள் கிடந்தன. இரண்டு மூன்றை எடுத்துப் பையில் போட்டுக்கொண்டாள். அதைத் தேய்த்துச் சுரண்டி வண்ணமிட்டு அலங்காரப் பொருளாக மாற்றி விடுவாள்.

இதற்கிடையில் அவன் மறுபடியும் ஒருமுறை திரும்பிப் பார்த்துக்கொண்டான். சுற்றிலும் ஒருமுறை பார்த்தான்.

"என்னாச்சு? திரும்பித் திரும்பிப் பார்க்குற?"

"ஒண்ணுமில்ல ஒண்ணுமில்ல. நீ முன்னாடி போ."

"இவன் ஆளே சரியில்ல. எப்பப் பார்த்தாலும் எதை யாவது மனசுக்குள்ள போட்டுக் கொளப்பிட்டு, கேட்டாலும் என்ன ஏதுன்னு சொல்றதில்ல. வரவர உம் போக்கே சரியில்ல போ!" என்றாள்.

வானம் சற்று மூடாரமிட்டிருந்தது. எந்நேரமும் மழை வரக் கூடும் என்பதால் வேண்டியவற்றைச் சீக்கிரம் வாங்கி விட்டு, வரும்போது பேருந்தில் திரும்பிவிடத் திட்டமிட்டுக் கொண்டனர்.

ஃபர்ஸானா, சங்கரா வகையைச் சேர்ந்த ரெட் ஸ்னாப்பர் மீனை வாங்கி, அதை அவர்கள் சுத்தம் செய்து தருவதற்காகக் காத்திருந்தாள். இவன் ஒரு பக்கம், காய்கறிகளைப் பொறுக்கி எடுத்துக்கொண்டிருந்தான். அவளைச் சீக்கிரம் போகலாம் என்று விரட்டினான்.

"என்னப்பா அவசரம்?"

"வாங்கியாச்சுல. கெளம்பு போலாம்."

"அட இரு. மாசத்துக்கு ஒரு தடவ வாரோம். வேற ஏதாவது வாங்கணுமுன்னா பாத்து வாங்கிக்கிட்டுப் போயிருவோம்."

அவன் சுற்றிச் சுற்றி யாரையோ தேடிக்கொண்டிருந்தான்.

அவள் அதைக் கவனித்தும் வெளிக்காட்டிக்கொள்ளாமல் வாங்க வேண்டியவற்றை வாங்கி முடித்தாள்.

வெங்காயம், பியர்ஸ் போன்றவற்றைக் கீழேயும் தக்காளி மீன் போன்றவற்றை மேலேயும் வைத்து அடுக்கி, தள்ளு வண்டியைத் தள்ளியபடி பேருந்து நிறுத்தத்துக்கு வந்தனர்.

அவர்கள் சந்தையைவிட்டு வெளியே வரவும் இவர்கள் ஏற வேண்டிய இணைப்புப் பேருந்து வரவும் சரியாக இருந்தது. முதலில் முன்னால் கிடைத்த இருக்கையில் அமர்ந்தார்கள். காசிம், நடுவிலுள்ள இருக்கைக்குப் போகலாம் என்று அழைத்தான். ஃபர்ஸானாவுக்குத் தெரியும். அவனிடம் கேட்டால், ஆளே இல்லாத சாலையில் அதிவேகத்தில் மற்றொரு பேருந்து வந்து இவர்களுடையதுடன் முன் பக்கமோ பின் பக்கமோ மோதினால், நடுவில் இருப்பதுதான் ஒப்பீட்டளவில் பாதுகாப்பானது என்று வியாக்யானம் சொல்வான்.

பேருந்தில் ஏறிய பின்னும்கூட அவன் பதற்றமாகவே காணப்பட்டான். பேருந்துக்குள் யார் ஏறினாலும் காசிம் அவர்களை எட்டிஎட்டிப் பார்த்துக்கொண்டிருந்தான்.

"காசிம்!"

"சொல்லு" என்றவாறே ஜன்னல் வழியே கண்களால் துழாவிக்கொண்டிருந்தான்.

"என்ன பிரச்சினை உனக்கு?"

"..."

"யாரையாவது தேடிட்டு இருக்கியா?"

"இல்லல்ல... அப்படிலாம் ஒண்ணும் இல்லியே."

"பின்ன எப்படி?"

"எப்படியும் எதுவுமில்ல. நீ கொஞ்சம் விடேன். ப்ளீஸ்!"

"இல்லல... அப்படீல்லாம் விட முடியாது. எனக்குத் தெரிஞ்சாவணும். சொல்லு. என்ன பிரச்சின உனக்கு?"

"அய்யோ ஒண்ணுல்லடி. ஐ யம் நார்மல். ஐ யம் நார்மல்" என்று சொல்லும்போதே அவன் அப்படியில்லை என்பது அவளுக்கு விளங்கிற்று. அவனை அதற்குமேல் பதற்றப்படுத்த வேண்டாம் என்று நினைத்து அமைதியாக ஜன்னல் வழியே சாரலில் நனைந்த வீதிகளை வேடிக்கை பார்த்தபடி வந்தாள். எதுவும் பேசவில்லை.

அவளுடைய அமைதி அவனைத் தொந்தரவு செய்திருக்க வேண்டும். சற்று நேரத்தில், தன் குரலைத் தாழ்த்திக்கொண்டு, "ஃபர்ஸி... சொன்னா நம்பணும். என்னைக் கொஞ்ச நாளா யாரோ ஃபாலோ பண்றாங்க. நான் மெட்ரோல போவும்போதும் வரும்போதும் வீடு ஆபிஸ் தவிர வெளியே எங்கே போனாலும் என்னைத் துரத்திட்டு வாராங்க." இதைச் சொல்லும்போது விளையாட்டுப்போல இல்லை. அவன் முகம் அத்தனை பதற்றமாக இருந்தது. உதடு வறண்டு, முகம் வெளிறிப்போய் அவன் சொன்னவிதத்தில் ஃபர்ஸானாவும் சற்று பயந்துதான் போனாள்.

"யேய்... ச்சே ச்சே... அப்படியெல்லாம் ஒண்ணும் இருக்காதுப்பா."

"இல்ல ஃபர்ஸி. எனக்குத் தெரியும்."

"எப்போ இருந்து இப்படி நடக்குது?"

"ஒரு மாசம் இருக்கும். இல்ல அதுக்கும் மேலகூட இருக்கும்."

"அப்போ ஏன் எங்கிட்ட முன்னமே இதைப் பத்திச் சொல்லவே இல்ல?"

"இல்ல. நீ பின்னாடி அதைக் கிண்டல் பண்ணுவே!"

"பைத்தியம்! இதையெல்லாம் யாராவது கிண்டல் பண்ணுவாங்களா? என்ன பேசற நீ? சரி விடு. ஒண்ணுமில்ல. சரியாயிரும்."

"சரியாயிருமா?"

அவள் நெஞ்சில் கைவைத்து, "இன்ஷாஅல்லாஹ்.. எல்லாம் சரியாயிரும். அடுத்து யாரும் அப்படி வந்தா எங்கிட்ட சொல்லு. பாத்துக்கலாம். இப்போ நீ பொறுமையா இரு" என்று சொல்லி அவன் கையை எடுத்து தன் உள்ளங்கைக்குள் பொத்திக்கொண்டாள்.

மஞ்சள் வண்ணப் பூக்கள் சிந்தியிருந்த சாலையின் மேலே பேருந்து அதிக சலனமற்றுப் போய்க்கொண்டிருந்தது. மெல்லிய தூறலாகப் பெய்துகொண்டிருந்த மழை சட்டென்று வலுக்கத் தொடங்கியது.

●

11

24

நட்சத்திரப் பூக்கள்

எங்களுடைய எடின்பரோ பண்ணை வீட்டின் முன்புறம் பெரிய சைக்கோமோர் மரமிருந்தது. அதை என் அப்பா நான் பிறந்த வருடத்தில் நட்டு வைத்திருந்திருக்கிறார். ஒவ்வொரு கோடையிலும் அம்மரத்தின் நிழலில் அமர்ந்து மதிய உணவு அருந்தும்போது அம்மா இத்தகவலை அன்றுதான் முதன்முதலாகச் சொல்வதுபோல் சொல்வாள். நாங்களும் அப்போதுதான் அதைக் கேள்விப்படுவதான பாவனையில் கேட்டுக்

கொள்வோம். வசந்தகாலத் தொடக்கத்தில் அம்மரத்தின் வேர்கள் எங்கள் வீட்டின் வாசலைத் துளைத்து வெளியேறின. உண்மையில் எங்களின் மொத்த வீட்டையும் அது தன் வேர்களால் இறுகப் பற்றியிருந்தது.

ஒரு நாள் நாங்கள் அனைவரும் இரவுணவுக்காக மேசையில் அமர்ந்திருக்கும்போது அப்பா அந்த மரத்தை வெட்டிவிடப் போவதாக அறிவித்தார். எங்களிடம் அது குறித்த எந்த அபிப்பிராயமும் கேட்கவில்லை. முடிவெடுத்துவிட்டுத் தகவலைப் பகிர்ந்துகொண்டார். அதற்குக் காரணம் இல்லாமல் இல்லை. அம்மாவுக்கு வீட்டில் ஒரு மெழுகுவர்த்திக் காணாமல் போனால்கூடப் பொறுத்துக்கொள்ள முடியாது. தேடிக் கண்டடையும் வரை அவள் மனம் அடித்துக்கொண்டே இருக்கும். திருப்பிக் கிடைக்கும்வரை பதற்றத்துடனே இருப்பாள். அப்பா எங்களிடம் பகிர்ந்துகொண்ட அன்றிரவு அம்மா பாதியிலேயே உணவு மேசையிலிருந்து எழுந்து வெளியேறினாள். மறுநாள் முழுவதும் வீட்டில் யாருடனும் பேசாமலும் உணவருந்தாமலும் எதிர்ப்பைத் தெரிவித்தாள். அப்பா பொருட்படுத்தவில்லை. குழந்தைகளான நாங்கள் மரத்தை வெட்டும்போது கிடைக்கும் மரத்துண்டுகளிலிருந்து செய்துதரப்படும் பொம்மைகளுக்காகக் காத்திருந்தோம்.

அப்பா ஓர் அழகிய ஒற்றைக்கொம்புக் குதிரையைச் செய்து தந்தார். குதிரை கைக்கு வந்த பிறகுதான் அந்த மரம் நின்ற இடம் விலக்கிக் காட்டிய பரப்பு என் கண்ணுக்குப் புலப்பட ஆரம்பித்தது. அதன் இல்லாமை கொண்டுவந்து சேர்த்த வெறுமையைச் சொல்லி மாளாது. அதுவரை எங்களைப் போற்றிப் பாதுகாத்த மரத்தின் கிளைகளும் இலைகளும் இன்றி எங்கள் வீடு நிர்வாணக் கோலம் பூண்டது. அந்தரங்க ரகசியம் வெளிப்பட்டுவிட்ட பருவப்பெண்ணைப் போல எங்கள் வீடு கூச்சத்துடன் நின்றுகொண்டிருந்தது. மரம் வெட்டிக் கிடத்தப்பட்டிருந்த இரண்டு மூன்று நாட்களுக்கு ஆரஞ்சும் சிவப்பும் இணைந்த வண்ணத்தில் ஒரு கைப்பிடி தழலைப் போலிருந்த ‘குறுக்கலகு கிளிகள்’ இரண்டு, மரம் நின்றுகொண்டிருந்த இடத்தைச் சுற்றிச் சுற்றிப் பறந்துவந்தன. அவற்றின் சிறகசைப்புகள் அதிக படபடப்புடன் இயல்புக்கு மீறி இருந்ததைக் கவனித்தேன். அம்மாவிடம் வெளிப்பட்ட அதே படபடப்பு!

அம்மாவை என்னால் இங்கு வந்தபிறகுதான் இன்னும் நெருக்கமாகப் புரிந்துகொள்ள முடிகிறது. மிகவும் நேசித்த ஒன்றை இழப்பதைவிட இழக்கப் போகிறோம் என்று அறிய

நேர்ந்த பிறகு கொஞ்சம் கொஞ்சமாய் இழப்பதென்பது இன்னும் கொடூரமானது.

கப்பல் தொழிலாளர்கள் பிரச்சினை முடிவுக்கு வந்து கப்பல்கள் கிளம்பும் தேதி உறுதியானவுடன் ரெபேக்காவை பிரியப் போகிறோம் என்ற நினைப்புதான் முதலில் வந்து நெஞ்சை அடைத்தது. அதுவரை புதிய தேசம் தேடிப் போகிறோம் என்று குதூகலித்துக்கொண்டிருந்த அதே மனம்தான் பிரிவை நினைத்து அஞ்சிச் சோர்ந்தது. அந்த ஒரு மாதம் என்னுடைய ஒட்டுமொத்த மனநிலையைப் புரட்டிப்போட்டுவிட்டது. கடற்பயணம் பற்றி குறைந்தபட்ச உற்சாகம்கூட என்னிடம் இருக்கவில்லை. மொத்த ஆற்றலும் உறிஞ்சப்பட்டுவிட்டதைப் போலுணர்ந்தேன். பேசாமல், இந்தப் பயணத்திட்டத்தையே கைவிட்டுவிட்டு ரேபேக்காவுடன் போர்ட்ஸ்மவுத்திலேயே தங்கிவிடலாமா என்றுகூட யோசித்தேன். இது என்னுடைய பயணத்திட்டம் மட்டுமில்லை. நிறையப் பேர் இதனுடன் இணைந்திருக்கிறார்கள். என் ஒருவனுக்காக மற்ற அனைவரையும் தொந்தரவு செய்ய விரும்பவில்லை. எல்லாவற்றுக்கும் மேல் பிலிப் போன்ற மாபெரும் லட்சியம் கொண்ட மனிதர் மனம் கசக்கும்படியான காரியத்தைச் செய்யத் துணிவில்லை.

புதிய இடத்தைக் கண்டடைவது குறித்தான கனவுகளின் வழியே என் உற்சாகத்தை மீட்டுக்கொள்ள முயன்றேன். ஒரு நொடி மகிழ்வின் உச்சத்திலிருப்பேன். ரெபேக்காவைப் பிரிவது குறித்த நினைவு வந்த மறுநொடியே அதலபாதாளத்தில் வீழ்வேன். ரெபேக்காவே என்னுடைய பலவீனத்தின் ஒட்டுமொத்த வடிவமாக இருந்தாள். மனமார அவளை வெறுக்க முடியுமென்றால் முற்றிலுமாக மறந்துவிடவும் விரும்பினேன். மாறாகத் தீயைச் சுற்றிப் பறந்து அதிலேயே வீழ்ந்தழியும் விட்டில் பூச்சியைப்போல திரும்பத் திரும்ப அவளிடமே சென்று சேர்ந்தேன்.

துல்லியமாக இலக்குகளை வைத்திருந்தேன். என்னுடைய ஒவ்வொரு நாளையும் மணித்துளிகளாக நிமிடங்களாகப் பிரித்துச் செய்ய வேண்டிய காரியங்களை முடித்துக்கொண்டிருந்தேன். எப்போதும் வேலைகளால் ஆக்கிரமித்து வைத்திருந்தேன். என்னுடைய கனவுகள் ஆகப் பெரியவை. அவற்றுக்கு என் வியர்வையையும் இரத்தத்தையும் காணிக்கையாகச் செலுத்த வேண்டியிருந்தது. கனவோ, அனைத்தையும் தின்று செரித்து இன்னும் இன்னுமென பெரிதாய் வளர்ந்தது. வாழ்ந்த இடத்திலிருந்து விரட்டப்பட்ட என்னிடத்தில் இந்த மொத்த உலகத்தையும் தூக்கி கையில் கொடுத்திருந்தாலும் போதாமல்தான் போயிருக்கும். எனக்குத் தெரியும் அது என்னுடைய லட்சியம்

மட்டும் கிடையாது. சொந்த மண்ணைத் திரும்பச் சென்றடைய முடியாத பெண்ணொருத்தியின் கனவு அது. அந்தக் கனவின் சுடரைத்தான் என் வாழ்நாளெல்லாம் ஏந்திச் சுமந்தலைகிறேன்.

இன்றோ, ரெபேக்காவின் நிழல் வந்து தழுவும் நான்கு அடி நிலத்தை மட்டுமே வேண்டி நிற்கிறேன். உலகைப் புரட்டிப் போடும் நெம்புகோலைத் தேடிக்கொண்டிருந்தவன் அன்று என்னைக் கிளப்பிக்கொள்ளவே படாத பாடு பட வேண்டியதாய் இருந்தது. இது எல்லாவற்றையும் செய்தது அதிரப் பேசக்கூட அஞ்சும் ஒரு பேதைப் பெண் என்பதைத்தான் என்னால் ஏற்றுக்கொள்ள முடியவில்லை.

அவளை என்னுடன் அழைத்துக்கொண்டு போய்விட்டால் பிரச்சினையே இல்லை. எல்லாம் சுமுகமாகப் போய்விடும். ரெபேக்கா என்னுடன் வராமலிருக்க ஒரே காரணம், படுத்த படுக்கையாய் வதங்கிப் போயிருக்கும் அவள் அம்மாதானே. அவள் மட்டும் இல்லாவிட்டால் எவ்வளவு நன்றாக இருக்கும்? இத்தனை தொல்லைக்கும் ஒரே காரணம். ரெபேக்காவின் அம்மா இறந்துவிட வேண்டும் என்று மனதார விரும்பினேன். உடனே, அப்படியான அற்ப எண்ணத்தின் பின்னிருந்த என்னுடைய சிறு புத்தியை எண்ணி வெட்கிச் சோர்ந்தேன்.

ஆரம்பத்தில், போர்ட்ஸ்மவுத்தில் எனக்கு ஒரு வாரத்துக்கான வேலை மட்டுமே இருந்தது. கப்பல்கள் கட்டும் தளத்தில் மேற்பார்வையாளராக இருந்த மார்ட்டினிடம் சில உறுதிச் சான்றிதழ்களைப் பெற வேண்டியது மட்டுமே என்னுடைய வேலை. எதிர்பாராதவிதமாகக் கூலி உயர்வு கேட்டுப் போராடிய கப்பல் தொழிலாளர்களால் திட்டம் அனைத்தும் தள்ளிப் போயிற்று. வாரம் என்பது மாதமாயிற்று. இதற்கிடையில் ரெபேக்கா எங்கள் வீட்டைப் பற்றியிருந்த சைக்கோமோர் மரத்தைப்போல என்னை முழுவதுமாக ஆக்கிரமித்து இருந்தாள். ஆனால் அப்பாவைப்போல அதை வெட்டித் துண்டித்து விடுதலை பெற்றுக்கொள்ளும் தைரியமற்றவனாக இருந்தேன். மாறாக, அப்பிடியின் கதகதப்பில் என்னை ஒப்புக்கொடுத்த கோழையாய் மாறியிருந்தேன். இப்படி ஒரு சலனத்தை என் இருபத்தியேழு வருட வாழ்வில் ஒருத்தியும் நிகழ்த்திக் காட்டியதில்லை. ரெபேக்காவைக் காட்டிலும் இலண்டனின் வடக்கு மாகாணப் பிரபுவின் பெண்ணான கிறிஸ்ட்டினா பேரழகிதான். ஆனால் கூட்டத்திலிருக்கும் மற்றுமொரு பெண்ணாக அவளைக் கடந்து வருவதில் எனக்குப் பெரிய சிக்கல் எதுவும் இருக்கவில்லை.

ஒரு பக்கம், எவ்வளவு விரைவில் கப்பல் கிளம்புகிறதோ அவ்வளவுக்கு நல்லது என்று நினைத்துக்கொண்டேன். இல்லாது

போனால் இந்த மாயப்பிசாசு என்னை இங்கேயே கொன்று புதைத்துவிடும். மறுபக்கம், மொத்த பயணத்திட்டத்தையும் மாட்சிமை தங்கிய பிரிட்டிஷ் பேரரசு ரத்து செய்துவிட்டால் எவ்வளவு நன்றாக இருக்கும் என்ற நப்பாசை கொண்டேன். வலியும் மகிழ்வும் பொறுப்பும் துறப்பும் காதலும் வெறுப்பும் என ஒரே ஆள் இரண்டு மனமாய்ப் பிளந்து நின்றேன். இக்குழப்பத்தை, என்னைச் சிதைத்துக்கொண்டிருந்த இப்பெருந்துயரைப் பகிர்ந்துகொள்ள உற்ற துணை இல்லாமல் தனித்துச் சந்திப்பதே ஆகக்கொடுமையானதாக இருந்தது.

விடுதியிலிருந்த ஒவ்வொரு நாளும் அவளைச் சந்திக்கக் கிடைக்கும் மற்றொரு வாய்ப்பு குறித்தான உற்சாகத்தில் விடிந்தது. ஒவ்வொரு இரவும் அவளைப் பிரிய வேண்டிய கட்டாயத்தால் உண்டான மனத் தளர்ச்சியிலேயே கழிந்தது.

அவள் மீதான என் பிரியத்தைக் கூடிக் கலைந்து உருவம் மாறும் மேகங்களென நினைத்திருந்தேன். ஆனால் உண்மையில் அது நீண்டு விரிந்திருக்கும் நிச்சலனமற்ற வானம் என்பதை உணரும் இத்தருணத்தில் எங்கு போய் ஒளிந்துகொள்வது? யாரிடம் போய் தஞ்சமடைவது? இத்தனையையும் ஒப்பித்து ரெபேக்காவின் பாதங்களில் மண்டியிட்டுச் சரணடைவதைத் தவிர இதை எதிர்கொள்ள வேறு வழியே இல்லை எனக்கு.

கப்பல்கள் கிளம்பிச் செல்லும் நாள் முடிவானதும் என்னுடைய பைத்தியக்காரத்தனம் உச்சத்தைத் தொட ஆரம்பித்தது. அன்று ரெபேக்காவைப் பார்க்கவே கூடாது என்று நினைத்துக்கொண்டேன். அடுத்த வாரம் இந்நேரம் சுற்றிலும் உப்பு நீர் தெளிக்கும் அலைகளை எண்ணித்தான் பொழுதைப் போக்க வேண்டும். அதற்கான பயிற்சியை அன்றே தொடங்க உத்தேசித்தேன். அடுத்த நிமிடத்தில், அவளுடன் இருக்கக் கிடைக்கும் மீச்சிறு கணத்தையும் இழக்க விரும்பாதவனாய் அவள் முன் போய் நின்றேன். அடுத்தடுத்த ஒவ்வொரு நாளும் இதே கதைதான். உத்வேகம் பொங்க உறுதியெடுப்பதும் அடுத்த நொடியே அது நொறுங்கித் தணிவதுமாய் குழப்பத்தில் உழன்றேன்.

அருளும் அன்பும் பெருகி நிறையும் அவளுடைய அதே கண்கள்தாம், சட்டென்ற நொடியில் உள்ளிருந்தும் உயிரை எழுப்பும் கேள்விகளைத் தொடுத்து நிற்கும்.

எனக்குள் இருக்கும் பரிதவிப்பும் பிரிவாற்றாமை குறித்த ஏக்கமும் அவளுக்கும் இருக்குமா? உண்மையில் அவள் என்னை நேசிக்கிறாளா? நான் இங்கிருந்து சென்றுவிட்ட பின்பு நாங்கள் முதலில் முத்தமிட்டுக்கொண்ட ஆற்றுப்பாலத்தில் நின்றபடி என்னை நினைத்துக்கொள்வாளா? இல்லை, நான் வருவதற்கு

முன்னிருந்த அதே ரெபேக்காவாக எந்தச் சலனத்துக்கும் தன்னை ஒப்புக்கொடுக்காமல், அடுமனையில் ரொட்டிகள் சுட்டு நிற்பாளா?

மறுநாள் கிளம்ப வேண்டும். முதல் நாள் இரவு அவளது அறையுடன் இணைந்த மாடியில் தரையில் அமர்ந்து வானம் பார்த்தபடி கிடந்தோம். பிரபஞ்சத்தின் ஒட்டுமொத்த நட்சத்திரங்களும் எங்களைப் பார்த்துக்கொண்டிருந்தன.

"ரெபேக்கா, நாளை கப்பல் கிளம்புகிறது."

"ம்ம்ம்"

"உனக்கு அது குறித்து வருத்தம் ஏதும் இல்லையா?"

"ம்ம்"

"தயவுசெய்து ஏதாவது பேசேன்!"

"ம்"

"ரெபேக்கா, பேசாமல் நான் நாளை கப்பலில் கிளம்பாமல் இங்கே உன்னுடனே இருந்துவிடவா?"

"ஓ. இருந்துவிடேன்!"

"தினந்தோறும் காலையில் எழுந்து நம் வீட்டுத் தோட்டத்தைப் பராமரிப்போம். விடுதிக்கு வரும் விருந்தினர்களை வரவேற்போம். ரொட்டிகள் சுடுவோம். அம்மாவுக்கு வேண்டிய சேவைகள் புரிவோம். மாலை வந்ததும் நகர வீதிகளில் உலா வருவோம். ஆற்றுப் பாலச் சுவரில் சாய்ந்து ஓய்வெடுப்போம். விளக்குத்தூண்களின் ஒளி குன்றும் பொழுதில் முத்தமிட்டுக்கொள்வோம். கைகள் கோத்தபடி வீதிகளை அளந்து, களைத்துப் பின் வீடடைவோம். இரவுகளில் இப்படி ஒருவர் தோளில் மற்றவர் சாய்ந்துகொண்டு வானில் கொட்டிக்கிடக்கும் நட்சத்திரங்களை எண்ணுவோம். என்ன சொல்கிறாய்?"

அவள் நான் பேசியதையே காதில் வாங்கிக்கொள்ளாத வளைப் போல வானத்தை வெறித்துப் பார்த்துக்கொண்டிருந்தாள்.

"ஏய் ரெபேக்கா, என்ன செய்கிறாய்?"

"ம்ம்... நட்சத்திரங்களை எண்ணிக்கொண்டிருக்கிறேன்" என்று சொல்லி 'க்ளுக்'கெனச் சிரித்தாள். என்னுடைய உயிர் வேதனை அவளுக்கு வெற்று நகைச்சுவையாய் இருக்கிறது. அவளாகப் பேசும்வரை பேசக் கூடாது என்று அமைதிகாத்தேன். அவளோ வானத்தையே வெறித்துக்கொண்டிருந்தாள்.

இருவருக்கும் இடையே அமைதி பனி போல படர்ந்திருந்தது. எனக்கு மூச்சு முட்டியது.

"என் இத்தனை வருட வாழ்வில், நான் இறந்துபோய்விடக் கூடாதே என்ற பயம் எனக்கு எப்போது வந்தது தெரியுமா?" என்றேன்.

"எப்போது?"

"உன்னைப் பார்த்த முதல் நாள்தான். அறியாத வயதில் என் சகோதரன் இறந்தபோதோ, சொந்த மண்ணைவிட்டு போருக்கு அஞ்சி வெளியேறியபோதோ, அம்புகள் துளைத்ததைப் போலிருந்த அம்மாவின் முகத்தைக் கண்டபோதோ எல்லாம் அல்ல. அப்போதெல்லாம் எனக்கு வாழ வேண்டும் என்ற வெறிதான் எழுந்தது. சாவு என்ற ஒன்றை யோசிக்கக்கூட எனக்கு நேரமிருக்கவில்லை. இப்போது சாவுக்கு அஞ்சுகிறேன். எல்லாம் உன்னைப் பார்த்த பின்புதான்."

"வில், நீ பைத்தியமாகிவிட்டாய்!"

"சரி, எப்போது அப்படியே இறந்துவிடலாம் என்று தோன்றியிருக்கிறது தெரியுமா?"

"இப்போதா?"

"ஆமாம், ஆமாம், இப்போதேதான். இப்படியே உன் மடி சாய்ந்து இறந்துவிடலாம்."

"கொஞ்சம் அமைதியாக இரேன்."

"நீ எப்படி எந்தச் சலனமும் இல்லாமல் மற்றொரு நாளைப் போலவே இன்றையும் கடந்துபோகிறாய்?"

"சற்று பேசாமல் அமைதியாக இரு."

"உன் மனத்தில் சஞ்சலங்களே இல்லையா? உனக்குள்ளே என்ன ஓடுகிறது? எப்படி உன்னால் இப்படி இருக்க முடிகிறது? சலமனற்ற உன் முகம்தான் என்னை அதிகம் வாட்டுகிறது. அய்யோ!"

"கொஞ்சம் சும்மாயிரேன்."

"நான் கோபித்துக்கொள்ள மாட்டேன். மனத்திலிருப் பதைத் திறந்து சொல். அதனால் எவ்வளவு உடைந்துபோனாலும் பரவாயில்லை. அது ஒரே முறையில் முடிந்துவிடும். சொல் ரெபேக்கா, நீ உண்மையிலேயே என்னைக் காதலிக்கிறாயா இல்லையா? என்னுடைய கனவுகளில் உனக்குப் பங்கில்லையா? வாழ்வை என்னுடன் கழிப்பதற்கு விருப்பமில்லையா? இதில்

ஏதாவது ஒன்றுக்கு ஆமாமென்று சொல்லச் சிறு தயக்கம் இருந்தாலும் யோசிக்காமல் இப்போதே இங்கேயே சொல்லிவிடு ரெபேக்கா. உன்னைக் கெஞ்சிக் கேட்கிறேன்."

அவள் எதுவும் பேசாமல் என் கண்களைப் பார்த்தாள். அப்போது அவள் கண்கள் கலங்கியிருந்ததை முதன்முதலாகக் கவனிதேன். என்மீது கொண்ட பிரியத்தின் ஈரம் அவள் கண்களைக் கடந்து கன்னத்தில் இறங்கியது. என்னை இழுத்து இதழோடு இதழ் சேர்த்து அழுத்தமாய் முத்தமிட்டாள்.

அப்போது, நட்சத்திரங்கள் பூக்களாய் மாறி எங்கள் மேல் உதிர்ந்து விழுந்தன.

○

25

ஆப்ரிகாட் ஜாம் பாட்டிலால் மாற்றி எழுதப்பட்ட கதை
(சாட்சியக் குறிப்பு எண் - NSW00106)

மிக நீண்ட தயக்கத்துக்குப் பிறகே இதை எழுத ஆரம்பித்தேன். நான்கு பக்கங்கள்தான்; ஆனால் பத்து தடவைக்கும் மேல் நிறுத்தி நிறுத்தி தான் எழுத முடிந்தது. இப்பூமியில் பிறந்த ஒவ்வொருத்தருக்கும் அவர்கள் காலத்துக்கும் திரும்பிப் பார்க்க விரும்பாத நினைவுகள் என ஒன்று இரண்டு இருக்கும். அப்படிக் குறிப்பிட்டுக் கூறிவிடும்படியான எண்ணிக்கையிலான நினைவுகள் வாய்க்கப்பெற்றவர்கள் அதிர்ஷ்ட சாலிகள். அதற்கு நேரெதிராக இன்னும் சிலர் இருக்கிறார்கள். நான் இதில் இரண்டாவது வகையினள் என்பதைத் தனியாகக் கூற வேண்டிய தில்லை. முதலில் இதை எழுத வேண்டாம் என்றே நினைத்தேன். ரொம்பவும் சுயநலமாக யோசிக்கி றேனோ என்ற குற்ற உணர்வு மேலிட்டது. உலகத்தின் பார்வைக்கு வராமலே போய்விட்ட உண்மைகள் எவ்வளவோ இருக்கக் கூடும். இதுவும் அப்படி ஒன்றாகப் போய்விடக் கூடாது என்று விரும்பு கிறேன். இதைப் பதிவு செய்வதாலோ வெளி உலகின் பார்வைக்கு வைப்பதாலோ நாளையே எல்லாம் மாறிவிடப் போவதில்லை என்பதை அறிவேன்.

இந்தச் சாட்சியம் இதை வாசிக்கும் ஒவ்வொருவரையும் உலுக்காமல் போகலாம். ஆனால் என்றாவது ஒருநாள் இதெல்லாம் மாறக் கூடும் அல்லவா? இதை வாசிக்கும் நாலு பேரின் மனசாட்சியாவது நியாயத் தராசைக் கையில் எடுக்க லாம் அல்லவா? அந்த நம்பிக்கையின் பேரிலேயே இதை எழுதுகிறேன்.

◯

அன்றைய இரவு மழை மெலிதாய்த் தூறிக்கொண்டிருந்தது. வெளியில் போயிருந்த அப்பா வீடு திரும்பியிருக்கவில்லை. அம்மா இரவு உணவைத் தயார் செய்துகொண்டிருந்தாள். அண்ணன்கள் இருவருடன் நான் பொம்மைகளை வைத்து விளையாடிக்கொண்டிருந்தேன். இருவரில் யார் மூத்தவன் என்பது இப்போது நினைவில் இல்லை. அவர்களில் ஒருவனுக்கு வலக்கண் புருவத்தில் தழும்பு இருக்கும். அவர்கள் இருவருக்கும் ஓரிரு வருட வித்தியாசம் இருக்கும். இருவரது முகங்களும்கூட மனத்தில் தங்கவில்லை. அவர்களை அந்த இரவில்தான் கடைசியாகப் பார்த்தது.

அப்போது கதவு தட்டப்படும் சத்தம் கேட்டது. அப்பாவாக இருக்கும் என்று ஓடிச்சென்று கதவைத் திறக்கப் போன அண்ணனை அம்மா பிடித்து நிறுத்தினாள். கதவு தட்டப்பட்ட போது எழுந்த சத்தத்தை வைத்தே அது அப்பா இல்லை என்பதை அவள் தெரிந்து வைத்திருந்தாள். கதவு மறுபடியும் உரக்கத் தட்டப்பட்டது. அப்போது அம்மா, ரொம்பவும் பதற்றமாகக் காணப்பட்டாள். எங்கள் மூவரையும் சேர்த்து அணைத்துப் பிடித்துக்கொண்டாள். என் கன்னத்தைப் பற்றியிருந்த அவள் கைகள் நடுங்கிக்கொண்டிருந்ததை நான் பார்த்தேன்.

சற்று நேரத்தில் கதவு இன்னும் வேகமாகவும் சத்தமாகவும் தட்டப்பட்டது.

அதற்கு மேல் அவளுக்கு யோசிக்க நேரமிருக்கவில்லை. வேகமாக ஓடிச்சென்று வீட்டின் பின்பக்கக் கதவைத் திறந்து விட்டாள். அதன் வழியே எங்கள் மூவரையும் அங்கிருந்து தப்பித்து ஓடிப் போகச் சொன்னாள். அண்ணன்கள் இருவருக்கும் அவள் அப்படிச் சொல்வதற்குப் பின்னிருந்த காரண காரியங்கள் புரிந்திருக்க வேண்டும். ஓடத் தொடங்கினார்கள். அப்போது எனக்கு ஆறு வயதுதான் இருக்கும். அம்மா ஏன் எங்களை மட்டும் அங்கிருந்து தனியாகப் போகச் சொல்கிறாள் என்பது எனக்கு விளங்கவில்லை. நான் அவர்களோடு செல்லாமல் அம்மாவின் கால்களைக் கட்டிக்கொண்டு அழ ஆரம்பித்தேன்.

அதற்குள் அவர்கள் கதவை உடைத்துத் திறந்து வீட்டுக் குள்ளே வந்துவிட்டார்கள். அதை அவர்கள் முன்பே செய்திருக்க முடியும். பெயரளவிலேயே அது கதவு. ஓங்கி உதைத்தால் திறந்துகொள்ளும்.

வாசலில் வெள்ளைக்காரர்கள் இருவர் கோட் சூட் போட்டு நின்றுகொண்டிருந்தனர். பளபளக்கும் ஷூக்களை அணிந்திருந்தனர்.

அதில் உயரமாக ஒல்லியாக நீல நிறக் கண்களைக் கொண்டிருந்தவன் அம்மாவைப் பார்த்து "நீ மர்லிதானே?" என்று கேட்டான். அவனை ஒப்பிட குள்ளமாகவும் சற்று குண்டாக வும் இருந்த அடுத்தவன் எதுவும் பேசாமல் இறுகிய முகத்துடன் எங்கள் வீட்டைச் சுற்றிப் பார்த்துக்கொண்டிருந்தான்.

அவர்கள் பேசிய ஆங்கிலம் முழுவதுமாக எனக்குப் புரிய வில்லை. அப்பாவும் அம்மாவும் அந்தப் பகுதியில் ரயில் நிலையத்தில் துப்புரவுப் பணியாளர்களாக இருந்தனர். காட்டைவிட்டு வெளியேறி இந்த வேலையைச் செய்வதால் எங்கள் குழுவைச் சேர்ந்தவர்கள் ஏற்கெனவே எங்களைப் புறக்கணித்திருந்தனர். அது குறித்து அம்மாவுக்குத் தீராத ஏக்கமும் வருத்தமும் இருந்தது. நல்ல உணவு உண்ண வாய்க்கும் இரவுகளில் எல்லாம் அம்மா ஒரு கதைபோல இதைச் சொல்லுவாள். எங்கள் மூவருக்காக அவர்கள் தங்கள் ஆணி வேரைக் கருக்கிக்கொண்ட கதை. அப்போது எனக்கு முழுவதுமாக அர்த்தப்படவில்லை. இப்போது எல்லாம் புரிகிறது.

அம்மா தன் இனக்குழுவினரின் நினைவு வரும்போதெல் லாம் ஓவியங்கள் தீட்ட ஆரம்பிப்பாள். துணிகள், மரச் சட்டங்கள், கூழாங்கற்கள் என தட்டுப்படும் எல்லாவற்றிலும் ஓவியங்களைத் தீட்டுவாள். ஓவியத்தை வரைய ஆரம்பிக்கும்போது இருக்கும் கொந்தளிப்பும் தீவிரமும் ஓவியம் வளர வளர மெல்லத் தேய்ந்து, வரைந்து முடிக்கும்போது அவள் முகம் அமைதியை ஏந்தி நிற்கும்.

கருநீலப் பின்புலத்தில் பல வண்ணப் புள்ளிகள் வைத்து வரையும் ஓவியங்களின் வழி அவள் எதைக் கண்டடைந்தாள்?

பாம்பும் ஆமையும் கங்காருவும் அப்புள்ளிகளில் எழுந்து வருவதைப் பார்க்க அவ்வளவு சந்தோசமாக இருக்கும். அவள் ஓவியங்கள் தீட்டும்போது நான் பக்கத்தில் அமர்ந்து பார்த்துக் கொண்டே இருப்பேன். வரைந்து முடித்ததும் என் கண்களைப் பார்த்துச் சிரிக்கும் அந்தப் புன்னகைக்காக அவளுடன் நான் மணிக்கணக்காக அமர்ந்திருப்பேன்.

ரயில்நிலையப் பணி காரணமாக அம்மா அப்பா இருவரும் ஆங்கிலத்தைக் கற்றிருந்தனர். அவ்வாறாக, பிள்ளைகள் நாங்களும் கொஞ்சம் ஆங்கிலம் தெரிந்து வைத்திருந்தோம். வீட்டில் எங்கள் மொழியைப் பேசிக்கொண்டிருந்தோம். இப்போது எனக்கு எங்கள் மொழியில் பேசத் தெரியவில்லை. இதோ இந்தக் குறிப்புகளைக்கூட ஆங்கிலத்தில்தான் எழுத வேண்டி யிருக்கிறது. அவமானம்.

"ஆமாம். நான்தான் மர்லி."

"உனக்கு மூன்று குழந்தைகள் என்று எங்களுடைய பதிவேட்டில் குறிப்பிடப்பட்டு இருக்கிறது. மற்ற இருவர் எங்கே?"

"அவர்கள் காலையிலிருந்து வீட்டுக்கு வரவில்லை. வெளியே எங்கேயாவது அலைந்து திரிந்துகொண்டிருப்பார்கள்" என்று அவள் சொல்லும்போது ஒவ்வொரு வார்த்தையும் திக்கித் திக்கி வந்தது. மூச்சுவிடத் திணறினாள். உடல் நடுங்கிக்கொண் டிருந்தது. அவள் யாரிடமும் இவ்வளவு பயந்து அதற்கு முன்பு பார்த்ததில்லை.

"ஓஹோ இப்போது பொய் சொல்லக்கூடக் கற்றுக் கொண்டிருக்கிறீர்கள். ரொம்பவும் நல்ல முன்னேற்றம்தான். என்ன! எதிரே இருப்பவர்கள் நம்பும் அளவுக்குச் சொல்லும் தந்திரம் கூடி வரவில்லை. போகட்டும். அவர்கள் எங்களை மீறி இங்கிருந்து தப்ப முடியாது. இப்பகுதியின் ஒவ்வொரு மூலை முடுக்கும் நாங்கள் அறிவோம். இங்குள்ள மரங்களின் ஒவ்வொரு இலையிலும் எங்கள் பெயர் எழுதப்பட்டிருக்கிறது. இந்த மண்ணின் ஒவ்வொரு துகளும் எங்கள் பாதம்பட ஏங்கிக் காத்திருக்கிறது. எங்களை மீறி அவர்கள் எங்கேயும் போய்விட முடியாது. இப்போதைக்கு இவளை எங்களுடன் அழைத்துப் போகிறோம்." இதைச் சொல்லும்போது அவனை அம்மா முறைத்துக்கொண்டிருந்தாள். நான் அவள் காலை இறுகக் கட்டிக்கொண்டேன். என்னைப் பார்த்ததும் தன் கோபத்தை மறைத்து பச்சாதாபம் வேண்டுபவளைப்போல குறுகி நின்றாள்.

அவர்கள் இருவரும் என்னை உற்றுப் பார்த்தனர்.

"இல்லை இல்லை. தயவுசெய்து இவளை விட்டுவிடுங்கள். இவள் ரொம்பவும் சின்னப் பெண்" என்று கெஞ்சினாள்.

"சின்னப் பெண். ஆமாம். அவர்கள்தாம் முதலில் பாதுகாக்கப்பட வேண்டியவர்கள். அதுவும் குறிப்பாக உங்களிட மிருந்து."

அப்போது அவர் என் பக்கமாகத் திரும்பி, "எங்களுடன் வருகிறாயா?" என்று கிசுகிசுப்பான குரலில் குனிந்து என் கண்களைப் பார்த்துக் கேட்டார். நான் அம்மாவைத் திரும்பி அண்ணாந்து பார்த்தேன். அவள் வேண்டாம் என்பதாகத் தலையாட்டினாள்.

"அம்மாவைப் பார்க்காதே. அவளுக்குத் தெரியாது. நீ சொல். எங்களுடன் வருகிறாயா? சீக்கிரம் உன் சகோதரர்களும் எப்படியும் எங்களிடம் வந்துவிடுவார்கள். அங்கே நீங்கள் எல்லோரும் சேர்ந்து விளையாடலாம். என்ன சொல்கிறாய் பெண்ணே?" என்று மறுபடியும் கேட்டார்.

"ப்லிண்டா, இங்கே நிற்காதே. ஓடிவிடு" என்று அம்மா கத்தினாள்.

எனக்கு அப்போது நான் என்ன செய்ய வேண்டும் என்பது புரியவில்லை. சிறு பிள்ளைதானே! அழுகை வந்தது. அந்நியர்கள் முன் அழுவதற்கும் கூச்சமாக இருந்தது.

"நீ எங்களுடன் வந்துவிடு. நாங்கள் உனக்கு நிறையச் சாப்பிடக் கொடுக்கிறோம்" என்றார். அவர் சொல்லிக்கொண் டிருக்கும்போதே குள்ளமாக இருந்தவர் தான் கொண்டு வந்திருந்த பையிலிருந்து ஒரு ஆப்ரிகாட் ஜாம் பாட்டிலை எடுத்து நீட்டினார். இளம் சிவப்பும் ஆரஞ்சுமான வண்ணத்தில் அதைப் பார்க்கவே அவ்வளவு ஆசையாக இருந்தது. அப்போது இரவுணவு வேறு நான் சாப்பிட்டிருக்கவில்லை. ஜாமைப் பார்த்ததும் பசி அதிமாகியிருந்தது.

அம்மா, "அய்யோ ப்லிண்டா! வேண்டாம் வேண்டாம், வாங்காதே. இங்கிருந்து தப்பிப் போ! தப்பிப் போ! ஓடு!" என்று கத்திக்கொண்டிருக்கும்போதே நான் ஜாம் பாட்டிலை என் கையில் வாங்கிவைத்திருந்தேன்.

அம்மா தலையில் கை வைத்தபடி அப்படியே தரையில் அமர்ந்துவிட்டாள்.

அவர்கள் காரில் என்னை அழைத்துச் சென்றனர். எங்கெங்கோ அழைத்துப் போனார்கள். சாப்பிடுவதற்கு ரொட்டியும் ஜாமும் விதவிதமான கேக்குகளும் கொடுத்தார்கள். அப்படியான சுவை தரும் உணவு வகைகளை அதுவரை நான் உண்டதில்லை. எல்லாம் முதல் நான்கு நாட்களுக்குத்தான். அதன் பின், அவற்றின் சுவை சலிப்புதட்டிப் போனது. மனம் அம்மா, அப்பா, அண்ணன்களைத் தேடியது. அதற்குப் பிறகு நான் அம்மா, அப்பாவையோ, அண்ணன்களையோ பார்க்கவே

இல்லை. என்னைப் போலவே இன்னும் சிலர் அங்கே தங்கி யிருந்தார்கள். அவர்களுடைய மொழி வேறாக இருந்தது.

கொஞ்ச நாட்களில் ஒரு வெள்ளைக்காரக் குடும்பத் துக்குத் தத்துக் கொடுக்கப்பட்டேன். என்னைவிட இரண்டு வயது இளையவளான கோராவும் தத்தெடுக்கப்பட்டாள். அவர்களுடன் பேசுவதற்கும் பழகுவதற்கும் கோராவுக்கு மொழி பெரிய தடையாக இருந்தது. ஆனால் நாட்கள், மாதங்கள் செல்லச் செல்ல மொழி ஒரு பிரச்சினையாக இருக்கவில்லை. ஆங்கிலம் சுலபமாகியபோது இருவரும் எங்கள் மொழியை மறந்துபோயிருந்தோம். இப்போதுகூட 'பியாங்கா', 'மின்யா', 'படா' போன்ற நான்கைந்து வார்த்தைகள் மட்டுமே நினைவில் இருக்கின்றன. புதிய இடத்தில், கோரா என்னைவிட மகிழ்ச்சி யாக இருந்தாள். அவள்தான் என்னைப் பற்றிய தேடலுக்கான முதல் விதையைப் போட்டவள்.

இருவரும் அரசு நடத்தும் ஒரு பள்ளியில் சேர்க்கப் பட்டோம். பள்ளி, விளையாட்டு, கடை வீதி என எங்கு சென்றாலும் தனித்துத் தெரிய ஆரம்பித்தோம். எங்களைத் தத்தெடுத்தவர் களைக் குறை சொல்ல முடியாது. அன்பானவர்கள்தான். ஆனால் எங்கள் அடையாளத்தை முற்றிலுமாக மறைக்க விரும்பி னார்கள். பூர்வகுடிகள் நாகரிகமற்றவர்கள், வறியவர்கள் என்றும் ஆங்கிலேயர்கள் வழியில் செல்வதன் மூலம் மட்டுமே நாங்கள் மேன்மையடைய முடியும் என்பதைத் தினம் தினம் போதனை போலச் சொல்லித் தந்தார்கள். நாங்களும் அவற்றை நம்பினோம். அவர்கள், என்னையும் கோராவையும் ஆங்கிலேயர்களாக மாற்ற விரும்பினர். ஆனால் துரதிர்ஷ்டவச மாக செல்லுமிடம் எல்லாம் நாங்கள் ஆங்கிலேயர்கள் அல்லர் என்று திரும்பத் திரும்ப நினைவுறுத்தப்பட்டோம். பல இடங்களில் மறைமுகமாகவும் சில இடங்களில் நேரடியாகவும். ஒரு கட்டத்தில் நாங்கள் யார் என்பது எங்களுக்கே தெரியவில்லை.

இறப்பதைவிடக் கொடுமையானது என்ன தெரியுமா? உயிரோடு இருக்கும்போதே ஒருவர் தன்னுடைய அடையாளத்தை இழப்பதுதான். நாங்கள் இழந்தோம்.

அப்போதுதான் பள்ளி மைதானத்தில் நாங்கள் அவரைக் கவனித்தோம். நாங்கள் பந்து விளையாடும்போது பள்ளி மைதானத்தின் சுற்று வேலிக்கு அப்பாலிருந்து வேடிக்கை பார்த்துக்கொண்டிருப்பார். கொஞ்ச நாட்களுக்குப் பிறகுதான் அவர் வேடிக்கை பார்க்கவில்லை, எங்களைக் கவனித்துக் கொண்டிருக்கிறார் என்பதே புரிந்தது. எங்களைப் பார்த்துச் சிரிப்பார். கைகளை அசைத்து சைகைகள் செய்வார்.

வெடவெடப்பாக எலும்புடன் தோல் ஒட்டிக் கிடந்த தேகமும் அலைபாயும் கண்களும் பரட்டையும் பத்தையுமாகக் காணப்படும் கறுப்பு வெள்ளை முடியுடன் இருப்பார். எங்களைப் போன்றே மற்றவர்களும் கவனித்திருக்கிறார்கள். அவரைப் பார்க்க எங்களுக்கும் அச்சமாக இருந்தது. இதைப் பற்றி எங்களுடைய வளர்ப்புப் பெற்றோர்களிடத்தில் கூறிய போது அவரை நாகரிகமற்ற சமூக எதிரி என்பதைப்போலக் கட்டமைத்தனர். பள்ளி ஆசிரியர்களுக்குத் தகவல் சொல்லி அவர் அங்கே வராமல் பார்த்துக்கொண்டனர். கொஞ்ச நாட்கள் வராமலிருந்தார். பின்னர் திரும்பவும் வர ஆரம்பித்தார். அவர் தோன்றும்போதெல்லாம் மற்ற மாணவர்கள் எங்களைக் கேலி செய்தனர். அதன் காரணமாக நாங்கள் அவரை வெறுக்க ஆரம்பித்தோம். கோரா ஒருமுறை கோபப்பட்டுக் கல்லை எடுத்து அவர் மேல் எறிந்துவிட்டாள். நெற்றியில் பட்டு ரத்தம் வந்தது. அதற்குப் பின்பு அவர் வருவது நின்றுபோனது.

பதின்களைத் தொட்டபோதுதான் நாங்கள் ஏன் தனித்து நடத்தப்படுகிறோம் என்பதே எங்களுக்கு விளங்க ஆரம்பித்தது. வீட்டில், சுற்றுப்புறத்தில், பள்ளியில், கடைவீதியில் என்று செல்லுமிடம் எல்லாம் சுற்றியிருந்தவர்கள் எங்களை இரண்டாம் தரக் குடிமக்களாக உணரச் செய்தனர். உணவு, உடை என்று நாங்கள் பெற்றுக்கொண்ட ஒவ்வொன்றுக்கும் மிகுந்த நன்றி யுடையவர்களாக இருக்க நிர்பந்திக்கப்பட்டோம். எப்போதும் தாழ்வுணர்ச்சியும் கோபமும் கொண்டவர்களாக ஆனோம். சமூகத்தில் மறுக்கப்பட்ட ஒவ்வொன்றையும் நாங்கள் செய்து பார்க்கத் துணிந்தோம். குடித்தோம், கொண்டாடினோம், போதைக்கு அடிமையானோம். வீட்டைவிட்டு வெளியேறி னோம். பள்ளிப்படிப்பைப் பாதியில் நிறுத்தினோம். எங்களைப் போன்று நிராதரவானவர்களோடு சேர்ந்து சுற்றினோம்.

இதற்கிடையில் போதைமீட்பு முகாமில் நான் சேர்க்கப் பட்டேன். அங்கே வைத்துத்தான் ஜான் ஜேக்கப் எனக்குப் பழக்கமானான். என்னைப் புற அடையாளங்களுக்காக அல்லாமல் எனக்காக மட்டுமே நேசித்தான். என் வாழ்வின் மகிழ்ச்சியான தருணங்கள் என்று அவனுடன் செலவளித்த இரண்டு வருடங்களையே சொல்வேன். அவன் எங்களுக்குக் குழந்தைகள் வேண்டும் என்றான். எனக்குக் குழந்தை பெற்றுக் கொள்ள விருப்பம் இல்லை. குழந்தை பிறந்தால் அதையும் இவர்கள் தூக்கிப்போய்விடுவார்களோ என்று அஞ்சினேன். அவன் அப்படியெல்லாம் நடக்காது என்று எவ்வளவோ சமாதானம் கூறினான். நான் எதையும் ஏற்கவில்லை. இதையே திரும்பத் திரும்பக் கூறினேன்.

அவனிடம் நான் சொல்லாத காரணம் ஒன்றுமிருந்தது. தனியனாக ரொம்பவும் நல்லவன்தான் என்றாலும் அவன் ஓர் ஆங்கிலேயன். எங்கள் இனத்துடன் கலப்பதன் வழியே எங்களுடைய தனித்த அடையாளத்தை அழிப்பதே அவர்களின் நோக்கம். அதற்கு நானும் ஒரு காரணமாயிருக்க விரும்பவில்லை. அதில் ரொம்பவும் உறுதியாக இருந்தேன். கடைசியில் ஜான் என்னை அன்பால் வென்றான். கருத்தரித்தேன். ஆனால் அதே நேரத்தில் குழந்தையைப் பெற்றெடுக்காமல் இருப்பதற்கு என்னவெல்லாம் செய்ய முடியுமோ அவை அனைத்தையும் செய்தேன். ஜான் என்னை வெறுக்க ஆரம்பித்தான். என்னுடைய கிறுக்குத்தனங்களைப் பொறுக்க முடியாமல் பிரிந்து வெளியேறி னான். பிரிவும் வலியும் அன்றாடத்தின் அங்கமாய் மாறிப் போயிருந்தன எனக்கு.

ஜான் பிரிந்து போனதும் கோரா திரும்பவும் என்னுடன் வந்து தங்க ஆரம்பித்தாள். அவளே குழந்தையைப் பெற்று வளர்க்க வேண்டியதன் அவசியத்தை என்னிடம் எடுத்துக்கூறினாள். இக்குழந்தைகளின் வழியேதான் இனி எங்கள் அடையாளங்களை மீட்டெடுக்க முடியும் என்பதைப் புரியவைத்தாள். யாரை வைத்து எங்கள் இனங்களை அழிக்க விரும்பினார்களோ அவர்களை வைத்தே எங்கள் இனத்தைத் துளிர்க்கச் செய்ய வேண்டும் என்ற அவளுடைய வாதத்தின் அர்த்தம் விளங்கியது. குழந்தையைப் பெற்றுக்கொள்ள விரும்பினேன். அவள் தன்னுடைய அடையாளங்களை மீட்டெடுக்கப் போராடினாள். நாங்கள் சிறுவயதில் தங்கியிருந்த காப்பகங்களுக்குச் சென்று அவளைப் பற்றிய தகவல்களைத் தேடிச் சேகரித்தாள். எங்களை வளர்த்தவர்களைப் போய்ச் சந்தித்து வந்தாள்.

நிறை வயிற்றுடன் குளிருக்கு இதமாய் தீ மூட்டி அதைச் சுற்றி அமர்ந்து காப்பி அருந்திக்கொண்டிருந்த மாலைப் பொழுதில் அவள் தன் கண்களில் அத்தனை பிரகாசம் மின்ன அதைச் சொன்னாள்.

“நம்முடைய சிறுவயதில், பள்ளி மைதானத்தில் விளையாடும் போது வயதானவர் ஒருவர் நம்மை உற்றுப் பார்ப்பாரே, நினைவிருக்கிறதா ?”

“எப்படி மறக்க முடியும். பிள்ளைகளின் கேலி தாளவிய லாமல் நீ கூட அவரை கல்லைக்கொண்டு எறிந்து விரட்டினாயே!”

“ஆம், அவரேதான். அவர்தான் என் தாத்தா. அப்பாவின் அப்பா.” இதைச் சொல்லும்போது அவள் சிரித்தாள் என்றாலும் அந்தச் சிரிப்பில் அவ்வளவு துக்கமும் குற்ற உணர்வும் அவரைத் தவறவிட்டுவிட்ட தவிப்பும் நிறைந்திருந்தன.

நான் பேச்சற்றுப் போனேன். ஏக்கமும் பிரிவும் நிரம்பித் ததும்பியிருந்த அப்பெரியவரின் கண்கள் என்னை அடுத்தடுத்த நாட்கள் தூங்கவிடாமல் செய்தன.

கோரா, எனக்குப் பிள்ளை பிறக்கும்வரை என்னுடனே இருந்தாள். சொந்தச் சகோதரிகூட இவ்வளவு அன்பு காட்டி யிருப்பாளா என்று தெரியாது. அப்படிப் பார்த்துக்கொண்டாள். பிள்ளை பிறக்கும் நாளுக்காகக் காத்துக்கொண்டிருந்தோம். ஆணா, பெண்ணா என்பதைவிட பிறக்கப்போகும் குழந்தை யின் நிறம் என்னவாக இருக்கப் போகிறது என்பதே எங்களின் ஆர்வமாக இருந்தது.

அந்த நாளும் வந்தது. பெண் குழந்தை. கரும்பொன் போன்ற ஜொலிப்புடன் பிறந்தாள். அழகிய வாத்துக் குஞ்சைப்போல என் மார்பில் பால் உறிஞ்சிக் கிடந்தாள்.

அவளுக்கு அதையே பெயராகச் சூட்டினோம் – ஜெட்டா – அழகிய வாத்துக் குஞ்சு.

●

12

26

பிரியத்தின் கல்

கப்பலில் இங்கு வந்து இறங்கிய நாளிலிருந்து இன்றுவரை ஒரு நாளைப்போல மற்றொரு நாள் இருந்ததில்லை. அவ்வப்போதைய கணம் ஒளித்து வைத்திருக்கும் சுவாரஸ்யம்தான் இங்கே என்னைப் பிடித்துவைத்திருக்கிறது என்று நினைக்கிறேன். காலையிலேயே ஆளுநரிடமிருந்து சந்திக்க வரச் சொல்லி அழைப்பு வந்திருந்தது. அவர் அழைக்கா விடிலும் நானே அவரைப் பார்க்க வேண்டும்

என்றுதான் நினைத்திருந்தேன். வெகு நேர்த்தியாகத் திட்டமிட்டு அர்ப்பணிப்புடன் வேலை செய்யும் ஒருவர் நமக்கு மேலே இருப்பதில் உள்ள பிரச்சினை இது. நாம் அவர்களை ஆச்சரியப் படுத்தவே முடியாது. நாம் சிந்திக்கும் ஒன்றை அவர்கள் ஏற்கெனவே சிந்தித்துச் செயல்படுத்தி வைத்திருப்பார்கள்.

ஆளுநர் பிலிப்பின் கட்டளைப்படி நானும் காபாவும் வடக்குப் பக்கமாகப் பயிரிடத் தோதான இடம் இருக்கிறதா என்று போய் பார்த்து வந்தோம். சிட்னி வளைகுடாவின் வடக்குப் பகுதி நாங்களிலிருந்த தெற்குப் பகுதியைவிட வளமிக்கதாகத் தான் தென்படுகிறது. அடர்ந்திருக்கும் செடி கொடிகளும் பச்சை படர்ந்திருக்கும் மரங்களின் இலைகளும் அதையே பறை சாற்றுகின்றன. எல்லாவற்றுக்கும் மேல் அங்கே விரிந்து செழித்து ஒரு ஆறு ஓடுகிறது. அப்பகுதியில் வாழும் பூர்வகுடிகளான தரூக் இனக்குழுவைச் சேர்ந்த ‘வாங்கல்’ இன மக்கள் அந்த ஆற்றை ‘பராமட்டா’ என்ற பெயரிட்டு அழைக்கிறார்கள் என்று காபா சொன்னான். ‘பரா’ என்றால் விலாங்கு மீனாம். ‘மட்டா’ என்றால் இடமாம். அங்கு அவை அதிகம் கிடைப்பதால் அப்பகுதிக்கு பராமட்டா என்று பெயராம். நிலத்துக்கு வழங்கப் படும் பேரே நீருக்கும் வழங்கப்படுகிறது.

இடத்தைப் பற்றிப் பேசும்போது ஆற்றின் பெயர்க்காரணம் தொடங்கி அங்குள்ள பூர்வகுடி மக்களைப் பற்றியும் ஆளுநர் பிலிப்பிடம் பேச வேண்டும். இதையெல்லாம் ஏற்கெனவே குறிப்புகளாக எடுத்து வைத்திருந்தேன். அவர் புரிந்துகொள்வார். ஆனால் அவருடைய கவனத்துக்கு வராமல் பூர்வகுடிகளுடன் தொடர்பைப் பேணுவதை நிச்சயம் ரசிக்க மாட்டார். விளைவுகள் வேறுவிதமாய் இருக்கலாம். எல்லாவற்றுக்கும் மேல், பிலிப்பும் ஒரு பிரிட்டிஷ்காரர் என்பதை எப்போதும் மறக்கக் கூடாது.

போகும் வழியில் காபாவையும் என்னுடன் அழைத்துக் கொண்டேன்.

நாங்கள் சென்று சேரும்போதே ஆளுநர் குடில் பரபரப்பாக இருந்தது. காலின்ஸ் தன் அணியினருடன் எங்களுக்கு முன்னால் காத்துக்கொண்டிருந்தார். நான் நினைத்து வந்தது தவறு. ஆளுநர் வேறு ஏதோ விசயமாக அழைத்திருக்கிறார். காலின்ஸ் வேண்டா வெறுப்பாக என்னைப் பார்த்துப் புன்னகைத்தார். அவருக்கு ஏனோ காபாவைச் சுத்தமாகப் பிடிப்பதில்லை. அவனுடன் அலையும் என்னையும்.

நான் வந்த பின்பு, மருத்துவர் ஜேம்ஸும் வந்து சேர்ந்தார்.

காலின்ஸ் மருத்துவர் ஜேம்ஸைப் பார்த்து, "அவர்கள் இப்போது எப்படி இருக்கிறார்கள்?" என்றார்.

"பயப்படும்படி எதுவுமில்லை. காயம் ஆழமில்லை. ஆதலால் கவலைப்பட வேண்டியதில்லை."

"விஷம் ஏதாவது?"

"இல்லை. சாதாரணக் குத்தீட்டிகள்தாம். விஷமற்றவை. அஞ்ச வேண்டியதில்லை" என்றார்.

அப்போது காலின்ஸ் முகத்தில் தென்பட்டது ஏமாற்றமா நிம்மதியா என்பதைத் துலக்கமாகக் கண்டறிய முடியவில்லை.

ஆளுநர் பிலிப்பின் உள்வட்ட ஆலோசனைக் குழுவைச் சேர்ந்த அத்தனை பேரும் அங்கிருந்தோம். அனைவரும் வந்து விட்ட தகவல் சொல்லப்பட்டதும் பிலிப் வந்தார். எழுந்து நின்றோம். அவருக்கு ஒதுக்கப்பட்ட இருக்கையில் அமர்ந்தபடி, தன் ஏவலாளை நோக்கி ஏதோ சைகை செய்தார். அவன் பணிவுடன் அதை ஏற்றுக்கொண்டு அங்கிருந்து வெளியேறினான்.

நின்றுகொண்டிருந்த எங்கள் பக்கமாகத் திரும்பி தலையை அசைத்து மரியாதையை ஏற்றுக்கொண்டு அனைவரையும் அமரச் சொன்னார்.

மெதுவாகச் செருமி தன் தொண்டையைச் சரிசெய்து கொண்டார்.

"நாம் நினைத்ததைவிட குடியேற்றம் மிகத் தாமதமாக நிகழ்கிறது. உணவு கையிருப்பும் குறைந்துகொண்டே வருகிறது. தானியச் சேகரங்கள் இங்கு நிலவும் மாறுபட்ட தட்பவெப்ப நிலையால் கெட்டுப்போக ஆரம்பித்திருக்கின்றன. விவசாயமும் கைக்கொடுக்கவில்லை. விதைகள் அழுக ஆரம்பித்துவிட்டன. சோதனையான காலகட்டத்தில் இருக்கிறோம்" என்று சொல்லி விட்டு காலின்ஸைப் பார்த்தார். அவர் ஆமோதித்துத் தலையாட்டினார். "புதிய இடங்களைத் தேடி வருகிறோம். எனக்கு அதில் வில்லியம் உதவுகிறார். இதுவரை எந்த ஊடுவழியும் தென்படவில்லை. இப்போது சமீபமாக மேலும் சில புதிய பிரச்சினைகள் வர ஆரம்பித்துள்ளன.

ஆம்! நிலத்தின் பூர்வகுடிகள் அவ்வப்போது தங்கள் எதிர்ப்புகளைக் காட்டத் தொடங்கியிருக்கிறார்கள். இன்று, அது உச்சம் பெற்றிருக்கிறது. நமது தண்டனைக் கைதிகள் நால்வரை குத்தீட்டியால் தாக்கியிருக்கிறார்கள். அதில் ஒருவருக்குத் தீவிர காயம் ஏற்பட்டிருக்கிறது. மருத்துவர் ஜேம்ஸ் அவர்களைப் பார்த்துக்கொள்கிறார்." இதைச் சொல்லிவிட்டு ஒரு நிமிடம் அமைதி காத்தார்.

அந்த அறையில் நிலவிய பல்வேறுவிதமான குழப்பான மனநிலைகளை அங்கிருந்த முகங்கள் பிரதிபலித்தன. நான் பக்கத்தில் நின்றுகொண்டிருந்த காபாவைப் பார்த்தேன். சற்று நேரத்தில் ஆளுநர் பிலிப்பே தொடர்ந்தார்.

"இந்த மோதலில் ஈடுபட்ட இரண்டு பூர்வகுடியினரை கையோடு சிறைபிடித்துள்ளோம். உடனே தண்டனை ஏதும் வழங்க உத்தேசமில்லை. நாம் அவர்களுடன் நட்பையும் நல்லுறவையும்தான் விரும்புகிறோம். இருந்தபோதும் நம் மீது தாக்குதல் நடத்தப்படும்போது வெறுமனே பார்த்துக்கொண் டிருக்கவும் முடியாது. சில நேரங்களில் நாமும் சற்றுக் கடினமாகத் தான் நடந்துகொள்ள வேண்டியிருக்கிறது. இந்த விசயத்தில் உங்கள் அபிப்பிராயங்களையும் ஆலோசனைகளையும் வரவேற்கிறேன்" என்றார்.

ஒரு நிமிடம் யாரும் எதுவும் பேசவில்லை. காற்று திரைச் சீலையை அசைத்துச் சத்தம் எழுப்பியது.

காலின்ஸ் முதலில் ஆரம்பித்தார். "மேன்மை பொருந்திய ஆளுநரின் கருத்தோடு நானும் முற்றிலும் உடன்படுகிறேன். இதுபோன்ற சம்பவங்களை ஆரம்பத்திலேயே இரும்புக்கரம் கொண்டு ஒடுக்க வேண்டும். அதன் மூலமாகத்தான் பயம் தெரியும். பயம் மட்டுமே அவர்களுக்கு நம்மைப் புரியவைக்க உகந்த மொழி. பேச்சுவார்த்தையோ சமாதானமோ காட்டு மிராண்டிகளிடத்தில் எவ்விதத்திலும் உதவப்போவதில்லை."

"காலின்ஸ் சொல்வதில் உண்மை இருந்தாலும் அப்படியான பதில் நடவடிக்கை மேலும் பகையை வளர்த்துப் பிரச்சினை இன்னும் பெரிதாகிவிடக் கூடுமோ என்றும் நாம் அஞ்ச வேண்டி யிருக்கிறது" என்றார் எட்வர்ட்ஸ்.

"ஹா! குத்தீட்டிகள் வைத்திருப்பவர்களைப் பார்த்துத் துப்பாக்கிகள் வைத்திருப்பவர்கள் அஞ்சுவதா? நல்ல வேடிக்கைதான் போங்கள்" என்றார் காலின்ஸ்.

"துப்பாக்கிகளைத் தூக்குவதாக இருந்தால் முதல் நாளே மேதகு ஆளுநர் தூக்கியிருப்பாரே. இங்கே எப்படியும் குடியேற்றம் நிகழத்தான் போகிறது. அது எப்படி நிகழ வேண்டும் என்பதைத் தான் நாம் கருத்தில்கொள்ள வேண்டும். இலக்கு எவ்வளவு முக்கியமோ அதை அடையத் தேர்வு செய்யும் பாதையும் அதே அளவு முக்கியம் இல்லையா? அது மட்டுமில்லாமல் நாம் இப்போது இவ்வளவு தொலைவுக்கு உலகின் தென் முனை நோக்கி வருவதற்கான காரணம் என்ன என்பதைத் தங்களுக்கு நான் விளக்கிக்கூற வேண்டியதில்லை. அமெரிக்க சுதந்திரப் போரைப் பற்றி இங்கே அறியாதவர் யார்?"

"எட்வர்ட்ஸ் சொல்வது சரிதான். நாம் இங்கே போரிட வரவில்லை. அதற்கான நேரமோ வளமோ நம்மிடம் இல்லை. இங்கேயிருக்கும் ஒவ்வொருவரையும் நான் ஆக்கப்பூர்வமான விசயங்களில் மட்டுமே ஈடுபடுத்த விரும்புகிறேன்" என்று எட்வர்ட்ஸை ஆதரித்து பிலிப் பேசியதும் காலின்ஸ் அமைதியானார்.

"வில்லியம்?" என்று என் பக்கம் திரும்பி புருவத்தைத் தூக்கினார்.

மேசையில் வைக்கப்பட்டிருந்த நீரை எடுத்துக் குடித்து விட்டு, "இவர்களைத் தண்டிப்பது ஒரு பக்கம் இருக்கட்டும். இப்படிச் சிறை வைப்பதே பிரச்சினைக்கு வழிவகுத்துவிடுமா என்று யோசிக்கிறேன். யாரையாவது தூதனுப்பி பேசிப் பார்த்தால் என்ன?" என்று யோசனை தெரிவித்தேன்.

"வில்லியம், நல்ல ஆலோசனைதான். ஆனால் சைகை யிலேயே பேச்சு வார்த்தை எப்படி நடத்த முடியும்? யார் நடுவில் நின்று பேசுவது? அதில், நிறைய நடைமுறைச் சிக்கல்கள் இருக்கின்றன" என்றார் எட்வர்ட்ஸ்.

நான் காபாவைச் சற்று நேரம் வெளியே போய் இருக்குமாறு பணித்தேன்.

அவன் வெளியே சென்றதும், "உண்மை. காபாவுக்கு அவர்களுடைய மொழி ஓரளவுக்குத் தெரியும். அவ்வப்போது சந்தித்து அவர்களிடத்தே ஒருவித நல்லிணக்கத்தையும் பேணி வைத்திருக்கிறான். மன்னிக்கவும், இது குறித்து எனக்கே சமீபத்தில்தான் தெரியவந்தது. இன்று கூட்டம் நடைபெறா விடினும் அது குறித்து தங்களிடம் இன்று அதைப் பற்றித் தகவல் தெரிவிக்க எண்ணியிருந்தேன்" என்று நான் சொன்னபோது காலின்ஸ் நம்பாமல் இளக்காரமாய்ப் புன்னகைத்தார். பிலிப்பும் எட்வர்ட்ஸும், அங்கிருந்த பலரும் அதை எப்படி எடுத்துக் கொண்டார்கள் என்பதை அவர்களின் முகவோட்டங்களை வைத்துப் புரிந்துகொள்ள முடியவில்லை.

ஆளுநர் என்னைப் பார்த்துக் கண்களைச் சுருக்கி மெல்லிய குரலில் "காபாவை நம்பலாமா?" என்று கேட்டார்.

"தாராளமாக நம்பலாம். சூதுவாதற்றவன்" என்றேன்.

"ஓ, சூதறியாதவனும் நம்பிக்கைக்குரியவனும்தான் ஒரு புதிய வாய்ப்பு கிடைத்ததும் தன்னுடைய பழைய முதலாளியை விட்டுவிட்டு நம்முடன் ஓடி வந்திருப்பானா?" என்றார் காலின்ஸ். பிலிப்பும் அதை ஆமோதிப்பதைப்போல தலையசைத்தார்.

"ஒருவகையில் இங்கே இருக்கும் அத்தனை பேருமே ஏதேனும் ஒரு புதிய வாய்ப்பை நோக்கித்தான் வந்திருக்கிறோம் இல்லையா? அவனாவது அடிமையாக இருந்தவன். இங்கே அமர்ந்திருக்கும் நம் அனைவருக்குமே இங்கிலாந்தில் குறையில்லாத வாழ்வுக்கு வாய்ப்பிருந்தும் நாம் புதியவற்றை நோக்கி வந்திருக்கும்போது அடிமையாக இருந்தவன் சுதந்திர வாழ்வை நோக்கி வருவதில் எனக்கு ஆச்சரியப்பட ஏதுமில்லை. மேலும், ஒருவிதத்தில் நாம் அவனுக்கு அளித்திருப்பது மறுவாழ்வு. அதற்கு அவன் நன்றியுடையவனாக இருப்பான் என்றே நம்புகிறேன்" என்றேன்.

காலின்ஸைத் தவிர அங்கிருந்தவர்கள் அனைவரும் எனக்கு ஆதரவாய் ஆமோதித்துத் தலையசைத்தனர். அவரோ விடுவதாக இல்லை.

"என்னுடைய கணிப்பு தவறில்லை எனில் அவனும் ஒருவகையில் பூர்வகுடியைச் சேர்ந்தவன்தானே. ஆப்பிரிக்கப் பூர்வகுடியினன். சரியா?" என்றார்.

"ஆமாம், தெற்கு ஆப்பிரிக்காவின் சான் பழங்குடியைச் சேர்ந்தவன்."

"சரிதான். அப்போது நாம் அவனை எப்படி நடுநிலையாளனாக நிறுத்த முடியும்? அவன் அவர்களுக்கு ஆதரவாகச் செயல்பட்டால் என்ன செய்வது?"

"அவர்கள் அவனை நம்மில் ஒருவனாகத்தானே பார்ப்பார்கள். உண்மையில், இங்கே நடுநிலைமை பற்றிக் கவலைப்பட வேண்டியது அவர்களே தவிர நாம் அல்ல" என்றேன்.

ஒப்புக்கொள்ளாமல் தலையசைத்தார். காலின்ஸ் அப்படித்தான். கயிறைப் பாம்பென்று சொல்லிவிட்டார் என்றால் அதற்குத் தலையும் வாலும் வைத்துப் பற்களில் விஷமும் ஏற்றி விடுவார். அதை அங்கிருந்த அனைவரும் அறிவோம்.

ஆளுநர் பிலிப் ஆலோசனைக் கூட்டம் முடிந்ததாக அறிவித்து அனைவரையும் கலைந்துபோகச் சொல்லிவிட்டு என்னை மட்டும் இருக்கச் சொன்னார்.

"வில்லியம், காலின்ஸ் சொல்வதை நாம் முற்றிலுமாகப் புறந்தள்ள முடியாது. புரிகிறதுதானே?"

"புரிகிறது தளபதி!"

"நீ காபாவை எவ்வளவு தூரம் நம்புகிறாய்?"

"நீங்கள் என்னை நம்பும் அளவுக்கு நான் அவனை நம்புகிறேன் தளபதி."

"அப்படியெனில் சரி. அதிகம் யோசிக்க வேண்டாம். விரைவில் பேச்சுவார்த்தை நடத்த ஏற்பாடுகளைத் தொடங்குங்கள்."

"அப்படியே ஆகட்டும்!"

"அதற்கு முன்னால், உங்களுக்கு இன்னொரு வேலை இருக்கிறது."

"சொல்லுங்கள் தளபதி."

"இப்போது அடிபட்டு மருத்துவர் ஜேம்ஸின் கண்காணிப்பில் இருப்பவர்களிடத்தில் நடந்த சம்பவம் குறித்து விசாரணை நடத்தி, அது குறித்து ஒரு அறிக்கை சமர்ப்பிக்க வேண்டும். தேவைப்பட்டால் அதற்கு காபாவைப் பயன்படுத்திக்கொள்ளுங்கள்."

"நிச்சயமாகச் செய்கிறேன்" என்று உறுதி கூறி அவரிட மிருந்து விடைபெற்றேன்.

ஒரே நேரத்தில் மகிழ்ச்சியும் பொறுப்பும் சேர்ந்து வந்தது. முதலில் காபாவை இதற்குத் தயார்படுத்த வேண்டும். பெயர் தெரியாத பூர்வகுடியிலிருந்து மாபெரும் பிரிட்டிஷ் பேரரசின் பிரதிநிதியாகப் போகப் போகிறான் ஒருவன். ஜென்ம விரோதியைக்கூட தேவையெனில் நண்பர்களாகப் பாவிக்கக் கூச மாட்டார்கள் பிரிட்டிஷார். அதுவே இவர்களின் பலம். இப்படிப் போவதன் முக்கியத்துவத்தை காபாவிடம் விளக்கிப் புரியவைக்க வேண்டும். எல்லாவற்றுக்கும் மேல் அவனுக்கு அவர்களிடத்தில் நல்லெண்ணம் இருப்பதையும் உணர்ந்தே யிருந்தேன்.

காபா குடிலுக்கு வெளியேயிருந்த மரத்தில் பூச்சி பட்டிருந்த கிளையை உடைத்துக்கொண்டிருந்தான். நான் வந்ததும், "என்னவாயிற்று?" என்றான்.

எதுவும் பதில் சொல்லாமல் அவனைப் பார்த்துச் சிரித்தேன்.

"என்னவாயிற்று? பிரச்சினையை விரைவில் முடிக்கப் போகிறோமா இல்லை எதிர்த்துப் பெரிதாக்கப் போகிறோமா?"

"அது உன் கையில்தான் இருக்கிறது" என்றேன்.

அவன் புரியாமல் குழம்பி நிற்பதைப் பார்க்கச் சிரிப்பு வந்தது. பின்னர் அங்கு நடந்த விசயத்தைப் பற்றி விளக்கிக் கூறினேன். அவன் அதைக் கேட்டபோது நெகிழ்ந்திருந்தான்.

காபா தன்னுடைய கால்சட்டைப் பையிலிருந்து எதையோ கையில் எடுத்தான்.

“வலது கையைத் திறந்து காட்டுங்கள்.”

“எதற்கு?”

“ம்ம்.. காட்டுங்கள்.”

கையைக் காட்டினேன். அழகிய வண்ணங்களால் புள்ளிகள் வைத்து, இரவில் ஒளிரும் வானத்தைப் போன்ற ஓவியம் தீட்டப்பட்டுப் பளபளப்பாகப் பதக்கம்போல தட்டையாக இருந்த கல் ஒன்றை என் கையில் வைத்தான். அதன் குளிர்ச்சி என் உள்ளங்கை வழி பரவி கை ரோமங்கள் சிலிர்த்துக் கூசின. அது ஒரு வகையான கூழாங்கல்.

“அழகாக இருக்கிறதே. நீயே செய்தாயா காபா?”

“இல்லை. அவர்கள் எனக்கு அன்பளிப்பாகக் கொடுத்தார்கள்.”

“எங்கிருந்து இவ்வளவு அழகிய வண்ணங்களை எடுக்கிறார்கள்?”

“இயற்கையிலிருந்துதான். பூக்கள், செடி கொடிகள், வேர்கள்.”

“அடடா! வித்தைக்காரர்கள்தாம்.”

“இந்தக் கல்லின் பெயர் என்ன தெரியுமா? ‘பிரியத்தின் கல்’.”

“அழகாக இருக்கிறது. இந்தா பிடி. பத்திரமாக வைத்துக் கொள்.”

“இல்லை. இதை நான் உங்களுக்குத் தர விரும்புகிறேன்.”

“அட! அவர்கள் உனக்கு ஆசையாகக் கொடுத்திருக்கிறார்கள். நீயே வைத்துக்கொள்.”

“இல்லை இல்லை. அவர்கள் தங்கள் பிரியத்தை வெளிப்படுத்தவே அளித்தனர். இதைக் கொடுக்கும்போதே எனக்குப் பிரியமானவர் ஒருவருக்குக் கொடுக்கச் சொல்லித்தான் கொடுத்தார்கள். அதுதான் பிரியத்தின் கல். தகுந்தவர்களிடத்தே கைமாறிக்கொண்டே இருக்கும். எனக்கு இதைக் கொடுக்க, உங்களைவிட பொருத்தமானவர் யாரிருக்கிறார் இங்கே? பிடியுங்கள்.” இதைச் சொல்லும்போது அவன் குரல் உடைந்திருந்தது.

27

படுக்கையிலிருந்து எழவே பிடிக்கவில்லை. மணி பதினொன்றைத் தொட்டிருந்தது. உம்மா வேறு இரண்டுமுறை ஐ.எம்.ஓ.வில் அழைத்திருக்கிறாள். காலையில் வந்து எழுப்பிய காசிமிடம், தலை பாரமாக இருக்கிறது என்பதைக் காரணமாகக் கூறி அவனை வெளியே சாப்பிட்டுக்கொள்ளச் சொல்லிவிட்டாள். வின்யார்ட்டில் இறங்கியதும் நிலையத்துக்குள்ளேயே 'டாப் பிரெட்ஸ்' கடை உண்டு. அங்கு ஏதாவது வாங்கிக் கொறித்துக் கொள்வான். அதைப்பற்றி யோசிக்கும்போதே இவளுக்குப் பசி வயிற்றைக் கிள்ளியது. எழுந்து போய் செய்துகொள்வதற்கும் வளையவில்லை. தலைவலி ஒன்றுமில்லை. சோம்பலாக இருந்தது. கனத்த போர்வையைக் கழுத்துவரை இழுத்துப் போர்த்திக்கொண்டு விட்டத்தைப்பார்த்துப் படுத்துக்கிடந்தாள்.

சற்று நேரத்தில் பசி தாளாமல் எழுந்து, ஒரு அடுப்பில் டீயைக் கொதிக்கவிட்டாள். தண்ணீர் பிடித்து முட்டைகள் இரண்டை மற்றொரு அடுப்பில் அவியப் போட்டாள். டீயை எடுத்துக்கொண்டு பால்கனியில் போய் அமர்ந்தாள். ரொம்பவும் இயல்பாகப் பார்ப்பது போல் பக்கத்து வீட்டுப் பால்கனியை எட்டிப்பார்த்தாள். அங்கே யாருமில்லை. இரண்டு நாற்காலிகளும் காலியாக இருந்தன. எப்போது வேண்டுமானாலும் மழை கொட்டும் என்பதுபோல வானம் மூடியிருந்தது. இவர்கள் அப்பார்ட்மெண்ட்டுக்கு முன்புறம் பாரமட்டா நெடுஞ்சாலை. எதிர்ப் பக்கம், பழைய கார்கள் விற்குமிடம் இருந்தது. அங்கே எப்போதும் ஆறு, ஏழு கார்கள் வரிசையாக வெளியில் நிற்க

வைக்கப்பட்டிருக்கும். ஒவ்வொருமுறை டீ எடுத்துக்கொண்டு பால்கனியில் அமரும்போதும் அங்கிருக்கும் கார்களில் சிவப்பு நிறக் கார் ஏதேனும் இருக்கிறதா என்று பார்ப்பாள். அப்படி இருந்தால் அன்றைய நாள் நன்றாகப் போகும் என்பது அவளது நம்பிக்கை.

அன்று, நிறுத்தப்பட்டிருந்த கார்களில் ஒன்றுகூட சிவப்பு நிறமில்லை. கறுப்பு, வெள்ளை, சாம்பல், மஞ்சள் என்று மற்ற எல்லா நிறக் கார்களும் இருந்தன. டீயும் நன்றாக இல்லை. தினம் தினம் டீ தயாரிக்கிறாள். ஒரே மாதிரிதான் ஒவ்வொரு முறையும் தயாரிக்கிறாள். அதே உட்பொருட்கள், அதே அளவு தான் என்றாலும்கூட மிக அரிதாகவே எல்லாமும் சரியாக வந்து அமையும். அன்று அது கூடி வரவில்லை. வாய் கசந்தது.

முந்தைய நாள் வாங்கி வந்திருந்த கிராஃப்ட்ஸ் பொருட்கள் சாப்பாட்டு மேசையில் வைத்தவை வைத்தபடி இருந்தன. ஆச்சரியமாக, காசிம் அவற்றைக் கவனிக்கவில்லை. சாப்பாட்டு மேசையில் மற்ற பொருட்களைப் பார்த்தாலே அவனுக்கு ஆகாது. திட்டுவான். சண்டைக்கு வருவான். உப்பும் மிளகும் ஊறுகாயும் இருக்கலாம். மற்ற எதற்கும் அங்கே இடமில்லை.

அவற்றைப் பார்த்ததும் மறுபடியும் அவளுக்குள் உற்சாகம் முளைவிடத் தொடங்கியது. சிட்னியை அவளுக்குப் பிடித்திருந்தது. வெயிலின் புழுக்கத்திலிருந்து வந்தவளுக்கு எப்போதும் பனி போர்த்தியபடியிருக்கும் நகரத்தைப் பிடிக்காம லிருந்தால்தான் ஆச்சரியம். அவள் விரும்பியதும் இப்படி ஒரு வாழ்வைத்தான்.

அடுத்தவரைப் பற்றிய கவலையின்றி தான் தானாகவே இருக்க முடிந்த இந்நகரத்தை அவளுக்கு ரொம்பவும் பிடித்துப் போனாலும் நினைத்தபடி கிராஃப்ட்ஸ் செய்ய முடிய வில்லையே என்ற ஏக்கம் ஒரு பக்கம் இருக்கும். அப்பொருட் களுக்கான விலை சற்று அதிகம். எல்லாவற்றுக்கும் காசிமை எதிர்பார்த்து இருப்பதும் அவள் இயல்புக்கு ஒவ்வாதது. அதற்கும் இப்போது ஒரு வழி கிடைத்துவிட்டது.

அதைப் பற்றி நினைக்கும்போதே சோம்பல் களைந்து சுறுசுறுப்புத் தொற்றிக்கொண்டது. அப்போதுதான் மிகச்சரியாக ஒரு சிவப்பு நிறக் கார் எதிரேயிருந்த பழைய கார் விற்கும் இடத்திற்குள் நுழைந்தது. அதைப் பார்த்ததும் பூரித்த உற்சாகத்தை நினைத்து தன் தலையில் தட்டிச் சிரித்துக்கொண்டாள்.

கிராஃப்ட்ஸைப் பொறுத்தவரை, ரொம்பவும் விளையாட் டாக ஆரம்பித்தது. பின்னர் அது ஃபர்ஸானாவின் வாழ்வின்

அங்கமாக மாறிப் போனது. பேப்பர்களில் விதவிதமாகத் தோரணங்கள் செய்வாள். ஃபோட்டோக்களை அலங்கரித்து ஆல்பம் செய்வாள். அதற்காக அவள் தேர்ந்தெடுக்கும் வண்ணங் களின் கலவை பிரமாதமாக இருக்கும். சென்னை வந்த புதிதில் காசிம் அலுவலகம் சென்றுவிட்ட பின், மணிக்கணக்காக ஒரே இடத்திலிருந்து நகராமல் செய்துகொண்டிருப்பாள். வேண்டப் பட்டவர்களின் பிள்ளைகளின் பிறந்தநாள் விழாக்கள், திருமண நாள் கொண்டாட்டங்கள் போன்றவற்றுக்கு அலங்காரப் பொருட்கள் செய்துகொடுக்க ஆரம்பித்தாள். பணத்துக்காகச் செய்யவில்லை என்றாலும் அவள் மனம் லயித்துச் செய்த தாலோ என்னவோ அவள் செய்யும் அலங்காரப் பொருட்களுக்கு நல்ல மதிப்பிருந்தது. வாய்வழியாகவே சொல்லிச் சொல்லி அவளுக்கு நிறைய ஆர்டர்கள் வர ஆரம்பித்தன. ஆள்போட்டுச் செய்துகொடுத்துக்கொண்டிருந்தாள். சின்னதாக ஒரு தனிக் கடை தொடங்கலாமா என்று யோசித்துக்கொண்டிருந்தபோது தான் காசிமுக்கு ஆஸ்திரேலிய வாய்ப்பு வந்தது. அப்படியே போட்டுவிட்டு அவனுடன் கிளம்பிவிட்டாள். இங்கு வந்தும் கிராஃப்ட்ஸை மட்டும் விட மனமில்லை.

○

முந்தைய நாள்தான் கிராஃப்ட்ஸுக்கான பொருட்களை வாங்குவதற்காக ஒலிம்பிக் பார்க்கிலிருக்கும் டி.எஃப்.ஓ. மாலுக்குச் சென்றார்கள்.

அன்று வார நாள். காசிம் வேண்டுமென்றே விடுப்பு எடுத்திருந்தான். உடம்பு சரியில்லாதபோதுகூட அவ்வளவு எளிதில் விடுப்பு சொல்ல மாட்டான். அந்த பிராஜெக்ட் அவனுக்கு ஒத்துவரவில்லை. ஏதோ ஒரு காரணத்தின் பொருட்டு அதைவிட்டு வெளியேறவும் தயங்குகிறான். கேட்டால் வெளிப்படையாகச் சொல்லாமல் மென்று விழுங்குகிறான். அவனுக்குத் தெரியாமலேயே ஃபர்ஸானா இவற்றையெல்லாம் கவனித்துக்கொண்டுதான் இருந்தாள்.

இதுபோன்று தானாக விடுப்பு எடுத்துக்கொள்ளும் நாட்களில் அவனுள் குற்ற உணர்வு தலைதூக்கிவிடும். தவறு செய்தவனைப்போல வீட்டைவிட்டு எங்கும் வெளியேறாமல் முடங்கிக் கிடப்பான்.

முதலில் ஃபர்ஸானா மட்டுமே செல்வதாகத் திட்டம். அவன் வருவானோ மாட்டானோ என்ற தயக்கத்திலேயேதான் அழைத்தாள்.

"எளா... டி.எஃப்.ஓ. வரை போலாமா? கிராஃப்ட்ஸ் கொஞ்சம் வாங்கணும்"

“திரும்பி வரும்போது பஞ்சாபி கடைல சிக்கன் எடுத்துக்கலாமா?”

“அப்ப கூட வரீயா?” என்றாள்.

“வரேன். கௌம்பு. போகலாம்”

“டயமாகும். அங்க வச்சு வெரட்டக் கூடாது.”

“மாட்டேன் வா!”

தனியாகப் போக வேண்டுமே என்ற சலிப்பில் இருந்தவளுக்கு அவன் வருகிறேன் என்று கூறியதே மகிழ்ச்சியூட்டப் போதுமானதாக இருந்தது. குளித்துக் கிளம்பி பர்தாவுடன் வந்து நின்றாள். அவன் பர்தாவை மேலும் கீழும் பார்த்தான் என்றாலும் ஒன்றும் சொல்லவில்லை.

அவசரமாக வீட்டுக்குத் திரும்ப வேண்டிய நிர்ப்பந்தம் எதுவுமில்லை. வார நாள் என்பதால் மாலில் அதிக கூட்டமுமில்லை. கிராஃப்ட்ஸ் விற்கும் கடையில் நீண்ட நேரம் செலவு செய்தாள். ஒவ்வொன்றாகப் பார்த்துப் பார்த்துச் சேகரித்தாள். இதே கடைக்கு இதற்கு முன்பு காசிமுடன் இரண்டு மூன்று தடவைகள் வந்திருக்கிறாள். பொதுவாக அவனால் பொறுமையாக இருக்க முடியாது. அவளைத் தனியாக விடவும் மனமிருக்காது. பக்கத்தில் நின்று அவசரப்படுத்திக்கொண்டே இருப்பான். அன்று ஒப்புக்கொண்டபடி ஒன்றுமே சொல்லாமல் அவளுடன் சுற்றிக்கொண்டிருந்தான். அவளுக்கே ஆச்சரியம். ஃபர்ஸானாவுக்கு அந்தக் கடைக்குள் நுழைந்துவிட்டால் மொத்த உலகமும் மறந்துவிடும்.

இவள் பார்த்துப் பார்த்து பொறுக்குவதைக் கண்ட அந்தக் கடையிலிருந்த பெண் அவளிடம் வந்து, “நீங்கள் எவ்வளவு வருடங்களாக கிராஃப்ட்ஸ் செய்கிறீர்கள்?” என்றாள்.

அவளை நிமிர்ந்து பார்த்துப் புன்னகைத்தபடி, “ஆறேழு வருடங்கள் இருக்கும்.”

“உங்களுக்கு விருப்பம் என்றால், வார இறுதிகளில் இங்கே வந்து பயிற்சி வகுப்புகள் எடுக்க முடியுமா? தக்க சன்மானம் தருவோம்” என்றாள்.

காசிமைப் பார்த்தாள். அவன் சரி என்பதாகத் தலையசைத்தான்.

ஃபர்ஸானாவுக்கு அவ்வளவு சந்தோஷம். முகத்தில் பூரிப்பு மின்ன, “ஓ நிச்சயமாகச் செய்கிறேன். எப்போது எவ்வளவு நேரம் என்பதையெல்லாம் சொல்ல முடியுமா?” என்றாள்.

ஃபேர்ஸானாவின் தொடர்பு எண்ணைப் பெற்றுக்கொண்டு, மேலதிக தகவல்களைத் தன்னுடைய பார்ட்னருடன் கலந்தாலோசித்துவிட்டு ஃபோனில் தெரிவிப்பதாகச் சொன்னாள்.

சிட்னி வந்து தானாகச் சம்பாதிக்கப் போகிறாள். அதுவும் அவளுக்கு மிகப் பிடித்த ஒன்றைச் செய்வதற்குக் கூப்பிட்டுக் காசு தருகிறார்கள். கசக்கவா செய்யும்? எல்லாவற்றுக்கும் மேல், அவளைப் போலவே கைவினைப் பொருட்களில் ஆர்வம் கொண்ட கூட்டம் ஒன்றின் அறிமுகம் கிடைக்கும், வந்த இடத்தில் எதிர்பாராமல் ஒரு புதிய வாய்ப்பு கிடைத்தது அவ்வளவு மகிழ்ச்சியாக இருந்தது. இதைக் கொண்டாட ஏதாவது நல்லதாக வாங்கிச் சாப்பிட வேண்டும் போலிருந்தது.

தனக்குப் பிடித்த ‘காஸ்லமே பாய்ண்ட்டு’க்கு காசிமை அழைத்து வந்தாள். ஆளுக்கொரு சிக்கன் காஸ்லமேயை வாங்கிச் சாப்பிட்டார்கள். காஸ்லமே – துருக்கி நாட்டுச் சாலையோர உணவு. வட இந்திய ஆலு பராத்தாவைப் போன்றிருக்கும் வெளிப்புறம். உள்ளே உருளைக்கிழங்குக்குப் பதிலாகச் சிக்கனும் ஆட்டுப் பாலாடைத் துருவலும் ஒரு வகை கீரையும் வைத்துக் கொடுப்பார்கள். பிரமாதமாக இருக்கும். இந்த மாலுக்கு வரும்போதெல்லாம் அவள் தவறாமல் அனுசரிக்கும் கடமைகளில் ஒன்று காஸ்லமே. துருக்கியின் காஸ்லமேயைப் போலவே மலேசியாவின் ரொட்டி காயாவும் அவளுக்கு ரொம்பவும் பிடிக்கும். மெதுவாக ரசித்துச் சாப்பிட்டாள். வயிறு நிறைந்ததும் மனம் இன்னும் லேசானதைப்போல இருந்தது. இந்த நாளை இதே இனிமையுடன் நிறைவு செய்ய அடுத்து வேண்டியதெல்லாம் நல்லதொரு டீ மட்டுமே. அதற்கு வீட்டுக்குத்தான் போக வேண்டும். இங்கோ, எங்கே திரும்பி னாலும் காஃபி கடைகள் உண்டு. இவர்கள் லிட்டர் லிட்டராகக் காப்பி குடிக்கிறார்கள். மருந்துக்கும் டீ கிடைப்பதில்லை. சில தாய்லாந்து உணவகங்களில் மட்டும் டீ கிடைக்கும். குடிக்கத் தான் சகிக்காது.

அங்கிருந்து இரண்டே நிறுத்தங்களில் ஹோம்புஷ் வந்து விடும். பத்து நிமிடங்கள்தாம். நடந்துபோனால்கூட அரைமணி நேரத்தில் சென்றுவிடலாம்.

கிராஃப்ட்ஸ் பொருட்களும் சில மளிகை சாமான்களும் நிரம்பிய பையை வைத்துக்கொண்டு பேருந்துக்காகக் காத்து நின்றார்கள். அடுத்த பேருந்து வர இன்னும் பத்து நிமிடங்கள் இருந்தன. நிறுத்தத்தில் அவர்களைத் தவிர வேறு யாருமில்லை.

வீட்டுக்குச் செல்லும்வரை அவளால் பொறுக்க முடிய வில்லை. பேருந்து நிறுத்தத்திலிருந்தே உம்மாவுக்கு அழைத்தாள். தனக்குக் கிடைத்த கிராஃப்ட்ஸ் சொல்லிக்கொடுக்கும் வாய்ப்பைப் பற்றி உற்சாகமாகப் பேசத் தொடங்கினாள்.

தூரத்தில் பேருந்து வந்துகொண்டிருந்தது. ஆனால் அது இவர்கள் ஏற வேண்டிய பேருந்தில்லை. அதில் முழுக்க பள்ளிச் சிறுவர் சிறுமியர் நிறைந்திருந்தனர். இவர்களுக்கு அருகில் வந்து ஆட்களை இறக்கிவிட நின்றது.

உள்ளே ஒரே குதூகலமும் கொண்டாட்டச் சத்தமுமாக இருந்தது. ஆரம்பத்தில் அப்படித்தான் கேட்டது. காசிம் பேருந்தைக் கவனிக்காததுபோல் வேறு பக்கமாய் வேடிக்கை பார்த்துக்கொண்டிருந்தான். சமயங்களில் அங்கே சிறுவர்களை உற்றுப் பார்ப்பதுகூட குற்றமாகக் கருதப்படும். கேள்விப்பட்டிருக் கிறான். வேறு பக்கம் பார்வையிருந்தாலும் அவன் காது முழுவதும் அந்தப் பேருந்தில்தான் இருந்தது.

ஏதோ ஒன்று தவறாக இருப்பதாக அவனுக்கு உள்ளுணர்வு சொல்லியது. காசிம் அந்தப் பேருந்தின் ஜன்னலைப் பார்த்தான். ஜன்னல் அருகே கும்பலாக நின்று இவர்களைப் பார்த்துச் சிரித்துக்கொண்டிருந்தார்கள். இவனுக்கு ஒரு மாதிரியாக இருந்தது. ஒரு நிமிடம் தன் ஆடையைச் சரி பார்த்துக் கொண்டான். எதுவும் தவறாக இல்லை என்று உறுதிப்படுத்திய பின்னரும்கூட அவர்கள் அப்படிக் கெக்கலித்துச் சிரிப்பதைப் பார்த்ததும் மனம் படபடவென்று அடித்தது.

ஃபர்ஸானா அவர்களைக் கவனிக்கவில்லை. அன்று நடந்த ஒவ்வொன்றையும் மும்முரமாக ஃபோனில் விவரித்துக் கொண்டிருந்தாள்.

பார்க்க வேண்டாம் என்றுதான் நினைத்தான். ஆனால் கட்டுப்படுத்த முடியாமல் மறுபடியும் ஜன்னல் வழியாக அவர்களைப் பார்த்தான். இப்போது அவர்கள் இவனை நோக்கிக் கைநீட்டிப் பேசிக்கொண்டிருந்தார்கள். அதைப் பேச்சு என்று கூற முடியாது. திட்டினார்கள். “இங்கிருந்து போ” என்பதாக சைகை காட்டினார்கள்.

ஃபர்ஸானா இதைக் கவனித்துவிடக் கூடாதே என்ற பதற்றம் வேறு தொற்றிக்கொண்டது. அதனால் அவன் இயல்பாக இருப்பதைப்போல காட்டிக்கொள்ள படாதபாடு பட்டான். உடல் முழுவதும் வேர்த்துவிடத் தொடங்கியது. கர்ச்சீப்பை எடுத்து முகம் கழுத்து என்று துடைத்துக்கொண்டான்.

பஸ்ஸிலிருந்த வெள்ளைப் பொடியன் ஒருவன் காசிம் நின்றுகொண்டிருந்த பக்கமாகப் பார்த்து, "இது எங்கள் நாடு. இங்கிருந்து தொலைந்து போங்களேன் பெட்டை நாய்களே!" என்று திட்டினான். சுற்றியிருந்த மற்ற சிறுவர்கள் அவன் சொன்னதை ஆமோதிப்பதைப் போல் 'ஓ! ஆமாம் ஆமாம், வெளியே போ!' என்று கத்தினார்கள்.

காசிமால் தன் காதுகளையே நம்ப முடியவில்லை. கோபத்தில் உடல் மெதுவாக அதிர்ந்து நடுங்கியது. சிறு பிள்ளைகள். எதிர்த்துச் சத்தம் எழுப்ப முடியாத கையாலாகத்தனம் அவன் ஆத்திரத்தைக் கிளறியது.

அதிலிருந்த பிள்ளைகளின் அதிகபட்ச வயதே பத்துப் பன்னிரண்டுதான் இருக்கும். இந்த வயதில் ஏன் இப்படியொரு வெறுப்பும் வன்மும்? யாரிடம் கற்றுக்கொள்கிறார்கள்? அவர்கள் அங்கிருந்து சீக்கிரம் கிளம்பினால் பரவாயில்லை என்று நினைத்தான். கிண்டலும் கேலியும் புதிதில்லை. ஆனால் சிறு பிள்ளைகள்! அதைத்தான் தாங்கவியலவில்லை.

பார்வையை வேறு பக்கம் திருப்பி பற்களைக் கடித்துக் கொண்டு கண்ணீரை அடக்கி நின்றான். ஃபர்ஸானா தன் முகத்தைப் பார்த்துவிடக் கூடாதே என்று மொபைலை எடுத்து வைத்துக்கொண்டான். கை, குளிர்க்காய்ச்சல் வந்தவனைப்போல நடுங்கியது.

வேரில் ஊற்றப்பட்ட நஞ்சு தளிர்வரை பாய்ந்திருக்கிறது.

சற்று நேரத்தில் ஒரு வழியாக பேருந்து கிளம்பியது. தங்களைக் கடந்து சென்ற பேருந்தை ஆசுவாசமாகி காசிம் திரும்பிப் பார்த்தான். பின்பக்கக் கண்ணாடி வழியே ஒரு சிறிய கரம் உயர்ந்தது. அச்சிறிய வெள்ளைக் கரத்திலிருந்து நடுவிரல் மட்டும் எழுந்து நின்றது.

காசிமுக்கு அந்தக் காட்சியைப் பார்த்ததும் அதிர்ச்சியில் அடுத்து என்ன செய்வது என்பது புரியவில்லை. கால்கள் தளர்ந்து நடுங்கின. எதுவும் பேசாமல் அங்கிருந்த பெஞ்சில் போய் அமர்ந்து கொண்டான்.

இப்போது ஃபர்ஸானா கவனித்துவிட்டாள். தன் பேச்சைத் துண்டித்துவிட்டு அவனிடம் வந்து "என்னாச்சு காசிம்?" என்றாள்.

அவன் கண்கள் கலங்கியிருந்தன. கைகளால் முகத்தைத் தடவுவதுபோல அவற்றை மறைத்துக்கொண்டு, "ஒண்ணுமில்ல. தலை வலிக்குது ஃபர்ஸி" என்றான்.

தரூக்

அவன் முன்னால் வந்து நின்றுகொண்டு தலையைப் பிடித்து விட்டாள். தண்ணீர் பாட்டிலை எடுத்து குடிக்கச் சொல்லிக் கொடுத்தபோது அவர்கள் ஏற வேண்டிய பேருந்து வந்து நின்றது.

நடந்த ஒவ்வொன்றையும் நினைக்க நினைக்க ஆத்திரம் பொங்கி வந்தது. காசிமின் உடல் தன்னிச்சையாக நடுங்கிக் கொண்டிருந்தது. ஹோம்புஷ் பேருந்து நிறுத்தத்திலிருந்து சில அடிகள் தூரமே இருந்த அப்பார்ட்மெண்ட்டுக்கு நடப்பதே அசாத்திய காரியம்போல் தோன்றியது. வீட்டுக்குள் நுழைந்ததும் அத்தனை அவமானத்தையும் கழுவித் தள்ளுவதைப்போல வெந்நீரைத் திறந்துவிட்டு நீண்ட நேரம் கொட்டும் ஷவரில் நின்றான்.

அதன் பிறகு மறுநாள் காலைவரையுமே காசிம் அந்தச் சம்பவத்தைப் பற்றி எதுவும் பேசவில்லை. அப்படி ஒன்று நடந்ததாகவே அவன் காட்டிக்கொள்ள விரும்பவில்லை.

கண்ணை மூடினாலும் திறந்தாலும் அந்தக் காட்சியே திரும்பத் திரும்ப வந்து போனது. மெல்ல எழுந்து நின்ற அந்த ஒற்றை விரல், அவன் அதுநாள் வரை சக மனிதர்கள்மீது கொண்டிருந்த அத்தனை நம்பிக்கையையும் துளைத்துக்கொண்டு வெளியேறியது.

●

13

28

விசுவாசத்தின் சம்பளம்

அதிகாலையிலேயே ஆளுநர் பிலிப்பை உடனடியாகச் சந்திக்க வரச் சொல்லி அழைப்பு வந்திருந்தது. முகத்தைக் கழுவி காலைக் கடமை களை முடித்தேன். 'உடனடி'க்குப் பின்னிருக்கக் கூடிய அத்தனை சாத்தியங்களையும் மனம் ஒரு பக்கம் ஒவ்வொன்றாகப் பட்டியலிட்டு ஆராய்ந்து கொண்டிருந்தது. காலையிலேயே பரபரப்புத் தொற்றிக்கொண்டது. உடைகளை மாற்றி, காலி வயிற்றைத் தண்ணீரால் நிறைத்தேன். அதன் குளுமை யில் மனம் சற்று சமநிலைக்கு வந்தது.

ஆளுநர் தன் அலுவலக அறையில் என்னுடைய வருகைக் காகக் காத்துக்கொண்டிருந்தார். அதைப் பார்த்ததும் இன்னும் பதறினேன்.

நான் உள்ளே நுழைந்ததும் அவர் எழுந்து, “வில்லியம் வா, வெளியே ஒரு நடை சென்றுவரலாம்” என்றார். எந்த உணர்ச்சியையும் வெளிக்காட்டாமல் தட்டையாக ஒலித்த அவர் குரலிலிருந்து என்னால் எதையும் ஊகித்து அறிய முடியவில்லை.

தண்டனைக் கைதிகள் முகாமைத் தாண்டி அதன் பின்பக்கமாகக் கடற்கரை மணலில் நடக்க ஆரம்பித்தோம். முகாமிலிருந்த கைதிகளுக்கு அன்றைய தினத்துக்கான அலுவல் களை ஒதுக்கும் வேலையை எட்வர்ட்ஸ் அணியைச் சேர்ந்த ரூட் மேற்பார்வையிட்டுக்கொண்டிருந்தார். நாங்கள் நடந்து செல்வதை அவர் கவனிக்கவில்லை.

காற்று வந்து மோதி எழுப்பும் ஏரியைப் போன்று கடல் ஆர்ப்பரிப்பில்லாமல் மெல்லிய அலைகளைப் பிறப்பித்துக் கொண்டிருந்தது.

ஆளுநர் பிலிப் எதுவும் பேசாமல் நடந்து வந்துகொண் டிருந்தார். அவரே தொடங்கட்டும் என்று அமைதியாக, அவருக்கு இணையாக, அதே நேரத்தில் அவரை முந்திவிடாத கவனத் துடன் எட்டுகளை எடுத்துவைத்து நடந்துகொண்டிருந்தேன்.

ஒரு சீகல் அங்கிருந்த பாறை ஒன்றின் மேல், தடித்த மீனைத் தன் காலிடுக்குகளில் வாகாக இறுக்கிப் பிடித்தபடி கூரிய அலகால் அதன் வயிற்றைக் கொத்திக் கிழித்துப் பசியாறிக் கொண்டிருந்தது. பிலிப் அதைப் பார்த்தபடியே, “வில்லியம், நீ எதற்காக இவ்வளவு தூரம் பயணம் செய்து இங்கே வந்திருக்கிறாய்?”

“என்ன... பு... புரியவில்லை தளபதி!”

நடந்துகொண்டிருந்தவர் அங்கேயே ஒரு கணம் நின்றார். என் கண்களைப் பார்த்தபடி, “கிட்டத்தட்ட இருபத்தைந்தாயிரம் மைல்கள். முழுவதுமாக இங்கு வந்து சேர்வோம் என்பதற்கான நிச்சயம்கூட இல்லை. தப்பி வந்தாலும் இங்கே தங்கி தாக்குப் பிடிப்பதோ இல்லை நல்லபடியாகத் திரும்புவதோ நம் கையில் கிடையாது. இதெல்லாம் உனக்கும் தெரியும். இவ்வளவையும் மீறி உன்னை இங்கே வரத் தூண்டியது எது?”

“தளபதி, தங்களுக்குத் தெரியாத எதையும் நான் புதிதாகச் சொல்லப் போவதில்லை. என்னால் இங்கிலாந்தில் நிலைகொள்ள முடியவில்லை. கௌரவமான வாழ்வுக்கான எந்தக் குறையும்

அங்கே இல்லை. அதே நேரம் என்னைப் பிடித்து நிறுத்தும் சக்தி எதுவுமில்லை. என்னால் அங்கே, அன்றாடத்தின் சுழற்சியில் தாக்குப்பிடிக்க இயலவில்லை. திட்டமிட்ட அட்டவணைப்படி நகரும் ஒவ்வொரு நாளும் என்னைச் சோர்வுக்குள் பிடித்துத் தள்ளியது. என் வாழ்க்கை பாதைகளின் எல்லா ஊற்றுகளும் திருப்தியின்மையின் கடலில் சென்று சேர்ந்தன. அதிலிருந்து முற்றிலுமாக என்னை மீட்டுக்கொள்ள விரும்பினேன். புதிய நிலமும் கடலும் வானமும் அதற்கு உதவும் என்று நினைத்தேன். நீங்கள் கூறிய அதே நிச்சயமற்ற தன்மையே என்னை இங்கே அதிகமாய் ஈர்த்தது. அப்படித்தான் இப்பயணத்தில் என்னை இணைத்துக்கொண்டேன்" என்றேன்.

அவருடைய கேள்வி, உண்மையில் என்னையே எனக்குத் தொகுத்துக்கொள்ள உதவியது. என்னுடைய பதில் திருப்தி யளித்திருக்கும்போல. என்னைப் பார்த்துப் புன்னகைத்துக் கொண்டார்.

"நீ சொல்வதைப் போன்றே தண்டனைக் கைதிகளைத் தவிர பலருக்கும் பலவிதமான காரணங்கள் இருக்கக் கூடும். அப்படியெனில் மாட்சிமை தங்கிய பிரிட்டிஷ் பேரரசின் நோக்கம் இதில் என்னவாக இருக்கும் என்று நினைக்கிறாய்?"

நான் எதுவும் பதில் பேசாமல் அவரையே பார்த்தேன்.

"ம்ம்... பரவாயில்லை. நினைப்பதைத் தயங்காமல் சொல்!" என்றார்.

"உண்மையான காரணம் தொழில் புரட்சியிலிருந்து தொடங்குகிறது. புதிய தொழில் புரட்சியின் காரணமாகப் புகுத்தப்பட்ட பல்வேறு இயந்திரங்களாலும் நுட்பம் கூடிய கருவிகளாலும் நிறைய மக்கள் ஒரே நேரத்தில் வேலை இழந்தனர். அதன் விளைவாக ஆயிரக்கணக்கான மக்கள் பசி பட்டினியால் பாதிக்கப்பட்டனர். வேலையின்மையால் விளைந்த பஞ்சத்தால் நாடெங்கும் குற்றங்கள் அபரிமிதமாகப் பெருகின. அதே நேரத்தில், அமெரிக்காவில் நடைபெற்ற உள்நாட்டுப் புரட்சியால் இங்கிலாந்திலிருந்து கைதிகளை அங்கே குடியேற்ற இயல வில்லை. எனவே, பெருகி வரும் கைதிகளை அடைக்கப் புதிய இடம் வேண்டும். அதுதான் இப்பயணத்தின், இந்தக் குடியேற்றத்தின் நோக்கம். என்னுடைய புரிதலில் பிழையிருந்தால் தயவுசெய்து மன்னிக்கவும் தளபதி!"

அவர் என்னைப் பார்த்து கள்ளப் புன்னகையொன்றை அளித்தார்.

"வில்லியம், நீ இன்னும் ஒரு ஸ்காட்லாந்து தேசத்தவனாகவே உன்னைக் கருதிக்கொள்கிறாய்" என்றார்.

"இடைமறிப்பதற்கு என்னை மன்னிக்க வேண்டும் தளபதி. உண்மையில் நான் தேசங்களின் எல்லைக்குள் என்னைக் குறுக்கிக் கொள்ள விரும்பவில்லை. ஒரு உலகக் குடிமகனாகவே என்னைக் கருதிக்கொள்கிறேன். ஒட்டுமொத்த மானுடச் சமூகத்தின் மற்றுமொரு கண்ணி நான். அவ்வளவுதான். எனக்கு ஸ்காட்லாந்தின்மீது பற்றோ, இங்கிலாந்தின்மீது வெறுப்போ துளியும் கிடையாது. ஸ்காட்லாந்திடத்தோ எங்கள் பண்ணை இருந்த எடின்பரோவிடத்தோ எனக்குக் கொஞ்சமேனும் பற்று இருந்திருக்குமாயின் அதுவும் என் அம்மாவின் பொருட்டு மட்டுமே. அவளும் போன பின்பு, எனக்கு அங்கு எந்தப் பற்றும் இல்லை. உண்மையில் அவள் இல்லாத சொந்த நிலத்துக்குச் செல்வது குறித்து என்னால் யோசித்துக்கூடப் பார்க்க முடிய வில்லை. இன்றைய தேதிக்கு இதுவே என் மண். ஒருவேளை இது இல்லாது போனால் நான் செல்ல வேண்டியது லண்டன் மாநகரத்தை நோக்கித்தான்."

எனக்கு அவர் அப்படிக் கேட்டது வேதனையைத் தூண்டியது. உங்கள் இரத்தத்தைச் சிந்தி சதையைக் கிழித்துக் கொடுத்தாலும்கூட இங்கிலாந்து தேசத்தவர்கள் பிறரைத் தம்மவர்களாக ஏற்றுக்கொள்ள மாட்டார்கள் என்பதை அறிவேன் என்றபோதும், பிலிப் போன்ற புத்திக்கூர்மையும் பரந்துபட்ட அனுபவமும் அறிவும் ஒருசேர அமைந்த ஒருவரிடம் நான் இதைச் சற்றும் எதிர்பார்க்கவில்லை.

"வில், தவறாக நினைக்க வேண்டாம். உன்னைப் புண்படுத்த வேண்டி அப்படிச் சொல்லவில்லை. ஆனால் மாட்சிமை தங்கிய பிரிட்டிஷ் பேரரசைப் பற்றி ஒரு சுயநல அரசு என்பதைத் தாண்டி நீ புரிந்துவைத்திருக்கவில்லை என்பதைத்தான் நான் அப்படிச் சுட்டிக்காட்ட விரும்பினேன்."

"அப்படியென்றால், நம்முடைய அரசு சுயநலமற்றது என்று சொல்ல வருகிறீர்களா? இங்கே நாடு கடத்தப்பட்டிருக்கும் சிறைக் கைதிகளுக்கு நல்வாழ்வு அளிப்பதற்காகவா நாம் இத்தனை தூரம் இவ்வளவு செலவளித்து இங்கே வந்திருக்கிறோம்?"

அவர் அனுமதிக்காவிடிலும் நான் நினைப்பதைக் கொட்டி விடத் தயாராகவே இருந்தேன்.

"பிள்ளையின் பசிக்கு ரொட்டி திருடியவனுக்கும் பிக்பாக்கெட் திருடனுக்கும் ஏழாண்டுகள் கடுங்காவல் தண்டனை. ஆயிரக்கணக்கான மைல்கள் தாண்டி நாடு கடத்தல்.

அரசைப் பற்றி விமர்சித்தாலும் எழுதினாலும் அதே தண்டனை. இதெல்லாம் அவர்களைத் திருத்தவும் நல்வாழ்வு அளிக்கவுமா? கிடையவே கிடையாது. அரசையும் அதிகாரத்தையும் யாரும் எதிர்க்கவோ கேள்விக்கு உட்படுத்தவோ கூடாது. மீறினால் சிறை அல்லது நாடு கடத்தல். அவர்கள் இங்கே இலவசக் கூலிகள். இல்லையா தளபதி?"

பதில் பேசாமல் என்னைப் பார்த்து, இந்த முறை சற்று இறுக்கமாகப் புன்னகைத்தார். "கொஞ்சம் பொறு, கொஞ்சம் பொறு! சற்று நிதானமாக யோசி. என்னுடன் இருப்பவர்களில் சற்றேனும் மாற்றுக்கோணம் கொண்டு சிந்திக்கும் மிகச் சிலரில் நீயும் ஒருவன். இப்படி கண்டங்கள் கடந்து விரிந்து பரந்திருக்கும் மாபெரும் சாம்ராஜ்யத்தை எங்களால்... மன்னிக்கவும் நம்மால் எப்படி நிறுவ முடிந்தது என்று நினைக்கிறாய்?"

"பயம்?"

"ஓ, நிச்சயமாக. ஆனால் அதற்கும் மேல் முக்கியமான ஒன்றிருக்கிறது. யோசி."

இக்கேள்விக்கு ஏதோ பதிலைத் தயாராக வைத்திருக்கிறார். என்னால் அவர் நிலையில் நின்று யோசிக்க இயலவில்லை.

சற்று நேரத்தில் என் கண்ணை ஊடுருவிப் பார்த்தபடி, "விசுவாசம்!" என்றார்.

"விசுவாசமா?"

"ஆமாம், விசுவாசம். பேரரசின்மீதான சந்தேகமற்ற மேலான நம்பிக்கை. எம்மவர்களின் நலனுக்காக உயிரைக் கொடுக்கத் துணியும் தியாகமும் அர்ப்பணிப்பும்! கால காலத்துக்கும் வரலாற்றில் நிலைபெற்றிருக்க வேண்டுமென்ற பெரும் விருப்பம். புகழ் மீதான ஆசை. இதெல்லாம் சேர்ந்துதான் பிரிட்டிஷ் பேரரசு போன்ற ஒன்றைச் சாத்தியப்படுத்தியிருக் கின்றது. பிரிட்டிஷ் பேரரசு என்றில்லை, மற்ற சிறிய, பெரிய அரசுகளுக்கும் இவையே ஆதாரம்."

"உண்மைதான், நீங்கள் சொல்வதை நானும் ஒப்புக் கொள்கிறேன்."

"அந்த விசுவாசத்துக்கு எதிராகச் செயல்படும் ஏதொன்றை யும் இம்மியளவும் இங்கே அனுமதிக்க முடியாது. சரிதானே?" இதைக் கேட்கும்போது அவர் குரலில் சற்று கடுமையேறி யிருந்தது. அதுவரை என் கண்களைப் பார்த்துப் பேசிக்கொண் டிருந்தவர், அதைத் தவிர்த்து தூரத்தில் எதையோ பார்த்தபடி

பேசலானார். தான் பேச விரும்பிய விசயத்துக்கே இப்போது தான் வருகிறார் போலத் தோன்றியது.

நான் அவர் கண்களைப் பார்த்தபடி, "அது முற்றிலும் சரிதான்!" என்றேன். அவர் என்னைச் சந்தேகப்படுகிறாரா? அப்படியான ஒரு காரியத்தையும் நான் செய்யவில்லையே? எடின்பரோவிலிருந்து லண்டன் வந்த பதின்ம வயதில் இங்கிலாந்தின்மீது பெரும் வெறுப்பு உள்ளோடியிருந்தது உண்மைதான். அதிலும் மிகவும் நாசூக்காகக் கூட்டங்களில் நான் ஒதுக்கப்படும் நேரங்களிலும் நீ இந்த தேசத்தவன் இல்லை தானே என்பதைச் சொல்லாமல் சொல்லும் தருணங்களிலும் மூர்க்கமாகத் தேசத்தை வெறுத்திருக்கிறேன்தான். வயதும் அனுபவமும் கூடக் கூட என்னுடைய வெறுப்பு மடிந்து, எந்த தேசத்தின்மீதும் விருப்பு வெறுப்பற்ற ஒரு நிலையை வந்தடைந்துவிட்டிருந்தேன். அப்படியிருக்கையில் இவர் ஏன் என்னைப் பற்றி இவ்வளவு கீழாக நினைக்கிறார். வேதனையில் மனம் சுருண்டது. எதுவும் பேசவில்லை. அவரே தொடரட்டும் என்று காத்திருந்தேன்.

ஒரு நிமிடம் எதுவும் பேசாமல் கடலைப் பார்த்தபடி நின்றுகொண்டார். கனத்த குரலில், "காபாவைக் கைது செய்திருக்கிறோம். இன்று காலை ஐம்பது கசையடிகள் வழங்க உத்தரவிட்டுள்ளேன். இதுவே என்னால் இயன்ற குறைந்தபட்ச தண்டனை" என்றார்.

எனக்கு ஒன்றுமே புரியவில்லை. பிரச்சினை என்னிடத்தில் இல்லை என்பதில் ஒரு பக்கம் ஆறுதல் ஏற்பட்டாலும் அவனுக்குத் தண்டனை வழங்குமளவு என்ன காரியம் செய்தான்? அவனால்தான் இவர் என்னையே சந்தேகப் பட்டிருக்கிறார் என்பதை நினைக்கையில் அவன் மேல் ஒரே நேரத்தில் பரிதாபமும் கோபமும் வந்தது.

அவரே, "பிடித்து வைக்கப்பட்டிருந்த இரண்டு பூர்வ குடிகளும் தப்பிவிட்டார்கள்" என்று சொல்லிவிட்டு எனக்குக் காத்திராமல் வேகமாகத் திரும்பி நடக்க ஆரம்பித்தார்.

மீனை மொத்தமாகத் தின்று விழுங்கிவிட்டு அந்த சீகல் பறவை வானத்தை நோக்கிப் பறந்து போனது.

○

குடியிருப்புப் பகுதிக்குச் சென்றபோது, தண்டனை வழங்கப் பட்ட இடத்தில் சுற்றிக் குழுமியிருந்தவர்கள் கலைந்து போய்க் கொண்டிருந்தார்கள். சிலர் காபாவைத் தேசத் துரோகியாக

உருவகித்துக் குற்றம் சாட்டிக்கொண்டிருந்தனர். தண்டனை வழங்கப்படும் மேடையிலிருந்து காபாவை கைதிகள் தங்கும் கூடாரத்துக்கு அழைத்துப் போய்விட்டார்கள்போல. கூட்டத்தில் அவன் இல்லை.

இப்போது அவனைப் பார்ப்பதா வேண்டாமா என்று குழம்பினேன். காபாவோடு சேர்த்து பிலிப் என்னையும் சந்தேகத்துக்குட்படுத்துகிறார். அதே நேரத்தில் அவனை அப்படியே விட்டுவிட்டு வரவும் மனமில்லை. அடுத்து நான் என்ன செய்ய வேண்டும் என்பது விளங்கவில்லை. அங்கேயே குறுக்கும் நெடுக்குமாய் திக்கற்று நடந்தேன். அப்போது அவனளித்த 'ப்ரியத்தின் கல்' கால்சட்டையிலிருந்தபடி என் தொடையில் உரசிக்கொண்டிருந்தது.

தண்டனைக் கைதிகளின் கூடாரத்தை நோக்கி நடந்தேன்.

ஒவ்வொரு நிமிடமும் இவர்களுக்கு நம் விசுவாசத்தை நிரூபித்துக்கொண்டே இருக்க வேண்டும். அதை நினைக்கும் போதே களைப்பாக இருந்தது. விசுவாசமாக இருப்பது என்பது வேறு, அதை சர்வகாலமும் நிரூபித்துக்கொண்டே இருப்ப தென்பது வேறு. இவர்களுக்கு எப்போதும் முன்னதைவிட பின்னதே முக்கியம்.

கூடாரத்திலிருந்த துணிக்கட்டிலில் காபா கிடத்தப் பட்டிருந்தான். ஐம்பது சாட்டையடிகள். அவனுடைய மேலாடை எங்கும் இரத்தத் திட்டுக்கள் படிந்த கிழிசல்கள். இரண்டு கைகளிலும் தொடைகளிலும் ஆங்காங்கே சாட்டை வார் பற்றி இழுத்த சதை பிய்ந்து இரத்தம் கட்டியிருந்தது. இடுப்பில் ஆடை நழுவியிருந்தது. கண்களும் முகமும் வீங்கிப்போயிருந்தன. வலியில் மெலிதாக முனகியபடி படுத்திருந்தான். நான் வந்ததை முதலில் அவன் கவனிக்கவில்லை.

பக்கத்தில் போய் நின்றதும் வீங்கியிருந்த கண்களை மெதுவாகத் திறந்து பார்த்தான். உடலை நகர்த்தி மரியாதையைத் தெரிவித்தான். சிரமப்பட வேண்டாம் என்று சைகை காட்டினேன்.

"வலி அதிகமிருக்கிறதா காபா?" என்றேன். அபத்தமான கேள்விதான். ஆனால் உரையாடலை எப்படித் தொடங்குவது என்று எனக்குத் தெரியவில்லை.

"ஆம்" என்பதாகத் தலையை அசைத்தான்.

“நான் மருத்துவர் ஜேம்ஸிடம் பேசுகிறேன். அவர் அணியி லிருந்து யாராவது வந்து உனக்கு உதவிபுரிவார்கள். வலி தெரியாம லிருக்க அவர் சில மருந்துகள் வைத்திருக்கிறார். இன்னும் சில நாட்களுக்கு அது உனக்கு உதவக்கூடும். கவலைப்படாதே. நான் பார்த்துக்கொள்கிறேன்” என்றேன். உண்மையில் அவனை என் சகோதரனுக்கு இணையானவனாக நான் நினைத்துக்கொண் டிருக்கிறேன் என்பதையே அப்போது மனத்தில் எழுந்த வேதனைதான் எனக்கே காட்டிக்கொடுத்தது.

அவன் பதில் எதுவும் பேசவில்லை. கண்களிலிருந்து உடைந்துவிடாமல் கண்ணீரைத் தேக்கி வைக்கப் படாத பாடு பட்டுக்கொண்டிருந்தான்.

“காபா, இந்தச் சூழ்நிலையில் இந்தக் கேள்வியைக் கேட்பதற்கு நீ என்னை மன்னிக்க வேண்டும். ஆனால் உன்னுடைய பதிலை வைத்துத்தான் என்னால் மேற்கொண்டு எவ்வகையிலாவது உதவ முடியும். சொல், நீதான் அவர்களைத் தப்புவித்தாயா?”

அவன் என் கண்களைச் சந்திக்க அஞ்சி தன் கண்களை மூடிக்கொண்டான். அவன் கண்களின் இருபக்கமிருந்தும் கண்ணீர் வழிந்து அவன் காதுகளுக்குள் ஓடியது. எனக்கு ஏமாற்றமாக இருந்தது.

அவனுக்குப் பக்கத்தில் அமர்ந்து மெல்லிய குரலில், “ஏன் இப்படிச் செய்தாய் காபா?” என்றேன்.

அவன் கண்களைத் திறக்கவேயில்லை. இன்னும் இறுக்க மாக மூடிக்கொண்டான்.

அவனுக்கு மட்டுமே கேட்கும் குரலில், “என்ன இப்படிச் செய்துவிட்டாய்? உன்னை எவ்வளவு நம்பினேன். இத்தனைக்கும் உன்னிடம் சொல்லிவிட்டுத்தானே சென்றேன். இப்போது வழங்கப்பட்ட தண்டனையேகூட வெறும் சந்தேகத்தின் அடிப்படையில்தான் அளிக்கப்பட்டிருக்கிறது. குற்றம் நிரூபணமாயிருந்தால் இந்நேரத்துக்கு நான் உன் சமாதியில் மலர்களைத் தூவியபடி நின்றிருப்பேன். பைத்தியக்காரா!” என்றேன்.

அவன் பதில் பேசவில்லை. உதடுகள் காய்ந்து, இரத்தக் கறைகளோடு கீறல்கீறலாக வெடித்திந்தன. அவனைச் சமாதானப் படுத்தும் நோக்கில், “நீயே சொல். இது தவறில்லையா? நம்முடைய இடத்துக்கு வந்து நம் ஆட்களையே தாக்கியவர் களை நாமே தப்பிக்கவிடலாமா?” என்றேன்.

இப்போது அவன் கண்களைத் திறந்து என்னைப் பார்த்தான். துளியும் குற்றஉணர்ச்சியின்றி நேரடியாக என் கண்களைப் பார்த்தபடி, மிகுந்த சிரமத்துக்கிடையே வாயைத் திறந்து, இறுகி வறண்ட குரலில் அழுத்தமாக,

"யாருடைய இடத்துக்கு வந்து யார் யாரைத் தாக்கினார்கள்?" என்றான்.

○

29

காசிமும் ஜெட்டாவும் ஃபெர்ரி திரும்பி வருவதற்காகப் படகு முற்றத்தில் காத்துக்கொண் டிருந்தனர். சிட்னியில் தரைவழியில் இயங்கும் மெட்ரோ, பேருந்துகள், ஆகாய மார்க்கமாக இணைக்கும் விமானப் போக்குவரத்துக்கு இணையாக நீர்வழிப் போக்குவரத்துகளும் உண்டு. சிட்னியின் அழகிய கடற்கரைகளில் ஒன்றான மேன்லி கடற்கரை, தரங்கா மிருகக்காட்சிசாலை, பரமட்டா ஆறு என்று பல்வேறு அழகிய இடங்களை ஃபெர்ரி சேவைகள் இணைக்கும். சர்குலர் குவேயிலிருந்து செல்லும் ஃபெர்ரிகளின் வழியே ஹார்பர் பாலத்தையும் ஒபரா இல்லத்தையும் பார்க்காமல் ஒருவர் சிட்னியைச் சுற்றிப் பார்த்துவிட்டேன் என்று சொல்ல முடியாது. அதிர்ஷ்டம் வாய்த்தால் வழியில் துள்ளிச் செல்லும் டால்ஃபின்கள் தட்டுப் படலாம்.

கொக்கட்டூ தீவுக்குச் செல்லும் ஃபெர்ரி திரும்பி வர இன்னும் இருபது நிமிடங்கள் காத்திருக்க வேண்டியிருந்தது. முதல் நாள் காலை யில் பேசிக்கொண்டிருக்கும்போது – இருவரும் காலை, மதியம், மாலை என்று முறைவைத்துப் பேசுவது இப்போது வழக்கமாகியிருந்தது – ஜெட்டா ரொம்பவும் சாதாரணமாகத்தான் கேட்டாள்.

"காசிம், நான் என்னுடைய ஆய்வுப் பணிக் காகவும் புத்தக வேலைக்காகவும் கொக்கட்டூ தீவுக்குச் செல்கிறேன். நீயும் வருகிறாயா?"

"நிச்சயம் வருகிறேன்."

"ஓர் இரவு அங்கே தங்க வேண்டியதிருக்கும். கூடாரத் தங்கல்."

"தங்கி வர வேண்டுமா?"

"ஒரே இரவு. அவ்வளவுதான்."

"ம்ம்..."

"என்ன ம்ம்?"

"நான் கொஞ்சம் யோசித்துச் சொல்லட்டுமா?"

"ஏன் பெண்டாட்டியிடம் அனுமதி வாங்க வேண்டுமா?"

"சேச்சே அப்படியெல்லாம் இல்லை."

"அப்படி இருந்தாலும் அதைப் பற்றி எனக்குக் கவலை யில்லை. நீ கண்டிப்பாக வர வேண்டும். அவ்வளவுதான்" என்றாள்.

அவள் அப்படி உரிமையுடன் கூப்பிட்டது அவனுக்கு ரொம்பவும் பிடித்திருந்தது. ஃபர்ஸானாவிடம் என்ன சொல்வது? இது சரியாக வருமா? பேசாமல் வேண்டாம் என்று சொல்லி மறுத்துவிடலாமா? வேறு ஏதாவது வேலை என்று சொல்லி தவிர்த்துவிடலாமா? வருகிறேன் என்பதைத் தவிர்க்க என்ன காரணம் சொன்னாலும் கண்டுபிடித்துவிடுவாள். எல்லாவற்றுக்கும் மேல் தன்னை ஒரு சரியான கோழை என்று நினைக்க மாட்டாளா? ஆனால் இப்படியான தனிப் பயணம் சரியாக வருமா? இதுபோன்ற சந்தர்ப்பங்களில்தான் தான் இன்னும் உறுதியாக இருக்க வேண்டும் இல்லையா? ஆனால் அப்படி உறுதியாக இருந்து என்ன சாதிக்கப் போகிறோம்? ஒவ்வொருவரும் தன் இறுதிப்படுக்கையில் தவறவிட்ட வாய்ப்பு களை நினைத்தே அதிகம் வருந்துகிறார்கள் என்று எங்கோ எப்போதோ படித்த துணுக்குச் செய்தி வேறு மிகச் சரியாக இப்போது நினைவுக்கு வந்து தொலைக்கிறது. ஒரு நிமிட இடைவெளியில் ஓராயிரம் எண்ணக் கீற்றுக்கள் எழுந்து மறைந்தன.

அதற்குள் எதிர்முனையிலிருந்து, "ஹல்லோ" என்று அழுத்தமாகச் சத்தம் வந்தது.

"சொல்லு ஜெட்டா"

"ரொம்பவும் யோசிக்க வேண்டாம். தனித் தனிக் கூடாரம் தான். இப்போது சொல். வருகிறாயா?"

"வருகிறேன்!" என்றான். இந்த உறவு எதை நோக்கிப் போய்க்கொண்டிருக்கிறது என்பது அவனுக்குப் புரியாமல் இல்லை. ஃபர்ஸானாவுக்குக்கூட வெயிலில் ஒளிரும் தேகத்தின்

பூனைமுடிபோல மெல்லியதாகச் சந்தேகம் முளைவிடத் தொடங்கியிருப்பதையும் அவன் அறிவான். அதே நேரத்தில், எல்லைகளைத் தீர்மானிக்கும் கயிற்றின் பிடி தன்னிடமே இருப்பதாகத் திடமாக நம்பினான். அதைச் சோதித்துப் பார்க்கவும் விரும்பினான். அதன் பொருட்டே வருவதாக ஒப்புக் கொண்டான். அந்தச் சமயத்தில் சரியாக, மற்றொரு கல்லூரி நண்பன் அரவிந்த் மெல்பர்னிலிருந்து வந்து பிரேமின் அறையில் தங்கியிருந்தது தோதாகப் போய்விட்டது.

எதிர்முனையில் சிரிப்புச் சத்தம் கேட்டது.

காசிமுக்கு உள்ளுக்குள் ஒரு மாதிரி குறுகுறுப்பாக இருந்தது. ஜெட்டாவுடன் பேச ஆரம்பித்த சில நாட்களிலேயே அவளிடம் ஒருவித நெருக்கத்தை உணர ஆரம்பித்திருந்தான். மிகச் சிலரிடம் மட்டுமே அப்படியானதொரு பிணைப்பு தோன்றும். எதிரே இருப்பவர்களுக்கும் அதே போலத் தோன்றுவது அரிது. இங்கே இரு பக்கமும் அப்படித் தோன்றியது அவனே எதிர்பாராதது. அதுவும் நாடு இனம் மொழி என்று எல்லாம் கடந்து, ஒருத்தியின்பால் இப்படி ஈர்க்கப்படுவோம் என்று அவன் கற்பனையிலும் நினைத்ததில்லை.

முதலில் குறுந்தகவல்கள் வழி உரையாடல் ஆரம்பித்தது. அவ்வப்போது என்றிருந்தது பின்னர் மெல்ல அடிக்கடி என்றானது. அவள் இவனிடம் உரையாடுவதற்காகவே ஏதாவது ஒன்றை எடுத்து வருவாள். உரையாடப் பெரிதாக எதுவுமில்லாத ஒரு நாளில், அபத்தமான ஒரு செய்தித் துணுக்கை, ஒரு நகைச்சுவையை, தன் பழைய புகைப்படத்தை என்று ஏதாவது ஒன்றை அனுப்புவாள். இதெல்லாம், அவள் அவனுடன் பேச்சைத் தொடங்கச் செய்யும் உத்திகள். பின்னர், தன்னுடைய தினசரி நடவடிக்கைகள் ஒவ்வொன்றையும் அவனிடம் பகிர்ந்து கொள்ள ஆரம்பித்தாள். ஆரம்பத்தில், இவன்தான் ரொம்பவும் தயங்கினான். மனத்துள் பிரியம் இருந்தாலும், குடும்பம் அதிலும் குறிப்பாக ஃபர்ஸானாவின் நினைவு வரும்போதெல்லாம் சட்டென்று ஒருவித குற்ற உணர்வு மேலெழுந்து வரும். அமைதியாகிவிடுவான். ஒரு வரியில் பதில் சொல்லிப் பேச்சை முறிக்க முற்படுவான்.

திடீரென்று ஒரு நாள் ஜெட்டாவிடமிருந்து "நீயொரு கோழை" என்று குறுந்தகவல் வந்தது. முன் பின் எதுவும் பேசாமல் சட்டென்று அப்படி ஒரு குறுந்தகவலைப் பார்த்ததும் இவனுக்கு நிலைகொள்ளவில்லை.

"ஏன்? என்னவாயிற்று."

"ஒன்றுமில்லை. வேலையைப் பார்" என்று பதில் வந்தது.

"மாற்றி அனுப்பிவிட்டாயா?" என்று வேண்டுமென்றே கேட்டான்.

"மாற்றி அனுப்ப எனக்காக வீட்டில் யாரும் காத்துக் கொண்டிருக்கவில்லை."

அவன் சிரிக்கும் ஸ்மைலி ஒன்றை அனுப்பினான்.

"ஹேட் யூ!" என்று பதில் வந்து அந்த உரையாடல் நின்று போனது.

அவள் எதற்காக அப்படி அனுப்பினாள் என்பதை அவன் அறிவான். அவனுடைய நிலையை அவளும் நன்கு புரிந்து வைத்திருந்தாள். அதனால்தான் எதையும் விளக்காமலே இருவராலும் முறையாகத் தொடங்கப்படாத ஓர் உரையாடலைப் புரிந்துகொள்ள முடிந்தது.

அவனுக்கு அவள் மனத்தைப் பற்றியோ, அவளுக்கு அவன் நிலைமையைப் பற்றியோ தெரியாமலில்லை. இருவருக்கும் பரஸ்பரப் பிரியமும் மரியாதையும் இருந்தது. அடுத்த கட்டத்துக்கு நகர்த்தாமல் கோட்டு மேலே வெகு கவனமாகவும் சாமர்த்தியமாகவும் இருவரும் அவ்வுறவை எடுத்துப் போய்க் கொண்டிருந்தனர்.

"இங்கே காத்திருக்கும் இடைவெளியில் நாம் பக்கத்தில் போய் ஒரு காப்பி அருந்திவிட்டு வரலாமா?" என்றாள்.

"ஃபெர்ரி வந்துவிடப் போகிறது."

"இன்னும் இருபது நிமிடங்கள் இருக்கின்றன. நாம் அதற்குள் திரும்பிவிடலாம். வா!"

இருவரும் படகு முற்றத்துக்கு அருகேயிருந்த க்வீன்ஸ்வுட் காஃபேவுக்குச் சென்று, வெளியில் போடப்பட்டிருந்த மேசையில் அமர்ந்தனர். வெயில் இல்லாமல், மழை பெய்வதற்கான அறிகுறியுடன் மேகம் மூடியிருந்தது. எதிரே அலையற்ற கடல். ஒரு பக்கம் ஹார்பர் பாலம். மறுபக்கம் அழகிய ஓபரா ஹவுஸ். கருங்கற்கள் பாவிய தரையில் சிதறியிருந்த உணவுகளைக் கொத்தியபடி சீகல் பறவைகள் தத்தித் திரிந்துகொண்டிருந்தன. மேசைக்கு எதிரே கைத்தொடும் தொலைவில் ஜெட்டா. அவளோடு தனிப் பயணம். எல்லாம் சேர்ந்து அவ்வளவு ரம்மியமாக இருந்தது சூழல். அவளுடன் இருக்கும் பொழுது களில் மட்டுமே படபடப்பு இல்லாமல் அவன் தானாய் இருக்கிற முடிவதாய் உணர்ந்தான்.

காப்பி ஆர்டர் செய்துவிட்டுக் காத்திருந்தனர். பக்கத்து மேசையில் மங்கோலிய சாயலில் சுற்றுலா பயணிக் குடும்பம் ஒன்று அமர்ந்திருந்தது.

"மழை வருவதைப் போல் இருக்கிறதே?" என்றான் காசிம்.

"வரட்டுமே. என்ன இப்போ?"

"வரட்டும் வரட்டும். நீ அங்கே கூடாரத் தங்கல் என்று சொன்னாயல்லவா? அதைப் பற்றி யோசித்துக்கொண்டிருந்தேன்."

சிரித்தாள்.

"ஏன் சிரிக்கிறாய்?"

"இதுதான் உன்னுடைய பிரச்சினை"

"எது?"

"இதுதான்."

"அட, தெளிவாகச் சொல்லேன்."

"மழை வருமா தெரியாது. வந்தாலும் அடித்துப் பெய்யும் மழையாக இருக்க வாய்ப்பு குறைவு. அப்படியே பெய்து நனைந்தாலும் நாம் ஒன்றும் மழையில் கரைந்துவிடப் போவதில்லை. பார்த்துக்கொள்ளலாம். நீயே கவனி. நடைபெற சாத்தியம் குறைவாக இருக்கும் ஒன்றைப் பற்றி யோசித்து பயந்து இப்போதிருக்கும் இத்தனை அழகான பொழுதை வீணடிக்கிறாய். எப்போதும் உன் மனம் எதையாவது பற்றி எச்சரித்துக் கொண்டே இருக்கிறது. உன்னை நீயே மறைத்துக்கொள்கிறாய். மனத்தைத் திறந்து பேசக்கூட அஞ்சுகிறாய். எதிரே இருப்பவரை விடுத்து எங்கோ இருப்பவரை நினைத்துப் பயப்படுகிறாய். இந்த வாழ்க்கையை ஒரு சின்ன சிராய்ப்புகூட படாமல் வாழ்ந்து முடித்துவிட வேண்டும் என்று விரும்புகிறாய். ஆனால், அதன்பொருட்டே உன்னை நீயே வருத்திக் கொள்கிறாய். பக்கத்தில் பார் அந்தக் குழந்தையை! எவ்வளவு சந்தோசம் அதன் முகத்தில். நம்மால் அப்படி இருக்க முடியாது தான். அதைப் பார்த்துப் போலியாக நகல் செய்வதுகூட தப்பில்லை என்று தோன்றுகிறது எனக்கு."

காசிம் கண்களை உயர்த்தி பக்கத்து மேசையிலிருந்த அந்தக் குழந்தையைப் பார்த்தான். அதற்கு ஐந்து வயதிருக்கும். சீகல்களைப் பார்த்து முகமெல்லாம் பூரித்துப் பொங்கிச் சிரித்துக்கொண்டிருந்தது. அதன் பெற்றோர் தங்களுக்குள் எதையோ தீவிரமாக விவாதித்துக்கொண்டிருந்தனர். அதைப்

பற்றிய எந்த பிரக்ஞையுமின்றி, அக்குழந்தை கையிலிருந்த பர்கரைப் பிய்த்து அங்கிருந்த சீகல் பறவைகளுக்குப் போட்டாள்.

ஒரே நிமிடம்தான். எங்கிருந்து அவ்வளவு சீகல்கள் பறந்து வந்தன என்று தெரியவில்லை. கேஃபேயைச் சுற்றி சீகல் பறவைகள் சூழ்ந்துவிட்டன. அவற்றைப் பார்த்ததும் அந்தக் குழந்தை இன்னும் உற்சாகமாகி தன்னுடைய பர்கரை வேகவேகமாகப் பிய்த்துப் போடத் தொடங்கியது.

காஃபேயின் ஊழியர் ஒருவர் அந்த மேசை அருகே வந்து அக்குழந்தையின் பெற்றோரிடம் மிகவும் தன்மையான குரலில், “தயவுசெய்து உணவிட வேண்டாம். இவற்றால் இங்கே பெரிய தொந்தரவு” என்றார்.

குடும்பத் தலைவி சற்றுப் பதற்றமாகி, “மன்னிக்கவும் மன்னிக்கவும்” என்று சங்கடத்தில் நெளிந்தார்.

“பரவாயில்லை. நீங்கள் உணவிடாவிட்டாலும்கூட வந்து தொந்தரவு செய்யும்தான். வேண்டுமெனில் பிடுங்கிப் போகவும் அஞ்சாத பிறவிகள். திருட்டுப் பறவைகள்” என்று சலித்தப்படி சொன்னார்.

அவர்களிடையிலான உரையாடலை இவர்கள் இருவரும் கவனித்துக்கொண்டிருந்தனர். அப்போது, ஜெட்டாவின் முகம் மாறியிருந்தது. அதுவரை இருந்த மகிழ்ச்சி மறைந்து கடுகடு வென்று ஆகியிருந்தாள்.

சற்று நேரத்தில், ஒரு காவல் நாயை வைத்து அங்கே சூழ்ந்திருந்த பறவைகளை விரட்ட ஆரம்பித்தார் கடையின் ஊழியர் ஒருவர். நன்கு கொழுத்திருந்த நாய், அப்பறவைகளைக் குரைத்தும் பாய்ந்தும் ஓடியும் அங்கிருந்து விரட்டியது. சீகல்கள் அஞ்சிப் படபடத்துச் சிறகடித்துப் பறந்தன.

இது நிகழ்ந்துகொண்டிருக்கும்போதே ஜெட்டா தன் இருக்கையிலிருந்து எழுந்துவிட்டாள்.

“காசிம், வா போகலாம்.”

“ஏன், என்னாயிற்று? இன்னும் காப்பி வரவில்லையே!”

“நீ கொஞ்சம் எழுந்து வருகிறயா? இல்லையென்றால் நான் கிளம்புகிறேன்” என்று சொல்லிவிட்டுக் கைப் பையை எடுத்துத் தோளில் மாட்டிக்கொண்டாள்.

அவன் போய் காப்பியை வேண்டாம் என்று சொல்லி விட்டு, விறுவிறுவென்று ஃபெர்ரியை நோக்கி நடந்துகொண் டிருந்த அவளுடன் ஓடிச் சென்று இணைந்துகொண்டான்.

இவர்கள் அங்கு சென்று சேரவும் கொக்கட்டூக்குச் செல்லும் ஃபெர்ரி வரவும் சரியாக இருந்தது. ஃபெர்ரியில் அதிகம் கூட்ட மில்லை. அதில் ஏறி, மாடியில் வானம் பார்த்துத் திறந்திருந்த இருக்கைப் பகுதியில் போய் அமர்ந்துகொண்டார்கள்.

அங்கே வந்து அமரும்வரை அவள் ஒரு வார்த்தை பேச வில்லை.

"என்னாச்சு ஜெட்டு?"

பதில் சொல்லாமல், சுற்றியிருந்த தண்ணீரை வெறித்துப் பார்த்தபடி அமர்ந்திருந்தாள்.

"உன்னைத்தான் கேட்கிறேன். என்னாயிற்று?"

தண்ணீரிலிருந்து பார்வையை விலக்கி, அவனைப் பார்த்தாள். அவனுக்குப் பின்னால் பறந்துகொண்டிருந்த சீகல்களைச் சுட்டிக் காட்டி, "இந்தப் பறவைகள் ஆயிரம் ஆயிரம் ஆண்டுகளாக இங்கே இருக்கின்றன. நீ வரும் முன்னே. ஏன் நான் வரும் முன்னேயிருந்து அவை இங்கேதான் இருக்கின்றன. நேற்று வந்த நாய் அவற்றைத் துரத்திக் குரைத்து விரட்டு கிறது. பெட்டை நாய்!" என்று கத்திவிட்டு, சுற்றியிருந்தவர்கள் இவர்கள் பக்கம் திரும்பவே அமைதியானாள்.

வெகுநேரம் ஒன்றும் பேசாமல் மூடியிருந்த வானத்தையும் ஃபெர்ரியின் ஓட்டத்தில் கிழித்துப் பொங்கிய அலைகளையும் பார்த்துக்கொண்டே வந்தாள். இவன் அவளே தணிவதற்காகக் காத்திருந்தான்.

அவனுடைய உள்ளங்கையை எடுத்து தன் மடியில் வைத்துக்கொண்டு "மன்னித்துக்கொள்!" என்றாள்.

"பரவாயில்லை. நான் உன்னைப் புரிந்துகொள்கிறேன்" என்றான்.

சீகல் மீன் ஒன்றைக் கொத்தி கவ்வியபடி அவர்கள் தலைக்கு மேலே பறந்து சென்றது. இருவரும் ஒரே நேரத்தில் அண்ணாந்து அதைப் பார்த்தனர். மெதுவாக மழை தூற ஆரம்பித்தது.

❍

30

கொக்கட்டூ தீவில், பரந்து விரிந்திருந்த புல் தரையில் வரிசையாகக் கூடாரங்கள் போடப் பட்டிருந்தன. பக்கத்தில் மரக்கட்டைகளான குடில்கள் அமைக்கப்பட்டிருந்தன. இருவருக்கும் தனித் தனியாக ஒதுக்கப்பட்டிருந்த கூடாரங்களில் பொருட்களைப் போட்டுவிட்டு அந்தத் தீவைச் சுற்றிப் பார்க்கக் கிளம்பினர்.

ஜெட்டா இதற்கு முன்பே பலமுறை அங்கே ஆய்வுப் பணிக்காக வந்திருக்கிறாள். தீவின் எல்லா இடங்களையும் அவளுக்குத் தெரிந்திருந்தது. அக்காலத்தில் குற்றவாளிகளை அடைத்து வைத்திருந்த சிறையின் அறைகள், முன்பொரு காலத்தில் செயல்பட்ட பெண்கள் சீர்த்திருத்தப் பள்ளி, பழம்பொருள் காட்சியகம் என்று ஒவ்வொரு இடமாகக் கூட்டிப் போய்க் காட்டிக் கொண்டிருந்தாள்.

நூறு இருநூறு ஆண்டுப் பழமையான பொருட்களையும் ஆவணங்களையுமே அவ்வளவு பாதுகாப்பாக வைத்திருந்தார்கள். அங்கிருந்த வற்றைவிடப் பழமையான பல பொருட்கள் அவனுடைய பாட்டி வீட்டிலேயே இருக்கக்கூடும் என நினைத்தான்.

ஜெட்டா எப்போதும் ஒரு குறிப்பேடும் பேனாவும் வைத்திருப்பாள். திடீரென்று ஓரிடத்தில் நிற்பாள். ஏதேதோ குறிப்புகள் எடுப்பாள். கதவுகளை, ஜன்னல்களை, படிக்கட்டுகளை கோட்டோவிய மாகத் தீட்டிக்கொள்வாள். அவ்வப்போது தனது ஆய்வு பற்றியும் எழுதிக்கொண்டிருக்கும் புத்தகம் குறித்தும் பேசியிருக்கிறாளே தவிர முழுவதுமாக அதைப் பற்றி இதுவரை கூறியதில்லை.

அங்கே இவர்களைத் தவிர இன்னும் சில சுற்றுலாப் பயணிகளும் தங்கியிருந்தனர். கிறிஸ்துமஸுக்குக் கொஞ்ச நாட்களே இருக்கும் நிலையில், அடுத்தடுத்த வாரங்களில் சுற்றுலாப் பயணிகளின் வருகை அதிகமாக இருக்கும். கிறிஸ்துமஸ், புத்தாண்டு சமயங்களில் கொக்கட்டூவில் தங்க இடம் கிடைக்காது. புத்தாண்டு அன்று டார்லிங் ஹார்பர் பாலத்தில் வெடிக்கப்படும் வாண வேடிக்கை உலகப் பிரசித்தம். அதைப் பார்ப்பதற்காகவே நிறையப்பேர் வருவார்கள். இப்போது அவ்வளவு கூட்டமில்லை.

அங்கே தங்கியிருந்தவர்களுக்காக இரவில் தீ மூட்டம் போடப்பட்டிருந்தது. இரவுணவுவை தாங்களே தயார் செய்து கொள்ள ஏதுவாய் தகட்டுக் கூரை வேய்ந்த பொது இடம் இருந்தது. சுடுகறி அடுப்புகள், சில பாத்திரங்கள், தண்ணீர்க் குழாய்கள் போன்ற வசதிகள் செய்து தரப்பட்டிருந்தன.

ஜெட்டா தான் கொண்டு வந்திருந்த பொருட்களை – கறித்துண்டங்கள், மசாலா, உப்பு, அன்னாசி, குடை மிளகாய், வைன் என எல்லாவற்றையும் எடுத்துப் பரப்பி வைத்தாள். கறித்துண்டங்களைக் கீறி அதன் மேல் சிறிது வைனை ஊற்றினாள். அவை சற்று நேரம் அதில் ஊறியதும் எடுத்து உப்பும் மசாலாவும் கலந்து கிரில் அடுப்பில் வைத்தாள். அது ஒரு பக்கம் வெந்துகொண்டிருக்கும்போதே ரொட்டித் துண்டு களில் வெண்ணெய் தடவி வைத்தாள். பேரிக்காய்களையும் ஆப்பிள்களையும் தோல் சீவி நறுக்கி தட்டில் அழகாக அடுக்கி வைத்தாள். ஒவ்வொன்றையும் வெகு நாசூக்காய் அவள் செய்த விதத்தில் வெளிப்பட்ட ஒருவித நளினத்தை காசிம் நின்று ரசித்துக்கொண்டிருந்தான்.

அதற்குள் நன்றாக இருட்டிவிட்டிருந்தது. தீ மூட்டத்துக்குச் சற்றுத் தொலைவில் போடப்பட்டிருந்த மேசையில் தயாரான உணவு வகைகளை எடுத்து வைத்தாள். சிறிய அழகான கண்ணாடிக் கோப்பையில் வைனை ஊற்றி, மற்றவற்றைத் தட்டுகளில் இருவருக்குமாய்ப் பரிமாறினாள்.

"தொடங்கலாமா?" என்றாள்.

அவள் வைன் நிரப்பிய கோப்பையைக் கையில் எடுத்துக் கொண்டாள். அவன் கோக்கை ஒரு கோப்பையில் ஊற்றிக் கொண்டான். கோப்பைகளைக் கைகளில் ஏந்தியபடி இருவரும் சியர்ஸ் சொன்னார்கள். அந்த இரவும் தனிமையும் குளிரும் அதுவரை காசிம் கொண்ட தயக்கங்கள் அனைத்தையும் துடைத்து எறிந்தன.

“கொக்கட்டூவுக்காக!” என்று சொல்லி மறுபடியும் கோப்பைகளை மெதுவாகத் தட்டிக்கொண்டார்கள்.

இருவரும் ஒன்றும் பேசாமல் கண்களைப் பார்த்துப் புன்னகைத்துக்கொண்டனர். போதையும் அன்பும் கலந்து பொங்கிய அவள் கண்களைப் பார்க்கவே பரவசமாயிருந்தது.

அவன் கண்கள் அலைபாய்ந்தபடியே மினுமினுத்த அவளுடைய கழுத்தின் மேல் ஊர்ந்து நின்றன. அதன் குழிவும் செழிப்பும் அவனைக் கிறக்கியது. அன்றிரவின் காட்சிகள் அப்போதே அவனுக்குள் நிகழ்ந்தேறின. ஆனாலும் அவளைத் தூண்டும் விதமாய் அவன் வேண்டுமென்றே ஒவ்வொன்றையும் தாமதித்தான். அவன் அன்றைய நாளின் ஒவ்வொரு கணத்தையும் கொண்டாட விரும்பினான்.

“வெஜ்மெய்ட் சாப்பிட்டிருக்கிறாயா?” என்று கேட்டாள்.

அவன் இல்லை என்று தலை ஆட்டினான்.

“கமான்!” என்று சொல்லிச் செல்லமாக அவனை முறைத்தவாறு, டோஸ்ட் செய்திருந்த ரொட்டித் துண்டுகளில் கொஞ்சம் வெண்ணெய்யைத் தடவினாள். அதன் மேலேயே வெஜ்மெய்ட்டைத் தடவி அவனிடம் கொடுத்தாள்.

அவனுக்கு அதன் சுவை பிடிக்கவில்லை. முகம் போன போக்கைப் பார்த்ததும் அவளால் சிரிப்பை அடக்க முடியவில்லை.

பக்கத்தில் ஒரு வயதான தம்பதி, இவர்களைப் போலவே உணவையும் வைனையும் மேசையில் வைத்து எதிரெதிரே அமர்ந்து உற்சாகமாகச் சிரித்துப் பேசிக்கொண்டிருந்தனர்.

அவர்களை ஒருமுறை பார்த்தாள். பின்னர், வானத்தை அண்ணாந்து பார்த்தபடி, “ஆயிரம் பௌர்ணமிகள்” என்று அவனுக்கு மட்டும் கேட்கும்படியாகக் கிசுகிசுத்தாள்.

அவள் பேசியது அவனுக்குக் கேட்கவில்லை என்றாலும் தாபமேறி கிசுகிசுப்பாக ஒலித்த குரலைக் கேட்கப் பிடித்திருந்தது. “என்ன?” என்றான்.

“ஆயிரம் பௌர்ணமிகள் பின்தங்கியிருக்கிறோம்” என்றாள் அதே கிசுகிசுப்பான குரலில் இதழோரமாய் புன்னகைத்தபடி.

என்ன சொல்ல வருகிறாள் என்பதை அவனால் ஓரளவுக்கு ஊகிக்க முடிந்தாலும் அவளிடமிருந்தே கேட்டறிவதற்காக, “தெளிவாகச் சொல்லேன் ஜெட்டூ” என்றான்.

“நீ இப்போது சொன்னதை மறுபடியும் சொல். பின் நான் சொல்கிறேன்” என்றாள்.

"எதைச் சொல்ல வேண்டும்?"

"நீ இப்போது சொன்னதை."

"தெளிவாகச் சொல்லேன் – என்பதையா?"

"பைத்தியம்!"

"ஜெ . . . ட் . . . டூ?" என்று கண் சிமிட்டிச் சொன்னபோது அவன் அதை வேண்டுமென்றேதான் அப்படிச் சொல்கிறான் என்பது அவளுக்குப் புரிந்தது.

'ஆமாம்' என்பதாகச் சிரித்தபடி போதையேறிய கண்களை மூடித் தலையை ஆட்டினாள். ஆடைக்குள் மெதுவாக நெகிழ்ந்து அசைந்த அங்கங்களை இவன் தன் உடல்மீது உணர்ந்தான். அவற்றின் வாளிப்பை, வெம்மையை, குழைவை என அனைத்தையும் வெறும் பார்வையாலேயே அவனால் உணர முடிந்தது. உள்ளேயும் தீ மூண்டது. அதைக் காட்டிக்கொள்ளாமலிருக்கப் பிரயத்தனப்பட்டான். அவள் புரிந்துகொண்டாள். வேண்டுமென்றே கைகளை உயர்த்தி முடியைக் கோதி கொண்டையிட்டாள்.

"சரி, சொல்லு ஜெட்டூ. அதென்ன ஆயிரம் பௌர்ணமிகள்?"

"இல்லை, அங்கே உக்கார்ந்திருக்கும் முதியவர்களுக்கும் நமக்கும் ஆயிரம் பௌர்ணமிகள் தூரம் இருக்கும். நாம் ஆயிரம் பௌர்ணமிகள் பின்தங்கியிருக்கிறோம். அவ்வளவுதான். மற்றபடி அவர்களும் நாமும் ஒன்றுதான். நம்முடைய வயதேறிய பிம்பங்கள் அவர்கள். நாம் அவர்களுடைய இளமையின் நகல்கள். எனக்கு அப்படித்தான் தோன்றுகிறது. உனக்கு?"

பதில் சொல்லாமல், அமைதியாய் புன்னகைத்தான்.

"என்னவாம்?" என்றாள்.

"அவர்கள் எப்படியும் முப்பது நாற்பது ஆண்டுகள் சேர்ந்து கழித்திருப்பார்கள். இல்லையா?"

"நிச்சயமாக!"

"அவ்வளவுக்குப் பிறகும் இருவருக்கும் பேசிச் சிரிக்கவும் பரஸ்பரம் அன்புகொள்ளவும் என்ன இருக்கும்?"

"அது ஒருவிதமான பிணைப்பு. வெகு சிலருக்குள் மட்டுமே மூளும் ஆதித் தீ. அது எல்லோரும் பார்க்கப் பற்றி எரிவதில்லை. ஆனால் அவர்கள் மட்டுமே உணரும் கனலைத் தன்னுள் எப்போதும் தக்கவைத்திருக்கும். அவ்வப்போது சாம்பல் மூடலாம்.

ஆனால் அவிந்து போவதில்லை. மெல்லிய தென்றல் போதும் அதை விலக்கி உள்ளூறங்கும் நெருப்பை மீட்டெடுக்க."

"ம்ம்ம்ம்" என்றபடி அவளைக் கண்களால் விழுங்கினான்.

"என்ன ?"

"இல்லை. உண்மையில், இதுபோன்ற உறவுகள் சாத்தியம் தானா? இல்லை சந்தர்ப்பம், சூழல் காரணமாக இப்படி இருந்துவிட்டு, இதற்கு அன்பு, காதல் என்று நாமாகவே பெயரிட்டுக் கொள்கிறோமா? இளவயதில் காமமும் இவர்களைப் போல வயதான பின் பாதுகாப்பும் துணையும்தான் இப்படிச் சேர்ந்திருக்கக் காரணமாக இருக்கும் என்று ஊகிக்கிறேன்."

"இடியட்!"

"ஏன்? நான் சொல்வதில் ஏதேனும் தவறு இருக்கிறதா?"

"ஆமாம், நீ தேவையில்லாமல் குழப்பிக்கொள்கிறாய். எப்போதும் மூளையிலிருந்தே ஒன்றைப் பார்க்கக் கற்று வைத்திருக்கிறாய். எல்லாவற்றையும் தர்க்கப்பூர்வமாகக் கோத்துக்கொள்ள நினைக்கிறாய். வாழ்வில் சில விசயங்கள் அதற்கெல்லாம் அப்பாற்பட்டவை. நீ சொல்வதுபோல யோசித்தால் இங்கு எதற்குமே அர்த்தம் இருக்காது. அர்த்தமற்ற வாழ்வில் பிடிப்பு கிடைக்காது. கடைசியில் சலிப்பும் சோர்வும் விரக்தியுமே எஞ்சும். இதையெல்லாம் சும்மா வாய் வார்த்தை யாக நான் சொல்லவில்லை. புரிகிறதா?"

"புரியாமல் இல்லை. நானே இது பற்றி நிறைய முறை யோசித்திருக்கிறேன். எங்களையே எடுத்துக்கொள்ளேன். ஃபர்ஸானா என்னை விரும்பித்தான் திருமணம் செய்து கொண்டாள். இப்போது யோசித்தால் அது உண்மையான காதலின்பால்பட்டதா இல்லை வெறும் அந்தப் பிராயத்துக் கவர்ச்சியின் பொருட்டானதா என்று குழப்பம் வருகிறது" என்று சொல்லிவிட்டு எதையோ கண்டுபிடித்துவிட்டவனைப்போல வானத்தைப் பார்த்துத் தானாகப் புன்னகைத்துக்கொண்டான்.

"நான் சொல்வது வேறு. ஆத்மார்த்தமான பிணைப்புக்குத் திருமணம் என்ற வெற்றுச் சம்பிரதாயம் தேவையில்லை. எல்லா வற்றுக்கும் மேல் உன்னுடைய சுயத்தை விட்டுக்கொடுக்கத் தேவையில்லாத உறவு முக்கியம். புரிகிறதா?"

அதற்குப் பதில் சொல்லாமல், "ஆமாம்" என்று சிரித்தபடி தலையை ஆட்டினான்.

"சரி, கண்ணை மூடு. கையை நீட்டு."

"என்ன?"

"சொன்னதை மட்டும் செய்!"

அவன் செய்தான்.

கண்களைத் திறந்தபோது உள்ளங்கையில் வழுவழுப்பான குளிர்ச்சியான கல் ஒன்று வைக்கப்பட்டிருந்தது. தட்டையாக வட்ட வடிவில் உள்ளங்கைக்குள் அடங்கிவிடும் அளவிலான கல். கருநீல வண்ணப் பின்னணியில் வெளிர்நீல நிறத் தீற்று களும் மஞ்சள் நிறத்தில் நட்சத்திரத் தூவல்களுமாய் அழகான ஓவியம் தீட்டப்பட்டிருந்தது. அவன் அதை தன் கைக்குள் மூடிவைத்துக்கொண்டு, "என்ன இது?" என்பதாகப் புருவத்தை உயர்த்தி சைகை செய்தான்.

"பிரியத்தின் கல்" என்றாள்.

அவள் கண்களைப் பார்த்துப் புன்னகைத்தவாறு அந்தக் கல்லை ஆட்காட்டி விரலால் தொட்டுத் தடவினான். எடுத்து பத்திரமாகத் தன் பேண்ட் பாக்கெட்டில் போட்டுக் கொண்டான். அவனுக்கு அந்த இடமே பூமியிலிருந்து விடுபட்டுத் தனியே மிதப்பதைப் போலிருந்தது.

"சற்று பொறு. இங்கே ஒன்றே ஒன்று மட்டும் குறைகிறது" என்று சொல்லிவிட்டுக் கைப்பையிலிருந்து ஃபோனை எடுத்தாள்.

இரண்டு நிமிடங்கள் அதைப் பார்த்து எதையோ நோண்டிக் கொண்டிருந்தவள், அவனைப் பார்த்து, "உனக்காகப் பாட்டு ஒன்றைத் தேடிகொண்டிருக்கிறேன். கொஞ்சம் பொறு" என்றாள்.

இத்தனை நேரம் போதையுமிழ்ந்த கண்களில் இப்போது குறும்பு மின்னியது. அவனுக்கு அது கனவா நினைவா என்ற குழப்பமே தீர்ந்திருக்கவில்லை. அவளையும் நட்சத்திரங்கள் சிந்தியிருக்கும் வானத்தையும் மாறிமாறிப் பார்த்துக்கொண் டிருந்தான். மனதுக்குள் ஏதேதோ எண்ணங்கள் தோன்றி அலைக்கழித்தன.

அப்போதுதான் அந்த இசை கேட்டது. அவளுடைய ஃபோனிலிருந்து ஒலிக்கவில்லை. மாறாக, நேரடியாக இவர்கள் அமர்ந்திருந்த இடத்துக்கு வெகு அருகிலிருந்து வந்தது.

அதைக் கேட்டதும் வலக் கையிலிருந்த ஃபோனை உணவு மேசை மேலே கவிழ்த்து வைத்தாள். இடக்கையிலிருந்த வைனையும் மேசை மேலே வைத்துவிட்டு அவனை நோக்கித் திரும்பினாள். அவனும் அவளைப் பிரதிபலித்தான். அதற்குள் இசை பெருகி அந்த இடத்தை நிறைக்க ஆரம்பித்தது.

பாறைகளுக்கு இடையில் தண்ணீர் சலசலக்கும் ஓசையைப் போல, காற்றில் ஆடும் இலைகள் படபடக்கும் ஒலியைப்போல அந்த இசை வெளிப்பட்டது.

இருவரும் இசை வந்த பாதையை நோக்கி நடக்க ஆரம்பித்தனர். மற்றவர்களும் கையில் சாப்பாட்டுத் தட்டைக் கையில் ஏந்தியபடி வந்தார்கள்.

இவர்கள் அமர்ந்திருந்த இடத்துக்குப் பக்கத்திலிருந்த மரத்தாலான நிரந்தரக் குடில்களுக்கு வெளியேயும் தீ மூட்டம் போடப்பட்டிருந்தது. அங்கே சிறிய கூட்டம் கூடியிருந்தது. கூட்டத்தின் நடுவே அடர்ந்த கறுப்பு வெள்ளை தாடியும் சுருள் சுருளாகத் திரண்ட முடிக்கொத்துகளும் கொண்ட ஆஸ்திரேலிய பழங்குடிப் பெரியவர் ஒருவர், மண்டியிட்டு அமர்ந்து மிக நீண்டும் தடித்தும் மூங்கிலைப் போலிருந்த இசைக்கருவி வழியாக இசையை எழுப்பிக்கொண்டிருந்தார். அந்தப் பெரியவருக்குப் பக்கத்தில் நடுவயதென்று மதிக்கத் தக்க இருவர் பெரிய கோடங்கி போன்றிருந்த கருவியை ஆளுக்கொன்றாய் வைத்துக்கொண்டு குத்தவைத்து அமர்ந்திருந்தார்கள். அவர்களுக்கு முன்னால் பல வண்ணப் புள்ளிகளும், நெளிவுகளும் கொண்ட ஓவியங்களையும் வண்ண வண்ணப் பூச்சுகள்கொண்ட பூமராங்குகளைப் பார்வைக்கு அடுக்கி வைத்திருந்தனர். அவர்களுடைய முகத்திலும் கைகளிலும் சட்டை அணியாத மார்பிலும் வெள்ளை வெள்ளையாகப் பெயிண்ட்டால் வரையப்பட்ட கீற்றுகள் இருந்தன.

அந்தப் பெரியவர் தன் அடிவயிற்றிலிருந்து காற்றை எழுப்பி, கன்னத்தில் உப்பி இருத்தி அக்கருவியை ஊதிக் கொண்டிருந்தார். அவருடலின் மொத்த மூச்சுக்காற்றும் அக்கருவி வழியே வழிந்துகொண்டிருந்தது. ஒரே சமயத்தில் தரையிலிருந்து ஆயிரம் வண்டுகள் எழுந்துவந்து முரலுவதைப்போல அதிலிருந்து ஓசை வந்துகொண்டிருந்தது. மெதுவாக ஆரம்பித்து கொஞ்சம் கொஞ்சமாக அதன் சத்தம் உயர உயர பக்கத்தில் இருந்த இருவரும் தத்தமது வாத்தியத்தை அதற்கேற்றாற்போல் மெதுவாக ஆரம்பித்து சத்தமாகவும் வேகமாகவும் ஒலிக்க ஆரம்பித்தனர். அப்போது அங்கே வெளிப்பட்டதை வெறும் இசையாக அவனால் பார்க்க இயலவில்லை. உண்மையில், அது ஒரு மாபெரும் மன்றாடல். இயலாமையின் பொருட்டு வெளிப்பட்ட இறைஞ்சல். நூற்றாண்டு காலத் துயரின் ஓசை. வேரிலிருந்து பிடுங்கப்பட்ட வேதனையின் குரல். காசிமுக்கு அப்படித்தான் தோன்றியது. ஆதித் துயரத்தின் இசையாக ஒலித்தது.

அக்கருவியிலிருந்து வெளிப்பட்ட வலியின் புறப்பாடு அங்கிருந்த அனைவரையும் கல்லாகச் சமைத்தது. தட்டை

ஏந்தியபடி அங்கே வந்தவர்களின் தட்டுகளில் உணவுகள் காய்ந்து போயின. கைகளில் வைன் கோப்பைகளை ஏந்தியவர்கள் உதட்டுக்கும் கைக்குமிடையேயான தூரத்தைக் கடக்க இயலாமல் தத்தளித்துக்கொண்டிருந்தனர்.

சுற்றுலாப் பயணி போலிருந்த பெண் ஒருத்தி தன்னுடைய கையில் இருந்த கேமராவில் ஆரம்பத்திலிருந்து அதைப் பதிவு செய்துகொண்டிருந்தாள். இசை உச்சத்தை நெருங்கிய கணத்தில் அந்த இடம் மொத்தமும் அமைதியில் ஆழ்ந்திருந்தது. அவர்கள் வாசித்து முடித்ததும் அத்தனை பேரும் ஒரு நிமிடம் நின்று கைதட்டி வாழ்த்தினார்கள். முன்னால் விரித்துவைக்கப்பட்டிருந்த துணியில் சில்லறைகளைப் போட்டுவிட்டுச் சிலர் அங்கிருந்து நகர்ந்தனர்.

அம்மூத்தவர் வாயில் வைத்து ஊதிக்கொண்டிருந்த கருவியை எடுத்து தன் மடியில் வைத்துக்கொண்டார். ஆனால் அவர் தன்னுடைய மண்டியிட்ட நிலையிலிருந்து மாற வில்லை. அவரின் நிலைத்த கண்கள் சூன்யத்தை வெறித்துக் கொண்டிருந்தன.

'ஒலியின் உச்சம் அமைதியில் நிலைப்பது' என்பதை நிரூபிப்பதைப்போல தீவு முழுவதையும் அவர்களின் இசை நிசப்தத்தில் ஆழ்த்தியது. காலம் உறைந்துபோனதைப் போல பலரும் நின்ற இடத்தில் நிலைகுத்தியிருந்தனர். ஜெட்டாவிடம் அதுவரையிருந்த மகிழ்ச்சியும் போதையும் கலைந்துபோய் பதற்றமும் பரிதவிப்பும் தென்பட்டது. அவளை ஏறிட்டுப் பார்த்தான். அவள் அவனைப் பொருட்படுத்தவில்லை.

அங்கேயிருந்து மெதுவாக நகர்ந்து வெளியேறினாள். காசிம் முதலில் அதைக் கவனிக்கவில்லை. பின்னர் அவனும் அங்கிருந்து மெதுவாக வெளியேறினான். அவளைப் பின்தொடர்ந்தான்.

ஜெட்டா, கூடாரமிருந்த திசை நோக்கித் தனியாக நடந்து கொண்டிருந்தாள்.

இவன், அவளுக்கு மட்டும் கேட்கிற குரலில் "ஜெட்டா" என்று அழைத்தான். அவளுக்குக் கேட்டிருக்கக் கூடும். ஆனாலும் அவள் திரும்பிப் பார்க்காமல் நடந்துகொண்டிருந்தாள்.

வேகமாக நடந்து, முன்பைவிடத் தாழ்ந்த கிசுகிசுப்புக் குரலில் "ஜெட்டூ" என்றான்.

அவள் நின்று மெல்லத் திரும்பினாள். கண்கள் கலங்கிச் சிவந்திருந்தன. முகமே முற்றிலும் மாறியிருந்தது. அதுவரை பார்த்திராத ஜெட்டா. எந்தக் கணத்திலும் அழுதுவிடுவாள் போல உதடு துடிக்க நின்றுகொண்டிருந்தாள்.

அவள் முகத்தைப் பார்த்ததும் பேச்சற்றுத் திகைத்து நின்றான்.

"நான் தூங்கச் செல்கிறேன், நாளை காலை நாம் கிளம்பலாம்" என்று சொல்லிவிட்டு அவனுடைய பதிலுக்குக் காத்திராமல் அவளுடைய கூடாரத்துக்குள் நுழைந்து திரையை இழுத்துப் போட்டுக்கொண்டாள்.

இசை நின்றதும் இலை அசையும் ஓசைகூட இரைச்சலாக ஒலிக்கும்படியான பேரமைதி தீவு முழுவதும் நிலவியது. மேகங்கள் கலைந்து நட்சத்திரங்களின் மினுக்கலுக்கு இடையில் நிலவு தனியாய் ஒளிர்ந்துகொண்டிருந்தது.

அவனும் என்ன செய்வதென்று புரியாமல் தனியாக நின்று கொண்டிருந்தான்.

●

14

31

சமர்

நள்ளிரவில் விழிப்பு வந்துவிட்டது. மறுபடியும் அந்த ஓசை கேட்டது. அதை வெறும் ஓசை என்று கூறிவிட முடியாது. ஆயிரம் வண்டுகள் ஒன்று சேர்ந்து என் காதுகளைச் சுற்றி முரலும் சத்தம். உற்றுக் கேட்கக் கேட்க என்னை மீளாத் துயருக்கு இட்டுச் செல்லும் வண்டுகளின் பாடல். இங்கு வந்த பின்பு ஓரிரு முறை இதைக் கேட்டிருக்கிறேன். காபா, இது பூர்வகுடிகளின் பாரம்பரிய இசைக் கருவியான 'டிஜரிடு' என்று அவர்களால்

அழைக்கப்படும் நீண்ட கனத்த மூங்கில் குழாயிலிருந்து எழுப்பப் படுகிறது என கூறியிருக்கிறான். இதை ஆண்கள் மட்டுமே பயன்படுத்துவார்களாம். பெண்கள் இதைத் தொட்டால் மலடாகிப் போவார்கள் என்ற நம்பிக்கை அவர்களிடத்தே நிலவுகிறதுபோல. இதை அவன் சொல்லும்போது என்னையறி யாமல் புன்னகைத்துவிட்டேன். காபாவோ அவர்களுக்கு இணை யான நம்பிக்கையுடன் அதைச் சொல்லிக்கொண்டிருந்தான்.

இப்போது அந்த இசை வெளியிலிருந்து வரவில்லை. எனக்குள்ளேயிருந்து ஒலிக்கிறது. அத்தனை துல்லியமாகக் கேட்கிறது. வெகு தொலைவிலிருந்து ஒலிக்கும் இசைக்கு இவ்வளவு துல்லியம் வாய்க்கச் சாத்தியமில்லை. இது உள்ளிருந்து ஒலிக்கும் இசை. இதை உறுதிப்படுத்திக்கொள்ள குடிலிலிருந்து வெளியே வந்தேன்.

மொத்தக் குடியிருப்பும் ஆழ்ந்த நித்திரையில் இருக்கிறது. மறுநாள் அமாவாசை. அலைகள் வழக்கத்துக்கு மாறான ஆர்ப்பரிப்புடன் கொந்தளித்தபடி இருந்தன. அலைகள் எழுந்து கரையில் மோதும் சத்தம் தனித்ததொரு தாள லயத்துடன் ஒலித்தது. இப்போதெல்லாம் அமைதியும் இரவுமே என்னை அதிகம் தொந்தரவுக்கு உள்ளாக்குகின்றன. வெளியின் நிசப்தம் உள்ளே கூச்சலைத் தூண்டுகிறது. பகல்களைக் கடப்பதில் பிரச்சினையில்லை. அதுவும் கடந்த பத்து நாட்களாக, இருக்கும் வேலைகள் அனைத்தையும் இழுத்து என் தலையில் போட்டுக் கொண்டு சுற்றினேன். உடலைக் களைப்படையச் செய்வதன்வழி மனத்தை மடைமாற்ற முயன்றேன். மற்றவர்களை ஏமாற்றலாம் என்னை நானே ஏமாற்றிக்கொள்ள முடியாதல்லவா? கடினமான வேலைகளுக்கு இடையில் கிடைக்கும் சிறு இடைவெளி போதுமாய் இருக்கிறது இந்த மனப்பேய்க்குக் கடும் பாறைத் துளிராய் முளைவிட.

தண்டனைபெற்ற அன்று காபாவைப் பார்த்ததோடு சரி. அதன் பிறகு இந்தப் பத்து நாட்களில் எத்தனையோ முறை போய் பார்க்க வேண்டும் என்று நினைத்திருக்கிறேன். ஆனால் போகவில்லை. முதலில் அவன்மேல் இருந்தது கோபம் என்று நினைத்துக்கொண்டிருந்தேன். ஆனால் உண்மையில் அவனைக் காண அஞ்சினேன். அவன் கண்களை நேராக கண்ணெடுத்துப் பார்க்கக் கூசி நாணச் செய்வது எது?

அவனுடைய நடவடிக்கைகள் ஒவ்வொன்றும் நான் இதுவரை என்னைப் பற்றிக்கொண்டிருந்த நம்பிக்கைகள் அனைத்தையும் கேள்விக்குட்படுத்துகின்றன. என் நம்பிக்கை களை உடைப்பதன் வழியே வாழ்வு குறித்து நான் கொண்டிருக்கும் லட்சியங்களைப் பயனற்றவை என்று எள்ளி

நகைக்கின்றன. பற்றற்றவன், எந்தக் குறுகிய எல்லைக்குள்ளும் என்னை அடைத்துக்கொள்ள விரும்பாதவன், சுதந்திரத்துக்காக எந்த விலையையும் கொடுக்கத் தயாராக இருப்பவன், ஓர் உலகக் குடிமகன் என்றெல்லாம் நினைத்துக்கொண்டு இறுமாப்புடன் திரிந்துகொண்டிருந்தேன். அவன் என்னுடைய உள் மனக் கசடுகளுக்குக் கண்ணாடி காட்டுகிறான்.

எனக்கு மட்டுமான விடுதலை என்பது எத்தனை குறுகிய பார்வை!

உண்மையில் அவன்தான் நான் 'ஆக' விரும்பும் ஆளுமை. அவனைப்போல ஒருவனாகத்தான் என்னைக் காண விரும்பு கிறேன். ஆனால் அதை அடையவியலாமல் இடைவழியில் நிற்கின்றேன். பல்வேறு சமரசங்களுக்கு ஆட்பட்டுவிட்டு, 'அப்படி யெல்லாம் ஒன்றுமில்லை' என்ற போலிச் சமாதானத்தை இறுகப்பற்றிக்கொண்டு என்னை நானே ஏமாற்றிக்கொள்கிறேன். அவன் கண்களைப் பார்க்கும் ஒவ்வொரு முறையும் அந்த உண்மை என் உள்ளத்துக்கு உறைக்கிறது. அவனை அருகில் வைத்துக்கொள்வதன் வழியே நானும் அவனைப் போன்றே சுதந்திரமானவன் என்றெண்ணிக்கொண்டும், சரியான பாதையில் சென்றுகொண்டிருப்பது போலவுமான மெய்நிகர் வாழ்வை சிருஷ்டித்துக்கொள்கிறேன். நாளுக்கு நாள் அது முடியாமல் போகவே அவனைக் காணவே அஞ்சுகிறேன். அதே நேரம் அவன் நலம்பெற்றுத் திரும்ப வேண்டும் என்று ஆத்மார்த்தமாக வேண்டினேன்.

காபாவைச் சென்று பார்க்கவில்லை என்றாலும் மருத்துவர் ஜேம்ஸின் உதவி மருத்துவர் டெர்ரி வழியே அவனுடைய தினசரி முன்னேற்றங்களைக் கேட்டறிந்துகொள்ளத் தவறவில்லை.

முதல் இரண்டு நாட்கள் அவனைத் தூங்க வைப்பதற்கே மருந்துகள் கொடுக்க வேண்டியிருந்திருக்கிறது. வலியோடு கடுமையான காய்ச்சலும் சேர்ந்துகொள்ள ரொம்பவும் சிரமப் பட்டிருக்கிறான். மூன்றாம் நாளிலிருந்து காயங்கள் மெதுவாக ஆற ஆரம்பிக்க உடல் வெப்பமும் கொஞ்சம் கொஞ்சமாய்த் தணியத் தொடங்கியிருக்கிறது.

"இயல்பாகவே அவனுடைய உடலில் எதிர்ப்பு சக்தி அதிகம். மருந்தே கொடுக்கவில்லையெனினும் இதே வேகத்துடன் மீண்டு வந்திருப்பான்" என்பதை டெர்ரி கண்களில் ஆச்சரியம் மின்னச் சொன்னார்.

டெர்ரிக்கும் அவன்மீது ஒரு நல்லெண்ணம் உருவாகி வந்திருப்பதை என்னால் உணர முடிந்தது. "பூர்வகுடிகள் முதலில்

நாம் இங்கிருந்து கொஞ்ச நாட்களில் கிளம்பிவிடுவோம் என்று எதிர்பார்த்திருக்கிறார்கள். நாம் கிளம்பவில்லை. மேலும் மரங்களை வெட்டுவது நிலங்களை ஆக்கிரமிப்பது போன்ற நம்முடைய நடவடிக்கைகள் அவர்களிடத்தில் நம் மீதான நம்பிக்கையைத் துடைத்தெறியச் செய்திருக்கின்றன. போதாத குறைக்கு நம் தண்டனைக் கைதிகளில் சிலர் அவர்களைச் சீண்டி வம்பிழுப்பது போன்ற தேவையற்ற செயல்களில் வேறு ஈடுபட்டிருக்கிறார்கள். எல்லாவற்றுக்கும் மேலாக அவர்களுடைய மீன்பிடிப் படகுகளை நம்முடைய கைதி ஆட்கள் கடத்திக்கொண்டு வந்து மறைத்து வைத்திருக்கிறார்கள். அவர்களுக்கு அப்படகுகள் புனிதமானவை. மீன்கள் ஒருவேளைக்கான உணவு. உணவோடு சம்பந்தப்பட்ட எதுவொன்றானாலும் அவர்கள் மூர்க்கமாகவே செயல்படுவார்கள். இதன் பொருட்டே அவர்கள் நம் கைதிகளைத் தாக்கியிருக்க வேண்டும்." இதையெல்லாம் காபாவிடம் பேச்சுக்கொடுத்துத் தெரிந்துகொண்டதாக டெர்ரி கூறினார். என்னால் இதை ஏற்கனவே யூகிக்க முடிந்தது.

நான் நினைத்ததைவிட அவனை நன்றாகவே பார்த்துக் கொண்டார்கள். நேற்றுக் காலையில் டெர்ரி வந்து சொன்ன பின்புதான் அதற்குப் பின்னிருக்கும் உண்மையான காரணம் விளங்கிற்று.

அன்று, காலின்ஸ் தலைமையில் காபாவையும் உடன் சிலரையும் அழைத்துக்கொண்டு பூர்வகுடியினரைச் சந்திக்கப் போகிறார்களாம். சமாதானப் பேச்சுவார்த்தையாம். காலின்ஸை உடன்வைத்துக்கொண்டு சமாதானப் பேச்சு வார்த்தை என்பதே அபத்தமாக இருந்தது. இது குறித்து டெர்ரி வந்து கூறும்வரை எனக்கு விசயமே தெரியாமல் பார்த்துக்கொண்டார்கள். இது, என் மீதான நம்பிக்கையில் விழுந்திருக்கும் பலத்த அடி என்பதை அறிவேன். நாசூக்காக என்னை ஒதுக்க ஆரம்பித்துவிட்டார்கள்.

என்னுடைய ஆரம்பக்கட்ட லண்டன் நாட்கள் நினைவுக்கு வந்தன. அங்கு வந்த புதிதில் என்னை நட்பு வட்டத்தில் இணைத்துக்கொள்ளவே பலரும் அவ்வளவு தயக்கம் காட்டினார்கள். கூட்டமாக இருக்கும்போது வேண்டுமென்றே 'உங்கள் வீட்டுப் பசு எவ்வளவு பால் கறக்கும்?' என்று கேட்டுக் கேலி செய்வார்கள். முகத்துக்கு நேரே நன்றாகப் பேசிச் சிரித்துவிட்டுப் போன பிறகு புறம் பேசுவார்கள். வாய்ப்பு கிடைக்கும்போதெல்லாம் நீ எங்களவன் இல்லை என்பதைச் சொல்லாமல் சொல்வதற்கு அவர்கள் மறப்பதில்லை. சேர்ந்தே தான் சுற்றிக்கொண்டிருப்போம். என்னை விட்டுவிட்டு அவர்கள்

மட்டும் வெளியே செல்வதற்கான திட்டங்கள் நடந்துகொண் டிருக்கும். எல்லாம் முடிவாகி உறுதி செய்யப்பட்ட பின் போனால் போகிறது என்ற பாவனையில் நானும் அவர்களோடு வர விரும்புகிறேனா என்று கேட்பார்கள். முக்கியமான வேலை ஒன்று இருப்பதாகக் கூறி மறுத்துவிடுவேன். நல்ல வேளை, அதைத்தான் அவர்கள் விரும்புகிறார்கள் என்பதை அறிய முடியாத அளவுக்கு முட்டாளாக இருக்கவில்லை. நீங்கள் உங்களுக்கு நெருக்கமானவர் என்று நம்பிக்கொண்டிருக்கும் ஒருவரால் ஒதுக்கப்படுவது போன்ற கொடிய தண்டனை எதுவும் இருக்க முடியாது. அப்படியான புறக்கணிப்புகள் கொஞ்சம் கொஞ்சமாக உங்களை நீங்களே வெறுக்கும்படியாகச் செய்யும். எவ்வளவு அவமானங்கள்!

சோர்வுறும் பொழுதுகளில் எல்லாம் கால்போன போக்கில் நடப்பேன். கிட்டத்தட்ட மொத்த லண்டன் மாநகரை யும் கால்களால் அளந்துவிட்டிருப்பேன். கால்கள் சோர்ந்து நிறுத்தச் சொல்லிக் கெஞ்சும்வரை நடந்துகொண்டே இருப்பேன். அது மட்டுமே என்னை அத்தனை அழுத்தங்களி லிருந்து விடுவிக்க உதவியது. மனச் சங்கிலிகளை உடைத்தெறிந்து என்னை விடுதலை செய்யும் ஆயுதம் என் கால்களிடத்தில் இருந்தது.

அதேபோன்ற ஒதுக்குதல்களும் அவமானங்களும் இங்கே திரும்ப நிகழ ஆரம்பிப்பதற்கான சமிக்ஞைகள் தெரிய ஆரம்பித்தன. பூர்வகுடிகளுடன் சமாதானப் பேச்சு வார்த்தைக்குப் போகலாம் என்பதை தளபதியே முன்மொழிந்திருப்பார் என்றாலும் முடிவை அவர் மட்டுமே எடுத்திருக்க மாட்டார். அவருடைய பிரத்தியேக சிறு வட்டம் கூடியே முடிவு செய்திருக்கும். மற்றவர்களின் கருத்துக்களும் பெறப்பட்டிருக்கும். அப்படியெனில் அந்த வட்டத்தில் இனி நான் இல்லை.

என்னுடைய தவறு என்ன என்பது எனக்கு விளங்கவில்லை. குழம்பிப் போனேன். மறுபடியும் தனியனாக உணர்ந்தேன்.

இப்போதைக்கு எண்ணங்களின் கோரப்பிடியிலிருந்து என்னைக் காத்துக்கொள்ள மறுபடியும் வேலையிடம் சரணடைய வேண்டும். என்னுடைய ஆகச் சிறந்த பலம் அது தான். அதைச் செவ்வனே திறம்படச் செய்ய வேண்டும். அப்படிப் பணியாற்றுவதன் மூலமே நான் இழந்த நம்பிக்கையை மீட்க முடியும். அளிக்கப்பட்ட வேலைகளை என்னால் இடது கையால் செய்து முடிக்க முடிந்தது. அது எனக்குத் துளியும் திருப்தியளிக்க வில்லை. ஆனாலும் ஆயிரம் கைகள் கொண்டவனுடைய அசாத்திய பலத்துடன் வேலைகளை மேலும் மேலும் என்று இழுத்துப் போட்டுக்கொண்டேன். பணிமனைக்கு ஆட்கள்

தேர்வு செய்வது, அவர்களுக்குத் தேவையான கருவிகளை வழங்கி ஒருங்கிணைப்பது, பணிகளை மேற்பார்வையிடுவது, மளிகைப் பொருட்களைச் சரிபார்த்துத் திட்டமிடுவது, அடுமனையில் வேலைகளை முடுக்குவது, புதிய தாவரங்களை ஆராய்ந்து பட்டியலிட சார்லிக்கு உதவுவது என்று நாள் முழுவதும் நின்று நிதானித்து யோசிக்க நேரமில்லாதபடி என்னை நானே ஆக்கிரமித்துக்கொண்டேன்.

படுக்கையில் சாயச் சொல்லி கைகளும் கால்களும் கெஞ்சும் வரை உழைத்துக்கொண்டே இருந்தேன். அத்தனை அலுப்பிலும் மனம் மட்டும் விழிப்போடு இருந்தது. ஒரே நேரத்தில் பகல் முழுவதும் மூளையின் கட்டளையாலும் இரவில் மனத்தின் கெஞ்சலாலும் உடல் குழம்பிச் சோர்ந்தது. மறுநாள் காலையில் விழிப்பதற்காகச் சூரிய வெளிச்சம் வந்து விழும்படி சன்னலைத் திறந்து வைத்துப் படுத்தேன்.

சூரியன் எழுவதற்கு முன்னால் வந்த சலசலப்பில் எழுந்து அமர்ந்துவிட்டேன். பரபரப்பும் கூச்சலுமாய் வெளியே சத்தம் கேட்டது. என்னால் கண்ணை முழுமையாகத் திறக்க முடிய வில்லை. இருளில் ஒளிரும் இரு தீச்சுடர்களென கண்கள் இரண்டும் தகதகவென எரிந்தன. தூங்கச் சொல்லி உடலும் எழச் சொல்லி மனமும் சமரிட்டுக்கொண்டன.

எப்போதும் போல மனமே உடலை வென்றது.

குளிர்ந்த நீரை அள்ளிக் கண்களில் தெளித்துக்கொண்டேன். எரிந்துகொண்டிருந்த கண்களுக்கு அது இதமாய் இருந்தது. முந்தைய நாள், பாதையிலிருந்த முட்செடி கிழித்த கெண்டைக் கால் பகுதி இப்போது எரிந்தது. அதிலும் கொஞ்சம் தண்ணீரை விட்டு துணியால் துடைத்தேன். வெளியே சலசலப்புச் சத்தம் குறைந்து ஆங்காங்கே கிசுகிசுப்புகள் மட்டும் எஞ்சியிருந்தன.

குடிலுக்கு வெளியே வந்தேன். முழுவதுமாய் விடியாமல் மெல்லிய வெளிச்சம் எழும்பி வந்தது. தெரிந்த ஆட்கள் தட்டுப் படுகிறார்களா என்று உற்றுப் பார்த்துக்கொண்டிருந்தேன். அடுமனையில் வேலை செய்யும் பெண் கைதி அன்னா நின்று கொண்டிருந்தாள்.

அப்போதுதான் எழுந்து வந்திருக்கிறேன், என்ன நடந்தது என்பதை அறியேன் என்னும்விதமாக கைகளை உயர்த்திச் சோம்பல் முறித்தேன்.

"பெரிய பிரச்சினையாகிவிட்டது" என்றாள் பதற்றமான குரலில்.

"ஏன்? யாருக்கு என்னவாயிற்று?"

“உங்களுக்குத் தெரியாமலா இதெல்லாம் நடந்திருக்கும். சும்மா கேலி செய்கிறீர்கள். இல்லையெனில் நாங்களெல்லாம் இதைப் பற்றி என்ன நினைக்கிறோம் என்று தெரிந்துகொள்ள விரும்புகிறீர்கள். சரியா?” என்றாள் அசட்டுக் கோபத்துடன்.

எனக்கு எரிச்சலாக இருந்தது. இருந்தாலும் அவளிடமிருந்து விசயத்தைத் தெரிந்துகொள்ள வேண்டும். “இல்லை அன்னா. எனக்குச் சத்தியமாக எதுவும் தெரியாது. என்னவாயிற்று சொல்?” என்றேன்.

அக்கம்பக்கம் தன் கண்களைச் சுழற்றிவிட்டுச் சற்றுத் தணிந்த குரலில், “இங்கேயிருந்து தண்டனைக் கைதிகளுடன் பூர்வகுடிகளிடம் சமாதானம் பேச போயிருக்கிறார்கள். சமாதானம் சண்டையில் போய் முடிந்திருக்கிறது. அவர்கள் தாக்கி, நம்மவர்கள் மூன்று பேர் உயிரிழந்திருக்கிறார்கள்போல. அவர்கள் பக்கம் பலத்த சேதம் இருக்கும் என்றும் பேசிக்கொள்கிறார்கள். இப்போதுதான் அவர்கள் இறந்தவர்களைத் தூக்கிக்கொண்டு ஆளுநர் இல்லத்தை நோக்கிப் போகிறார்கள்” என்றாள்.

கடைசியில், நான் நினைத்தது சரியாகப் போயிற்று. காலின்ஸைக் கூட்டிக்கொண்டு துப்பாக்கிகளோடு சமாதானத் துக்குப் போனால் இதுதான் நடக்கும். காபா இந்தச் சண்டை வராமலிருக்க நிச்சயம் போராடியிருப்பான். ஆனால் தளபதியைத் தவிர காலின்ஸை யாராலும் கட்டுப்படுத்த முடியாது. காலின்ஸ் இதைத் திட்டமிட்டே சென்றிருப்பார். இப்போது நான் உடனடியாக காபாவைச் சந்திக்க வேண்டும். தளபதியிடமும் பேச வேண்டும். இந்தச் சண்டையை வளர்த்தெடுப்பது சரி கிடையாது. ஏற்கெனவே இருக்கும் பிரச்சினைகள் போதாதா?

குடிலைச் சாத்திவிட்டு, ஆளுநர் இல்லத்தை நோக்கி நடந்தேன். போகும் வழியில் கூட்டமாய் தண்டனைக் கைதி களும் சிப்பாய்களுமாய் நின்றுகொண்டிருந்தனர். அவர்களை விலக்கி முன்னே நடந்தேன். மேடான பகுதியில், சண்டையில் காயமுற்று இறந்து போன மூவரின் உடல்கள் கிடத்தப் பட்டிருந்தன. அதில் இரண்டுபேர் தண்டனைக் கைதிகள். மூன்றாவதாய் கிடத்தப்பட்டிருந்தது காபாவின் உடல். முதல் இருவரின் உடல் குத்தீட்டிகளாலும் காபாவின் உடல் துப்பாக்கியாலும் துளைக்கப்பட்டிருந்தன.

❍

32

டிசம்பர் மாதத் தொடக்கம்தான் என்றாலும் சிட்னியில் அப்போதே கிறிஸ்துமஸ் கொண்டாட்டங்களுக்கான ஆயத்தங்கள் தொடங்கிவிட்டன. மார்ட்டின் சதுக்கத்தில் ஒரு பெரிய கிறிஸ்துமஸ் மரம் நிறுவப்பட்டு விளக்கு களால் அலங்கரிக்கப்பட்டிருந்தது. ஜார்ஜ் வீதி முழுவதும் ஆட்கள் பரபரப்பாக வருவதும் போவதுமாய் இருந்தனர். கடைகள் எங்கும் கூட்டம் நிரம்பி வழிந்தது. காணும் முகங்கள் அனைத்திலும் மகிழ்ச்சி ததும்பி நிறைந்தது. காப்பிக் கடைகளில் ஜோடியாகவும் கூட்டமாகவும் காப்பியை ஏந்திய படி பேசிக்கொண்டிருந்தார்கள்.

ஃபர்ஸானாவும் காசிமும் வீதியை வேடிக்கை பார்த்துக்கொண்டே நடந்து சென்றனர். ஜார்ஜ் வீதியிலிருந்து நடந்து செல்லும் தொலைவி லிருக்கும் சிட்னி ராக்ஸ் பகுதியில் உணவுத் திருவிழா நடைபெறுகிறது.

பல்வேறு நாடுகளைச் சேர்ந்த பலவிதமான உணவுப் பொருட்கள் வீதியெங்கும் அணிவகுத்து வைக்கப்பட்டிருக்கும். விரும்பும் கடையில் டாலர்கள் கொடுத்து வாங்கிக்கொள்ளலாம். அதற்குத்தான் இருவரும் சென்றுகொண்டிருந்தனர். ஃபர்ஸானா பர்தா போடாமல், மெல்லிய துணியில் ஹிஜாப் மட்டும் அணிந்திருந்தாள். காசிமுக்கு அவள் அப்படி வருவது பிடித்திருந்தது. எத்தனையோ முறை சொல்லும்போதெல்லாம் மறுத்தவள் திடீரென்று இப்படி மாறியிருப்பது ஆச்சரியம்.

"எப்டிக் கலகலன்னு இருக்குல்ல!"

“இவ்ளோ கூட்டத்தை இந்த ஊருக்கு வந்து இப்பதான் மொதமொத பாக்கேன். திருவிழா மாரி ஜேஜேன்னு இருக்கு” என்று அவனைப் பார்க்காமல் வழியெங்குமிருந்த கடைகளையும் அலங்காரங்களையும் கண் விரிய பார்த்தபடி பதில் கூறினாள்.

“அவங்களுக்கு இதானே திருவிழா?”

“ஆமாமா... பாளையங்கோட்டைல பாத்துருக்கேன்.”

“ஃபர்ஸி... இந்த ஏரியாவ பாக்க எப்படி இருக்கு?”

“ரொம்ப பாஷா இருக்கு. ஒரு மாதிரி ரொமாண்டிக்கா இருக்கு. ஏன் கேக்குற?” என்று சொல்லி அவன் கண்களைப் பார்த்தாள்.

“அந்தக் காலத்துல இது ஒரு சேரி. அதாவது ஆஸ்திரேலியாவைக் கண்டுபிடிச்சு, வெள்ளைக்காரங்க உள்ள வந்த காலத்துல சொல்லுறேன். கைதிகளை அடைச்சு வச்சுருந்த இடமாம் இது.” காசிம் அப்படித்தான். எந்த ஒரு இடத்துக்குப் போகும் முன்னரும் அதைப் பற்றி அலசி ஆராய்ந்து தெரிந்து வைத்துக்கொள்வான். இதுபோன்று மற்றவர்கள் அதிகம் கவனம் செலுத்தாத ஒரு விசயத்தைப் பற்றிக் கூறித் தன்னை அறிவாளியாக நிரூபித்துக்கொள்வதில் அவனுக்கு அலாதி திருப்தி.

“திர்னவேலில இப்போ நாங்க இருக்கிற வீடு இருந்த இடங்கூட ஒரு காலத்துல கம்மாயா இருந்துச்சாம். கண்ணா சொல்லிருக்கு. அதெல்லாம் மாறிக்கிட்டேதாம்டே இருக்கும்.”

“இவ ஒருத்தி... அப்போ உனக்குத் திர்னவேலியும் சிட்னியும் ஒண்ணா?”

“அய்யே இல்லல்ல... திர்னவேலி கொஞ்சம் ஓசத்தி” என்று சொல்லிவிட்டு அவனைப் பார்த்து கண்களைச் சிமிட்டிச் சிரித்தாள். அவன் தலையில் அடித்துக்கொண்டான்.

அந்த இடம் முழுவதும் பழங்காலக் கற்கட்டடங்கள் சூழ, தரையெங்கும் கருங்கற்கள் பாவப்பட்டு இருந்தது. சுற்றியிருந்த கடைகளில் கண்களைப் பறிக்காமல் இதமாக ஒளியுமிழும் பொன்மஞ்சள் விளக்குகள் ஒளிரவிடப்பட்டிருந்தன.

இருவரும் புது உலகமொன்றுக்கு இடம்பெயர்ந்து வந்துவிட்டதைப்போலத் தோன்றியது அவளுக்கு. புதிய இடங்களுக்கு வரும்போதெல்லாம் இருவருக்குமான பிரத்தியேக வானில் அன்பின் நட்சத்திரம் ஒன்று பூப்பதை இதற்கு முன்பும் உணர்ந்திருக்கிறாள்.

அதேநேரத்தில் அவன் மனத்துள் இருந்த இனம்புரியாத கலக்கம் மட்டும் மறையவே இல்லை. முந்தைய நாள் அணிந்த ஆடையில் எஞ்சியிருக்கும் வாசனை திரவியத்தைப் போல மங்கலாக சோர்வும் குழப்பமும் பயமும் அவனை ஆட்கொண்டிருந்தன.

வீதியெங்கும் கொண்டாட்டக் களை. காற்றெங்கும் பலவித உணவு வகைகளின் கிறங்கடிக்கும் மணம். இத்தாலியன், மெக்ஸிகன், சைனீஸ், தாய், ஈரானியன், இந்தியன் என்று விதவிதமான உணவகங்கள் ஒரு பக்கம் வரிசையாகக் கடை போட்டிருந்தனர். மறுபக்கம் இப்பகுதியிலிருக்கும் நிரந்தரக் கடைகளும் அவற்றுடன் போட்டிபோட்டு அலங்கரிக்கப் பட்டிருந்தன. ரொட்டிகள் மலைபோல் குவித்து வைக்கப்பட் டிருந்தன. அந்தக் கடையைச் சுற்றி வீசிய பாலாடைக்கட்டிகள் முறுகும் மணம் பசியைக் கிளர்த்தியது. தொட்டியில் உயிருடன் வைக்கப்பட்ட மீனை கண்முன்னே கொன்று பொரித்துக் கொடுத்துக்கொண்டிருந்தார்கள் ஒரு கடையில். சாக்லேட்டு களுக்காக மட்டுமே தனி வரிசை. வழி நெடுக இனிப்பின் திகட்டல். விதவிதமான கேக்குகள் ஐஸ்கிரீம்கள். முன்பின் கேள்வியேப்பட்டிராத பலகார வகைகளின் அணிவகுப்பு.

குளிருக்கு இதமாக, பாதையின் இருமருங்கிலும் நடுநடுவே தணலேந்திக் கம்பங்கள் வைக்கப்பட்டிருந்தன. இடப்பக்கம் சிட்னியின் டார்லிங் ஹார்பர் பாலம் பிரம்மாண்டமாக விளக்குகளால் அலங்கரிக்கப்பட்டு நின்றது. வலப்பக்கம் தாவரப் பூங்காவும் ஓபரா ஹவுஸும் ஒளிவெள்ளத்தில் மிதந்தபடி காட்சியளித்தன. எதிரே அலையற்ற அமைதியான பசிபிக் பெருங்கடல். அதில் விளக்குகளால் ஒளியூட்டப்பட்ட ஃபெர்ரிகள் நுரைகளைக் கிளப்பிப் போய்க்கொண்டிருந்தன. ஃபர்ஸானாவின் கால் தரையிலேயே பாவவில்லை. ஒன்றைப் பார்க்கும்போது எங்கே இன்னொன்றைத் தவறவிட்டுவிடு வோமோ என்ற ஆனந்தப் பரிதவிப்பில் கண்கள் இங்கும் அங்குமென்று அலைபாய்ந்து கொண்டிருந்தன. விளையாட்டுப் பொருட்கள் நிறைந்த அறையில் விடப்பட்ட சிறு குழந்தையென எதை எடுப்பது எதை விடுவது என்று தெரியாமல் திக்கு முக்காடிக்கொண்டிருந்தாள்.

உணவுக் கடைகளுக்கு இடையே பூர்வகுடிகளின் பாரம்பரியப் பொருட்கள் விற்கும் கடை ஒன்றும் இருந்தது. முகத்தில் வெள்ளைக் களிம்புகள் பூசிய பூர்வகுடியினர் இருவர் விற்பனையைக் கவனித்துக்கொண்டிருந்தனர். வண்ண வண்ண ஓவியங்கள், மரத்தில் செய்யப்பட்ட பொம்மைகள்,

அலங்காரப் பொருட்கள், நினைவுச் சின்னங்கள், பூமாராங்குகள் என கடை முழுவதும் நிரப்பப்பட்டிருந்தன.

கடையின் நுழைவாயிலில் டிஜரிடு என்றழைக்கப்படும் மூங்கில் குழாயாலான வாத்தியக் கருவியைப் பூர்வகுடியைச் சேர்ந்த ஒருவர் வாசித்துக்காட்ட தயார் செய்துகொண்டிருந் தார். அதைப் பார்த்ததும் காசிமுக்குப் பதற்றமாகியது. மனம் படபடவென அடித்துக்கொண்டது. உடல் முழுவதும் முள்ளாகக் குத்தியது. கடைக்குள் நுழையப்போன ஃபர்ஸானாவை இழுத்துக்கொண்டு அந்த இடத்தைவிட்டு நகர்ந்தான்.

மனதை திசைதிருப்புவதற்காக வேண்டுமென்றே பேச்சு கொடுத்தான். ஹார்பர் பாலத்தின் ஒளிரும் விளக்குகளை வேடிக்கை பார்த்துக்கொண்டிருந்தவளிடம், “இந்த இடத்துக்கு ஒரு விசேஷம் இருக்கு. தெரியுமா?” என்று கேட்டான்.

அவள் பதில் எதுவும் சொல்லாமல், தெரியாது என்பதாக உதட்டைப் பிதுக்கினாள்.

“சில நூறு வருசங்க முன்னே இங்கிலீஷ்காரங்க கப்பல்ல இங்கதான் முதன்முதல்ல வந்து இறங்கினாங்க.”

“அதுவரை இது அவங்களோட பூமியா இருந்துச்சு. இல்ல?” என்றபடி பூர்வகுடிகளின் கடை இருந்த பக்கம் கண் காட்டினாள்.

“இப்பவும், இது அவங்களோட பூமிதான்.”

அவன் சொல்லி முடிக்கவும் அவர்களிடமிருந்து இசை கிளம்பவும் சரியாக இருந்தது. எதன் பொருட்டு அந்த இசையைக் கேட்க அஞ்சினானோ அதுவே நடந்தது.

அதைக் கேட்டதும் ஜெட்டாவின் நினைவு எழுந்து வந்தது. அவனுடைய வலது கையை இறுகிப் பிடித்தபடி ஃபர்ஸானா நின்றுகொண்டிருந்தாள்.

அவனுக்கு இது நினைவா கனவா, எது நிஜம் எது பொய் என்பதே விளங்கவில்லை. ஜெட்டாவுடன் கொக்கட்டூவில் சுற்றிக்கொண்டிருந்ததும் இப்போது ஃபர்ஸானாவுடன் கைகள் கோர்த்து அலைந்துகொண்டிருப்பவனும் வெவ்வேறு ஆட்களா? இல்லை, தனித்தனி நினைவுகள்கொண்ட ஒரே ஆள்தானா? ஒருவேளை, அது வேறு காலம் இது வேறு காலமா? நூற்றாண்டுக்கு முந்தைய நினைவுகளின் எடை தாளாமல் குழம்புகிறேனா? கேள்விகள் அவன் மண்டையைக் குடைந்தன.

இங்கே தான் யாரை ஏமாற்றிக்கொண்டிருக்கிறோம்? ஃபர்ஸானாவையா? ஜெட்டாவையா? அல்லது தன்னையேவா?

குழம்பிப்போனான். உடலின் இரத்தம் முழுவதும் ஒரே சமயத்தில் தலைக்குப் பாய்ந்தது. தலை கனத்து வலித்தது. தலையை இரண்டு கைகளாலும் இறுக்கிப் பிடித்துக்கொண்டான்.

அப்போதுதான் அவனைக் கவனித்தான். ஆறரை அடிக்குக் குறையாத உருவம். தடித்துப் பருத்த வெள்ளை உருவம். மொட்டைத் தலையுடன் மூக்கில் வளையம் போட்டிருந்தவன், இவர்களையே உற்றுப் பார்த்துக்கொண்டிருந்தான்.

முதல் பார்வைக்கு அவன் சாதாரணமாக எதையோ உற்றுப் பார்ப்பதாகத்தான் தோன்றியது. சற்று திரும்பி இயல்பாகப் பார்ப்பதுபோல் மறுபடியும் அவனைப் பார்த்தான். அப்போதும் அவன் இவர்களையே முறைத்துக்கொண் டிருந்தான். அது முறைப்புதான். இந்த முறை சந்தேகமே இல்லை. காசிமுக்குப் படபடவென்று வந்தது. அந்தக் குளிரிலும் உள்ளங்கை வியர்த்தது. ஃபர்ஸானாவுக்கு உறுத்தாமல் டிஸ்யூவை எடுத்து முன் நெற்றி உள்ளங்கை என்று துடைத்து எடுத்தான்.

அதற்கு மேல் அவனால் ஒரு நிமிடம்கூட அங்கே நிற்க முடியவில்லை. அங்கிருந்து கிளம்பினால் போதுமென்று நினைத்தான்.

அவள் கையைப் பிடித்துக்கொண்டு “கிளம்பலாம். வா!” என்று இழுத்தான்.

“என்ன அவ்ளோதானா?”

“ஆமா, போதும்.”

“ஏன் என்னாச்சு? ஒரு மாதிரி இருக்கிற.”

“இல்ல. தலைவலி.”

“இவ்ளோ நேரமும் நல்லாத்தானே இருந்த?”

“ஆமா, இப்போ தலைவலி.”

“கொஞ்சம் தண்ணி குடி. காப்பி வாங்கிட்டு வரவா? காப்பி குடிச்சுட்டுக் காலாற அங்கன வர நடந்துட்டு வந்தா சரியாயிரும்.”

“இல்லல்ல. சீக்கிரம் கிளம்பு. போதும். வீட்டுக்குப் போகலாம்.”

“வீட்டுக்கா? லிண்ட் கஃபே போலாம்ண்டு சொன்னியே!”

“அது இன்னொரு நாள் போலாம் ப்ளீஸ்.”

“தலைவலிதானே? வேறொன்னும் இல்லியே?”

“வேற ஒண்ணும் இல்ல. தலைவலிதான்.”

"இல்ல அந்த மியூசிக்னாலே ஏதாவது ஆயிடுச்சா?"

"அட, அதெல்லாம் இல்ல. நீ கொஞ்சம் நைநைன்னு கேள்வியா கேட்காம சீக்கிரம் வெரசியா நட! இருக்கிற தலைவலி பத்தாதுன்னு இவ வேற ஒரு பக்கம் எப்பப் பாரு தொணத்தொணன்னு. கொஞ்ச நேரமாவது வாயை மூட மாட்டியா?" பொது இடம் என்றும் பார்க்காமல் கத்தினான்.

அவள் கண்களில் நீர் கோத்துக்கொண்டது. அதற்கு மேல் எதுவும் பேசவில்லை. அவன் பின்னால் அமைதியாக நடந்து வந்தாள். காசிம் வெளியே வருவதே அரிது. அப்போதும் அவன் இதுபோன்று நடந்துகொள்வது அவளுக்கு எரிச்சலைக் கொடுத்தது.

அவளைச் சமாதானப்படுத்தி சரி செய்யும் மனநிலையில் அவன் இல்லை. அங்கிருந்து கிளம்பிச் சென்றால் போதுமென்று தோன்றியது. அவர்கள் நின்றுகொண்டிருந்த இடத்திலிருந்து மெட்ரோ பக்கம்தான். நடு இரவுவரை ரயில்கள் உண்டு. ஆனால் ஏதோ கடைசி ரயிலை தவறவிடுபவனைப்போல விறுவிறு வென்று நடந்து சென்றான். நிமிடத்துக்கு ஒருமுறை திரும்பித் திரும்பிப் பார்த்துக்கொண்டே வந்தான்.

அவனுடைய நடவடிக்கைகளைக் கூர்ந்து கவனித்த படியேதான் வந்தாள்; என்றாலும் ஃபர்ஸானா எதுவும் பேசிக் கொள்ளவில்லை. நிலையத்துக்குள் நுழையும்போது ஹோம்புஷ் ரயில் ஒன்று கிளம்பத் தயாராக நின்றுகொண்டிருந்தது. மூன்றாவது பெட்டியில் ஏறினான்.

மூக்கில் வளையம் போட்டவன் அதில் ஏறவில்லை என்பதை முன்னும் பின்னும் பார்த்து ஒருமுறை உறுதிப் படுத்திக்கொண்டான்.

பெட்டி காலியாக இருந்தது. வேண்டுமென்றே காசிம் அமர்ந்திருந்த இருக்கைக்கு அடுத்த இருக்கையில் போய் அமர்ந்தாள். ஜன்னல் பக்கம் திரும்பி வேடிக்கை பார்த்துக் கொண்டு வந்தாள். ஒளியூட்டப்பட்ட ஓபரா ஹவுசும் ஹார்பர் பாலமும் பின்னோக்கிப் போய்க்கொண்டிருந்தன. ரயில் இருளடர்ந்த பாதாளப் பாதைக்குள் செல்ல ஆரம்பித்தது.

●

15

33

ஆயிரம் அம்புகள்

குடியிருப்புக்கு வடக்குப் பக்கமாகப் பயிரிட்டுப் பார்க்க அனுமதி கேட்டிருந்த ஜேம்ஸ் ரூஸ்ட்டுடைய மக்காச்சோளப் பயிர்கள் நினைத்ததைவிட ஓரளவுக்கு நல்ல விளைச்சலைத் தர ஆரம்பித்திருந்தன. அவருடைய நிலத்தில் வேலை செய்வதற்குக் கூடுதலாக ஆட்கள் ஒதுக்கப் பட்டார்கள். அவருடைய உழைப்பையும் விடா முயற்சியையும் பாராட்டும் விதமாய் அவர் பயிரிட்டு வளப்படுத்திய நிலம் அனைத்தையும் அவருக்கே உரிமையாகக் கொடுத்தார் ஆளுநர்

பிலிப். விளைச்சலை முறைப்படி தானியக் கிடங்குக்குள் சேர்க்க வேண்டிய பொறுப்பு என்னிடம் ஒப்படைக்கப்பட்டது. அதன் பொருட்டு சிட்னி வளைகுடாவின் பிரதான குடியேற்றப் பகுதியிலிருந்து வெளியேறி வடக்குப் பகுதியில் கூடாரம் அமைத்துத் தங்கிக்கொண்டேன். அதைத்தான் ஒருவேளை தளபதியும் விரும்பினாரோ என்றறியேன்.

பூர்வகுடிகளுடன் நடந்த சண்டையில் எங்கள் பக்கம் காபா உட்பட மூன்று பேர் இறந்து போயினர். அவர்கள் பக்கமோ இறந்தவர்களின் எண்ணிக்கை இதைப்போலப் பல மடங்காக இருந்திருக்கிறது. அது அவர்களின் கோபத்தைக் கிளறிவிட, தொடர்ந்து அவர்கள் பல்வேறு விதமான தாக்குதல்களைத் தொடுக்க ஆரம்பித்தனர். ஆயிரக்கணக்கில் ஒன்று திரண்டு போரிடுவார்களெனில் அவர்களால் மொத்த குடியமர்வையுமே தரைமட்டமாக்க முடியும். ஆனால் அவர்கள் தனித் தனி குழுவாக இருந்தனர். அது எங்களவர்களுக்குச் சாதாகமாகப் போனது. இதுபோன்ற ஒரு சூழலில் தளபதியின் அருகில் நான் இருந்திருக்க வேண்டும்.

காபா போன பின் எனக்குமே மாறுதல் தேவையாய் இருந்தது. அப்படி நேர்மறையாக அதைப் பாவிக்கப் பழகிக் கொண்டேன். ஆனால் திட்டமிட்டு ஒதுக்கப்படுகிறேன் என்பதை அறியாதவன் அல்லன். எதைக் கண்டு அஞ்சி புதிய தேசம் வந்தேனோ அது இங்கும் தொடர்வது குறித்து எனக்கு வருத்தம் இருக்கிறது. தேசம்தானே புதிது. மக்கள் மாறவில்லையே!

புதிய இடத்தில் விளைந்து நிற்கும் மக்காச்சோளப் பயிர்களைக் காண்பதே மனதுக்கு அவ்வளவு ஆறுதலாக இருந்தது. அதேநேரம், பூர்வகுடிகளுடனான பிரச்சினையின் வீரியத்தைக் குறைப்பதற்கோ, அதைவிட முக்கியமாக ஆற்ற வேண்டிய வேறு காரியங்களின்பால் தளபதியின் கவனத்தை மடைமாற்றுவதற்கோ நான் அவருடன் இல்லாமலிருப்பது குறித்துச் சற்று வருத்தமாகவும் இருந்தது.

பிரிட்டிஷாரைப் பற்றி மற்ற யாரையும்விட நான் நன்றாக அறிவேன். அவர்கள்மேல் முன்னர் நடத்தப்பட்ட தாக்குதலை அவ்வளவு சாதாரணமாக ஏற்றுக்கொள்ள மாட்டார்கள். தக்க சமயம் வரக் காத்திருப்பார்கள். ஒன்றுக்குப் பத்தாகத் திருப்பிக் கொடுப்பார்கள். எங்களிடம் இருக்கும் ஆயுதங்களுக்கு முன்னால் நவீனத்தின் நிழல்கூட தீண்டாத பூர்வகுடிகளால் ஒன்றுமே செய்ய முடியாது. அவர்கள் இங்கிருந்து விலகி வேறிடம் பார்த்துப் போய்விட்டால் நல்லது என்று நினைத்தேன்.

என்னையே இவர்கள் எப்படி மாற்றி வைத்திருக்கி றார்கள்! நேற்று வந்த எங்களுக்கு அஞ்சி ஆயிரமாயிரம் ஆண்டுகளாய் இங்கே நிலைபெற்றிருப்பவர்கள் போய்விட வேண்டும் என்று நினைப்பது எத்தனை பெரிய அபத்தம். எவ்வளவு சுயநலம்!

காபா வழியாக நான் அறிந்தவரையில் அவர்கள் ஒதுங்கியோ ஓடியோ போய்விடுபவர்கள் அல்லர். இது தங்க ளுடைய இடம் என்பதை நன்றாக உணர்ந்து வைத்திருக்கி றார்கள். அவர்களே விரும்பினாலும்கூட அப்படியே போகிற போக்கில் ஓரிடத்திலிருந்து முற்றிலும் விலகி இன்னொரு இடத்துக்கு மாறிப் போய்விட முடியாது. இங்கே 'தரூக்' என்றால் அங்கே வேறொரு இனக்குழு வேரூன்றி இருக்கும். மற்றொரு குழு தங்கள் எல்லைக்குள் வருவதை விரும்ப மாட்டார்கள். இதுதான் அவர்களின் இடம். எனவே இங்கிருந்தே போராட விரும்புவார்கள். எல்லாவற்றுக்கும் மேல், ஒருவேளை தப்பிச் சென்றாலும் பிரிட்டிஷார் விட மாட்டார்கள். துரத்திப் போய் அடிப்பார்கள். அதற்குப் பெயர்பெற்றவர்கள் இவர்கள்.

இங்கே, உண்மையில் நான் பிரிட்டிஷார் பக்கம் நின்று தான் பேச வேண்டும். இவர்களோடு ஆயிரம் பிணக்குகள் இருந்தாலும் இவர்கள்தான் எனக்கு வாழ்வளித்தவர்கள். ஆனால் நான் ஏன் பூர்வகுடிகள் பக்கம் நிற்கிறேன்? பிரிட்டனுக்கும் பிரான்சுக்கும் இடையில் நடந்த சண்டைகளில்கூட எதிரிகளிடத் தில் தோன்றாத இரக்கமும் கனிவும் ஏன் பூர்வகுடிகளிடம் தோன்றுகிறது?

இதற்கெல்லாம் காபாதான் காரணம். அவன் அவர்கள் மேல் கொண்டிருந்த அன்பைத்தான் என்னிடம் கையளித்துப் போயிருக்கிறான். ஆனால் என்னுடைய இடத்தில் காபா இருந்திருந்தால் இப்படியே விட்டிருக்க மாட்டான். அவர்கள் அவனுக்களித்து அவன் எனக்குக் கொடுத்த அந்தப் 'பிரியத்தின் கல்'லை அவன் நினைவாக எப்போதும் என் கால்சராயில்தான் வைத்திருக்கிறேன். அழகான ஓவியம் தீட்டப்பட்ட கல். இரவில் ஒளிரும் பிரபஞ்சத்தின் மிக மிகச் சிறிய துணுக்கை என் கையில் ஏந்தியிருப்பதைப் போல் உணர்கிறேன். அது என்னை எப்போதும் வழிதவற அனுமதிக்காது. அதுவே அவன் என் மேல் கொண்ட நம்பிக்கையின் சின்னம். அன்பின் அடையாளம்.

பூர்வகுடிகளை அப்போதே தேடிச் சென்று பார்க்க வேண்டும் என்று தோன்றியது. இந்தச் சூழலில் அவர்களுக்கு எப்படி உதவ முடியும் என்று தெரியவில்லை. ஆனால் அவர்களுக்கு ஏதாவது செய்தாக வேண்டும் என்பது மட்டும் ஆழமாக என் மனத்துள்

விழுந்துவிட்டது. அதுவே காபாவின் ஆன்மாவுக்குச் செய்யும் உண்மையான நன்றிக்கடனாக இருக்கும். காபா, என்னை ஆழமாகப் பாதித்திருக்கிறான் என்பதையே அவனைவிட்டுத் தள்ளியிருந்த நாட்களில்தான் உணர்ந்தேன். அவன் மறைந்த பின்பு அது இன்னும் கூடிற்றே தவிர குறையவில்லை.

ரூஸ்ட் பயிர்களைப் பார்வையிட்டபடி நடந்து வந்து கொண்டிருந்தார். விளைந்து நிற்கும் மக்காச்சோளக் கதிர்களைக் காணும்போதெல்லாம் அலை வந்து தொட கரையில் பரவும் ஈரம் போல ரூஸ்ட்டின் முகத்தில் அப்படியொரு பரவசம் பூத்து மறைவதைக் கவனித்திருக்கிறேன். இருக்காதா பின்னே? புதிய தேசத்தின் முதல் வெற்றிகரமான விவசாயி அல்லவா அவர்!

ஜேம்ஸ் ரூஸ்ட்டின் வயது ஐம்பது அல்லது ஐம்பத்தைந்து இருக்கும். உழைத்தே உரமேறியிருந்த அவர் உடலைப் பார்த்தால் நாற்பதுக்கு மேல் மதிப்பிட முடியாது. கத்திபோல நிமிர்ந்த முதுகும் விரிந்த தோள்களும் இழுத்துக்கட்டப்படாமல் தோளில் தவழ்ந்துகொண்டிருந்த கேசமும் அவரின் கம்பீரத்தைக் கூட்டிக் காட்டின. வெயில் பட்டுப் பட்டு நெற்றி முழுதும் கறுத்திருந்தது. பேசும்போது எதிரே இருப்பவரைப் பார்த்து கண்களைச் சுருக்கி பேசும்விதத்திலேயே ஒருவித அன்பும் வாஞ்சையும் கூடி வந்துவிடும்.

“நீங்களே இதை எதிர்பார்க்கவில்லை இல்லையா ரூஸ்ட்?”

“எதை, எதைப் பற்றிச் சொல்கிறீர்கள்?”

“இப்படி முத்தாக விளைந்து நிற்கும் சோளப் பயிர்களைப் பற்றித்தான்.”

“ஆமாம், ஆமாம் வில்லியம். தெற்கில் நாம் நினைத்தபடி விளைச்சல் கிடைக்காதபோது அங்கேயே திரும்பத் திரும்ப முயன்றுகொண்டிருப்பது அர்த்தமற்றது இல்லையா? மேலும் ஒரு பக்கம் தரமான விதைப்பயிர்களின் கையிருப்பு வேறு குறைந்துகொண்டே வருகிறது. உடனடியாகச் செயலாற்ற வேண்டிய சமயம் இது என்று தோன்றியது. கொஞ்சம் உள்ளே வந்து முயன்று பார்க்கலாம் என்று நினைத்தேன். நானும் ரெனால்ட்ஸூம் தினம் தினம் ஒவ்வொரு இடமாகத் தேடிப் போனோம். இந்த இடம் சரியாக இருக்கும் என்று உள்ளுணர்வுக்குத் தோன்றியது. அதன் பிறகுதான் அனுமதி கேட்டு நின்றேன். இதோ இப்போது விளைச்சலோடு உங்கள் முன் நிற்கிறேன்” என்றார். இதைச் சொல்லும்போது அவர் முகத்தில் அப்படியொரு பெருமிதம்.

“சரிதான். அயர்ச்சியற்ற உங்கள் உழைப்புக்கும் விவசாயத்தின் மீது நீங்கள் கொண்டிருக்கும் அழுத்தமான நம்பிக்கைக்கும் கிடைத்த வெற்றி இது.”

“ஓ இல்லையில்லை... தனியொருவனாக இங்கே ஒரு புல்லைக்கூட என்னால் விளைவித்திருக்க முடியாது. எல்லாவற்றுக்கும் அப்பாற்பட்ட இயற்கையின் பேரருள். அவ்வளவுதான்” என்று சொல்லிவிட்டுப் பிறந்த பிள்ளையின் பிஞ்சுப் பாதங்களை வாஞ்சையோடு தொட்டுத் தடவுவதுபோல கதிர்களைத் தொட்டுத் தடவினார்.

“உங்களுக்கு இங்கே பூர்வகுடிகளிடமிருந்து தொந்தரவு ஏதும் வரவில்லையா?”

“அதிர்ஷ்டவசமாக அவர்கள் எந்தத் தொந்தரவையும் தரவில்லை. இங்கே, நாங்கள் ஒரு மரத்தைக்கூட வெட்டவில்லை. எந்த உயிரையும் துன்புறுத்தவில்லை. இதோ விளைந்து நிற்கும் இந்தப் பயிர் ஒரு சிற்றுயிர் என்றால் அதோ அந்த மரமும் சுற்றித் திரியும் விலங்குகளும் பேருயிர்கள் இல்லையா? உண்மையான ஒரு விவசாயி அப்படித்தான் பார்ப்பான். ஒரு பூர்வகுடியும் அப்படித்தான் பார்த்திருப்பான். நானும் நீங்களும் கூட ஒரு காலத்தில் ஏதோ ஓர் இடத்தின் பூர்வகுடியாகத் தானே இருந்திருப்போம். அதன் பொருட்டோ என்னவோ அவர்களால் இங்கே எந்தப் பிரச்சினையும் இல்லை. அவ்வப்போது வேட்டைக்காக இந்தப் பக்கம் வருவார்கள், வந்த சுவடு தெரியாமல் திரும்பிப் போய்விடுவார்கள்.”

நான் அவரது குரலில் காபாவைத்தான் கேட்டுக் கொண்டிருந்தேன். சரியான கைகளுக்கே மண்ணில் பயிர் துளிர்த்திருக்கிறது.

“ரூஸ்ட், நாம் இப்போது மேலும் புதிய இடங்களைக் கண்டறிய வேண்டும். அதுவும் இந்தப் பகுதியைச் சுற்றியிருந்தால் நலம். ஆளுநர் எனக்களித்த கட்டளைகளுள் ஒன்று அது. நீங்கள்தான் அதற்கு உதவ வேண்டும்.”

“நிச்சயமாக வில்லியம். எப்போது கிளம்பலாம் என்று சொல்லுங்கள்?”

“நாளையே தொடங்குவோம்.

❍

மறுநாள், பயிர்களைப் பார்வையிட்டுவிட்டு ரூஸ்ட் என்னுடன் கிளம்பத் தயாராக இருந்தார். கைத்துப்பாக்கி ஒன்றை மட்டும் பாதுகாப்புக்காக எடுத்து வைத்திருந்தேன். அதைப் பார்த்துப் புன்னகைத்தார்.

"கொடிய விலங்குகள் ஏதேனும் எதிர்ப்பட்டால்..."

"ஓ, விளக்க வேண்டாம். புரிந்துகொண்டேன்."

"இல்லை, நீங்கள் கேலியாகச் சிரித்ததை நான் கவனித்தேன்." அவர் அப்படிச் சிரித்தது எனக்குப் பிடிக்கவில்லை. என்னால் அதை மறைக்கவும் இயலவில்லை.

மெல்லிய பதற்றத்துடன், "அய்யோ வில்லியம்! கேலியாக வெல்லாம் இல்லை. ஒருவேளை உங்களுக்கு அப்படித் தோன்றி யிருந்தால், என்னை மன்னித்துக்கொள்ளுங்கள்" என்றார். குரலில் உண்மையிருந்தது. நான் பரவாயில்லை என்று தலையாட்டிய படி நடந்தேன்.

"இல்லை, நாங்கள் இங்கே வந்து சேர்ந்த நாள்தொட்டு, அச்சப்படும்படியான கொடிய விலங்குகள் எதையும் கண்ட தில்லை. சிறிய கரடி போன்றிருக்கும் தீங்கற்ற விலங்குகளும் கங்காரு என்றழைக்கப்படும் துள்ளித் தாவி ஓடும் விலங்குகளுமே அதிகம் தென்படுகின்றன. அவையும் மிகவும் சாதுவானவை. இங்கே நாம் சிறுபூச்சிகளையும் சிலந்திகளையும் பாம்புகள் உள்ளிட்ட ஊர்வனவற்றையும் கண்டுதான் அஞ்ச வேண்டும். அவைதான் கடுமையான விஷம் கொண்டவையாக இருக்கின்றன. எங்களுடன் முன்பு தங்கியிருந்த லயாம் பையனுக்கு நேர்ந்ததைப் பற்றிக் கேள்விப்பட்டிருப்பீர்கள்தானே?"

"யார்? சிலந்தி கடித்து இறந்தானே அந்தப் பையனா?"

"ஆமாம், அவனேதான். சின்னப் பையன். இருபது வயது இருக்கும். என்ன நடந்தது என்பதைப் புரிந்துகொண்டு செயல்படக்கூட எங்களுக்கு நேரமிருக்கவில்லை. கடும் விஷம். உடலெங்கும் நீலம்பாரித்து உதடு கறுத்து, உடலையே உருக்குலைத்துவிட்டது. இத்தனை சிறிய உயிரிக்கு ஏன் இவ்வளவு கொடிய விஷம்?" இதைச் சொல்லும்போது உடலைச் சிலிர்த்து உதறிக்கொண்டார். எனக்கோ உடல் முழுவதும் சிலந்திகள் ஊர்வதாகப் பிரமை தோன்றியது. காற்று அடித்துக் காலில் புரண்ட சருகுகளுக்குக்கூட அஞ்சித் துள்ளி விழுந்தேன்.

அதிகாலையிலேயே தொடங்கிவிட்டதாலோ என்னவோ சூரியன் உச்சிக்கு வந்தபோது மிகவும் களைத்துப் போனோம். அவர் சுட்டிக்காட்டிய இடங்களில் எல்லாம் மரங்களை வெட்டத் தேவையற்று ஓரளவுக்குச் சமதளமாக இருந்தன. மிகக் கவனமாகவே இடத்தைத் தேர்வு செய்கிறார் என்று தோன்றியது.

கையிலிருந்த தோல் பையில் நீர் பாதிக்கு மேல் காலியானதும் திரும்பிவிட முடிவு செய்தோம். களைப்படைந்திருந்தோம்.

அதற்கு முன் அங்கிருந்த 'ஓக்' மரத்து நிழலில் சற்று ஓய்வெடுக்க எண்ணினோம். ரூஸ்ட் பக்கத்திலிருந்த கல் ஒன்றில் அமர்ந்து கொண்டார். நான் கால்களை நீட்டி அப்படியே படுத்துக் கொண்டேன். மர நிழலின் குளிர்ச்சி அந்நேரக் களைப்புக்கு இதமாய் இருந்தது. வானத்துக்குக் கீழே ஊடாடியபடி பழுத்திருந்த மரத்தின் இலைகளும் அவை உண்டாக்கிய இடைவெளிகளும் மெல்லிய காற்றின் தழுவலுக்கு அசைந்தன. அவ்வாறு அசைந்த இலைகளின் நிழல் புதிய புதிய உருவங் களைத் தரையில் ஓவியமாகத் தீட்டியது. அதில் லயித்தபடி படுத்திருந்தேன். ஓவியம் என்றதும் ரெபேக்காவின் நினைவு வந்தது. கீழே கிடந்த ஓக் மர விதைகள் முதுகில் குத்திக் குறுகுறுத்தன. எழுந்து சரிப்படுத்தக்கூட தோன்றாமல் அப்படியே படுத்துக் கிடந்தேன்.

இருவரும் பேச்சற்ற ஏகாந்தத்தில் அவரவர் உலகில் திளைத்திருந்தோம். அவர்தான் அதை முதலில் கவனித்தார். இறுக்கி வளைத்துப் பிடிக்கப்பட்ட மூங்கில் விடுபட்டதும் நிமிர்ந்துகொள்ளும் வேகத்தில் எழுந்துகொண்டார்.

"வில்லியம், இதோ வருகிறேன்" என்று சொல்லிவிட்டு விறுவிறுவென நடந்தார்.

என்னால் அதற்கு மேல் படுத்திருக்க முடியவில்லை. எழுந்து உட்கார்ந்து என் கண் முன்னே போய்க்கொண்டிருந்த அவரையே பார்த்துக்கொண்டிருந்தேன். பின்பு, அவர் போய்க் கொண்டிருந்த திசையைப் பார்த்தபோதுதான் மங்கலாக உருவங்கள் கண்ணில் தென்பட்டன. சட்டென நானும் எழுந்து கொண்டேன். படபடவென்றிருந்தது. தண்ணீரில் வாய் நனைத்துவிட்டு, துப்பாக்கி இருப்பதை உறுதிப்படுத்திக்கொண்டே அவரைப் பின்பற்றி நடக்க ஆரம்பித்தேன்.

அவர் விரைந்து ஓட ஆரம்பித்தார். ஆங்காங்கே நான்கைந்து பூர்வகுடியினர் படுத்திருந்ததைப் போல் தெரிந்தது. அருகில் போகப் போகதான் அவர்கள் வெறுமனே படுத்திருக்க வில்லை என்பது விளங்கியது. நாங்கள் மைல்களுக்கு அப்பால் வருவதையே கண்டறிந்து பதுங்குபவர்கள், இத்தனை அருகில் வந்தும் நகராமல் கட்டைபோல் கிடப்பார்களா?

ரூஸ்ட், அவர்கள் பக்கத்தில் போய் பார்த்துவிட்டு, அலறித் தெறித்து என் பக்கமாய் ஓடி வந்தார். என்னை அவர்கள் பக்கத்தில் போகவிடாமல் தடுத்தார்.

அவரது தோளைப் பற்றி, "என்னாயிற்று என்னாயிற்று?" என்று பதறினேன்.

அவருக்குப் பதற்றத்திலும் அதிர்ச்சியிலும் பேச்சு எழ வில்லை. என்னை அந்தப் பக்கம் போக வேண்டாமெனத் தடுத்து இறுக்கிப் பிடித்துக்கொண்டார். அவரைத் தள்ளிவிட்டு அவரது பிடியிலிருந்து விலகி அவர்களை நோக்கி விரைந்தேன்.

அங்கிருந்த அத்தனை பேரும் இறந்துகிடந்தனர். அவர்களின் முகம், கை, கால்கள் என உடல் முழுவதும் ஆயிரம் அம்புகள் துளைத்ததைப் போன்று கொப்புளங்களால் மூடியிருந்தது. என்னால் அதற்கு மேல் அங்கே நிற்க முடியவில்லை. கால்கள் பலமிழந்து நடுங்க ஆரம்பித்தன. உடல் முழுவதும் வியர்த்துக் கொட்டியது. நெஞ்சு படபடவென அடித்துக்கொண்டது. தீ பட சட்டென விலக்கிக்கொள்ளும் அங்கத்தைப்போல அங்கே யிருந்து பாய்ந்து விலகி ஓடினேன்.

என்னைச் சுற்றி அம்புகள் பறந்து துரத்தியபடி வந்தன. எத்தனையோ மைல்கள் தாண்டி வந்து ஒளிந்துகொண்டாலும் அவை என்னை விடுவதில்லை. துரத்தித் துரத்திக் கொத்தும் விஷ நாகங்களின் கொடும் பற்கள் அவை. அந்தச் சிறுவனைத் தாக்கியது ஒரே ஒரு சிலந்தி. இதுவோ ஆயிரம் கால்கள்கொண்ட ஆயிரம் சிலந்திகள். ஒரே ஒரு துளி விஷம் போதும், இன்னும் ஆயிரம் ஆயிரம் எனக் கிளம்பும். என் மண்டைக்குள் அப்படித்தான் வெடித்துக் கிளம்பின. தலையிலிருந்து கிளம்பி முகம் கை கால் என உடல் முழுவதும் பரவிப் படர்ந்தன. உடல் முழுவதையும் உள்ளங்கைகளால் வேக வேகமாகத் தேய்த்துக்கொண்டேன். குடைச்சல் தாளாது தலையே வெடித்துவிடும் போலிருந்தது.

ஓக் மரத்தின் நிழலுக்கே திரும்பி ஓடி வந்தேன். சற்று நேரத்துக்கு முன்பு குளிர்ச்சியையும் ஆசுவாசத்தையும் அளித்த அதே நிழல்தான். இப்போது உடம்பெல்லாம் முள்ளாய்க் குத்தியது. என் கட்டுப்பாட்டுக்கு இணங்காமல் கண்களில் கண்ணீர் பெருகி வழிந்தது. மண்டியிட்டு அமர்ந்து பெருங்குரலெடுத்து அழுதேன்.

வாழ்நாள் எல்லாம் மறக்க நினைத்த அம்பு தைத்த அம்மாவின் முகம் மறுபடியும் வந்து கண்களுக்குள் ஒட்டிக் கொண்டது.

௦

34

ஜெட்டாவுக்கு ஃபோனில் திரும்பத் திரும்ப அழைக்கும் வழக்கம் கிடையாது. ஒருமுறை கூப்பிட்டு எடுக்கவில்லை எனில் எதிர்முனையில் இருப்பவர்கள் அவர்களாகவே திரும்ப அழைக்கும் வரை காத்திருப்பாள். ஃபோன் அழைப்பு என்றில்லை, எல்லாவற்றிலுமே அவளிடம் தனித்துவமான நிதானம் கூடியிருக்கும். அன்று, அவளே இரண்டு, மூன்று முறை அழைத்திருந்தாள். காசிம் உயரதிகாரிகள் நிரம்பிய அறையில் ஒரு முக்கியமான சந்திப்பில் மாட்டிக்கொண்டான். ஏற்கெனவே இவன் தவற நேரும் ஒரு தருணத்துக் காகக் காத்துக்கொண்டிருக்கிறார்கள். எக்காரணம் கொண்டும் அவர்களுக்கு அந்த வாய்ப்பை வழங்க விரும்பவில்லை. அதே நேரம் சந்திப்பிலும் மனம் செல்லவில்லை.

முந்தைய நாள் சாதாரணமாக ஆரம்பித்த உரையாடலுக்கு ஜெட்டா சற்று அளவுக்கு மீறிக் கோபப்பட்டுவிட்டதாகத் தோன்றியது. அதன் பிறகு அவளிடமிருந்து ஒரு குட் நைட் செய்திகூட வரவில்லை. அதைச் சரி செய்வதற்காக அல்லது அந்தச் சண்டையைத் தொடர்வதற்காகவே அழைத்திருப்பாள் என்று நினைத்துக்கொண்டான்.

மீட்டிங் முடிந்து வெளியே வந்ததும் ஜெட்டாவை அழைத்தான்.

“ஜெட்டூ, சொல். மீட்டிங்கில் இருந்தேன்.”

“டே ஸ்டீரிட் போலீஸ் ஸ்டேஷனுக்கு எதிரே இருக்கும் பேருந்து நிறுத்தத்தில் அமர்ந்திருக்கிறேன். நீ உடனடியாகக் கிளம்பி வர முடியுமா?”

“யேய். . . என்னாயிற்று ஜெட்டு? உனக்கு ஒன்று மில்லையே?”

“நீ கிளம்பி வா. நான் சொல்கிறேன்.” இயல்புக்கு மாறாக அவள் குரல் உடைந்துபோயிருந்தது. வழக்கமாகத் தொனிக்கும் ஆளுமையற்று குரல் கமறியது.

காசிமுடைய அலுவலகமிருக்கும் ஜார்ஜ் வீதியிலிருந்து டே ஸ்ட்ரீட்டுக்கு நடந்துசெல்லும் தொலைவே. மணி மூன்றுதான் ஆகியிருந்தது. தனிப்பட்ட வேலை ஒன்று இருப்பதாக மானேஜர் ஜூயியிடம் தகவல் சொல்லிவிட்டு லேப்டாப் பேக்கை எடுத்துக் கொண்டான். அப்போது அவனைக் கேலியாக நோக்கிய கண்களை அறிவான் என்றபோதும் அதைப் பொருட்படுத்தும் மனநிலையில் இல்லை. ஜெட்டா சொன்ன இடம் நோக்கி நடக்க ஆரம்பித்தான்.

என்னவாயிருக்கும்? கேட்டால் சொல்லவும் மாட்டாள். எப்படியோ போய்த் தொலை என்று விட்டு ஒழிக்கவும் மனமில்லை. இப்படிப்பட்ட ஒருத்திக்காக ஆள் பேர் தெரியாத ஒரு தேசத்தின் வீதிகளில் நடந்து திரிவோம் என்பதை அவன் நினைத்துக்கூடப் பார்த்ததில்லை. இந்த உறவு அவனை எங்கே கொண்டுபோய் நிறுத்தக் கூடும் என்ற கேள்வி வேறு வெகு நாட்களாக மண்டைக்குள் புழுவைப்போல நெளிந்து கொண்டிருந்தது.

அவளிடம் இவனைப் பிடித்து நிறுத்துவது எது? அவளின் அழகா, ஆளுமையா அல்லது அவள் காட்டும் அன்பா? இவற்றுக்கெல்லாம் பங்கு உண்டு என்றாலும் அனைத்தையும் மீறி ஏதோ ஒன்று இருக்கிறது. அதுவே அவனை, அவளைவிட்டு விலக விடாமல் தடுத்து நிறுத்துகிறது.

வார நாளொன்றின் பின் மதிய நேரம் என்பதால் ஜன நடமாட்டம் குறைவாக இருந்தது. டே ஸ்டீரிட் பேருந்து நிறுத்தத்தின் இரும்பு பெஞ்சில் ஜெட்டா தனியாக அமர்ந்திருந் தாள். ஜீன்ஸும் கறுப்பு நிறத்தில் டாப்ஸும் அணிந்திருந்தாள். முடி கலைந்து முகம் வாடியிருந்தது. கைகளை மார்புக்குக் குறுக்காக இறுகக் கட்டியபடி வீதியை வெறித்துப் பார்த்தபடி அமர்ந்திருந்தாள். இவன் இடப்பக்கமாக வந்து நின்றதைக்கூட முதலில் அவள் கவனிக்கவில்லை.

இவன் போய் அவள் தோளைத் தொட்டான். கையை அப்படியே இறுகப் பற்றிக்கொண்டாள். பக்கத்தில் போய் அமர்ந்தான்.

“ஜெட்டு. . . என்னவாயிற்று ?”

“கோரா இறந்துவிட்டாள்” என்று சொல்லி வடியக் காத்திருக்கும் கண்ணீரை நிறுத்திவைக்கும் முயற்சியாகத் தலையை நிமிர்த்தி வானத்தைப் பார்த்தாள்.

“உன் தங்கை கோராவா ?”

“ஆம் !” என்றபோது அவளின் முந்தைய முயற்சி தோல்வியில் முடிந்தது.

அவள் நிதானிப்பதற்காகப் பொறுமையாகக் காத்திருந்தான்.

“சாலை விபத்து. சம்பவ இடத்திலேயே உயிர் பிரிந்து விட்டிருக்கிறது” என்று இதைச் சொல்லும்போதே அவள் உடல் வெடவெடத்தது. குரல் உடைந்து, கண்கள் மீண்டும் கலங்கின.

“போதையில் வண்டி ஓட்டியிருக்கிறாள். மரத்தில் மோதி விபத்தாகியிருக்கிறது. போதையிலிருந்து கடைசிவரை மீளவே இல்லை. அவளைத் துரத்தும் இந்தச் சமூகத்தின் கழுகுக் கண்களிலிருந்து தப்பிக்கும் ஒரே வழியாகப் போதை மட்டுமே இருந்திருக்கிறது. அதனால் மீண்டும் மீண்டும் அதில்போய் தஞ்சமடைந்திருக்கிறாள். அவளுக்கு இன்னும் கொஞ்சம் நல்ல சாவு கிடைத்திருக்கலாம். இல்லையில்லை இன்னும் கொஞ்சம் நல்ல வாழ்வு கிடைத்திருக்கலாம். அய்யோ கடவுளே !” என்று சொல்லிவிட்டு அடக்க மாட்டாமல் தேம்பி அழ ஆரம்பித்தாள்.

அவளைத் தோளோடு அணைத்துப் பிடித்துக் கொண்டான். அவன் மேல் சாய்ந்ததில் அவளுடைய கண்ணீர் அவன் சட்டை வழியே இறங்கி உடலைத் தொட்டது. மனம் படபடவென்று அடித்துக்கொண்டது. அந்தப் பூங்காவில் தெரிந்தவர்கள் யாராவது தென்படுகிறார்களா என்று சுற்றிப் பார்த்துக்கொண்டான். எப்படித் தேற்றுவது என்று புரிய வில்லை. அவள் அப்படி தன் தோள்மீது சாய்ந்து அழுவது பிடித்திருந்தது. அந்த நேரத்திலும் அவள் பூசியிருந்த வாசனை திரவியத்தின் கமழ்ச்சி கிளர்த்தியது.

அவளை மெதுவாக விலக்கி, “சற்று பொறு. அமைதியாய் இரு. ஒரே நிமிடம். அங்கே சென்று தண்ணீர் வாங்கி வருகிறேன்” என்று சொல்லி எதிரிலிருந்த இருந்த செவன்–லெவன் காப்பி கடையை நோக்கி நடந்தான்.

இரண்டு காப்பிக் கோப்பைகளும் தண்ணீர் பாட்டிலும் வாங்கி வந்தான். தண்ணீரைக் கொடுத்தான். இரண்டு மிடறு

குடித்துவிட்டுக் கையில் கொஞ்சம் நீரை அள்ளி முகத்தில் தெளித்துக்கொண்டாள்.

காப்பியை எடுத்து அவள் கையில் திணித்தபடி, "எழுந்து வா போகலாம்" என்றான்.

அவன் கையை இறுகப் பற்றிக்கொண்டு அங்கிருந்து எழுந்தாள்.

○

ஜெட்டாவுடைய வீடு காசிமுடையதுக்கு நேர் மேல் வீடு. ஹோம்புஷ் ரயில் நிலையத்திலிருந்து இருவரும் பலமுறை சிரித்துப் பேசியபடி வந்திறங்கியிருக்கிறார்கள். ஆனால் நடக்கும் போது கையைக் கோத்துக்கொண்டு போனது அதுவே முதல் முறை. படபடப்பில் காசிமுடைய கை வியர்த்துவிட்டிருந்தது. நிமிடத்துக்கு ஒருமுறை தெரிந்தவர்கள் யாராவது சுற்றி எங்காவது இருக்கிறார்களா என்ற பதற்றத்துடனேயே அவளுடன் நடந்து வந்துகொண்டிருந்தான். அவனுடைய பதற்றத்தை ஜெட்டா வும் கவனித்தாள். ஆனால் காட்டிக்கொள்ளவில்லை.

மேல் வீட்டிலேயே இருந்தும்கூட அவள் வீட்டுக்குள் அன்றுதான் காசிம் முதன்முதலாக நுழைந்தான். வீடு பிரமாத மாக அலங்கரிக்கப்பட்டும் பொருட்கள் சீராக அதனதன் இடங்களில் முறையாக அடுக்கி வைக்கப்பட்டுமிருந்தன.

இவர்கள் உள்ளே நுழைந்ததும் அவளது பெர்சியப் பூனை மின்னி அவளைச் சுற்றி சுற்றி வந்தது. மெலிதாக ஏதோ சத்தமிட்டது. ஜெட்டா அதை எடுத்துக் கொஞ்சி பின் கீழே விட்டாள். அந்தப் பூனையைப் பற்றி காசிமிடம் அடிக்கடி பேசியிருக்கிறாள்.

வரவேற்பறையின் நடுவில் தொங்கிய சாண்ட்லியர் விளக்கிலிருந்து சிந்திய மஞ்சள் ஒளி அந்த இடத்தைப் பொன்னை உருக்கி ஊற்றியதைப்போல மாற்றியிருந்தது. இருவரும் அங்கிருந்த சோஃபாவில் அப்படியே சாய்ந்து அமர்ந்தார்கள். ஜெட்டா காசிமுடைய உள்ளங்கையை எடுத்து தன் கையோடு கோத்துவைத்துக்கொண்டாள். அவனுடைய உள்ளங்கைக் குளிர்ந்து போயிருந்தது.

"நாம் கொஞ்சம் குடிப்போமா?" என்று கேட்டாள்.

"இல்லை வேண்டாம் ஜெட்டு."

"ஏன்?"

"ஒன்றுமில்லை. சும்மாதான்."

“எனக்குக் குடிக்க வேண்டும். நீயும் குடி. கொஞ்சமாகக் குடி.”

“நீ குடி. நான் உடனிருக்கிறேன்.”

“ஏன்? ஃபர்ஸானாவுக்காக யோசிக்கிறாயா?”

“அட, அப்படியெல்லாம் இல்லை. ஏன் நீ எல்லாவற்றையும் அவளோடு சேர்த்து முடிச்சிடுகிறாய்?” என்று சொல்லும்போது அவன் குரலில் சிடுசிடுப்பு ஏறியிருந்தது.

“அப்படித்தான் செய்வேன். அவள் என்னை முந்திக்கொண்டுவிட்டாள்” என்று சொல்லிவிட்டு தலையைக் குனிந்துகொண்டாள்.

இருவரும் மறுபடியும் அமைதியானார்கள். காசிமுக்கு அவள் அப்படி வெளிப்படையாகப் பேசியது ஒரு பக்கம் மகிழ்ச்சியாகவும் மறுபக்கம் இந்த உறவு நினைத்ததற்கு மேலே கை மீறிச் செல்வது குறித்து அச்சமாகவும் இருந்தது. எல்லாவற்றுக்கும் மேல் அவள் தான் விரும்பும் எல்லாவற்றையும் நிறைவேற்றிக்கொள்கிறாள். தன்னைத் தக்க முறையில் அதற்கேற்றபடி வளைகிறாள் என்றெல்லாம் எதையெதையோ யோசித்தான். எல்லா விவாதங்களிலும் அவளுடைய சொல்லே இறுதியானதாக இருக்கிறது.

அவள் மின்னியைப் பார்த்துக் கையைச் சொடுக்கினாள். உடனே அதற்கென வைக்கப்பட்டிருந்த சிறு குடிலுக்குள் சென்று படுத்துக்கொண்டது. ஒரே ஒரு சொடுக்கை எப்படிப் புரிந்துகொண்டது என்று ஆச்சரியப்பட்டான்.

அவளே சற்று நேரத்துக்குப் பின்பு, “மன்னித்துக்கொள்!” என்றாள்.

அவன், சமையல் மேடைக்கு மேலிருந்த கப்போர்டுகளை ஒவ்வொன்றாகத் திறந்து வோட்கா பாட்டிலை எடுத்தான்.

“வோட்கா?”

“ம்ம்...”

அவனே கோப்பைகளை எடுத்து இருவருக்கும் ஊற்றி அவளிடம் நீட்டினான். நன்றி சொல்லிவிட்டு வாங்கிக்கொண்டாள். வழக்கம் போலன்றி கடகடவென்று குடிக்க ஆரம்பித்தாள். அளவு குறித்த எச்சரிக்கை இல்லாமல் குடித்துக்கொண்டிருந்தாள். அவன் குடிக்கவில்லை. வோட்கா நிரம்பிய கோப்பையை மட்டும் கையில் வைத்துக்கொண்டான்.

ஒரு மிடறு வைனை விழுங்கிவிட்டு, “காசிம்!” என்றாள்.

"சொல் ஜெட்டு"

"நான் உன்னை மிகவும் விரும்புகிறேன்."

"எனக்குத் தெரியும்."

"உன் நிலைமை எனக்கு நன்றாகப் புரிகிறது. இந்த இடத்தில் நான் என்ன செய்ய வேண்டும் என்பதுதான் எனக்குப் புரியவில்லை. நீயே சொல். நான் இப்போது என்ன செய்ய?"

"ஒன்றும் செய்ய வேண்டாம். அமைதியாக இரு."

"இல்லை. என்னால் அப்படியெல்லாம் அமைதியாக இருக்க முடியாது. உன்னைத் தூரத்தில் வைத்து மூன்றாமவள் போல் என்னால் பார்த்துக்கொண்டிருக்க முடியாது காசிம்."

"இப்போது அதைப் பற்றி ரொம்பவும் யோசிக்காதே. விடு!"

"இல்லை. அப்படியில்லை. வெளியில் தள்ளி நிற்கவே பார்க்கிறேன். முடியவில்லை. சமயத்தில் என் மேலேயே எனக்கு வெறுப்பாக இருக்கிறது. வாழ்வில் நான் ஆசைப்பட்டதெல்லாம் ரொம்பவும் எளிமையான விசயங்கள். மிக மிக எளிமையான விசயங்கள். மற்றவர்களுக்குச் சாதாரணமாக விதிக்கப்பட்டவை. அவற்றுக்கே நான் வாழ்க்கை முழுக்கப் போராட வேண்டியிருந்தது. நீயெல்லாம் பொக்கிஷம். நான் அதிர்ஷ்டம் அற்றவள். அப்படித்தான் எனக்குத் தோன்றுகிறது. எனக்கு ஃபர்ஸானாவைப் பார்த்தால் பொறாமையாக இருக்கிறது. அவளை வெறுக்கிறேன். அடியோடு வெறுக்கிறேன்" என்றாள்.

"ஜெட்டூ. அமைதியாக இரு."

"இல்லை காசிம். என்னால் இதற்கு மேல் அப்படி இருக்க முடியவில்லை. வாழ்வில் ஆகக் கொடுமையான விசயம் என்ன தெரியுமா? நிச்சயமாக அடையவே முடியாது என்று அறிந்தும் ஒன்றின்மேல் கொள்ளும் பிரியம்தான். அது ஒரு மெல்லக் கொல்லும் விஷம். இப்படியே போனால் நானும் கோராவைப் போல மீண்டும் போதைக்கு அடிமையாகி ஒரு நாள் மரத்தில் மோதிச் செத்துப் போவேனோ என்று அஞ்சுகிறேன். அப்படி ஏதாவது நடந்துவிட்டால் நல்லதென்றுகூடத் தோன்றுகிறது."

"பைத்தியம் பிடித்ததைப்போல உளறாதே. தயவுசெய்து நிறுத்து!."

"இல்லை இல்லை காசிம். உனக்குத் தெரியாது. நான் நன்றாகத் தூங்கிய இரவுகளை எண்ணிக் கூறிவிட முடியும். என்னை துர்கனவுகள் எப்போதும் துரத்திக்கொண்டே இருக்கின்றன. உன்னிடம் ஒன்றைச் சொல்ல மறந்துவிட்டேன்."

“என்ன ?”

“சிறுவயதில் துர்கனவுகள் வந்து பதறி எழுந்த ஒவ்வொரு நாள் இரவும் கோராவும் தூங்காமல் விழித்தபடி இருந்ததைக் கவனித்திருக்கிறேன். அவளுக்குத் தூக்கமின்மை வியாதி இருந்தது. இப்போது ஒரு வழியாக அவ்வியாதி குணமாகி யிருக்கும் இல்லையா ? நிரந்தரத் தூக்கத்துக்குப் போய்விட்டாள். அங்கே அவள் நன்றாகத் தூங்குவாள். இந்த உடல் மறைந்த பின்பு தான் இன்னார் என்ற அடையாளம் தெரியாதுதானே ?” என்றாள்.

காசிம் அமைதியாக இருந்தான். மீண்டும் அவளே, “சில நேரங்களில் இதுபோன்ற பெரிய விடுதலை தேவையாய் இருக்கிறது” என்று சொல்லி அவன் கண்களை உற்றுப் பார்த்தாள்.

“அய்யோ ! தயவுசெய்து வாயை மூடு. உளறாதே.”

“உண்மையைத்தான் சொல்கிறேன். இதற்குத்தான் உன்னையும்கூட இந்த நாட்டில் தங்காதே என்கிறேன். போய் விடு. உன் நாட்டுக்குப் போ. இவர்கள் உன்னை விட மாட்டார்கள். இவர்கள்தாம் அவளைக் கொன்றுவிட்டார்கள். எனக்குத் தெரியும். இது விபத்தில்லை. கொலை ! கொலை !”

“ஜெட்டு. . .”

“ஆமாம் காசிம். அன்று பார்த்தாய்தானே. மெட்ரோவில் என்ன நடந்தது என்பதை. அதுவேதான் திரும்பத் திரும்ப இங்கே நிகழும். அதையெல்லாம் கடந்து போக, அசாத்திய மன வலு வேண்டும். எல்லோருக்கும் அது வாய்ப்பதில்லை. நீ இந்தியாவுக்குத் திரும்பி விடு. அதுவே நம் இருவருக்குமான விடுதலை” என்றாள்.

எதுவும் பதில் பேசாமல் அவளைப் பார்த்தவாறு அமர்ந்திருந்தான்.

“இங்கிருந்து போய்த் தொலையேன். என்னை ஏன் படுத்து கிறாய் ?” என்று அவன் சட்டையைப் பிடித்து அழ ஆரம்பித்தாள். அவளைப் பக்கத்தில் இழுத்து அணைத்துக்கொண்டான். அவளும் அவனை இறுக்கி அணைத்துக்கொண்டாள். அவனுடைய மார்பில் முகத்தை வைத்து அழுத்தினாள். முதுகில் தன் நகங்களால் வருடினாள். சட்டென்று அவன் கழுத்தைக் கைகளால் சுற்றி வளைத்து உதட்டில் முத்தமிட்டாள். அவன் உதட்டைத் தன் வாயால் கவ்வி விழுங்கினாள். மெதுவாக அவனை ஸோஃபாவில் சாய்த்து அவன் முகமெங்கும் வெறி பிடித்தவளைப்போல முத்தமிட்டாள். காசிம் அவள் முடியைப்

பற்றி உதட்டைக் கவ்வி முத்தமிட முயன்றான். அதற்கு அனுமதிக்காமல் அவளே அவன் உதட்டைக் கவ்விக்கொண்டாள்.

அவன் உதட்டிலிருந்து தொடங்கி முகம் முழுவதையும் முத்தத்தால் நிறைத்தாள். காதின் பின்புறம் முத்தமிடும்போது தான் கவனித்தாள். காதுக்குப் பின்புறமிருந்து கழுத்தில் மெல்லிய வெட்டுத் தழும்பு இறங்கியது. அதை தன் நாவால் வருடினாள். அவன் குறுகுறுப்பில் நெளிந்தான். அதையே மீண்டும் மீண்டும் செய்தாள்.

பின்பு, அவனுடைய ஆடைகளைக் களைந்து அப்படியே விழுங்கிவிடுபவளைப் போல் மூர்க்கமாகி அவனது நிர்வாண உடலைத் தன் நாவால் நக்கிக் கிளர்த்தினாள். அவனை முழுவதுமாக ஆட்கொண்டாள். அவன் வெற்றுடல் முழுவதையும் கையாலும் நாவாலும் அளந்து ஆக்கிரமித்தாள். எச்சில், வியர்வை, ஈரமென எதையும் கருத்தில் கொள்ளவில்லை. அவன், அவள் என்று பிரிக்க முடியாதபடி தன்னுடன் அள்ளிப் பிணைத்துக் கொண்டாள். தன்னை மறந்து அவளின் நகர்வுகளுக்கு இசைந்து கொடுத்துக்கொண்டிருந்தான். உச்சமாய் அவன் மேல் அமர்ந்து அவளே இயங்கினாள். அவன் போதமிழந்து பிதற்றினான். அதில் வெறிகொண்டு மேலும் மேலுமெனத் தன் வேகத்தைக் கூட்டினாள். அவனை முற்றிலுமாகத் தன்வசப்படுத்தினாள். அதுவரை ஒருவர் அறியாத இன்னொருவரின் முகத்தைப் பரஸ்பரம் அறிமுகப்படுத்திக்கொண்டனர்.

அவர்களுடைய ஒவ்வொரு நகர்வும் அவள் தீர்மானித்த திசையிலேயே சென்றுகொண்டிருந்தது. இரண்டு மூன்று முறை ஆட்டத்தின் போக்கைக் கைப்பற்ற அவனெடுத்த முயற்சிகள் எதுவும் கைக்கூடவில்லை. பின்பு அவன் அவளிடத்தில் தன்னை ஒப்புக்கொடுத்து அமைதியானான்.

கலவி முடிந்ததும் ஸோஃபாவிலேயே படுத்துச் சுருண்டு உறங்கிப் போனாள். அவனுக்குத் தூக்கம் வரவில்லை. மனம் பூரணமாக விழித்துக்கொண்டது.

தன்னிலை மறந்து ஒற்றையாடையில் ஸோஃபாவில் சுருண்டு கிடந்தவளைப் பார்க்கும்போது அவள் மேல் எரிச்சல் மண்டியது. தாகமெடுத்துத் தொண்டை வறண்டது. உணவு மேசையிலிருந்த கண்ணாடி ஜாடியிலிருந்து தண்ணீரை எடுத்து கடகடவென்று குடித்து வயிற்றை நிரப்பினான்.

❍

35

தூக்கத்துக்கு இடையில் புரண்டு படுக்கும் போது கிடைத்த விசாலமான இடத்தால் விழிப்பு தட்டியது. ஃபர்ஸானா ஒரு கண்ணை மட்டும் கொஞ்சமாகத் திறந்து பார்த்தாள். காசிம் படுக்கையில் இல்லை. கண்ணைக் கசக்கி இன்னும் சற்று விரித்துப் பார்த்தாள். இருளில், ஜன்னல் ஓரத்தில் நாற்காலியைப் போட்டு அமர்ந்திருந்தான். வெள்ளைப் பாசிமணி கோத்த கயிறை மேலும் கீழும் இழுத்து, ஜன்னலை மூடியிருந்த பிளைண்டை மெதுவாகத் திறந்து பார்ப்பதும் பின்னர் மூடுவதுமாய் இருந்தான். அமைதியாக அவனையே கவனித்தபடி இருந்தாள். அவன் திரும்பத் திரும்ப அதையே தொடர்ந்து செய்து கொண்டிருந்தான். நிறுத்துவதாக தெரியவில்லை.

“காசிம்!” என்று கமறிய குரலில் அழைத்தாள்.

பதறித் திரும்பி நாற்காலியிலிருந்து எழுந்து வந்தான். ஜன்னலின் பிளைண்ட் நன்றாக மூடியிருப்பதை உறுதிசெய்துகொண்டான். அந்த நேரத்திலும் அங்கிருந்த நாற்காலியை நகர்த்தி ஓரமாக வைத்தான்.

“இந்நேரம் இங்க என்ன பண்ணிட்டுருக்க?”

“சும்மா, பாத்ரூமுக்குப் போலான்னு எந்திருச்சேன்”

இவள் மெதுவாகக் கையைப் பின்னால் ஊன்றி எழுந்து கட்டிலின் தலைமாட்டில் முதுகைச் சாய்த்து, காலை நீட்டி அமர்ந்துகொண்டாள்.

“பாத்ரூம், என்ன ஜன்னல்லயா இருக்கு?”

"அப்படியில்லடி. திடீர்னு தூக்கம் கலைஞ்சுட்டு. அதான் சும்மா ஜன்னலை எத்தி பாத்துட்டு இருந்தேன்" என்று சொல்லிவிட்டு, பாத்ரூமுக்குள் நுழைந்துகொண்டான். அவள் தூங்கிவிடுவாள் என்பதை எதிர்பார்த்து, வழக்கத்துக்கு மாறாக தாமதித்து வெளியே வந்தான். இவளுக்கோ தூக்கம் சுத்தமாகத் தொலைந்து போயிருந்தது.

கைகளில் சோப்பு மணம் கமழ வெளியே வந்தவன், அவள் அங்கேயிருப்பதையே கண்டுகொள்ளாதவன்போல, படுக்கையில் படுத்துக்கொண்டு போர்வையை இழுத்துத் தலைவரை போர்த்திக்கொண்டான்.

"காசிம்!"

போர்வையை விலக்காமலே "சொல்லு" என்றான்.

"என்னாச்சு?"

பதில் சொல்லாமல் படுத்திருந்தான்.

"உங்கிட்டதான் கேக்கிறன். என்னாச்சு?"

"ஒண்ணும் ஆகலியே"

"என்ன ஒண்ணும் ஆகலியே! இப்போ மணி என்னாச்சு தெரியுமா? உன்னால் ஒழுங்கா தூங்காம இருக்க முடியாது. இப்படி முழிச்சுட்டுருந்தா உனக்குச் சேராது. தெரியும்ல!"

அவனால் ஒரு பொழுதுகூட தூங்காமல் இருக்க முடியாது. நண்பர்கள், உறவினர்கள் சூழ இரவெல்லாம் விழித்திருந்த தருணங்களில்கூட இரவு பதினோரு மணிக்கு மேல் தாக்குப்பிடிக்க முடியாது. இருந்த இடத்திலேயே படுத்துத் தூங்கிவிடுவான். அதையும் மீறி விழித்திருக்க முயன்றால் ரத்தச் சிவப்பாய் மாறி நிற்கும் விழிகளைப் பார்க்கும் மற்றவர்களே அவனைத் தூங்கச் சொல்லிவிடுவார்கள். தூங்கும் நேரம் கொஞ்சம் மாறினாலும் மறுநாள் முழுவதும் எதையோ பறிகொடுத்தவன்போல முழித்துக் கொண்டிருப்பான். பசி பொறுக்க மாட்டான். நோன்புக் காலங்களில் உதடு வறண்டு பசியில் வதங்கி வரும் அவனைப் பார்க்கவே ஃபர்ஸானாவுக்குப் பாவமாக இருக்கும். ஆனால் நோன்பு தவறவும் மாட்டான். விடாப்பிடியாக இருப்பான்.

"ம்ம்ம்"

"சரி... எங்கிட்ட சொல்லு. ஜன்னல்கிட்ட போய் ஏன் உக்கார்ந்திருந்த?" என்று சொல்லி அவனுடைய தலைமுடியை விரல்களால் அளைந்தாள்.

சில நொடிகள் மௌனத்துக்குப் பிறகு, "அவன் அங்க இருக்கான்" என்றான்.

"யாரு? எங்க இருக்கா?"

முகத்தை மூடியிருந்த போர்வையைக் கழுத்துக் கீழே இழுத்துவிட்டு, "நான் அன்னைக்குச் சொன்னனே! வெள்ளையா மொட்டைத் தலை. மூக்குல வளையம் மாட்டிட்டு. அவன்தான். எதுக்க, சட்டான் கார் கட வாசல்ல நின்னு இங்கயே பாத்து முறைச்சுட்டு நிக்கான்." கண்கள் விரிய, முகத் தசைகள் நடுங்க அவன் சொன்ன விதத்தில் எங்கே அழுதுவிடுவானோ என்று அவளுக்குப் பதைத்துக்கொண்டு வந்தது.

"இரு. நான் பாக்குறன்."

"இல்லல்ல வேணாம். நீ படு, படு ப்ளீஸ்!"

"எப்படிப் படுத்துத் தூங்க முடியும்? நீ கொஞ்சம் சும்மா இரு" என்று அவனை அதட்டி அடக்கிவிட்டு, ஜன்னல் பக்கமாய் எழுந்து வந்தாள். அவளுக்கும் உள்ளுக்குள் பயமாகத்தான் இருந்தது என்றாலும் இதுபோன்ற சமயங்களில், தான் இன்னும் தைரியமாக இருக்க வேண்டும் என்று நினைத்துக்கொண்டாள். கலைந்து நழுவிய இரவுடையை இறுக்கிக் கட்டிவிட்டு ஜன்னலை மூடியிருந்த பிளைண்டை கொஞ்சமாக உயர்த்தினாள்.

பிளைண்டின் இரு பிளாஸ்டிக் தகடுகளுக்கு நடுவில் கிடைத்த மிகச் சிறிய இடைவெளியில், அப்பார்ட்மெண்ட்டுக்கு எதிரே இருக்கும் அந்தப் பழைய கார் விற்கும் கடைப் பகுதியைப் பார்த்தாள். யாரும் இல்லை. சற்று தைரியம் வரவே பிளைண்டை முற்றிலுமாக உயர்த்திவிட்டு அந்தப் பகுதி முழுவதையும் உற்றுப் பார்த்தாள். காசிம் சொன்னதுபோல யாரும் அங்கே இல்லை.

"அந்த எடத்துல யாருமே இல்லையே!" என்றாள்.

"அப்போ, அவன் போயிருப்பான்."

"சரி, நீ படு!"

"நீயும் வந்து படு."

அவன் பக்கமாக வந்து அணைத்தபடி படுத்துக் கொண்டாள். காய்ச்சல் கண்டவனைப்போல உடல் குறுகிப் படுத்திருந்தான். அவனுடைய பிரச்சினைகள் என்னவென்று அவள் அறிவாள். அநேக சம்பவங்களில் அவளும் இருந்திருக் கிறாள். எதுவும் தெரியாமல் இல்லை. ஒவ்வொரு முறையும் கூட்டத்தில் தன் பெயர் உச்சரிக்கப்படும்போது திரும்பும் முகங்களை, முக்காடிட்ட தலையைக் கொத்திப் போகும்

விழிகளைப் பக்கத்தில் வந்ததும் சட்டென்று விலகி நிற்கும் கால்களை அவள் அறியாமல் இல்லை.

இதற்கெல்லாம் அவளிடம் இருந்தது ஒரே ஒரு தீர்வு மட்டுமே. அங்கிருந்து எவ்வளவு முடியுமோ அவ்வளவு சீக்கிரம் கிளம்பிவிட வேண்டும். பிரச்சினையை வேரில் வைத்துக் கொண்டு, இலைகளுக்கு மருந்திட்டுக்கொண்டிருப்பதில் அர்த்த மில்லை என்பதை உணர்ந்திருந்தாள். தனக்காக மட்டுமே இவ்வளவு தூரம் வந்திருக்கிறான். நிறையவே கஷ்டப்பட்டு விட்டான். இங்கே வந்து கொஞ்ச நாட்களில் இந்த ஊர் அவனுக்குப் பழகிவிடும், பிடித்துவிடும் என்று நினைத்தது எவ்வளவு தவறென்று புரிய ஆரம்பித்தது.

இந்தியாவுக்குத் திரும்பினாலும் இத்தகையப் பிரச்சினைகள் வராது என்பதற்கு எந்த உத்தரவாதமும் இல்லை. இதைவிட அதிகம்கூட வரலாம். இருந்தாலும் அங்கே, அவர்களைச் சுற்றி உண்மையான பிரியம் கொண்டவர்கள் நிறைய பேர் இருக்கிறார்கள். அதுவே தைரியம். காசிமுக்குத் தான் தர வேண்டியது அந்தத் தைரியத்தைத்தான் என்று நினைத்துக்கொண்டாள்.

அடுத்தடுத்து தான் செய்ய வேண்டிய காரியங்கள் குறித்து பல்வேறு திட்டங்கள் மனத்துள் ஓடிக்கொண்டிருந்தன. மனம் எங்கோ அலைபாய கண்களோ சுவரில் நிலைகுத்தியிருந்தன. தன் கைகளை இறுக்கிக் கோத்துக்கொண்டு படுத்திருக்கும் அவன் மேல் அன்பு பெருகி வந்தது. அவனிருந்த நிலை அவளை அதிகச் சஞ்சலத்துக்குள்ளாக்கியது.

தூக்கத்தில் திரும்பிப்படுத்தவனின் கைகளை எடுத்து மார்பின் மீது வைத்துக்கொண்டாள். தன்னை அறியாமல் கண்களில் நீர் கோர்த்தது. எத்தனைக் கட்டுப்படுத்தியும் முடியாமல் வாய்விட்டு விசும்பினாள்.

அவன் கண்களைத் திறந்தான். புருவத்தை மட்டும் உயர்த்தி மெல்லிய குரலில் "என்ன ஃபர்ஸி?" என்றான்.

"ஒண்ணுல்ல"

"எதுக்கு இப்போ சம்பந்தமே இல்லாம நீ அழுவுற?"

அவன் கேட்கக் கேட்க அவளுக்கு அழுகை பொங்கி வந்தது. அவனுடைய கைகளுக்குள் தன் முகத்தைப் புதைத்த படி கேவிக் கேவி அழுதாள். அவளை இழுத்து அணைத்துக் கொண்டான்.

“ஹே. . . என்னப் பத்திதான் உனக்குத் தெரியும்ல. எனக்கு ஒண்ணுமில்லலே. ஐயம் ஆல்ரைட்” என்றான் பூஞ்சையான குரலில்.

வாழ்வில் தனக்காக அழும் ஒருவரைச் சம்பாதிப்பது எத்தனை பெரிய பாக்கியம்! தன்மேல் புதைந்து அழுபவளைப் பார்த்ததும் உள்ளுக்குள் இளகியது. அதே நேரம் ஜெட்டாவின் வெம்மையும் அழுகையும் அந்த இரவின் கணங்களும் கூடவே நினைவுக்கு வந்தன. குற்ற உணர்வு மேலிட, இனி அவளைப் பார்க்கவே கூடாது என்று நினைத்துக்கொண்டான். ஜெட்டா வுடன் இருக்கும்போது ஃபர்ஸானாவின் நினைவுகளும் ஃபர்ஸானாவுடன் இருக்கும்போது ஜெட்டாவின் நினைவு களும் மாறி மாறி வந்து அவனை அலைக்கழித்தன. உள்ளே வெளியே என்று எல்லாப்பக்கமும் தன்னுடன் தானே சண்டையிட வேண்டியிருந்தது. இருவரும் தங்களின் பரிசுத்த அன்பால் அவனை வதைத்தனர். அங்கே இருக்கவும் முடியாமல் தூக்கிப் போட்டுவிட்டுக் கிளம்பவும் முடியாமல் திண்டாடி னான். விரும்பினாலும் மீளமுடியாத சுழலில் சென்று சிக்கிக் கொண்டதைப்போல உணர்ந்தான்.

ஃபர்ஸானா பதில் எதுவும் பேசாமல் போர்வையாலயே கண்களைத் துடைத்தாள்.

அவளிடமிருந்து போர்வையைப் பிடுங்கி, பக்கத்திலிருந்த ஸ்டூல் மேல் வைக்கப்பட்டிருந்த திஸ்யூவை எடுத்துக் கொடுத்தான்.

“ச்சீய். . . அழுக்கு மூட்டை”.

அவன் கொடுத்த திஸ்யூவை வாங்காமல், அழுகையுடன் சிரித்தபடி போர்வையாலேயே வேண்டுமென்றே மீண்டும் கண்ணீரையும் முகத்தையும் துடைத்துக்கொண்டாள். அவன் தலையிலடித்துக்கொண்டான். இருவரும் சிரித்துக் கொண்டனர். அவளை இழுத்து நெற்றியில் முத்தமிட்டான். சில நிமிடங்கள் இருவரும் எதுவும் பேசவில்லை. பின்பு அவனே தொடங்கினான்.

“இங்க ஆபிஸ்ல வேற ஒரு பிரச்சினை!”

“என்ன பிரச்சினை? எங்கிட்ட சொல்லவேயில்ல?”

“பட்ஜெட் பத்தி முன்னாடியே சொன்னேனே. இப்போ தான் ஒரு வாரமா பேச்சு ஓடிட்டிருக்கு.”

“என்னன்னு?”

"வருசக் கடைசி வந்துருச்சுல. அப்போ இங்க வேலை கம்மியாயிரும். அடுத்த வருச பட்ஜெட்ல வேற ஏதோ கொஞ்சம் பிரச்சினைபோல. காஸ்ட் கட்டிங் அப்படி இப்படின்னு."

"சரி அதனால என்ன?"

"அதனால, எங்க டீம்லருந்து ஒருத்தர் இரண்டு பேரைக் குறைக்கணும். அந்த லிஸ்ட்ல என் பேருதான் மொதல்ல இருக்காம்."

"சூப்பர்! நல்லதுதானே. அப்போ சீக்கிரம் ஊருக்குக் கௌம்பிரலாம். அததானே நீயும் எதிர்பாத்துட்டு இருந்த? அப்றம் இதுல என்ன பிரச்சினை உனக்கு?"

"இல்ல. அப்படியில்ல. நான் போவ மாட்டேன்."

அவனுடைய அணைப்பிலிருந்து தன்னை விடுவித்துக் கொண்டு முகத்தை நேராகப் பார்க்கும் தொலைவுக்குத் தள்ளிப் போனாள்.

"என்னது? புரியலயே எனக்கு!"

"ஃபர்ஸி, இங்க இருந்து போறதா இருந்தாலும் அந்த முடிவு நான் எடுத்ததா இருக்கணும். இவங்க சொல்லி நான் போனதா இருக்கக் கூடாது."

"உனக்கென்ன பைத்தியமா? நமக்கு ஊருக்குப் போணும். அதுக்கு ஒரு சான்ஸ் வருது. அப்போ கௌம்பிர வேண்டியதானே!"

"அய்யோ.. அப்படி இல்ல. உன்னைத் தவிர யார்ட்டயும் இந்தியாவுக்குப் போணும்ன்னு நான் காட்டிக்கிட்டது கிடையாது. கொடுத்த வேலைய ஒழுங்கா . . . இன்னும் சொல்லப் போனா வேண்டியதுக்கு அதிகமாவே செஞ்சு கொடுத்திருக்கேன். டாப் ஃபெர்பார்மர் நான். அப்போ, என் பேர் ஏன் இந்த லிஸ்ட்ல மொதல்ல இருக்கணும்? எல்லாமே பாலிட்டிக்ஸ். ச்சீப் ஃபக்கிங் பாலிட்டிக்ஸ்!"

"யேய்!"

"எவ்ளோதான் பொறுத்துப் போறது. இந்த வாட்டி சும்மா உட போறதில்ல."

"காசிம், கொஞ்சம் பொறுமையா இரு. உன் டீம்ல மத்தவங்க எல்லாம் பி.ஆர். இல்லன்னா சிட்டிஸன்ஸ். நீ மட்டும் தான் வீசால வந்திருக்க. அதான் அப்படி யோசிச்சுருப்பாங்க."

“இல்ல. அப்படி யோசிச்சிருந்தா நியாயமா என்னைத் தான் வச்சுக்கணும். ஏன்னா, மத்தவங்களுக்கு ஈஸியா வெளிய வேலை கிடைச்சிரும். இது இல்லன்னா நான்தான் ஊருக்குத் திரும்பிப் போணும். எனக்குத்தான் கஷ்டம். டிசம்பர் மாசம் வேற. எந்தப் புது பிராஜெக்ட்டும் கிடைக்காது. வருசக் கடைசி. இந்தியாவுக்குப் போனாலும் பெஞ்சுல கிடக்கணும். அதெல்லாம் ரொம்ப அவமானம். எல்லாத்துக்கும் மேல, நான் இங்க இதுவரை பண்ண வேலைக்கு ஒரு கிரெடிட்ஸும் கிடைக்காது. புது பிராஜெக்ட் போய், அங்கயும் மொதல்ல இருந்து ஆரம்பிக்கணும். என்னை நான் மறுபடியும் நிரூபிக்கணும். அதெல்லாம் ரொம்பக் கஷ்டம். எல்லாவிதத்துலயும் இவங்கள்ல யாராவது ஒருத்தங்க வெளியே போறதுதான் நியாயம். அதுவும் சும்மா வந்து பெஞ்ச்சு தேய்ச்சுட்டுப் போவானே ஹாரிஸன் அவன்லாம் இருப்பான். நான் கௌம்பணுமா?”

“டேய் இது அவங்க ஊரு. அப்படித்தான் பண்ணுவாங்க!”

“எது அவங்க ஊரு? நானூறு வருசம் முன்ன வந்து இவனுங்களா கொடிய நட்டுக்கிட்டா இது அவனுங்க ஊரா? போடி இவளே. இவனுங்க எல்லாம் வேணும்னுதான் பண்றானுங்க. இதுல நம்மாளுங்களும் கூட்டு. இதுக்குப் பின்ன வேற ஒரு கணக்கு இருக்கு. அது என்னன்னு எனக்குத் தெரியும்!”

“இங்க பாரு, அது என்ன கணக்கா வேணா இருந்துட்டுப் போட்டும். முடிவு நமக்குச் சாதகமாதானே இருக்கு. நாம நம்ம போக்குல கிளம்பிட்டே இருப்போம்.”

“அப்படிலாம் விட முடியாது ஃபர்ஸி. நான் போவ மாட்டேன். இங்கதான் இருப்பேன். தேவைப்பட்டா இயல்ட்ஸ் எழுதி பி.ஆர்.கூட வாங்குவேன். நீ சும்ம இரு.” என்று அவளை அடக்கினான்.

அவனிடமிருந்து இப்படி ஒரு பதிலை ஃபர்ஸானா எதிர்பார்க்கவில்லை. இதையே அவன் சிரித்த முகத்தோடு கண்ணில் கனவுகளோடு சொல்லியிருப்பானென்றால் அவளைப் போல மகிழ்ச்சியடைந்திருக்கக் கூடிய ஆள் வேறு யாரும் இல்லை. ஆனால் இவ்வளவு கோபமாக ஆத்திரம் பொங்க அவன் சொன்னதைக் கேட்க அவளுக்குப் பிடிக்கவில்லை. இங்கிருந்து கிளம்பிவிடுவதே எல்லா வகையிலும் அவர்கள் இருவருக்கும் சரியானது. இப்போது இதைப் பற்றி பேசினால் அது சண்டையில் போய் முடியும். பிறிதொரு நாள் சமயம் பார்த்து அவனுக்கு எடுத்துச் சொல்லிப் புரிய வைக்க வேண்டும். அவன் திட்டுவான், கத்துவான். ‘உன்னால்தானே இங்கே வந்தேன். நீ

சொன்னபடியெல்லாம் நான் ஆட வேண்டுமா? நான் என்ன நீ வெட்டி ஒட்டுற பொம்மையா? வீட்டுக் கடனை நீ அடைப்பியா?' என்று வாய்க்கு வந்தபடி திட்டுவான்தான். வாங்கிக்கொள்ள வேண்டும். என்ன சொன்னாலும் சற்றுப் பொறுத்துப் போக வேண்டும். சொன்னாலும் சொல்லாவிட்டாலும் அவனுடைய இன்றைய நிலைமைக்கு தானும் ஒரு காரணம் என்பதை மறுப்பதற்கில்லை. அவனை எப்படியாவது நல்லபடியாக ஊருக்குக் கொண்டுபோய் இப்ராஹிம் மாமா கையில் சேர்த்து விட வேண்டும் என்று மனத்துள் உறுதிசெய்துகொண்டாள்.

அப்படியே தூங்கிப் போயிருந்தான். இவளுக்குத்தான் அதன்பின் தூக்கம் கூடவில்லை. மலேசிய விமான நிலையத்தில் இவர்கள் மட்டும் தடுத்து நிறுத்தப்பட்டு அலைக்கழிக்கப்பட்டதிலிருந்து ஒவ்வொரு சம்பவமாக வரிசையாக மனத்துள் ஓடியது. புரண்டு புரண்டு படுத்துப் பார்த்தாள். மனம் அவ்வளவு விழிப்பாக இருக்கும்போது எப்படித் தூக்கம் வரும்? மணி மூன்றைத் தொட்டிருந்தது. அவனிடமிருந்து மெல்லிய குறட்டைச் சத்தம் வந்தது. ஒன்று இரண்டு எண்ணத் தொடங்கி எண்ணிக்கை ஆயிரத்து அறுநூற்றுச் சொச்சத்தைத் தொட்ட போது தானும் தூங்கிவிட்டிருந்தாள்.

●

16

36

இருகால் சிலந்தி

ரூஸ்ட் என் பக்கமாக வந்து, கால் மூட்டுகளுக்கிடைய முகம் புதைத்து அமர்ந்திருந்த என்னைத் தோளோடு அணைத்துக்கொண்டார். நோய் பரவக் கூடும் என்பதற்காக அஞ்சுகிறேன் என்று நினைத்திருப்பார். அது பரவிப் பெருகிய காலங்களைக் கடந்து வந்துவிட்டேன். நான் மட்டுமல்ல, இங்கிலாந்திலிருந்து இங்கே வந்து சேர்ந்திருக்கும் பலரும் அக்கொடிய கால கட்டத்தைத் தாண்டிதான் வந்திருப்பார்கள்.

அவர்கள் பெரும்பாலானோருக்கு இயற்கையாகவே நோய் எதிர்ப்பு சக்திகூட கிடைத்திருக்கும். அதை ரூஸ்ட்டும் அறிந்திருப்பார்.

அவருடைய பரந்த தோள்களுக்குள் அன்று பிறந்த ஒரு கிளிக்குஞ்சைப்போல நடுங்கிக்கொண்டிருந்தேன். சற்று நேரத்தில் நடுக்கம் தணிந்து நிதானத்துக்குத் திரும்பியதும் அவரைப் பார்த்தேன். கவலை தோய்ந்த முகத்துடன் இருந்தார்.

"என்ன யோசிக்கிறீர்கள் ரூஸ்ட்?"

பதில் எதுவும் பேசாமல் எதையோ வெறித்தபடி இருந்தார். சற்று நேரத்தில் அவரே, "இல்லை. இது வெறும் மாதிரி எண்ணிக்கைதான். பெரியம்மைதான் என்பது உறுதியானால் இது இவர்களின் மொத்தக் கூட்டத்தையும் சுவடில்லாமல் அழித்துவிடும். அதை நினைத்தால்தான்."

"சந்தேகமே வேண்டாம். இது பெரியம்மைதான். நான் பார்த்திருக்கிறேன். அதேதான். எனக்குத் தெரியும், எனக்குத் தெரியும்" என்று பிதற்றினேன்.

"சரி சரி. சற்று அமைதியாக இருங்கள். பதற வேண்டாம். என்னோடு வாருங்கள்" என்று கூறி அவர்கள் கிடந்த பக்கத்தைத் தாண்டி என்னை அழைத்துப் போனார். அங்கும் இங்குமாக இன்னும் சிலர் மரித்துக் கிடந்ததைப் பார்க்க முடிந்தது.

"உலகின் எந்த மூலையையும் இந்தப் பாழாய்ப் போன கொடும் வியாதி விட்டுவைக்காதா? ஆயிரமாயிரம் மைல்கள் கடந்தும் வந்துவிடுகிறதே" என்றேன்.

அவர் என் கண்களை உற்றுப் பார்த்து உறுமும் குரலில், "ஆயிரமாயிரம் மைல்கள் கடந்து வந்தது யார்? நாமா? நோயா?" என்றார்.

கடைசியாக காபா என்னைக் கேட்டதைப் போன்ற அதே கேள்வி. அதே உக்கிரமான கண்கள். இருவரின் கேள்விக்குமான பதில்கள் கிட்டத்தட்ட ஒன்றே. உண்மையில் இதைக் கேட்பது ரூஸ்ட்டா காபாவா என்று குழம்பிப் போனேன். ஒரு நிமிடம் கண்களை இருட்டிக்கொண்டு வந்தது. "அப்படியென்றால் நாம்தான் இதைப் பரப்பியிருக்கிறோம் என்றா சொல்கிறீர்கள்?"

"இருக்கலாம். இருக்கலாம் என்ன இருக்கலாம்? ஆம், நாம்தான் பரப்பியிருக்கிறோம்."

"எப்படி இவ்வளவு திண்ணமாகச் சொல்கிறீர்கள்?"

"ஒருவேளை இவர்களுக்கு முன்பே இந்த வியாதி வந்திருக்குமானால் வெகு இயல்பாக அவர்களுக்கு எதிர்ப்பு சக்தி கிடைத்திருக்கும். இப்படிக் கொத்தாக மடிந்திருக்க

மாட்டார்கள். குறைந்தபட்சம் இயற்கையாக இதைக் குணப்படுத்தும் வித்தையையாவது கற்று வைத்திருப்பார்கள். பல்லாயிரம் வருடங்களாக ஏனைய உலகத்தோடு தொடர்பற்று இருப்பவர்கள். எனவே, வெளியிலிருந்து வந்த நாம்தான் இதைப் பரப்பியிருக்க வேண்டும். வேறு யாராகவும் இருக்க முடியாது."

"ஆனால் நம்முடன் கப்பலில் வந்த யாருக்கும் அந்த வியாதி கிடையாதே. அது எனக்கு நிச்சயமாகத் தெரியும்."

"உண்மைதான். எனக்கும் அதே குழப்பம்தான். பின்பு எப்படிப் பரவியிருக்கும்?"

என்னால் அதற்கு மேல் அங்கே ஒரு நொடிகூட இருக்க இயலவில்லை. உடனடியாக அங்கிருந்து கிளம்பி, பிரதான குடியேற்றப் பகுதிக்குச் சென்று ஆளுநர் பிலிப்பிடம் இதைப் பற்றித் தெரிவிக்க விரும்பினேன். அவரால் மட்டுமே இதற்கான தீர்வைத் தர முடியும். ஜேம்ஸுடன் விவாதிக்க வேண்டும். மருத்துவர் ஜேம்ஸ் மிகவும் தங்கமான மனிதர். சூழலைப் புரிந்துகொள்வார். ஏதேனும் மாற்று மருந்து வைத்திருப்பார். அவர்கள்தான் பெட்டி பெட்டியாக மருந்துகளை என் கண் முன்னே இறக்கினார்களே!

பெட்டி என்றதும் எனக்குச் சட்டென்று எல்லாமும் ஒரு நொடியில் விளங்கியது. அன்று டெர்ரி கொண்டு வந்த பெட்டி? யாருக்கும் தெரியாமல் ஒளித்த பெட்டி? ஒருவேளை?

எனக்குக் கண்கள் இருண்டு வந்தன. நாக்கும் உதடும் உலர்ந்து பேச்சற்றுப் போனேன்.

○

எவ்வளவோ முயன்றும் தளபதியையோ மருத்துவர் ஜேம்ஸையோ சந்திக்க வாய்ப்பு கிடைக்கவில்லை. எல்லாமே திட்டமிட்ட கச்சிதத்துடன் நடைபெறுவதாகத் தோன்றியது. எங்களுடன் வந்த கப்பல்களில் ஒன்று, அடுத்த இரண்டு வாரங்களில் இங்கிலாந்து திரும்பியிருந்தது. அதில் கொண்டுசெல்ல வேண்டிய பொருட்களை ஏற்றுவது, கப்பல்களைச் செம்மைப் படுத்துவது போன்ற பணிகள் நடைபெற்றுக்கொண்டிருந்தன. தண்டனைக் கைதியாக இங்கே வந்து நன்னடத்தை மூலமாக விடுதலை பெற்று இப்போது அதிகார வர்க்கத்திடம் மிகுந்த நம்பிக்கையையும் பெற்றுவிட்ட ஆலன் பணிகளை மேற்பார்வை யிட்டுக்கொண்டிருந்தான். ஒரு காலத்தில் நான் பார்த்துக் கொண்டிருந்த வேலை. இதுவே முன்பு எனில் என் கையிலிருந்த பொறுப்பும் அதிகாரமும் இன்னொருவர் கைக்குச் செல்வது குறிந்து சஞ்சலப்பட்டிருப்பேன். இப்போது அப்படித் தோன்ற வில்லை.

டெர்ரியின் குடிலுக்குச் சென்றேன். மிகவும் நேர்த்தியாக பராமரிக்கப்பட்டிருந்தது. என்னை அந்த நேரத்தில் எதிர்பார்க்கவில்லை என்பது அவர் கண்களில் தெரிந்தது.

"வில்லியம், நீங்கள் வடக்குப் பக்கமாகப் போயிருக்கிறீர்கள் என்று சொன்னார்களே!"

"ஆமாம், இப்போதுதான் அங்கிருந்து வருகிறேன்."

"நல்லது. ஆளுநரைச் சந்தித்தாகிவிட்டதா?"

"இல்லை, அவர் ஏதோ முக்கிய ஆலோசனையில் இருக்கிறாராமே. உங்களுக்குத் தெரியாதா என்ன?"

டெர்ரி கவனமாக என் கண்களைத் தவிர்த்தபடி, "ஓ இருக்கலாம். ஜேம்ஸ்கூட அதைப் பற்றி ஏதோ வேடிக்கையாகச் சொல்லிக்கொண்டிருந்தார்" என்றார்.

"அடடே, இதில்கூட அவரால் வேடிக்கையாகப் பேச முடிகிறது. அப்படியெனில் எத்தனை நகைச்சுவை வேண்டும்! அவரைப் பற்றி எவ்வளவு குறைவாக எடைபோட்டுவிட்டேன்."

என்னை மீறி கண்களில் வெறுப்பு மண்டியிருக்க வேண்டும்.

"வில்லியம் நீங்கள் ஏதோ கோபமாக இருக்கிறீர்கள் போலத் தெரிகிறது. இதோ, இதைக் கொஞ்சம் குடியுங்கள்" என்று ஒயினை ஒரு டம்ளரில் ஊற்றி என் முன்னே நீட்டினார். நான் அதைப் பெற்றுக்கொள்ளவில்லை. அவரையே உற்றுப் பார்த்துக்கொண்டிருந்தேன். டெர்ரி என்னை எதிர்கொள்ளக் கூசி விலகினார். ஒயினை என் பக்கமாக நீட்டியபடி இருந்தவர், அதை அங்கிருந்த எழுத்து மேசைமீது வைத்தார்.

சில நிமிடங்கள் இருவரும் எதுவும் பேசிக்கொள்ளவில்லை. நான் ஏன் கோபமாக இருக்கிறேன் என்பதை அவரும், அவர் ஏன் மௌனமாக இருக்கிறார் என்பதை நானும் ஒருவருக்கொருவர் நன்றாகவே அறிந்திருந்தோம். அவர் தன் வாயால் ஒப்புக்கொள்ளும் தருணத்துக்காகக் காத்திருந்தேன். அவரோ தவறி ஒரு வார்த்தையைக்கூட விட்டுவிடக் கூடாது என்பதில் உறுதியாக இருந்தார்.

"கொஞ்சம் வெளிப்படையாகப் பேசுங்கள் டெர்ரி. உங்களுக்கும் இதிலெல்லாம் உடன்பாடு உண்டா? வஞ்சத்துக்குப் பெயர்போன கழுதைப்புலிகூட பசித்தால் மற்றொரு கழுதைப் புலியை அடித்துத் தின்பதில்லையே? நாம் மட்டும் ஏன் இப்படி இருக்கிறோம்?"

நான் பேசுவதைப் புரிந்துகொள்ளாதவர் போன்ற தோரணையைத் தக்கவைத்துக்கொள்ள பெரும் முயற்சி செய்தார். "வில்லியம், நீங்களும் மாட்சிமை தங்கிய பிரிட்டிஷ் பேரரசின் அங்கம். அரசின் கட்டளையை மீறிச் செயல்பட யாருக்கும் அனுமதி இல்லை. இதெல்லாம் நான் சொல்லி உங்களுக்குத் தெரிய வேண்டிய அவசியமும் இல்லை."

"சரிதான் புரிகிறது. பிரிட்டிஷ் பேரரசு என்பதை ஏதோ தனி நபரின் ஆட்சி என்பதாகக் கட்டமைப்பது எல்லாம் தப்பித்தலின் வழிதானே. பேரரசரிடமிருந்து தொடங்கி பிரபுக்கள் முதல் சாதாரண சிப்பாய்கள்வரை எல்லோருக்கும் இதில் பங்கிருக்கிறது. படிப்படியாக அதிகாரத்தின் ஊற்று முடிமுதல் அடிவரை பாய்கிறது. அதை விடுங்கள். நீங்கள்கூட இதற்கு எதிராக குரல் எழுப்பவில்லை. இல்லையா?"

"நீங்கள் எதைப் பற்றி பேசுகிறீர்கள் என்று எனக்கு விளங்க வில்லை. தண்டனைக் கைதிகளில் சிலருக்கு மருந்து கொடுக்க வேண்டிய நேரமாகிவிட்டது. மன்னிக்கவும், நீங்கள் தவறாக நினைக்கவில்லை என்றால் பின்னொரு சமயம் விரிவாகப் பேசுவோமா?" என்று சொல்லியபடி மருந்துக்கூடையைக் கையில் எடுத்துக்கொண்டு குடிலைவிட்டு வெளியேற முற்பட்டார்.

"டெர்ரி... ஒரு நிமிடம்"

வாசலைத் தாண்டி வெளியில் ஒரு கால் குடிலுக்குள் ஒரு கால் என்று வைத்துக்கொண்டு என்னைத் திரும்பிப் பார்த்தார்.

"அந்தப் பெட்டி எங்கே டெர்ரி?"

"எந்தப் பெட்டியைப் பற்றிக் கேட்கிறீர்கள் வில்லியம்?"

"அய்யோ கடவுளே! அதுதான், பெரியம்மையினால் பாதிக்கப்பட்டவரின் நிணத்தை எடுத்துப் பாதுகாத்து வைத்திருந்தீர்களே. நான் இங்கு வந்திறங்கிய முதல் நாள் என் கையில் கொடுத்தீர்களே அந்தப் பெட்டி. இந்த மண்ணில் மாட்சிமை பொருந்திய மாபெரும் பிரிட்டிஷ் சாம்ராஜ்யத்தின் கொடி பறந்த முதல் நாள் பார்த்த அதே பெட்டி."

"அப்படி எதுவும் நாங்கள் எடுத்து வரவில்லையே வில்லியம். அதற்கு இங்கே அனுமதியும் கிடையாது. நீங்கள் எதையோ நினைத்துக் குழம்பியிருக்கிறீர்கள். களைப்பாக இருக்கிறீர்கள். சற்று ஓய்வெடுங்கள். எல்லாம் சரியாகிவிடும்" என்று சொல்லிவிட்டு என்னைத் திரும்பிப் பார்க்காமல் இரண்டு கால்கள்கொண்ட அந்தச் சிலந்தி எட்டு வைத்து வெளியே நடந்து போனது.

அருவெருப்பில் என் மயிர்க்கால்கள் குத்திட்டு நின்றன. உள்ளங்கைகளால் உடல் முழுவதும் உறைக்கத் தேய்த்துக் கொண்டேன்.

○

அதற்கு மேல் இங்கே என்னால் ஒரு கணம்கூட நிலைத்திருக்க முடியும் என்று தோன்றவில்லை. மனத்துள் முடிவெடுத்து விட்டேன். அடுத்த வாரம் இங்கிலாந்துக்குத் திரும்பும் கப்பலில் நானும் சென்றுவிடத் தீர்மானித்துக்கொண்டேன். சில மாத காலத்தில் போர்ட்ஸ்மவுத்துக்குத் திரும்பிவிடலாம். அங்கேயும் எல்லோரும் நல்லவர்கள் என்று சொல்ல முடியாது என்றாலும் பரிசுத்த ஆத்மாவான என்னுடைய ரெபேக்கா இருக்கிறாள். அவள் என்னைப் பார்த்துக்கொள்வாள். இவ்வுலகின் கீழ்மைகள் எல்லாவற்றிலிருந்தும் என்னைக் காப்பாள். நேராகச் சென்று அவள் மடியில் சரணடைவது மட்டுமே பாவங்களிலிருந்து விடுபட எனக்குத் தென்படும் ஒரே வழி.

ரெபேக்காவைப் பற்றிய நினைவும் அவளைப் போய்ச் சேரப் போகிறோம் என்ற எண்ணமும் மட்டுமே அப்போதைய என் மனநிலைக்குப் பற்றிக்கொள்ள இருந்த ஒரே ஆறுதலான விசயம்.

ரெபேக்காவைக் கடைசியாகப் பார்த்த நாளில் விடுதியின் மொட்டை மாடியில் நட்சத்திரங்கள் இறைந்திருந்த வானத்தைப் பார்த்தபடி, அங்கேயே தங்கிவிடவா என்று கேட்டு நான் பேசிய வார்த்தைகள் ஒவ்வொன்றும் எனக்கு நினைவுக்கு வந்தது.

"தினந்தோறும் காலையில் எழுந்து வீட்டுத் தோட்டத்தைப் பராமரிப்போம். விடுதிக்கு வரும் விருந்தினர்களை வரவேற்போம். ரொட்டிகள் சுடுவோம். அம்மாவுக்கு வேண்டிய சேவைகள் புரிவோம். மாலை வந்ததும் நகர வீதிகளில் உலா வருவோம். ஆற்றுப்பாலச் சுவரில் சாய்ந்து ஓய்வெடுப்போம். விளக்குத் தூண்களின் ஒளி குன்றும் பொழுதில் முத்தமிட்டுக்கொள்வோம். கைகள் கோத்தபடி வீதிகளை அளந்து, களைத்துப் பின் வீடடைவோம். இரவுகளில் இப்படி ஒருவர் தோளில் மற்றவர் சாய்ந்துகொண்டு வானில் கொட்டிக்கிடக்கும் நட்சத்திரங்களை எண்ணுவோம். என்ன சொல்கிறாய்?"

எவ்வளவோ முயன்றும் அடுத்தடுத்த நாட்களிலும்கூட ஆளுநரைக் காண அனுமதி கிடைக்கவில்லை. ஜேம்ஸைப் பார்க்க வாய்ப்பு கிடைத்தும் எனக்கு அவரைப் பார்க்கப் பிடிக்கவில்லை. ஆண்டவரே வந்து சொன்னால்கூட செய்யக் கூச வேண்டிய ஒரு செயலை எப்படி இவரால் அலட்டிக் கொள்ளாமல் கொஞ்சமும் குற்ற உணர்வுக்கு ஆளாகாமல் செய்ய முடிந்தது? அதுவும் மருத்துவராக இருந்துகொண்டு?

ஒரே நேரத்தில் மருத்துவராகவும் நகைச்சுவையுணர்வு மிக்கவராகவும் இருப்பவர்கள் அரிது. அதில் ஜேம்ஸைப்போல மனிதநேயமற்றவர்கள் அரிதினும் அரிதானவர்கள்.

வேறு வழியின்றி, கடைசியில் ஆளுநரின் முதன்மை உதவியாளர் மூலமாக என் பணி விலகல் கடிதத்தைச் சமர்ப்பித்தேன்.

தலைப்பு: பணி விலகல் விண்ணப்பம்

பெரும் மதிப்பிற்குரிய ஆளுநருக்கு,

வணக்கங்கள்! எத்தனையோ முறை முயன்றும் தங்களை நேரில் சந்தித்து இக்கடிதத்தை அளிக்கும் வாய்ப்பு கிடைக்கவில்லை. இன்றிருக்கும் என் ஆளுமையை வடிவமைத்துக் கொண்டதில் உங்களுடன் செலவிட்ட நாட்கள் ஒவ்வொன்றுக்கும் மிக முக்கிய பங்கிருக்கிறது. அதற்காக உங்களை எப்போதும் நன்றியுடன் நினைவுகூர்வேன். மிகக் கடுமையான முடிவுகளை தயக்கமின்றி தைரியமாக எடுப்பதற்குக் கற்றுக்கொடுத்தது நீங்கள்தான். இப்போதுகூட அப்படி ஒரு முடிவுடனே வந்திருக்கிறேன். சில தனிப்பட்ட காரணங்களால் என்னால் இங்கே பணியைத் தொடர இயலவில்லை. ஆகவே, மாட்சிமை தங்கிய பிரிட்டிஷ் பேரரசின்பாற்பட்ட கடமைகளிலிருந்து என்னை விடுவித்து உதவும்படி தங்களைத் தாழ்மையுடன் கேட்டுக்கொள்கிறேன். மேலும் இந்த வாரம் இங்கிலாந்துக்குப் புறப்படும் கப்பலில் பயணம் செய்ய மேன்மை பொருந்திய தங்களின் அனுமதியையும் கோருகிறேன்.

நீங்கள் இங்கிலாந்துக்குத் திரும்பும் நாளொன்று அமையுமென்றால் அங்கேயாவது தங்களைச் சந்திக்க தங்களின் அனுமதியை எதிர்நோக்கிக் காத்திருக்கிறேன்.

நன்றிகள்!

தங்கள் உண்மையுள்ள,
வில்லியம்.

○

மறுநாளே என் பணிவிலகல் விண்ணப்பம் ஏற்றுக்கொள்ளப் பட்டதுடன் அடுத்த இரண்டு நாட்களில் கிளம்பவிருக்கும் கப்பலில் இடம் ஒதுக்கித் தரப்பட்ட அனுமதிக் கடிதமும் கிடைக்கப்பெற்றேன்.

○

37

ஃபர்ஸானா பாத்ரூமில் இருந்தாள். அவளுடைய ஃபோன் அறையில் ஒலித்துக்கொண்டிருந்தது. திரும்பத் திரும்ப அடித்துக்கொண்டே இருந்தது. உம்மாவாகத்தான் இருக்க வேண்டும். ஒருமுறை அடித்து மறுமுனையில் இருப்பவர் எடுக்கவில்லை என்றால் சற்று நேரம் கழித்துக் கூப்பிட்டுப் பார்க்கலாமே என்ற பொறுமையே இருக்காது. அவளைத் திட்டிக்கொண்டே அவசர அவசரமாக உடையைச் சுற்றிக்கொண்டு வெளியே வந்தாள்.

அதற்குள் மறுபடியும் ஃபோன் அடித்தது.

வேகமாகத் தாவி வந்து ஃபோனை எடுத்தாள். உம்மா இல்லை. வேறு யாரோ. பதியப்படாத எண்ணாக இருந்தது. யாராக இருக்க கூடும் என்ற தயக்கத்துடனே ஃபோனை எடுத்தாள்.

"இது திருமதி ஃபர்ஸானா பேகம்தானே?" என்று ஆஸ்திரேலிய ஆங்கில உச்சரிப்பில் கேட்டது மறுமுனை.

"ஆமாம், ஃபர்ஸானாதான் பேசுகிறேன். நீங்கள் யார்?"

"நீங்கள் உடனடியாக சர்ரி ஹில்ஸ் போலீஸ் ஸ்டேஷனுக்கு வர வேண்டும்."

"ஏன்? என்ன? புரியவில்லை."

"சர்ரி ஹில்ஸ் போலீஸ் ஸ்டேஷனுக்கு உடனே கிளம்பி வாருங்கள்" என்பதை நிதானமாக நிறுத்தி சற்று உறுதியான குரலில் ஒவ்வொரு வார்த்தையாகப் பேசியது மறுமுனை.

“சரி. . . சரி. வருகிறேன்.”

“நன்றி!” என்று சொல்லிவிட்டு மறுமுனையில் ஃபோன் வைக்கப்பட்டது.

ஒரு நிமிடம் அவளுக்கு ஒன்றுமே விளங்கவில்லை. இது போன்று ஏமாற்றும் அழைப்புகள் வருவது இங்கே சகஜம். ‘உங்களுடைய விசாவில் பிரச்சினை இருக்கிறது. அதைச் சரிசெய்ய இவ்வளவு டாலர்களை அபராதமாகச் செலுத்த வேண்டும்’ என்று அழைப்பு வந்தால் அதைப் பொருட்படுத்தத் தேவையில்லை என்று வந்த புதிதில் காசிம் சொன்ன நினைவு இருக்கிறது. ஆனால் இது ரொம்பவும் உண்மையாகத் தெரிந்தது. மேலும் பணம் எடுத்து வாருங்கள் என்பது போன்ற எந்தக் கோரிக்கையும் இல்லை. அதனால் குழம்பினாள்.

எதிர்முனை அழுத்திச் சொன்னதும் தான் ஏன் உடனே ஒத்துக்கொண்டோம்? இன்னொருமுறை என்ன ஏது என்று தெளிவாகக் கேட்டிருக்கலாமே எனத் தன்னையே நொந்து கொண்டாள். அந்த எண்ணுக்குத் திரும்ப அழைத்துக் கேட்கவும் தயக்கமாக இருந்தது.

காசிமுக்கு ஃபோன் அடித்தாள். ஸ்விட்ச் ஆஃப் என்று வந்தது. திரும்பத் திரும்ப அடித்துப் பார்த்தாள். ஸ்விட்ச் ஆஃப் என்றே வந்தது. அவளுக்குப் பதற்றம் அதிகமாகியது. எவ்வளவு முக்கியமான மீட்டிங் என்றாலும் சைலன்ட் மோடில் போட்டு வைப்பானே தவிர அணைத்து வைக்க மாட்டான். அவனுடைய அலைபேசி அணைத்து வைக்கப்பட்டிருந்தது அவளைக் குழப்பியது.

யாரையாவது துணைக்கு அழைக்கலாமா என்று யோசித்தாள்.

பிரேமுக்கு அழைத்துத் தகவலைச் சொன்னாள். தானும் நேராக அங்கே வந்துவிடுவதாய்க் கூறினான். அவன் சொன்ன போலீஸ் ஸ்டேஷன் முகவரியைக் கூகுளில் இட்டுத் தேடினாள். டவுன்ஹால் மெட்ரோ ஸ்டேஷனிலிருந்து நடந்துபோகும் தொலைவுதான். விறுவிறுவென்று கிளம்பினாள். உடல் படபடத்தது. சீப்பு, லோஸன் என எல்லாவற்றையும் கையில் எடுக்கும்போதே பதற்றத்தில் கீழே தவறவிட்டாள்.

கிளம்பிக்கொண்டிருந்த இடைவெளியில் திரும்பத் திரும்ப காசிமுக்கு ஃபோன் அடித்தாள். அணைத்தே வைக்கப் பட்டிருந்தது. அதுவே அவளைப் பீதிக்குள்ளாக்கியது. மனதுக்குள் ஆண்டவனைச் சரணடைந்தாள்.

ஓபல் கார்ட், பணம், பர்ஸ், தண்ணீர் பாட்டில், வீட்டுச் சாவி, மொபைல், பவர் பேங்க் என்று ஒவ்வொன்றாகச் சரிபார்த்து எடுத்துக்கொண்டாள். கதவைச் சாத்தும்போது தான் நினைவுக்கு வந்தது. பால்கனியைத் திறந்து எதிர்ப் பக்கமிருக்கும் 'சட்டான்' பழைய கார் கடையை எட்டிப் பார்த்தாள். வரிசையாக நிறுத்தப்பட்டிருந்த கார்களில் ஓரத்தில் ஒரு சிவப்பு நிறக் கார் நின்றுகொண்டிருந்தது. மடத்தனம்தான் என்றாலும் அந்த நேரத்துக்கு அது மனத்துக்குச் சற்று சமாதானத்தைக் கொடுத்தது. பயப்படும்படி ஒன்றுமிருக்காது என்ற நம்பிக்கை பிறந்தது. இறைவனுக்கு நன்றி சொல்லிக் கொண்டு வீட்டைப் பூட்டிவிட்டு ஹோம்புஷ் மெட்ரோ நிலையத்தை நோக்கி விறுவிறுவென்று நடக்கத் தொடங்கினாள்.

○

அலுவலகத்துக்கு வரும்வரை காசிமுக்கு அது சாதாரண ஒரு நாளாகவே இருந்தது. உள்ளே நுழைந்ததும் பதற்றம் தொற்றிக் கொண்டது. அணியினரிடமிருந்து சற்று தூரத்தில் தனித்திருந்தது அவனுடைய இடம். அவர்கள் ஏதாவது பேசினால், வெறும் கிசுகிசுப்பாக மட்டுமே கேட்கும் தொலைவு. அன்றைக்குத்தான் பிராஜெக்ட்டின் அடுத்த வருடத்துக்கான பட்ஜெட் திட்ட மிடல் நடைபெற இருக்கிறது. வருடத்தின் கடைசி வேலை நாள் அன்று. அதன்பின்பு கிறிஸ்துமஸ் விடுமுறை தொடங்கிவிடும். அடுத்து ஜனவரி முதல் வாரத்தில்தான் அலுவலகத்துக்கு வர வேண்டும். அவர்கள் அவனை இங்கே வைத்திருக்கப் போகிறார் களா இல்லை கிளப்பப் போகிறார்களா என்பது சீக்கிரம் தெரிந்துவிடும். பட்ஜெட் காரணமாகவோ என்னவோ அணியில் அத்தனை பேரும் சற்று பரபரப்பாகக் காணப்பட்டனர். சட்டென்று கூடி எதைப்பற்றியோ தீவிரமாக விவாதிப்பதும் பின்னர் குறுக்கும் நெடுக்குமாகப் போவதும் வருவதுமாகவும் இருந்தனர்.

அவனுக்கு என்ன விசயம் என்று தெரிந்துகொள்ள வேண்டும். அதே நேரம் அதை எப்படிக் கேட்டறிவது என்று மண்டையில் யோசனை ஓடிக்கொண்டிருந்தது. என்னவென்று தெரிந்துகொள்ளாமல் அடுத்த வேலையைத் தொடர முடியாது. அவர்கள் அமர்ந்திருக்கும் பகுதியைத் தாண்டித்தான் பிரிண்ட்டர் வைக்கப்பட்டிருந்தது. சமீபத்தில் செய்து முடித்த ஸ்டோரிபோர்டை பிரிண்ட் கொடுத்தான். மூன்று நபர்கள் செய்து முடிக்க வேண்டிய வேலை. ஒற்றை ஆளாக முடித்துக் கொடுத்திருக்கிறான்.

பிரின்ட்டர் ஓடத் தொடங்கியது. அதை எடுப்பதற்காக அந்தப் பக்கமாகப் போனான். அணியினர் அவரவர் வேலைகளில் மூழ்கியிருந்தனர். அதுவரை கூடிப் பேசிக்கொண் டிருந்தவர்கள் இவன் அந்தப் பக்கமாக வந்ததும் அமைதியாகி றார்கள் என்றால் அவனைப் பற்றிப் பேசிக்கொண்டிருந்ததாகத் தானே அர்த்தம்? அவனுக்கு அதை நினைத்தால் எரிச்சலாக இருந்தது.

யாரையும் தொந்தரவு செய்யாமல் பிரின்ட் அவுட்ஸை எடுத்துக்கொண்டு தன் இடத்துக்குத் திரும்பினான்.

மேசைக்கு அடியிலிருந்த பெட்டியைத் திறந்து பிரின்ட் அவுட்ஸை அதற்குள்ளே போட்டு இழுவைப் பெட்டியை அடித்துச் சாத்த முற்பட்டான். பெட்டி உள்ளே போகவில்லை. இரண்டு மூன்று முறை திரும்பத் திரும்ப உள்ளே தள்ள முயன்றான். போகவில்லை.

முழுவதுமாக வெளியே இழுத்துப் பின்னர் தள்ள முயன்றான். பாதி வரை உள்ளே போனது. மிச்சப் பாதி உள்ளே போகவில்லை. மறுபடியும் வழக்கமாகத் திறந்து மூடும் விசையில் தள்ளிப் பார்த்தான். பலனில்லை.

ஒரு முறை ரொம்பவும் நிதானமாக வெளியே இழுத்து, அதே நிதானத்துடன் உள்ளே தள்ள முயன்றான். தோல்வி. அவனால் அதற்குமேல் பொறுமையாக இருக்க முடியவில்லை. அதை அப்படியே விட்டுப்போகவும் முடியாது. அதைச் சாத்தாமல் அடுத்த வேலை ஓடாது. சாத்தியே ஆக வேண்டும் என்று மனதுக்குள் அடித்துக்கொண்டது. உள்ளேயிருந்து ஏதோ ஒன்று அவனை உந்தித் தள்ளியது. அடக்க முடியாமல் ஆத்திரம் பொங்கியது.

இந்த முறை வேகமாக வெளியே இழுத்து அதே வேகத்தில் சாத்த முற்பட்டான். வேகமாக இழுத்தபோது எழுந்த க்ரீச்சென்ற சத்தம் அங்கிருந்தவர்களின் காதுகளைத் துளைத்தது. இவன் அணி உட்பட அந்தத் தளத்திலிருந்த பலர் அவன் பக்கமாகத் திரும்பிப் பார்த்தனர்.

மற்றவர்கள் பார்க்கிறார்கள் என்றதும் அவனுக்கு இன்னும் படபடப்பு கூடியது. அவமானமாக உணர்ந்தான். எரிச்சல் பொங்கியது. குளிரூட்டப்பட்டிருந்த தளத்தில் அவனுக்கு மட்டும் வியர்த்துக்கொட்டியது. பெட்டி நேராகத்தான் இருக்கிறதா என்று முட்டிப்போட்டுக் குனிந்து பார்த்தான். எல்லாம் சரியாக இருப்பது போன்றே தோன்றியது. மறுபடியும் முதலிலிருந்து

முன்பு செய்த அனைத்தையும் செய்துபார்த்தான். பெட்டி உள்ளே போவதாய்த் தெரியவில்லை.

அதற்குமேல் அவனால் பொறுக்க முடியவில்லை. பாதி வெளியே நீட்டிக்கொண்டிருந்த பெட்டியைத் தன் காலால் வேகவேகமாக ஓங்கி எட்டி உதைக்க ஆரம்பித்தான். அவனுடைய ஷூ பெட்டியில் மோதி 'டொப் டொப்' என்று எழுந்த சத்தத்தில் மொத்த தளமும் இவன் பக்கம் திரும்பிப் பார்த்தது. இந்த முறை சுற்றியிருந்த யாரையும் பொருட்படுத்தாமல் பெட்டியைச் சத்தமெழ படீர் படீரெனக் கோபத்தில் உதைத்தபடி இருந்தான். விடாமல் தொடர்ந்து செய்தான். அதைச் செய்யச் சொல்லி உள்ளே அவனை விரட்டியது. அந்தச் சத்தத்தில் மொத்த தளத்திலிருந்தவர்களும் எழுந்து இவன் பக்கம் பார்த்தனர். அது மேலும் தூண்டிற்று. இன்னும் வேகமாக விடாமல் அதையே செய்தான்.

இவன் அணியைச் சேர்ந்த ஜேமி, காசிம் பக்கமாக வந்து அவனைத் தோளைத் தொட்டு "என்னாயிற்று?" என்றான்.

"பெட்டி மூட மறுக்கிறது. நிறையமுறை முயன்று விட்டேன். உள்ளே போக மாட்டேன் என்கிறது" என்று திக்கித் திக்கிச் சொல்லி கத்தினான். மறுபடியும் அதை வேகத்துடன் உதைத்தான்.

ஜேமி அவன் கையைப் பிடித்து, கண்களைச் சுருக்கி அவனுக்கு மட்டும் கேட்கும் குரலில், "உனக்கு ஒன்றுமில்லையே?" என்றான்.

"இல்லை... இல்லை. எனக்கு ஒன்றுமில்லை. இந்தப் பெட்டிதான்... பெட்டிதான்" என்று பெட்டியைக் கைக்காட்டிப் பேசியபோது குரல் உடைந்து போயிருந்தது.

ஜேமி அவன் அருகில் சென்றதும் மற்றவர்கள் மெதுவாக அவரவர் இருக்கையில் அமர்ந்தனர். ஆனாலும் அத்தளத்தின் அத்தனை காதுகளும் இவர்கள் பக்கமே குவிந்திருந்தன. "இதொன்றும் பெரிய விசயமில்லை. அலுவலக நிர்வாக உதவி மையத்துக்கு அழைத்துச் சொல்கிறேன். அவர்கள் வந்து நிமிடத்தில் சரிசெய்துவிடுவார்கள். வா, அதுவரை நாம் வெளியே சென்று ஒரு காப்பி குடித்துவிட்டு வரலாம்" என்று சொல்லி ஜேமி, அவனைத் தோளோடு அணைத்து அங்கிருந்து அழைத்துக் கொண்டுபோனான்.

மந்திரச் சொல்லுக்குக் கட்டுப்பட்டவன் போல், காசிம் ஜேமியின் பின்னால் வெளியேறினான்.

இருவரும் ஜார்ஜ் வீதியில் நடக்க ஆரம்பித்தனர். ஜேமி அவன் மனதை லகுவாக்கப் பொதுவான சில கேள்விகளாகக் கேட்டுக்கொண்டே வந்தான். கேட்ட கேள்விகளுக்கு மட்டும் காசிமிடமிருந்து பதில் வந்தது. இடையில், ஜேமி அவர்கள் நிறுவனத்தின் உதவி மையத்துக்கு அழைத்து அந்தப் பெட்டியைச் சரி செய்துவிடச் சொன்னான்.

“அரைமணி நேரத்தில் சரி செய்துவிடுவார்களாம். கவலை வேண்டாம்.”

“ரொம்ப நன்றி ஜேமி!”

“இதிலென்ன இருக்கிறது. பரவாயில்லை விடு. இன்னும் நேரமிருக்கிறது. நாம் வெஸ்ட்ஃபீல்ட் மால்வரை போகலாமா? அங்கே மேல் தளத்தில் அற்புதமானதொரு காப்பிக் கடை இருக்கிறது. உனக்குப் பிரச்சினை இல்லையென்றால் நடந்து போய் வருவோம்.”

காசிம் போகலாம் என்று தலையாட்டினான்.

மாலின் நான்காவது தளத்தில் உணவகப் பகுதி இருந்தது. கிறிஸ்துமஸுக்கு இரண்டே நாட்கள்தான் இருந்தன. அதன் காரணமாக, மால் வழக்கத்துக்கு மீறிய பரபரப்புடன் காணப் பட்டது. பேக்கரிகளிலும் சாக்லேட் கடைகளிலும் கூட்டம் வரிசைகட்டி நின்றது. எல்லா இடமும் சிவப்பு வெள்ளை வண்ணங்களால் அலங்கரிக்கப்பட்டு ஜொலித்தன. மால் முழுவதிலும் சிரிப்பு வெளிப்படாத முகம் ஒன்றைக்கூடக் காண முடியாதபடி எல்லோர் முகத்திலும் சிரிப்பு, உள்ளத்தில் மகிழ்ச்சி. காசிமை ஒரு மேசையில் உட்காரச் சொல்லிவிட்டு, இருவருக்கும் காஃபி சொல்வதற்காக ஜேமி கடையின் வரிசையில் நின்றான்.

காசிமுக்குச் சாத்தப்படாத பெட்டியே மண்டைக்குள் ஓடியது. அதைத் தானே சாத்தியிருந்தால் திருப்தியாக இருந்திருக்கும். அதைப் பற்றி நினைத்ததும் மறுபடியும் பரபரப்பு தொற்றிக்கொண்டது. அவர்கள் அமர்ந்திருந்த மேசையிலிருந்து எழுந்து நடக்க ஆரம்பித்தான்.

மூடப்படாத பெட்டி, ஜெட்டாவின் கலைந்து பரப்பப் பட்ட ஆடை, மஞ்சள் கோட்டைத் தாண்டிக் குதிக்கும் சிறுவன், ரயிலிலிருந்து இறங்கிய அந்தப் பெரியவரின் கண்கள், டிஜரிடுவி லிருந்து வந்த உயிரை உருக்கும் இசை, ஃபர்ஸானாவின் வெதுவெதுப்பான உடல், நிறுத்திவைக்கப்பட்டிருந்த நங்கூரம், ‘கடவுள் உன்னை ஆசிர்வதிப்பாராக!”என்று வாழ்த்தியபடி

உயர்ந்த ஒற்றைக் கரம், மொட்டைத் தலை, மூக்கு வளையம், அடர்நீல வானப் பின்னணியில் நட்சத்திரத் தூவல் வரையப் பட்ட கல், போகுமிடமெல்லாம் தன்னைத் துரத்தி வரும் அவனும் அவன் கண்களும், ஏர்போர்ட் சோதனை நிறுத்தத்தில் தனியாக நின்ற நிமிடங்கள், ஒன்றாகச் சேர்ந்து மேலெழும்பி முரலும் ஆயிரமாயிரம் வண்டுகள், பள்ளி வாகனத்துக்குளிருந்து எழும் நடுவிரல் என்று ஒவ்வொன்றும் காட்சி காட்சியாய் கண் முன்னே எழுந்து வந்தது. அவனுக்குக் கால் நடுங்கியது. தலை சுற்றியது. தலையை இறுக்கப் பிடித்துக்கொண்டான். ஒவ்வொரு காட்சியையும் மனத்திலிருந்து அகற்றப் போராடினான். ஒன்றை அகற்ற மற்றொன்று எழுந்து வந்தபடி இருந்தது. பற்களை இறுக்கிக் கடித்தான். கையால் பால்கனிச் சுவரை ஓங்கி ஓங்கி அறைந்தான். ஓவென்று அடக்க மாட்டாமல் அலறினான். நெடிந்து உயர்ந்த உருவத்தின் கை அவன் மார்பில் அறைந்து தள்ளியது. எல்லாக் காட்சிகளும் அவனுள்ளிருந்து மறைந்து வெறுமை மட்டும் நிறைந்த அக்கணத்தில் மயில் கழுத்து வண்ணத்தில் சிறகு விரித்த பறவை அவ்வெறுமையைக் கிழித்துப் பறந்துபோனது.

ஜேமி, காப்பிக் கோப்பைகளைக் கைக்கு ஒன்றாக வாங்கிக் கொண்டிருக்கும்போது 'பொத்'தென்ற சத்தம் கேட்டது. அங்கே அமர்ந்திருந்த அனைவரும் எழுந்து மேல்தளத்தின் நடுப்பகுதிக் கண்ணாடிச் சுவர்ப்பக்கம் போய் எட்டிப்பார்க்க ஓடினர். ஜேமி, காசிம் அமர்ந்திருந்த மேசைப் பக்கம் பார்த்தான். அவன் அங்கே இல்லை.

மாலின் தரைத்தளத்தில் மெல்பர்ன் வேலை சம்பந்தமாக முகவர் அலெக்ஸுடன் பேசிக்கொண்டிருந்த ஜெட்டா 'தொப்' என்ற சத்தம் கேட்டுத் திடுக்கிட்டு, சத்தம் வந்த இடத்தை நோக்கி ஓடினாள்.

○

ஃபர்ஸானா டவுன் ஹால் மெட்ரோ ஸ்டேஷனில் இறங்கி நடக்கத்தொடங்கினாள். காலையில் எழுந்ததும் குடித்த டீ மட்டும்தான் வயிற்றிலிருந்தது. பசித்தது. தண்ணீர் குடித்துப் பசியை அடக்கினாள். அவசரமாகக் கிளம்பி வந்ததுவேறு படபடப்பாக இருந்தது. ஃபோனில் கூகுள் மேப் போட்டு ஸ்டேஷனை நோக்கி நடந்து சென்றுகொண்டிருந்தாள்.

போலீஸ் ஸ்டேஷனுக்குள் நுழைந்தாள். வரவேற்பறை இருக்கையில் பதற்றத்துடன் அழுதபடி அமர்ந்திருந்த அவளைப் பார்த்தாள். நேராக வரவேற்பாளர் மையத்தில் இருந்தவரிடம் தனக்கு வந்த அழைப்பைப் பற்றிச் சொன்னாள்.

அவர் அவளை அங்கிருந்த சோஃபாவில் அமரச் சொல்லி விட்டு யாரையோ உள்ளே அழைத்துவரச் சென்றார். இவளைப் பார்க்கும்போது அவர் முகத்தில் வெளிப்பட்ட பரிதாப உணர்வை கவனிக்கத் தவறவில்லை. அது தன்னுடைய கற்பனை தான் என்று தன்னைத் தானே தேற்றிக்கொள்ள முயன்றாள். நிலையாக அங்கே உட்கார்ந்திருக்க முடியவில்லை. தன்னிசை யாகக் கால்களைப் படபடவென ஆட்டிக்கொண்டிருந்தாள். சற்று நேரத்தில் வெளியே வந்து அவளை உள்ளே அழைத்துச் சென்றார். ஒரு பன்னாட்டு நிறுவனத்தின் கிளையைப் போலிருந்தது போலீஸ் ஸ்டேஷன். மனம் மிகுந்த பாரமாக இருந்தது. எப்போது வேண்டுமானாலும் விழுந்துவிடுபவளைப் போல பலவீனமாக உணர்ந்தாள்.

உள்ளேயிருந்த பெரிய அறையில் நடுநாயகமாக வீற்றிருந்த அந்த அதிகாரி மிகுந்த பரிவுடன் இவளிடம் விசயத்தைக் கூறினார்.

அவளுக்குத் தலைசுற்றியது. மூச்சை அடைத்தது. மயங்கிப் போனாள். கண் விழித்தபோது போலீஸ் அதிகாரி ஒருவர் அவளுக்கு முதலுதவி செய்துகொண்டிருந்தார். ஒரு நிமிடம் கழித்தே அவள் ஏன் அங்கே இருக்கிறாள். அதுவரை என்ன நடந்திருக்கிறது என்பதே புரிந்தது. வாய் முற்றிலுமாக உலர்ந்து போனது. நாக்கு மேலண்ணத்தில் ஒட்டிக்கொண்டது. தலைக்குள் ஆயிரம் ஊசிகள் குத்திக் குடைவதைப்போல வலி படுத்தியது.

சுற்றிலுமிருந்தவர்கள் அவளைப் பற்றிய தகவல்களை விசாரித்துக்கொண்டிருந்தனர். அவர்களின் குரல்கள் ஏதோ வேற்றுக் கிரகத்திலிருந்து ஒலிப்பதைப்போல இருந்தது. எவ்வளவு நேரம் அப்படியே உட்கார்ந்திருந்தாள் என்று தெரிய வில்லை. பேச்சு மூச்சற்று அமர்ந்திருந்தாள்.

போலீஸ் ஒருத்தி, “உங்களுக்கு ஏதாவது உதவி வேண்டுமா ?” என்றாள்.

இவள் தண்ணீர் வேண்டும் என்று ஜாடை காட்டினாள்.

“இதோ, எடுத்து வருகிறேன்” என்று சொல்லிவிட்டு வேகமாக அங்கேயிருந்து கிளம்பிச் சென்றாள்.

ஃபர்ஸானாவுக்கு இதெல்லாம் வெறும் கனவென்று யாரும் சொல்லிவிடக் கூடாதா ? இல்லை, கனவைக் கலைக்கும் விதமாய் தன்னை யாராவது தூக்கத்திலிருந்து எழுப்பினால் எவ்வளவு நன்றாக இருக்கும் என்று யோசித்தாள். கனவில்லை. அத்தனையும் நிஜம் என்பதை உணர்ந்தபோது யாராவது

தன்னை அங்கேயிருந்து மீட்டுவிட மாட்டார்களா என்று மனத்துள் மன்றாடினாள். அடுத்து என்ன செய்ய வேண்டும் என்றே தோன்றவில்லை. உறைந்து போய் அமர்ந்திருந்தாள். கண்ணிலிருந்து ஒரு சொட்டுக் கண்ணீர் வரவில்லை.

அந்தப் பெண் தண்ணீர் எடுத்து வந்தாள். இவள் வாங்கவில்லை. வெளியில் நடந்து போய்க்கொண்டிருந்தவர்களைப் பிரக்ஞையற்று வெறித்துக்கொண்டிருந்தாள்.

அந்தப் பக்கமாக வந்த போலீஸ்காரர், இவள் முன்னாலிருந்த மேசையில் வைக்கப்பட்டிருந்த தண்ணீர் டம்ளரை விளிம்பிலிருந்து சற்று நகர்த்தி உள்ளே வைத்துவிட்டுப் போனார். அவர் செய்கையைப் பார்த்ததும் உள்ளிருந்து அழுகைப் பொங்கி வந்தது.

சரியாக அந்நேரம் அவளுடைய ஃபோன் அடித்தது. அழுது வீங்கிய கண்களை மெல்லத் திறந்து யார் என்று பார்த்தாள். இப்ராஹிம் மாமா என்று காட்டியது. தலையில் ஓங்கி அடித்துக்கொண்டு 'அல்லாஹ்!' என்று கத்தி அழ ஆரம்பித்தாள்.

௦

38

அவள் பாதித் தூக்கத்தில் பதறி எழுந்து அமர்ந்தாள். மின்னி ஸோஃபாவுக்குக் கீழே சுருண்டு படுத்துக் கிடந்தது. மொபைலை எடுத்து நேரத்தைப் பார்த்தாள். நள்ளிரவு இரண்டைத் தொட்டிருந்தது. நாக்கு வறண்டு தாகமெடுத்தது. ஆடையைச் சரிசெய்வது குறித்த பிரக்ஞையற்று அப்படியே நிர்வாணமாக எழுந்து சென்று தண்ணீர் பிடித்துக் குடித்தாள். கண்களைத் துடைத்துத் தெளிவாகிக்கொண்டு, மொபைலுக்கு காசிம் ஏதாவது தகவல் அனுப்பியிருக்கிறானா என்று பார்த்தாள். அதிலிருந்த அபத்தம் அவளைச் சுட்டது. மொபைலைத் தூக்கிப் போட்டாள். மறுபடியும் மொபைலை எடுத்துப் பார்த்தாள். அவன் வாட்ஸப்பில் இவளை பிளாக் செய்திருந்ததால் அவனுடைய டிபியைப் பார்க்க முடியவில்லை. இனி எப்போதும் பார்க்க முடியாது என்பதை நினைத்தபோது அவளுக்கு அழுகை பொங்கி வந்தது.

ஹாலுக்கு வந்து முந்தைய நாள் இரவு மிச்சம் வைத்திருந்த வோட்காவை ஊற்றிக் குடித்தாள். அறைக்குள் போகப் பிடிக்கவில்லை. பால்கனி வழியாக பராமட்டா சாலையைப் பார்த்தபடி சோஃபாவிலேயே கால் நீட்டிப் படுத்துக் கொண்டாள். உடல் களைத்து தூக்கத்துக்காக இறைஞ்சியது. மனமோ வேண்டாத கற்பனை களில் விழித்துக் கிடந்தது. உடல் மனத்தை வெற்றி கொள்ளும் அரிதான தருணமொன்றில் தூங்கிப் போயிருந்தாள்.

திரும்பத் திரும்ப வரும் துர்க்கனவுகளின் பட்டியலில் அன்று புதிதாய் ஒன்று சேர்ந்து கொண்டது. இருளில் முதலில் முகம் தெரியவில்லை.

அவளுடைய கை, கால், உடல் முழுவதும் பிசுபிசுப்பு. கருநீல வானமெங்கும் நட்சத்திரங்களின் மினுமினுப்பு. தூரத்துத் தீ மூட்டத்திலிருந்து மெல்லிய வெளிச்சம் வந்துகொண்டிருந்தது. அவளுள் காமம் தீயாய்க் கனன்று எரிந்தது. இரத்தச் சகதியில் அவள் காசிமின் மேல் தன்னைப் போர்த்தியிருக்கிறாள். அவன் உடல் முழுவதும் இரத்தம் சேறாய்ப் பூசப்பட்டிருக்கிறது. அவளும் மின்னியும் இரத்தத்தை நக்கி நக்கிச் சுத்தப்படுத்து கிறார்கள். அவன் இவளை அணைக்கவோ முத்தமிடவோ இல்லை. சலனமற்று உறைந்து கிடப்பவனைப் போலிருக் கிறான். அவனுடைய நிலை அவளைச் சீண்டுகிறது. இன்னும் அதிகமாய்க் கிளர்த்துகிறது. அவள் அவனுடைய மார்புக் காம்பை நாவால் வருடும்போது அவன் கேவிக் கேவி அழுகிறான். அவள் வேண்டுமென்றே அதையே தொடர்ந்து தீவிர தாபத்துடன் செய்கிறாள். தன் இடக்கையால் அவன் தொடைகளைப் பிசைகிறாள். அங்கிருந்து அவள் கை உயர அவனுடைய கேவல் அதிகமாகிறது. அந்தக் கேவலை அதற்கு முன்பும் கேட்ட நினைவு வரவே கண்களை உயர்த்தி அவன் முகத்தைப் பார்க்கிறாள். அதைப் பார்த்ததும் ஓவென்று கத்திக் கூச்சலிட்டு அவனிடமிருந்து அதிர்ந்து விலகுகிறாள். விலகிய வேகத்தில் சோஃபாவிலிருந்து கீழே விழுந்தாள். கார்பெட் தரை. உயரம் குறைவான சோஃபா என்பதால் அடி எதுவுமில்லை. ஆனால் கீழே விழுந்தபோது மின்னியின் மேல் கால்பட்டுவிட அது திடுக்கிட்டுப் பதறி விலகிப்போய் கத்தத்தொடங்கியது.

தூக்கம் கலைந்து அவள் திக்குத் தெரியாமல் அப்படியே தரையில் அமர்ந்துவிட்டாள். பயத்தில் நெற்றியெங்கும் வியர்வை அரும்பியிருந்தது. நெஞ்சு படபடவென்று அடித்துக் கொண்டது. மெதுவாக மூச்சை இழுத்துப் பிடித்து வெளியிட்டாள். தாடியுடன் கூடிய அந்த முகம். இரத்தம் வழிய கண்களை மூடிய அந்த முகத்தைப் பார்த்ததும் அவளால் நிலைகொள்ள முடியவில்லை. அப்படியே எழுந்து படுக்கை யறைக்குள் சென்றாள். கண்ணை மூடுவதற்கே அச்சமாக இருந்தது. விழித்துக்கொண்டிருந்தாலும் ஆழப் புதைத்து விட்டதாய் நம்பியிருந்த நினைவுகள் ஒவ்வொன்றாய் எழுந்து வந்து படுத்தின. அவளையறியாமல் கண்ணீர் வழிந்து பெருகியது. பாதித் தூக்கம் பாதி விழிப்பு என்று அன்றைய இரவைக் கடந்து ஒருவழியாக தூங்கி விழித்தபோது மணி காலை ஒன்பதைத் தாண்டியிருந்தது.

○

அன்றைய இரவு அவள் வீட்டிலிருந்து சொல்லாமல் கொள்ளாமல் கிளம்பிப் போனதற்குப் பிறகு கோபத்தில்

அவனைத் தொடர்புகொள்ளாமலே இருந்தாள். மறுநாள் முழுவதும் அவனிடமிருந்தும் எந்தத் தொடர்பும் இல்லை.

அடுத்த நாள் காலை அவளே, "எங்கே இருக்கிறாய்?" என்று வாட்ஸப்பில் ஒரு குறுந்தகவல் அனுப்பினாள். போய்ச் சேர்ந்து விட்டது. ஆனால் அவன் அதைப் பார்க்கவில்லை.

பதிலுக்காகக் காத்திருந்தாள். ஃபோனை நோண்டினாள் – இன்ஸ்டா, ஃபேஸ்புக், வாட்ஸப், லிங்க்டின் – என எல்லாம் சலித்துப் போனது. அவள் அஞ்சியபடியே அவனிடமிருந்து எந்தத் தகவலும் வரவில்லை. இவள் அனுப்பிய செய்தி பார்க்கப் பட்டிருந்தது. அதற்கும் பதில் இல்லை. அவளுக்குச் சில விசயங்கள் லேசாகப் புரிபடத் தொடங்கியிருந்தன.

அனுப்பவா வேண்டாமா என்று நீண்ட போராட்டத் துக்குப் பிறகு, அவளே மறுபடியும் 'ஹலோ!' என்று அனுப்பி னாள். எழுந்து காலை வேலைகளை முடித்தாள். நடுவில் இரண்டு முறை மொபைலை எடுத்துப் பார்த்தாள். வாட்ஸப்பின் ஒலிக்காகக் காதுகளைத் தீட்டி வைத்துக் கொண்டாள். ரொட்டித் துண்டுகள் மூன்றை டோஸ்ட்டரில் போட்டுவிட்டு சார்ஜ் போட்டிருந்த ஃபோனை மறுபடியும் எடுத்துப் பார்த்தாள். காசிம் அவளுடைய செய்தியைத் திறந்து கூடப் பார்த்திருக்கவில்லை. ஆனால் இரண்டு நிமிடங்களுக்கு முன்புவரை அவன் ஆன்லைனில் இருந்ததாகக் காட்டியது. ஜெட்டாவுக்குக் கோபம் வந்தது.

அவன் பதில் அளிக்கும்வரை தானாக எதுவுமே தொடர்பு கொள்ள கூடாது என்று நினைத்தவள் அடுத்த பத்து நிமிடத்தில், "இருக்கிறாயா?" என்று செய்தி அனுப்பினாள்.

அந்தச் செய்தியும் கால் மணி நேரம் ஆகியும் திறந்து பார்க்கப்படாமலேயே இருந்தது.

தொடர்ந்து "ஹாய், ஹெலோ, இருக்கிறாயா?, ஏதாவது பிரச்சினையா?, பேச முடியுமா?" என்று ஒவ்வொன்றாக அனுப்பியபடி இருந்தாள். எதிர்ப் பக்கமிருந்து எதற்கும் பதில் இல்லை.

மேலும் பொறுத்திருக்க மாட்டாமல் அவனுடைய ஃபோனுக்கு அழைத்தாள். முழு அழைப்பும் சென்றது. அவன் எடுக்கவில்லை. பொதுவாக எடுக்க முடியாத சூழலில் துண்டித்துவிட்டு பிறகு அழைப்பதாகக் குறுஞ்செய்தி அனுப்புவான். அதுவுமில்லை.

உண்மையிலேயே ஏதாவது சிக்கலில் மாட்டிக்கொண் டிருக்கிறானா? சற்று நேரம் கழித்து அவனே அழைப்பானாயிருக் கும். அதுவரை பொறுமை காக்க முடிவு செய்துகொண்டாள்.

மின்னிக்கு உணவு வைத்தாள். ரொட்டித் துண்டுகளுக்கு நடுவில் அவகாடோவை வைத்து, அதனுள் பொடியாக அரிந்த வெங்காயம் சிறிது வைத்து உண்டாள். ஃபோனில் கவனம் செல்லாதிருக்க, தன்னைத் திசை திருப்பிக்கொள்ள வேண்டி ஃபோனுடன் போஸ் ஸ்பீக்கரை இணைத்துத் தனக்குப் பிடித்த டினா அரினாவின் பாடல்களை ஒலிக்கவிட்டாள்.

இசை ஒரு பக்கம் ஒலித்துக்கொண்டிருந்தது. மனம் அதில் லயிக்கவில்லை. தன் உள்ளுணர்வின் மேல் அவளுக்கு மிகுந்த நம்பிக்கை உண்டு. அன்று அது நல்லவிதமாக எதையும் உணர்த்தவில்லை. கொஞ்சம் கதறி அழுதுவிட்டால் சற்று நிம்மதியாக இருக்கும் என்று தோன்றியது. அதே நேரத்தில் இதுவரை அழுது தீர்த்தது போதாதா? அதிலும் காசிமைப் போன்ற கோழைகளுக்காக அழுவது அவளுக்குப் பிடிக்கவில்லை.

அவனை ஏன் நேசிக்க ஆரம்பித்தேன்? என்று யோசித்தாள். தன்னைப் போன்ற போராட்டத்தை அவனும் உள்ளுக்குள் நிகழ்த்திக்கொண்டிருக்கிறான். சுயஅடையாளத்தைக் கண்டு கொள்வதில் தனக்கு இருக்கும் அதே சிக்கல் அவனுக்கும் இருக்கிறது. அவ்வகையில் அவனொரு சக பயணி. ஒருவேளை அதுதான் அவன்பால் தான் கொண்ட ஈர்ப்புக்குக் காரணமா என்பது அவளுக்கே புரியவில்லை. உண்மையில் அன்றைய இரவுக் கூடலின் பொருட்டு அவள் மகிழ்ந்து பொங்கியிருக்க வேண்டும். இந்நேரம் அத்தருணங்களை எண்ணி எண்ணி உருகியிருக்க வேண்டும். மாறாக, அதற்கு நேரெதிரான மனநிலையே வாய்த்தது. கலவியில் அவன் கை ஓங்கவேயில்லை. எல்லா நகர்வும் இவளுடையதாகவே இருந்தது. அவன் செய்த தெல்லாம் அவளுக்கு இசைந்துகொடுத்தது மட்டும்தான். அவனும் தன்னை மனதார நேசித்திருந்தால் ஏன் அப்படி வந்து அணுகாமல் ஒதுங்கி இருக்க வேண்டும்? அவளுக்கு அது பெரும் குழப்பமாக இருந்தது. ஒருவேளை தானே ஒரு வெள்ளைக்காரப் பெண்ணாக இருந்திருந்தால் அன்றிரவு நடந்த எல்லாவற்றையும் மகிழ்வோடு ஏற்றுக்கொண்டிருந்திருப் பானோ? அதை நினைக்கையில் அவளைத் தாழ்வுணர்ச்சி ஆட்கொண்டது. சிறுவயதிலிருந்து இந்தப் பக்கமும் சேராமல் அந்தப் பக்கமும் சேரவியலாமல் அவள்பட்ட துயரங்கள் ஒவ்வொன்றாய் நினைவுக்கு வந்தன. எதை எல்லாம் கடந்து வந்துவிட்டதாக நினைத்தாளோ அதையெல்லாம் மீட்டெடுத்தது காசிமின் நினைவு. அதுவரைக் கட்டி எழுப்பியிருந்த தன் சுயத்தின் அடிவேரில் அமிலம் ஊற்றிப் போய்விட்டான்.

அவன் மேல் கொண்டிருந்த அன்பு அனைத்தும் ஓர் இரவில் விஷமாய்த் திரிந்தது. இத்தேசத்தில் அவனுக்கு

ஏற்பட்ட வெறுமையை ஈடுசெய்யத் தன்னைப் பயன்படுத்திக் கொண்டான். அவளுடன் பழகிய அத்தனை நாட்களில் அவளுக்காகத் தன்னுடைய சுகப் பிரதேசத்திலிருந்து துளியும் வெளிவரவில்லை. தனக்காகச் சிறு துரும்பையும் நகர்த்தி யிருக்கவில்லை. எப்போதும் எல்லா நகர்வும் இவளுடைய தாகவே இருந்திருக்கிறது. இப்படியாக ஒரு பக்கம், அவனிட மிருந்து விலகி வருவதற்கான காரணங்களை ஒவ்வொன்றாய்ச் சலித்து எடுத்தாள்.

மறுபக்கம், ஒருமுறை அவனுடன் பேசிவிட்டால், தன் உள்ளுணர்வைப் பொய்யென்று நிரூபிக்க ஒரு வாய்ப்பு கிடைக்கக் கூடும் என்று கிடந்து தவித்தாள்.

மறுபடியும் அழைத்தாள். இந்த முறை ஒரே ஒரு அழைப்பு போய் தானே துண்டித்துக்கொண்டது. அவள் கேட்டது நிஜம்தானா என்று அறிய திரும்பத் திரும்ப அழைத்தாள். ஒவ்வொரு முறையும் ஒரே ஒரு அழைப்பு பின் துண்டிப்பு. தன்னை 'பிளாக்' செய்திருக்கிறான். வாட்ஸப்பைத் திறந்து பார்த்தாள். அவனுடைய படம் தெரியவில்லை. 'ஹாய்' என்று அனுப்பினாள். போய்ச் சேரவேயில்லை. ஃபேஸ்புக், இன்ஸ்டா என்று மற்ற சமூக ஊடகங்கள் எல்லாவற்றிலும் தன்னை பிளாக் செய்திருக்கிறான். அவளால் நம்பவே முடியவில்லை. மறுபடியும் புறக்கணிப்பு!

வரவேற்பறையில் குறுக்கும் நெடுக்குமாய் கால்கள் சோர்ந்து போகும்வரை நடந்தாள். தன்னுடைய சுய கௌரவத்தை யாருக்காகவும் எப்போதும் விட்டுக்கொடுக்கத் தேவை இல்லை என்று உறுதி எடுத்துக்கொண்டாள்.

காப்பி மிசினிலிருந்து கடுங்காப்பி போட்டு எடுத்துக் கொண்டாள். இனிப்புச் சேர்க்காமல் அந்தக் கசப்பை மிடறு மிடறாக விழுங்கினாள். வாழ்வின் மிகத் தீவிரமான சில முடிவு களை அவள் இது போன்றதொரு காப்பிக் கோப்பையைக் கையில் ஏந்தியபடியே எடுத்திருக்கிறாள். அன்றும் அவள் முடிவெடுத்துவிட்டாள்.

அலெக்ஸ் ஏற்கெனவே சில முறை இது பற்றிக் கேட்டிருந்தார். அவளால் ஆராய்ச்சியை மெல்பர்னிலிருந்தும் தொடர முடியுமானால் நல்லதொரு வேலை அவருடைய பதிப்பகத்தில் காத்திருக்கிறது. பூர்வகுடியிலிருந்து வரும் எழுத்துக்களை வாசித்து அபிப்பிராயம் சொல்ல வேண்டும். அவற்றைப் பதிப்பிக்கவும் மேம்படுத்தவும் ஆலோசனை கூற வேண்டும். ஆங்கிலப் புலமையும் அவளுடைய பின்னணியும் அதற்கு மிகப் பொருத்தமாய் இருப்பதாய்க் கூறியிருந்தார்.

முதலில் மறுத்தாள். பின்னர், யோசித்துச் சொல்வதாகச் சொல்லி விட்டு அந்தக் கோரிக்கையைக் கிடப்பில் போட்டிருந்தாள். அவளுடைய ஆராய்ச்சி பேப்பரும் புத்தகமும் பெரும்பாலும் நியூ சவுத் வேல்ஸ் பகுதியில் வாழும் தரூகல் பூர்வகுடியினரைப் பற்றியது. அது அவளின் ஆதி குடி. மெல்பர்னில் அவர் சொல்லும் வேலை பிடித்திருந்தது. ஆனால் புத்தக வேலைகளுக்காக மெல்பர்னுக்கும் சிட்னிக்கும் அலைய வேண்டும் என்றுதான் உறுதியான முடிவெடுக்காமல் தள்ளிப் போட்டபடியிருந்தாள். உண்மையில், காசிமும்கூட அவள் அங்கே போகாததற்கு ஒரு காரணமாயிருந்தான்.

அதற்கு மேல் அவள் சிறு கணமும் தாமதிக்கத் தயாராய் இல்லை. அலெக்ஸூக்கு ஃபோன் செய்தாள். மெல்பர்ன் வேலை சம்பந்தமாகப் பேசுவதற்காக வெஸ்ஃபீல்ட் மாலில் சந்திக்க நேரம் குறித்துக்கொண்டாள்.

அவள் திடமாக முடிவெடுத்ததுமே, மனம் உற்சாகமாகத் தொடங்கிவிட்டது. அடுத்தடுத்து செய்ய வேண்டிய காரியங்களைப் பட்டியலிட தன் டைரியைத் தேடினாள். எழுத்து மேசையில் கலைந்திருந்த காகிதங்கள், பரத்திக் கிடந்த புத்தகங்கள், ஆய்வுக் குறிப்புகளை ஒழுங்குபடுத்தினாள்.

புதிய ஆடை ஒன்றை எடுத்துப் போட்டுக்கொண்டு வெஸ்ட்ஃபீல்டுக்குச் சென்றாள். அவளுக்கு முன்னரே அலெக்ஸ் காத்துக்கொண்டிருந்தார். அவர் உற்சாகமாகக் காணப் பட்டார். தான் மெல்பர்ன் வருவதற்குச் சம்மதம் என்று கூறிய போது அது எதிரேயிருப்பவருக்குக் கேட்காதவாறு ‘டம்’ என்ற சத்தம் எழுந்தது.

அவர்கள் நின்றுகொண்டிருந்த இடத்திலிருந்து சில அடிகள் தொலைவு இருக்கும். அவன் விழுந்த இடமெங்கும் இரத்தம் பரவியது. முகம் தரையில் பட்டு சிதைந்து இரத்தக் களறியாகியிருந்தது. அவன் விழுந்த இடமெங்கும் இரத்தம் பரவியது. ஒரே ஒரு முறை அவ்வுடல் சிலிர்த்து, ‘க்வீக்’ என்ற சத்தமெழுப்பிவிட்டு அடங்கியது. ஓர் உடலின் இறுதி ஒடுக்கம். ஓர் உயிரின் விடுபடல். அதன் கடைசிக் கெஞ்சல். அப்போது தான் ஜெட்டா அதைக் கவனித்தாள். காதுக்குப் பின்புறம் கழுத்திலிருந்து வெட்டுத் தழும்பு இறங்கியிருந்தது. அதைப் பார்த்ததும் அங்கேயே மண்டியிட்டு தேம்பி அழ ஆரம்பித்தாள்.

○

ஒரு வாரத்தில் அங்கிருந்து கிளம்ப வேண்டும். பெட்டிகளில் துணிகளை அடுக்கி வைத்தாள். புத்தக அலமாரியில் அழகான

கையெழுத்தில் எழுதப்பட்ட, வில்லியம் ஃப்ரேஸருடைய ஜர்னலின் பைண்ட் செய்யப்படாத நகல்கள் பரத்திக் கிடந்தன.

காசிம் அந்த நாவலை வாசித்து முடித்ததும் இதையும் வாசிக்கக் கொடுக்க வேண்டும் என்று நினைத்திருந்தாள். இனி எப்போதும் அவன் இதை வாசிக்கப் போவதில்லை.

எல்லாவற்றையும் ஒழுங்குப்படுத்தி அடுக்கிவிட்டு, காப்பி மிசினில் மறுபடியும் சக்கரையில்லாமல் காப்பி எடுத்துக் கொண்டு ஸோஃபாவில் அமர்ந்தாள். மனம் கனத்துப் போயிருந்தது. மின்னி எழுந்து மெதுவாகச் சோம்பல் முறித்து விட்டு ஸோஃபாவில் ஏறி இவள் தொடையை ஒட்டி அமர்ந்து கொண்டது. காப்பி கோப்பையை இடக்கைக்கு மாற்றிவிட்டு வலது கையால் அதன் உடலை மெதுவாகத் தடவிக் கொடுத்தாள். அதன் வெம்மை அந்நேரத்துக்கு அத்தனை ஆசுவாசமாய் இருந்தது.

●

17

39

மீட்சியின் பாதை

போகுமிடம் குறித்த அநிச்சயம் சூழ்ந்திருந்த பொழுதுகளில் எல்லாம் வராத சோர்வும் களைப்பும், திரும்ப வேண்டிய இடம் பற்றிய தீர்க்கமான திட்டமிருந்தபோது சூழ்ந்து அழுத்தி அமிழ்த்துகின்றன. வாழ்வின் லட்சியங்கள் என்று நம்பிக்கொண்டிருந்தவை அனைத்தும் கண் முன்னே உடைந்து நொறுங்குவதைக் கண்டு, வெதும்பிய மனத்துடன் திரும்புவேன் என்று

நினைத்துக்கூடப் பார்த்திருக்கவில்லை. யாருடைய நிழலாகக் கிளம்பி வந்தேனோ, திரும்பும்போது கடைசியில் அவருடைய முகம்கூடக் காணாமல் கப்பல் ஏறுவேன் என்றும் சிரிக்கச் சிரிக்கப் பேசுபவர்கள் ஒரு நாள் விஷச் சிலந்தியாய் மாறிக் கொட்டுவார்கள் என்றும் நான் என்ன கனவா கண்டேன்? மாட்சிமை தங்கிய பிரிட்டிஷ் பேரரசின் பிரஜ்ஜையாகப் பயணத்தைத் தொடங்கியவன், கைவிடப்பட்ட மானுட சமுதாயத்தின் தனித்த பிரதிநிதியாகத் திரும்பிக்கொண் டிருக்கிறேன்.

என்னைச் சூழ்ந்திருக்கும் மொத்த இருளையும் விரட்டும் துளி வெளிச்சத்தை நோக்கிப் போகிறேன். அங்கே ரெபேக்கா எனக்காகக் காத்திருப்பாள். அவள் கரங்களில் ஒப்புக்கொடுப்பது மட்டுமே என்னை தேற்றிக்கொள்ள உதவும் ஒரே வழி.

ரெபேக்காவே என் மீட்சியின் பாதை.

என் வாழ்வில் மிகுந்த அக அலைக்கழிப்புக்கு ஆளான பருவம் என்று நியூ சவுத் வேல்ஸிலிருந்து இங்கிலாந்துக்குத் திரும்பிக்கொண்டிருந்த இந்த இருநூற்றுச் சொச்சம் நாட்களைத் தான் சொல்வேன். ஒரு நாள், அங்கே நிகழ்த்தப்பட்ட அநீதி குறித்தும் இழைக்கப்பட்ட துரோகத்தை நினைத்தும் வெம்பிப் புழுங்குவேன். மறுநாளே ரெபேக்காவின் தளிர்க் கரம் பற்றியபடி நிற்கப் போகும் ஆற்றுப்பாலத்தை நினைத்து மகிழ்ச்சியில் திளைத்துப் பொங்குவேன். மாபெரும் தேசத்தைக் கட்டி எழுப்ப வேண்டுமென்றிருந்த லட்சியக் கனவெல்லாம் கலைந்துபோய், ரெபேக்காவின் விடுதியில் அவளோடு சேர்ந்து சமைத்து, விருந்தினர்களைக் கவனித்து, வார மளிகைகள் வாங்க அவளுடன் வெளியே சென்று, ஞாயிற்றுக்கிழமை வழிபாட்டிலும் மதிய விருந்திலும் கலந்துகொண்டு திரும்பும்படியான ஒரு குறுகிய வட்டத்துக்குள் எனக்கான வாழ்க்கையை வடிவமைத்துக்கொள்ள என்னை நானே தயார் படுத்திக்கொண்டேன். ரெபேக்காவுடன் செலவிடப் போகும் தருணங்களைப் பற்றிய கற்பனைகளிலேயே என்னுடைய பிரயாண நாட்களைக் கடத்தினேன்.

சாதாரணக் கப்பல் பயணமே ஆளைக் குலைத்துப்போடும். அதோடு இத்தனை அழுத்தமும் குழப்பமும் சேர்ந்து என்னை எனக்கே அடையாளம் தெரியாதவாறு உருக்குலைத்துக் கொண்டு வந்து நிறுத்தின. இந்தச் சோர்ந்து போன கண்களையும் கடற் காற்றினால் கறுத்துப்போன முகத்தையும் வைத்துக்கொண்டு அவள் முன்னே சென்று நிற்க விருப்பமில்லை. அதேநேரத்தில் போர்ட்ஸ்மவுத்தை அடைந்த பின் அவளைக் காணாமல் தாமதிக்கும் ஒவ்வொரு கணமும் என் உயிரைத் துளைக்கும்.

முதலில், போர்ட்ஸ்மவுத் துறைமுகத்துக்குக் கப்பல் வந்து இறங்கிய அன்றே நேராகச் சென்று ரெபேக்காவைக் காண வேண்டுமென்றுதான் நினைத்திருந்தேன். ஆனால் எங்கள் கப்பல் போர்ட்ஸ்மவுத் துறைமுகத்தை நெருங்கும்போது அங்கே யிருந்து கிளம்பியிருக்க வேண்டிய கப்பல் ஒன்றின் தாமதம் காரணமாக எங்களுடைய கப்பல் நடுக்கடலிலேயே நிறுத்தி வைக்கப்பட்டது.

கப்பலிலிருந்து துறைமுகப் பகுதியைப் பார்க்க முடிந்தது. இடைப்பட்ட காலத்தில் மிகவும் பரபரப்பானதாக மாறி யிருந்தது போர்ட்ஸ்மவுத் துறைமுகம். கப்பலிலிருந்து பார்க்கும் போதே அதன் சுறுசுறுப்பை உணர முடிந்தது. தரைக்குப் பக்கத்தில் வந்தும் தண்ணீரிலேயே காத்திருப்பது ஆகக் கொடுமை யானது. சில மீட்டர் தொலைவில் இருக்கிறாள் ரெபேக்கா. ஆனால் பார்க்கவோ பேசவோ முடியவில்லை. என்னைப் பார்த்ததும் அவளுடைய எதிர்வினை என்னவாக இருக்கும்? அவளுக்கு எப்படியும் சிட்னியிலிருந்து கப்பல் திரும்பும் செய்தி தெரிந்திருக்கும். அதைத் தெரிந்துகொண்டு ஒருவேளை துறைமுகத்தில் காத்துக்கொண்டிருந்தாளெனில் எப்படி அவளை எதிர்கொள்வது?

சோர்ந்து களைத்த முகத்துடன் அவள் என்னைப் பார்க்கக் கூடாது என்று விரும்பினேன். அவளைக் காணும் முன் என்னைக் கொஞ்சம் தயார் செய்துகொள்ள வேண்டும். நல்ல வேளையாக மறுநாள் எங்கள் கப்பல் துறைமுகத்தை அடைந்த போது அப்படியொரு சம்பவம் நடைபெறவில்லை. அவள் அங்கில்லை என்பதில் மெல்லிய ஏமாற்றம் இருந்தாலும் அந்தக் கோலத்தில் அவள் என்னைக் காணவில்லை என்பது சற்று ஆறுதலாக இருந்தது.

வந்திறங்கியதும் அங்கேயே புதிதாக நல்ல ஆடைகளும் வாசனைத் திரவியங்களும் வாங்க விரும்பினேன். போர்ட்ஸ்மவுத் துறைமுகம் இந்த இடைப்பட்ட காலத்தில் புதுப் பொலிவுடன் மெருகுக் கூடிக் காணப்பட்டது. முன்பு சிறிய சந்துக் கடைகளாக இருந்தவை எடுத்துக் கட்டப்பட்டு மாடிக் கடைகளாக எழுந்து நின்றன. வெளி தேசத்தவர்களின் கடைகள்வேறு ஒன்றிரண்டு கண்ணில் பட்டன. எங்களைப் போன்று தூரப் பயணம் முடித்துத் திரும்பியும் புதிய பயணங்களுக்குத் தயார் நிலையிலும் பல கப்பல்கள் வரிசை கட்டி நின்றன. பொருட்களை ஏற்றுவதும் இறக்குவதுமாக ஜனக் கூட்டம் நிறைந்து வழிந்தது. கடைத்தெரு தொடங்குமிடத்தில் வயலின் கலைஞன் ஒருவன் தெருவையே தன் இசையால்

நிறைத்துக்கொண்டிருந்தான். என்னைத் தவிர அந்த இசையைப் பொருட்படுத்தி நின்று கேட்பதற்கு யாருக்கும் நேரமில்லை. என்னுடைய அகச் சோம்பலுக்கு அந்த இசை அத்தனை இதமாய் இருந்தது. சட்டென்ற ஒரு கணத்தில் அதை டிஜாரிடுவிலிருந்து வந்த இசையுடன் மனம் ஏனோ ஒப்பிட்டுக்கொண்டது. இரண்டுமே இறைஞ்சல்தான். இசைதான். ஆனால் இரண்டும் வேறு வேறு. அவன் இசைக் கோவையை முடிக்கும்வரை பொறுமையாக நின்று கேட்டுக்கொண்டிருந்தேன். முடிவில் நான் கொடுத்த நாணயங்களை நன்றியுடன் தலையசைத்து வாங்கிப் பையில் போட்டுக்கொண்டான்.

வழியில், அழகிய பூ வேலைப்பாடுகளுடன் கூடிய கவுன் அணிந்து கையில் விசிறி போன்ற ஒன்றை ஏந்திக்கொண்டு எனக்கு முன்னே சென்ற பெண் ரெபேக்காவேதான். இருமருங்கிலும் இருந்த கடைகளை வேடிக்கை பார்த்தபடி நடந்துபோய்க் கொண்டிருந்தாள். நான் இறங்கி வந்த கப்பலை நோக்கித்தான் நடந்துகொண்டிருந்தாள். என்னுடைய இரத்தத்தின் ஒவ்வொரு அணுவும் குதிக்கத் தொடங்கியது. விறுவிறுவென்று முன்னால் சென்று அவளை அதிர்ச்சிக்குள்ளாக்க விரும்பினேன். வேகமாக ஓடி அவள் முன்னால் சென்று நின்ற என்னைப் பார்த்ததும் ஓவென அலறிவிட்டாள். நானும் வெளிறிப்போனேன். அது ரெபேக்கா இல்லை. ஆனால் அப்படியே அவளின் சாயல். வெட்கிச் சமாளித்து மன்னிப்புக் கேட்டு பின்னர் குதிரைக் காரர்களை நோக்கி நடந்தேன்.

மார்ட்டின் சில கடிதங்களை உரியவர்களிடம் சேர்ப்பிக்கச் சொல்லி கொடுத்தனுப்பியிருந்தார். இருநூற்றுச் சொச்சம் நாட்கள் தாமதித்து வரும் கடிதத்தில்கூட பகிர்வதற்குக் காலாவதியாகாத செய்திகள் இருக்கத்தான் செய்கின்றன போலும். அவர் தன் பெற்றோருக்கு அனுப்பிய கடிதத்தைக் குதிரைக்காரர்களிடம் கொண்டு சேர்த்தேன். ஸ்நேகிதர்களுக்கு அனுப்பிய கடிதங்களை எடுத்துக்கொண்டு கப்பல் கட்டுமிடத்துக்குச் சென்றேன். தளத்தை இன்னும் விரிவு படுத்திக் கட்டியிருந்தார்கள். அங்கிருந்தவர்களில் பாப் மட்டும் என்னை உடனே அடையாளம் கண்டுகொண்டார். புதிய நிலம், தட்பவெட்பத்தில் ஆரம்பித்து இருபது அடி உயரம் கொண்ட தாவிக் குதிக்கும் கங்காருகள் குறித்தான அவர்களின் சந்தேகங்கள்வரை ஒவ்வொன்றாகப் பேசித் தீர்த்தபோது மாலை கவிந்திருந்தது. அவர்கள் அந்நேரத்துக்கு மேல் என்னை அங்கிருந்து விடுவதாய் இல்லை. நகரின் மறுபக்கமிருக்கும் ரெபேக்காவின் விடுதிக்குச் செல்ல வேண்டும் என்று எவ்வளவோ எடுத்துக்கூறியும் அன்றிரவு பெரிய விருந்துணவுக்கு ஏற்பாடு

செய்திருப்பதாகவும் நகரின் முக்கிய பிரபுக்கள், செல்வந்தர்கள், கலைஞர்கள் உள்ளிட்டவர்கள் வருகிறார்கள் என்றும் கூறி பாப், அவரின் நண்பர்கள் அங்கேயே இருக்க வைத்துவிட்டார்கள்.

அந்தி சூழ்ந்ததும் ரெபேக்காவைச் சென்று காண வேண்டும் என்ற ஆவலை அதற்குமேல் கட்டுப்படுத்த இயலவில்லை. புதிய ஆடைகளுடன் அவளுக்காக இங்கே கடைத்தெருக்களில் பார்த்துச் சேகரித்த பொருட்களை எல்லாம் ஒரு அழகிய பையில் போட்டு வைத்துக்கொண்டேன். எல்லாவற்றுக்கும் மேலாக அவளுக்கு மட்டுமே அளிக்க வேண்டிய ஒன்றை கால்சராயில் பத்திரப்படுத்திக்கொண்டேன்.

நாளை அவள் கண் முன்னால் சென்று நிற்கும்போது என்னை எப்படி எதிர்கொள்வாள்? அவள் விரும்பியபடி போர்ட்ஸ்மவுத்திலேயே மிச்ச வாழ்வைக் கழிக்கலாம், உடனடியாகத் திருமணமும் செய்துகொள்ளலாம் என்று நான் கூறப் போகும் விசயங்களைக் கேட்டதும் கண்ணீர் மல்க அணைத்துக்கொள்வாள்.

அவளிடம் கதை கதையாகச் சொல்ல வேண்டும். லட்சியங்களைத் துறந்து சிதறுண்டு திரும்பி வரும் என் ஆன்மாவை முழுவதுமாக அவள் பொறுப்பில் ஒப்படைத்துவிட வேண்டும். அதை தன் நிகரற்ற அன்பினால் மாசற்ற ஆத்மாவாக மாற்றித் திருப்பித் தருவாள். என்னைக் கடந்த கால ஏக்கங்களிலிருந்தும் நிகழ்காலத் துயரிலிருந்தும் விடுவிப்பாள். அவளால் மட்டுமே அது முடியும். அதை நினைக்கும்போதே என்னையறியாமல் கண்ணீர் துளிர்த்தது.

மனம் முழுவதும் ரெபேக்காவே நிறைந்து வழிந்தாள். என் முகமே அதைக் காட்டிக்கொடுத்திருக்கும்போல. பாப் கண்டுகொண்டுவிட்டார். என்னைச் சுற்றி வந்து பகடி செய்து கொண்டிருந்தார். தனியாக என்னிடம் வந்து, இன்றைய விருந்துணவு முடித்த பின்பு வேண்டுமானால் ரெபேக்காவின் விடுதி வரை இரகசியமாகப் போய் வரலாம் என்று கூறினார். எனக்கு அவர் கூறிய திட்டம் பிடித்திருந்தது. ஆனால் ரெபேக்காவின் விடுதியான "போர்ட்ஸ் ஸ்டே"யின் அடையாளங்களைச் சொல்லி அது இருக்கும் வீதியைக் கூறியபோது அங்கே அப்படி யொரு பெயரில் விடுதியேதுமில்லை என்றார். மாறாக நான் கூறிய அந்த இடத்தில் தற்போது "ப்ளூ ஆங்கர்" என்ற பெயரிலான விடுதி ஒன்று இயங்குகின்றது. விடுதியின் உரிமையாளரான ஆன்ட்ரியு நகரின் மிக முக்கியமான செல்வந்தர். அவருமே அன்றிரவு நடைபெறவிருக்கும் விருந்துக்கு அழைக்கப் பட்டிருக்கிறார். அவரிடமே ஒரு வார்த்தை கேட்டுவிட்டுச்

சரியான இடத்துக்குச் சென்று பார்ப்போம் என்று கூறி பாப் ஆறுதல் படுத்தினார்.

பாப் தேவையில்லாமல் குழப்புகிறார். வீதியின் பெயர்கள் ஏதேனும் மாறியிருக்கக் கூடும். அதனால் வந்த குழப்பமாக இருக்கும் என்றெண்ணினேன். அதே நேரத்தில், ஒருவேளை ரெபேக்கா விடுதியை விற்றுவிட்டிருந்தால்? அவளை எங்கே எப்படிக் கண்டுபிடிப்பது? மறுபடியும் முதலில் இருந்து ஆரம்பிக்க முடியாது. எனக்குத் தலை சுற்றியது.

அன்றிரவு வரும் அந்த 'ப்ளூ ஆங்கர்' விடுதியின் உரிமையாளரிடம் கேட்டால் எல்லாம் தெளிவாகிவிடும். அவருக்காகவே இரவுணவு நேரத்துக்காகக் காத்திருக்க ஆரம்பித்தேன். அதற்கு மேல் ரெபேக்காவைக் காண தாமதிக்கும் ஒவ்வொரு கணமும் கொதிமணல் மேல் வெறுங்காலில் நிற்பதைப் போலிருந்தது.

பாப் தன்னுடைய வீட்டின் பின்புறத் தோட்டத்தில் இரவுணவுக்கான ஏற்பாடுகளைச் செய்திருந்தார். அவரும் திருமதி பாப்பும் வாசலிலேயே வரவேற்கத் தயாராக நின்று கொண்டிருந்தனர். எனக்கு முன்னரே சில நண்பர்கள் வந்து விட்டிருந்தனர். பாப், வைன் ஊற்றிய கண்ணாடிக் கோப்பையைக் கொண்டுவந்து என் கையில் கொடுத்தார். அப்போதே, "ஆன்ட்ரியு வந்துவிட்டாரா?" என்று கேட்க விரும்பினேன். சூழலைக் கருத்தில்கொண்டு கட்டுப்படுத்திக்கொண்டேன்.

நடையுடை பாவனைகளை வைத்து அங்கிருந்த கூட்டத்தில் யார் ஆன்ட்ரியுவாக இருப்பார் என்று யோசித்துக் கொண்டிருந்தேன். ரொம்பவும் நாசூக்காகச் செய்ததாகத்தான் நினைத்தேன். ஆனால் ரொம்பவும் அப்பட்டமாகத் தேடி விட்டேன் போல. பாப் என் பக்கத்தில் வந்து, "இன்னும் ஆன்ட்ரியு மட்டும் வரவில்லை. சற்று நேரத்தில் வந்துவிடுவார். வந்ததும் அறிமுகப்படுத்தி வைக்கிறேன்" என்று கூறிச் சென்றார்.

அதற்கான அவசியமே தேவைப்படவில்லை. அவர்தான் ஆன்ட்ரியு என்பதை முதல் பார்வையிலேயே கண்டுபிடித்து விட்டேன். ஆனால் எதற்காக அவரைத் தேடினேனோ? அவரிட மிருந்து என்ன தெரிந்துகொள்ள விரும்பினேனோ அதற்கான விடையையும் அவரே உடனழைத்து வந்திருந்தார். எனக்கு அந்த நொடியில் மொத்த பூமியுமே என் காலிலிருந்து நழுவிப் பறந்தது. எந்த மாசற்ற கரங்களில் என்னை ஒப்படைக்க வேண்டி வந்தேனோ அவை ஆண்ட்ரியுவின் கைப்பிடிக்குள் இருந்தன.

அவள் கண்களில் பட்டுவிடாமல் ஓடி ஒளிந்து கொண்டேன். அப்போதுகூட, 'ரெபேக்காவுக்கு நான் திரும்பி

வந்திருப்பது தெரியாது, ஒருவேளை இங்கே என்னைப் பார்த்தாளென்றால் அனைத்தையும் தூக்கியெறிந்துவிட்டு ஓடி வந்து என்னைக் கட்டிக்கொள்ளப் போகிறாள். அது பாப் உட்பட பலரையும் சங்கடத்தில் ஆழ்த்துமே' என்றெல்லாம் ஒரு பைத்தியக்காரனைப் போல அர்த்தமற்றுக் கவலைப்பட்டுக் கொண்டிருந்தேன். நல்ல கனவானைப்போல தோற்றமளித்த, அவள் கையைப்பிடித்து நடத்தி வரும் ஆண்ட்ரியுவை அப்படி ஒரு தர்மசங்கடத்துக்குள் நிறுத்த விரும்பவில்லை. அவர்களைச் சந்திக்காமல் தவிர்ப்பதற்கான உத்திகளை யோசித்துக்கொண்டிருந்தபோது, பாப் என்னை அவர்களிடத்தில் அழைத்தார். யோசிப்பதற்கோ மறுப்பதற்கோ நேரம் இருக்கவில்லை.

"வில்லியம், இதுதான் ஆன்ட்ரியு, திருமதி ஆன்ட்ரியு" என்று எனக்கு அவர்களை அறிமுகப்படுத்தினார். நான் என் கையை ஆன்ட்ரியுவுக்கு முன்னால் நீட்டிக்கொண்டு, வெள்ளைப் பட்டுடையில் ஒரு தேவதையைப் போல் நின்றுகொண்டிருந்த ரெபேக்காவையே பார்த்துக்கொண்டிருந்தேன்.

ரெபேக்காவை அங்கே பார்த்ததைவிட, அதுவும் அவளை இன்னொருவரின் மனைவியாகப் பார்த்ததைவிட அதிகமான அதிர்ச்சியையும் துயரையும், துளியும் சலனமற்று என்னை எதிர்கொண்ட அவள் கண்களைப் பார்த்தபோதுதான் அடைந்தேன்.

என்னால் அதற்கு மேல் ஒரு நொடிகூட அங்கே நிற்க முடியவில்லை. ஏதேதோ காரணங்களைச் சொல்லிவிட்டு வெளியேறினேன். வெளியேறும்போது அவளைத் திரும்பிப் பார்த்துவிடக் கூடாது என்று ஆயிரம் முறை எனக்குள் நானே சொல்லிக்கொண்டேன். ஆனால் திரும்பி அவளைப் பார்த்தேன்.

அவள் என்னைக் கவனிக்கவில்லை. என் மீட்சிக்கான பாதை மொத்தமாக அடைக்கப்பட்டிருந்தது.

ஒருவேளை அவள் ரெபேக்காவே இல்லையோ? காலையில் வீதியில் பார்த்ததைப்போல என் கண்ணே என்னை ஏமாற்றிவிட்டதோ? அதன் பின்னர், வழியில் தென்பட்ட அழகிய பெண்கள் அத்தனை பேரும் ரெபேக்காவாகத் தெரிந்தனர். ரொம்பவே குழம்பிப்போனேன்.

கால் போன போக்கில் நடந்தேன். இனிமேல் ஒரு எட்டுக் கூட எடுத்துவைக்க முடியாது என்ற நிலை வந்தபோது, அவளை நான் முதன்முதலாக முத்தமிட்ட அதே ஆற்றுப்பாலத்தின் மேல் நின்றுகொண்டிருந்தேன். வானத்தில் எரிந்துகொண்டிருந்த நிலவிலிருந்து மெல்லிய வெளிச்சம் ஆற்றின் மேல் ஆடை போல

படிந்தது. சலசலத்து ஓடிக்கொண்டிருந்த நீரையே பார்த்துக் கொண்டிருந்தேன். அந்தச் சத்தமும் சலசலப்பும் வெளியிலிருந்து வருகிறதா என் உள்மன ஓசையா என்றுகூட என்னால் பிரித்தறிய இயலாத மயக்கத்தில் இருந்தேன். எவ்வளவு நேரம் அப்படியே நின்றுகொண்டிருந்தேன் என்று நினைவில்லை. அங்கிருந்து நான் எங்கே செல்ல வேண்டும் என்பதும் விளங்கவில்லை.

உலகின் அத்தனை வழிகளும் அடைக்கப்பட்டதைப் போல உணர்ந்தேன். கால்சராயின் பையிலிருந்து தொடையை உரசிக்கொண்டிருந்த அந்தப் பிரியத்தின் கல்லை வெளியில் எடுத்து உள்ளங்கையில் வைத்துக்கொண்டேன். கருநீல வானில் தெரியும் வண்ண வண்ண நட்சத்திரங்களைப் பிரதியெடுத்தாற் போலிருந்த ஓவியம் அதில் தீட்டப்பட்டிருந்தது. அதன் குளுமை மாறவில்லை. அரை மயக்கத்தில் மீண்டும் கால்சராய்க்குள் போட எத்தனித்தேன். அது கையிலிருந்து தவறி பாலத்தின் மேல் உருண்டு சென்று ஆற்றுக்குள் விழுந்தது. நீரினுள் மெல்ல மூழ்கி 'க்ளுக்' என்ற சத்தம் வெளியே எழும்பியது.

●

நிறைவு